AF653554

'अतिशय उत्तम करमणूक आणि हुरहुर लावणारी कादंबरी.'

– गार्डियन

आपल्या स्नेहीजनांना पुस्तके भेट द्या

द ओडेसा फाइल

लेखक
फ्रेडरिक फोरसाइथ

अनुवाद
अशोक पाथरकर

मेहता पब्लिशिंग हाऊस

✆ +91 020-24476924 / 24460313 / Mob. No. 9545000513
Email : production@mehtapublishinghouse.com
Website : www.mehtapublishinghouse.com

◆ *या पुस्तकातील मते, घटना, वर्णने ही त्या लेखकाची असून त्याच्याशी प्रकाशक सहमत असतीलच असे नाही.*

THE ODESSA FILE by FREDERICK FORSYTH

First Published as The Odessa File by Hutchinson
Translated into Marathi Language by Ashok Patharkar

द ओडेसा फाइल / अनुवादित कादंबरी

TBC-27 Book No. 4

अनुवाद : अशोक पाथरकर
Email : author@mehtapublishinghouse.com

मराठी अनुवादाचे व प्रकाशनाचे हक्क : मेहता पब्लिशिंग हाऊस, पुणे ३०.

प्रकाशक : सुनील अनिल मेहता, मेहता पब्लिशिंग हाऊस,
१९४१, सदाशिव पेठ, माडीवाले कॉलनी, पुणे ४११०३०.

मुद्रक : पार्कसन्स ग्राफिक्स

मुखपृष्ठ : मेहता पब्लिशिंग हाऊस

प्रथमावृत्ती : जुलै, २०१८

किंमत : ₹ ३८०

P Book ISBN 9789353170172

सर्व प्रेस रिपोर्टर्सना...

प्रस्तावना

पुस्तकाच्या नावातील 'ओडेसा' हे दक्षिण रशियातील शहर नाही किंवा अमेरिकेतील लहान गावाचेही नाव नाही. तो जर्मनमधील 'ऑर्गनायझेशन डेर एहेमालिगेन एस.एस. –आंगेहोरिगेन' ह्या नावाच्या आद्याक्षरांपासून बनलेला शब्द आहे. मराठीत त्याचा अर्थ 'एस.एस.च्या माजी सभासदांची संघटना' असा आहे.

बहुतेक वाचकांना माहीत असेल की, 'एस.एस.' ही ॲडॉल्फ हिटलरने निर्माण केलेली आणि हायन्रीच हिमलरच्या ताब्यात दिलेली 'सेनेतील खरी सेना' आणि 'सरकारमधील खरे सरकार' होते. १९३३ ते १९४५च्या दरम्यान जर्मनीत असलेल्या नाझी सरकारच्या खास कामगिऱ्या फत्ते करणे ही त्यांची जबाबदारी होती. वरकरणी त्यांच्या 'कामगिऱ्या' तिसऱ्या जर्मन प्रजासत्ताकाच्या सुरक्षिततेशी संबंधित असणार होत्या; पण प्रत्यक्षात त्यांच्यात, हिटलरच्या मते जे लोक 'जगण्यास नालायक' होते त्यांचा जर्मनी व युरोपमधून नायनाट करणे, स्लाव्हिक प्रदेशांमधील 'मानवापेक्षा खालच्या दर्जाच्या' (Sub-human) वंशाच्या लोकांना कायमचे गुलाम बनवणे आणि युरोपच्या पाठीवरील प्रत्येक ज्यू स्त्री-पुरुष आणि मुलाचा नाश करणे, अशा उद्दिष्टांचाही समावेश होता.

ह्या 'कामगिऱ्या' करताना एस.एस.ने जवळ-जवळ साठ लाख ज्यू, पन्नास लाख रशियन, वीस लाख पोलीश लोक, पाच लाख जिप्सी आणि पाच लाख इतर वंशांचे लोक – आणि याचा कुठे फारसा उल्लेख होत नसला तरी, त्यात ज्यू नसलेले जवळ-जवळ दोन लाख जर्मन व ऑस्ट्रियन नागरिकही होते – अशा एकूण जवळ-जवळ एक कोटी चाळीस लाख लोकांची हत्या केली. यात शारीरिक आणि मानसिक अपंग असणारे दुर्दैवी लोक किंवा कम्युनिस्ट, सोशल डेमोक्रॅट्स, उदारमतवादी, 'गैरसोयीचे' बोलणारे संपादक, पत्रकार व धर्मोपदेशक, सद्सदबुद्धीने वागणारे व धाडसी लोक आणि नंतरच्या काळात हिटलरशी एकनिष्ठ नसल्याचा संशय असलेले सेनेतील अधिकारी अशा तथाकथित 'देशाच्या शत्रूं'चा समावेश होता.

तिचा नि:पात होईपर्यंतच्या काळात एस.एस. ही दोन अक्षरे आणि विजेच्या दोन आघातांप्रमाणे दिसणारे तिचे चिन्ह हे अमानुषपणाचे असे दुसरे नाव झाले होते, तसे पूर्वी होऊन गेलेल्या किंवा नंतरच्या काळात झालेल्या दुसऱ्या कोणत्याही संघटनेचे झाले नसेल.

महायुद्ध संपण्यापूर्वीच एस.एस.च्या बहुतेक सर्व वरिष्ठ सभासदांना आपण हे युद्ध हरणार आणि तसे झाल्यावर जेव्हा आपली चौकशी होईल, तेव्हा सुसंस्कृत लोक आपल्या कृत्यांकडे कसे बघतील याची जाणीव होती. त्यामुळे त्यांनी बेपत्ता होऊन नवे आयुष्य जगण्याची तयारी करून ठेवली होती. त्यांच्या कृत्यांची जबाबदारी जर्मनीच्या आम जनतेच्या उरावर येणार होती. यासाठी एस.एस.ने त्यांच्या ताब्यातील सोन्याचा प्रचंड साठा चोरून परदेशी नेऊन केवळ क्रमांकाने ओळखल्या जाणाऱ्या बँकेतील खात्यांत जमा करून ठेवला होता, खोटी ओळखपत्रे बनवून ठेवली होती आणि पळून जायचे मार्ग निश्चित करून ठेवले होते. दोस्त राष्ट्रांनी जेव्हा अखेरीस जर्मनीवर विजय मिळवला, तेव्हा हत्याकांडांना जबाबदार असणारे बहुतेक लोक अदृश्य झाले होते.

पळून जाण्याची योजना हाताळण्यासाठी त्यांनी जी संघटना स्थापना केली होती, तिचे नाव 'ओडेसा'. हत्येस जबाबदार असणारांना जरा सुरक्षित अशा ठिकाणी पोहोचवण्याचे पहिले महत्त्वाचे कार्य सिद्धीस गेल्यानंतर त्यांच्या महत्त्वाकांक्षांना पुन्हा पालवी फुटू लागली. अनेक जण तर दोस्त राष्ट्रे सत्तेवर आल्यावरसुद्धा खोटी नावे धारण करून आणि बनावट कागदपत्रे जवळ ठेवून जर्मनीतच राहिले; परदेशी गेलेले काही लोक खोटी नावे घेऊन परतले. अतिशय वरिष्ठ असे मोजके लोक संघटनेचे कामकाज चालू ठेवण्यासाठी सुरक्षित अशा परदेशांमध्ये राहिले.

ओडेसाची पाच उद्दिष्टे होती आणि आहेत : दोस्त राष्ट्रांनी १९४९ मध्ये स्थापन केलेल्या संघराज्याच्या विविध शाखांमध्ये एस.एस.च्या लोकांचे पुनर्वसन करणे;

राजकीय पक्षांच्या निदान खालच्या थरांमध्ये आपल्या लोकांचा शिरकाव करणे; कोणाही एस.एस. मारेकऱ्यावर कोर्टात खटला भरला गेल्यास त्याच्या बचावासाठी उत्तम वकिलाचा खर्च करून पश्चिम जर्मनीच्या न्यायसंस्थेच्या कामकाजात शक्य तेवढी खीळ घालणे; १९४५ नंतर जर्मनीत औद्योगिक विकासाचा जो चमत्कार घडत होता त्याचा लाभ घेण्यासाठी माजी एस.एस. लोकांना व्यापार व उद्योग क्षेत्रात वेळेवर प्रस्थापित करणे आणि शेवटी, प्रचारतंत्राचा वापर करून जर्मन जनतेची अशी धारणा करून देणे की, एस.एस.चे हत्यारे हे वेगळे कोणी नसून मातृभूमीप्रती आपले कर्तव्य बजावणारे सामान्य देशभक्त सैनिकच होते आणि न्यायव्यवस्था व सद्सद्बुद्धी यांनी त्यांची विनाकारण ससेहोलपट चालवली आहे.

पैशाच्या प्रचंड पाठबळावर ते ही उद्दिष्टे साध्य करण्यात बऱ्यापैकी यशस्वी झाले आहेत आणि विशेषत: जर्मन सरकारच्या न्यायालयांकडून मिळणारी शिक्षा अगदीच हास्यास्पद वाटावी इतकी कमी करू शकले आहेत. आपले नाव वरचेवर बदलत राहून ओडेसाने एक संघटना म्हणून तिचे अस्तित्वच नाकारले आहे. त्यामुळे ओडेसा नावाची संस्था अस्तित्वातच नाही, अशी अनेक जर्मन लोकांची धारणा झाली आहे. याचे थोडक्यात उत्तर म्हणजे : ती अस्तित्वात आहे आणि मृत्यूच्या मुखवट्याचे चिन्ह घेऊन मिरवणारे 'कामेराड' अजून तिच्यात गुंतलेले आहेत.

ओडेसाला तिची बहुतेक उद्दिष्टे साध्य करण्यात यश मिळाले असले, तरी कधी-कधी तिला पराभवही पत्करावा लागतो. त्यापैकी सर्वांत दारुण घटना म्हणजे १९६४ मध्ये बॉनला न्याय मंत्रालयात काही कागदपत्रांचा गठ्ठा निनावीपणे आणि अकस्मात आला. ज्या काही मोजक्या अधिकाऱ्यांना त्यातील नावांची यादी वाचायला मिळाली, ते त्या कागदपत्रांना 'ओडेसा फाईल' या नावाने ओळखू लागले.

❖

१

२२ नोव्हेंबर, १९६३ ला राष्ट्राध्यक्ष केनेडी मृत झाल्याचे समजले, त्या क्षणी आपण काय करत होतो हे प्रत्येकाला आठवते असे दिसते. डलासच्या वेळेप्रमाणे दुपारी १२.२२ला त्यांना गोळ्या घालण्यात आल्या आणि ते मृत झाल्याची घोषणा दुपारी दीड वाजता करण्यात आली. त्या वेळी न्यू यॉर्कला २.३०, लंडनला संध्याकाळचे ७.३० आणि पाऊस व बर्फाने झोडपलेल्या, गारठलेल्या हॅम्बुर्गला रात्रीचे ८.३० वाजले होते.

शहराच्या सीमेवरील ओसडोर्फ ह्या उपनगरात राहणाऱ्या आईला भेटून पीटर मिलर कारने शहरात येत होता. तिला कसली गरज आहे का हे बघण्यासाठी आणि आठवड्यातून एकदा तरी तिला भेटायला हवे, या जाणिवेतून तो दर शुक्रवारी संध्याकाळी तिच्याकडे जात असे. तिच्याकडे फोन असता तर त्याने फोनवरच तिची विचारपूस केली असती; पण तिच्याकडे फोन नसल्यामुळे तो कारने जायचा आणि म्हणूनच तिने फोन घेतलाच नव्हता.

त्याने नेहमीप्रमाणे कारमधील रेडिओ लावला होता; नॉर्थ वेस्ट जर्मन रेडिओवर चाललेला संगीताचा कार्यक्रम तो ऐकत होता. साडेआठ वाजता तो आईच्या फ्लॅटपासून दहा मिनिटांच्या अंतरावर असलेल्या ओसडोर्फ वेवर असताना रेडिओवरील संगीत मधेच थांबले आणि निवेदकाचा तणावपूर्ण आवाज ऐकू आला.

''लक्ष द्या. एक निवेदन आहे. राष्ट्राध्यक्ष केनेडी यांचे देहावसान झाले आहे. मी पुन्हा सांगतो. राष्ट्राध्यक्ष केनेडी यांचे देहावसान झाले आहे.'

मिलरने नजर रस्त्यावरून काढून रेडिओवरील मंद प्रकाश असलेल्या बँड दाखवणाऱ्या काचेच्या पट्टीकडे वळाली – जणू काही त्याच्या कानांनी ऐकलेली बातमी त्याचे डोळे खोटी ठरवणार होते आणि आपण काहीतरी बरळणारे कुठले तरी फालतू रेडिओ स्टेशन लावले असल्याचे दिसून त्याला दिलासा मिळणार होता.

'जीझस!' शांतपणे श्वास घेत तो पुटपुटला. त्याने ब्रेकवरील पाय काढला आणि रस्त्याच्या उजव्या बाजूच्या लेनमध्ये गेला. त्याने वर नजर टाकली. अल्टोनामधून

हॅम्बुर्गच्या मध्याकडे जाणाऱ्या त्या लांब, सरळ आणि रुंद महामार्गावरून जाणाऱ्या इतर लोकांनीसुद्धा ती बातमी ऐकली होती आणि तेही रस्त्याच्या कडेला जात होते – जणू काही सर्वांना अचानक रेडिओ ऐकणे आणि ड्राइव्ह करणे ह्या दोन क्रिया एकाच वेळी करणे अशक्य झाले होते.

रस्त्याच्या त्याच्या बाजूला पुढच्या गाड्यांच्या ब्रेकचे लाल दिवे लागून गाड्या रस्त्याच्या कडेला थांबून त्यांचे ड्रायव्हर रेडिओवरून येणारी पुढील माहिती ऐकताना दिसत होते. समोरून येणाऱ्या, शहरातून बाहेर पडणाऱ्या गाड्या कडेला जाताना त्यांचे हेडलाइट वळताना दिसत होते. दोन गाड्या त्याला मागे टाकून पुढे गेल्या. पहिल्या गाडीचा ड्रायव्हर जोराने हॉर्न वाजवत, त्याच्याकडे संतापाने बघत, कानशिलाला बोट टेकवत त्याचे डोके ठिकाणावर नसावे अशी जर्मनीतील कारचालकांना परिचित खूण करत होता.

"लवकरच समजेल त्याला," मिलर मनात म्हणाला.

रेडिओवरील नेहमीचे संगीत थांबले होते आणि त्याच्याऐवजी 'फ्युनरल मार्च' – अंत्ययात्रेचे संगीत वाजू लागले होते; डिस्क जॉकीला बहुतेक ती एकच रेकॉर्ड सापडली असावी. मधून-मधून वार्ताकक्षातून टेलिप्रिंटरवर आलेली बातमी तो वाचून दाखवत होता. हळूहळू घटनेचा तपशील जमत होता : डलास शहरात उघड्या कारमधील फेरी, रस्त्यावरील 'स्कूल बुक डिपॉझिटरी'च्या खिडकीत बसलेला बंदूकधारी मारेकरी. अजून कोणाला अटक केल्याचा उल्लेख नाही.

मिलरच्या पुढे असलेल्या कारमधील ड्रायव्हर गाडीतून उतरून मिलरकडे आला. तो आधी डाव्या खिडकीपाशी आला; पण का कोणास ठाऊक, ड्रायव्हरची सीट उजव्या बाजूला आहे हे त्याच्या लक्षात येऊन तो गाडीला पुढून वळसा घालून मिलरपाशी आला. त्याच्या अंगात फरची कॉलर असलेले नायलॉनचे जाकीट होते. मिलरने खिडकीची काच खाली केली.

"तुम्ही ऐकलं?" त्या माणसाने खिडकीपाशी वाकून विचारले.

"हो." मिलर उत्तरला.

"एकदम धमाल, नाही?" हॅंबुर्गमधे, युरोपातच नव्हे तर जगभर लोक अगदी अनोळखी माणसांकडे जाऊन त्या घटनेची चर्चा करत होते.

"तो कम्युनिस्ट असेलसं वाटतं?" त्या माणसाने विचारले.

"काही माहीत नाही."

"ते असतील तर युद्धसुद्धा होऊ शकेल, नाही?" तो माणूस म्हणाला.

"हो, काही सांगता येत नाही." मिलर म्हणाला. तो माणूस गेला तर बरं असं त्याला वाटलं. स्वत: वार्ताहर असल्यामुळे देशभरातील वृत्तपत्रांच्या ऑफिसात कसा गोंधळ माजला असेल, प्रत्येक कर्मचाऱ्याला बोलावून घेऊन उद्या सकाळची आवृत्ती

सनसनाटी करायचा प्रयत्न चालू होणार, असे चित्र त्याच्या डोळ्यांपुढे येऊ लागले. श्रद्धांजलीचे लेख लिहिणे, हजारो लोकांच्या प्रतिक्रिया व्यवस्थितपणे एकत्र बसवणे, गोळी लागलेले राष्ट्राध्यक्ष रस्त्यात पडले आहेत, त्याबद्दल जास्तीत जास्त माहिती मिळवण्याचा प्रयत्न करणाऱ्या लोकांपुढे फोनच्या लाईनी जॅम झाल्या आहेत. आपण एखाद्या वृत्तपत्राच्या स्टाफमध्ये असायला हवे होतो, असे त्याला वाटून गेले; पण तीन वर्षांपूर्वी नोकरी सोडून तो मुक्त पत्रकार – फ्रीलान्सर झाला होता आणि त्याने आपले लक्ष्य जर्मनीमधील गुन्हे, पोलीस, गुन्हेगारी जग यांच्यावर केंद्रित केले होते. त्याच्या आईला त्याचे हे काम अजिबात पसंत नव्हते, त्यामुळे 'वाईट लोकां'मध्ये मिसळावे लागते, जे तिला मुळीच आवडत नव्हते. आपण आता देशात सर्वांत जास्त मागणी असणाऱ्या गुन्ह्यांचा शोध घेणारांपैकी एक होत आहोत, हे सांगूनसुद्धा आपल्या एकुलत्या एका मुलाने पत्रकाराचा व्यवसाय करावा हे तिला अजिबात पटत नव्हते.

जसजसा रेडिओवरून तपशील येत होता, तसे त्या घटनेचा जर्मनीत तपास करण्याजोगा एखादा वेगळा धागा मिळेल का याचा विचार त्याच्या मनात येऊ लागला. बॉन सरकारची प्रतिक्रिया स्टाफ पत्रकार टिपतील. केनेडींनी गेल्या जूनमध्ये बर्लिनला भेट दिली होती त्यावेळच्या आठवणीसुद्धा तेच जुन्या रेकॉर्डवरून तयार करतील.

जर्मनीतील जी सचित्र वृत्तपत्रे त्याच्या प्रकारच्या पत्रकारितेची गिऱ्हाईक होती. त्यांना विकण्यासाठी एखादा सचित्र लेख त्याला आठवत नव्हता.

मिलरच्या खिडकीपाशी आलेल्या माणसाने त्याचे लक्ष्य नसल्याचे ताडले आणि कदाचित केनेडीच्या मृत्यूमुळे त्याला दुःख झाले असावे, असा त्याने अंदाज केला. त्याने ताबडतोब युद्धाबद्दल बोलणे बंद केले आणि चेहरा गंभीर केला.

'हो, हो, हो,' तो गंभीरपणे कुजबुजला. 'फार हिंसक लोक, हे अमेरिकन. माझे शब्द लक्षात ठेवा. हिंसक लोक. त्यांच्या स्वभावात एक हिंसक छटा असते आणि आपण इकडचे लोक ती समजूच शकणार नाही.''

''अगदी बरोबर,'' मिलर म्हणाला. त्याचे मन अजून दूर भरकटत होते. अखेरीस तो माणूस समजला.

''चला, मला घरी पोहोचायला हवं.'' सरळ होत तो बोलला.

''गुड नाइट!'' तो त्याच्या कारकडे जाऊ लागला. तो जात असल्याचे मिलरच्या लक्षात आले.

''होय. गुड नाइट.'' तो उघड्या खिडकीतून ओरडला आणि मग एल्बे नदीवरून येणारा झोंबणारा वारा बंद करण्यासाठी त्याने काच वर केली. रेडिओवर आधी वाजत असलेल्या संगीताऐवजी संथ लयीचे संगीत चालू होते. निवेदक

म्हणाला की, आज रात्री सुगम संगीत लावले जाणार नाही, फक्त बातम्या सांगितल्या जातील आणि मधून-मधून योग्य असे संगीत ऐकवले जाईल.

मिलर त्याच्या 'जग्वार' गाडीच्या आरामशीर चामडी सीटवर मागे टेकला आणि त्याने घाण वासाची काळी तंबाखू भरलेली आणि फिल्टर नसलेली 'रोथ हेंडल' सिगारेट पेटवली – आपल्या वाया गेलेल्या मुलाच्या ज्या सवयींबद्दल त्याच्या आईची तक्रार असे, त्यापैकी ही एक.

'असे झाले असते तर...' किंवा 'झाले नसते तर...' असा विचार करण्याचा मनाला नेहमी मोह पडतो. सहसा तो निरर्थक असतो, कारण काय झाले असते हे सर्वांत मोठे गूढ असते; पण एक गोष्ट मात्र खरी की, त्या रात्री मिलरने कारमधील रेडिओ जर लावला नसता, तर तो रस्त्यात कार बाजूला घेऊन अर्धा तास थांबला नसता, त्याला बाजूने गेलेली रुग्णवाहिका दिसली नसती, त्याने सालोमन टाउबर किंवा एडवर्ड रोशमन ही नावेही ऐकली नसती आणि चार महिन्यांनी इस्राईल हे राष्ट्र बहुतेक नामशेष झाले असते.

रेडिओ ऐकत त्याने सिगारेट संपवली. खिडकीची काच खाली केली आणि सिगारेटचे थोटूक बाहेर फेकले. एक बटण दाबताच त्याच्या जग्वार एक्सके १५० एस च्या लांब, उतरत्या बॉनेटखालील ३.८ लिटरचे इंजीन मोठा आवाज करून चालू झाले आणि मग नेहमीप्रमाणे, पिंजऱ्यातून बाहेर पडण्याचा प्रयत्न करणाऱ्या संतप्त श्वापदाप्रमाणे गुरगुरू लागले. मिलरने हेड लाइट सुरू केले. मागे दृष्टी टाकली आणि तो ओसडोर्फ मार्गावरील वाढत्या वाहतुकीत मिसळला.

तो स्ट्रेसेमान रस्त्यावरील ट्रॅफिक सिग्नलपाशी पोहोचून, दिवा लाल असल्यामुळे थांबला होता. इतक्यात त्याला मागून रुग्णवाहिकेचा आवाज ऐकू आला. सायरनचा भोंगा वाजवीत रुग्णवाहिका त्याच्या डाव्या बाजूने पुढे आली आणि जरा वेग कमी करून लाल सिग्नलला न जुमानता चौकात शिरून मिलरला वळसा घालून उजवीकडील डेमलर रस्त्यावर गेली. मिलरने प्रतिक्षिप्त क्रियेने क्लचवरील पाय उचलला आणि त्याची जग्वार उजवीकडे वळून रुग्णवाहिकेपासून साधारण वीस मीटर अंतर ठेवून धावू लागली.

मात्र तसे केल्यावर लगेचच, आपण सरळ घरीच गेलो असतो तर बरे झाले असते, असे त्याला वाटून गेले. कदाचित खास काहीही नसेल; पण सांगता येत नाही. रुग्णवाहिका म्हणजे काहीतरी घडले असल्याची खूण, म्हणजेच पत्रकारासाठी खाद्य – विशेषत: तो तिथे असणारा पहिलाच असेल आणि नोकरदार पत्रकार पोहोचायच्या आधीच सर्व काही होऊन गेले असेल तर. तो रस्त्यावरील एखादा मोठा अपघात असू शकेल किंवा गोदीत लागलेली आग असेल, एखाद्या निवासी इमारतीला आग लागली असेल आणि आत मुले अडकली असतील. काहीही असू

शकेल. मिलर कारच्या छोट्या कप्प्यात नेहमी त्याचा याशिका कॅमेरा आणि त्याची फ्लॅश अॅटॅचमेंट ठेवायचा, कारण अगदी आपल्या डोळ्यांपुढे केव्हा काय घडेल सांगता येत नाही.

त्याच्या माहितीचा एक माणूस ६ फेब्रुवारी, १९५८ ला म्युनिक विमानतळावर विमानासाठी थांबला होता आणि मँचेस्टर युनायडेट फुटबॉल टीम घेऊन येणारे विमान तो उभा होता तिथून अर्ध्या किलोमीटरवर कोसळले. तो माणूस व्यावसायिक छायाचित्रकारसुद्धा नव्हता; पण तो स्कीईंगसाठी सुटीवर जात होता. तिथे फोटो काढण्यासाठी त्याने कॅमेरा घेतला होता. कोसळलेल्या, जळणाऱ्या विमानाचे पहिले काही फोटो त्याने काढले. काही सचित्र मासिकांनी त्याला फोटोंसाठी पाच हजार पौंडांपेक्षा जास्त पैसे दिले.

रुग्णवाहिका अल्टोनाच्या लहान-लहान गल्ल्यांमधून वळणे घेत जाऊ लागली, तिने अल्टोना स्टेशन डाव्या बाजूला मागे टाकले आणि ती नदीच्या दिशेने जाऊ लागली. जो कोणी ती उंच छपराची मर्सिडिस रुग्णवाहिका चालवत होता त्याला हॅम्बुर्गची चांगली माहिती होती आणि तो ड्रायव्हिंगमध्ये निष्णात होता, असे दिसत होते. जग्वारचे शक्तिमान इंजीन आणि कडक सस्पेन्शन असूनसुद्धा मागची चाके, वळणे घेताना पावसामुळे ओल्या झालेल्या रस्त्यावर घसरत असल्याचे मिलरला जाणवत होते.

मेंकचे मोटारींच्या सुट्या भागाचे दुकान मागे पडताना मिलरला दिसले आणि दोन आडवे रस्ते गेल्यावर त्याला त्याच्या मूळ प्रश्नाचे उत्तर मिळाले. रुग्णवाहिका एका गरीब, बकाल वस्तीत येऊन थांबली. मंद उजेड, उदास वातावरण, भोवती पडायला आलेली घरे. ती एका घरापुढे येऊन उभी राहिली. पोलिसांची कार आधीच आलेली होती. तिच्या टपावर निळा दिवा फिरत होता आणि त्याचा भयाण प्रकाश दाराभोवती जमलेल्या लोकांच्या चेहऱ्यावर पडत होता.

रेनकोट घातलेल्या एका धिप्पाड पोलिसाने ओरडून लोकांना रुग्णवाहिकेला दारासमोर जाण्यासाठी जागा करून द्यायला फर्मावले. त्या जागेत रुग्णवाहिका सरकली. तिचा ड्रायव्हर आणि त्याचा साहाय्यक खाली उतरले, धावत मागल्या बाजूला जाऊन त्यांनी दार उघडले आणि आतून रिकामे स्ट्रेचर बाहेर काढले. पोलीस सार्जंटशी थोडे बोलून ते घाईघाईने वर गेले.

मिलरने त्याची जग्वार समोरच्या फुटपाथला थोडी अलीकडे उभी केली आणि त्याने भुवया उंचावल्या. घर पडलेले नाही, आग नाही, मुले अडकलेली नाहीत. बहुतेक नुसता हृदयविकाराचा झटका असावा. तो गाडीतून उतरला आणि जमलेल्या लोकांमध्ये जाऊन उभा राहिला. पोलिसांनी घराच्या दारापासून रुग्णवाहिकेपर्यंत जागा रिकामी ठेवून बघ्यांना दाराभोवती अर्धवर्तुळात थोपवून धरले होते.

"मी वर गेलो तर चालेल?" मिलरने विचारले.

"नक्कीच नाही चालणार. तुमचा संबंध नाही."

"मी पत्रकार आहे." मिलर त्याचे हॅम्बुर्गच्या प्रेस क्लबचे कार्ड दाखवत म्हणाला.

"आणि मी पोलीस आहे." सार्जंट म्हणाला. "कोणीही वर जाणार नाही. जिना आधीच अरुंद आहे आणि सुरक्षितही नाही. रुग्णवाहिकावाले आता खाली येतीलच."

हॅम्बुर्गच्या जरा भानगड्या विभागाला योग्य असाच दणकट सार्जंट होता तो. सहा फूट तीन इंच उंच, अंगात रेनकोट, बघ्यांना थोपवण्यासाठी पसरलेले बाहू – तो एखाद्या किल्ल्याच्या दरवाजाप्रमाणे वाटत होता.

"काय झालंय?" मिलरने विचारले.

"सांगता येणार नाही. नंतर पोलीस चौकीत येऊन चौकशी करा."

साध्या कपड्यातील एक माणूस जिन्यावरून खाली फुटपाथवर आला. पोलिसांच्या फोक्सवॅगनवरील फिरत्या दिव्याचा प्रकाशझोत त्याच्या चेहऱ्यावरून गेला आणि मिलरने त्याला ओळखले. ते हॅम्बुर्ग सेंट्रल हायस्कूलमध्ये एकत्र होते. तो माणूस आता अलटोना सेंट्रल पोलीस स्टेशनमध्ये डिटेक्टिव्ह इन्स्पेक्टर होता.

"हे, कार्ल!"

इन्स्पेक्टरने आवाजाच्या दिशेने बघितले आणि सार्जंटच्या मागे जमलेल्या चेहऱ्यांवरून तो नजर फिरवू लागला. पोलीस कारच्या फिरत्या दिव्याच्या पुढच्या फेरीत हात उंचावलेला मिलर त्याला दिसला. त्याच्या चेहऱ्यावर स्मित झळकले. त्याने सार्जंटला खूण केली.

"सार्जंट, हरकत नाही. येऊ द्या त्याला."

सार्जंटने हात खाली केला आणि मिलर जवळ-जवळ उडी मारूनच त्याच्याकडे गेला. त्याने कार्ल ब्रँटशी हस्तांदोलन केले.

"तू इथं काय करतोयस?"

"रुग्णवाहिकेच्या मागे आलो."

"आयला, गिधाड आहेस. हल्ली काय करतोस?"

"पूर्वीचंच. पण स्वतंत्रपणे – फ्रीलान्सिंग!"

"बरेच पैसे कमावतोस असं दिसतंय. तुझं नाव मासिकांमध्ये दिसतं मला."

"पोटापुरतं रे! केनेडीबद्दल ऐकलं?"

"हो. भयंकरच. ते आज रात्रीत डलास उलथंपालथं करतील. माझ्या भागात नाही झालं ते बरं झालं."

मिलरने लहान क्षमतेच्या उघड्या दिव्याच्या अंधूक प्रकाशात सुटून आलेल्या वॉलपेपरवाल्या हॉलकडे मानेने प्रश्नार्थक निर्देश केला.

''आत्महत्या. गॅस. शेजाऱ्यांना वास आला आणि आम्हाला बोलावलं. कोणी काडी पेटवली नाही म्हणून बरं. खूपच वास येत होता.''

''कोणी फिल्मस्टार नव्हता ना?'' मिलरने विचारलं.

''खरंय. ते नेहमी अशा जागी राहतात; पण नाही. हा एक म्हातारा माणूस होता. अनेक वर्षांपूर्वी मेला असावा, असं वाटलं. रोज रात्री कोणीतरी आत्महत्या करतं.''

''असो, तो जिथे गेला असेल ते इथल्यापेक्षा वाईट नक्कीच नसणार.''

इन्स्पेक्टर ब्रँटने स्मित केले आणि आत नजर टाकली. रुग्णवाहिकेतील दोघे जण करकरणाऱ्या जिन्याच्या शेवटच्या सात पायऱ्या उतरून त्यांच्या हातातील ओझ्यासह हॉलमध्ये येत होते. ब्रँट वळला.

''जरा जागा करा. त्यांना जाऊ द्या.''

सार्जंटने गर्दीला आणखी मागे ढकलले. रुग्णवाहक हॉलमधून फुटपाथवर आले आणि रुग्णवाहिकेला वळसा घालून मागे तिच्या उघड्या दाराकडे गेले. ब्रँट आणि त्याच्या मागोमाग मिलर त्यांच्यापाठी गेले. मिलरचा हेतू मृत माणसाचा चेहरा बघायचा नव्हता. तो ब्रँटच्या मागे गेला इतकंच. उघड्या दाराजवळ पोहोचल्यावर त्या बाजूच्या वाहकाने त्याने धरलेले स्ट्रेचरचे टोक वाहिकेच्या फ्लोअरवर टेकवून खाचेत घातले. दुसऱ्या टोकाचा वाहक स्ट्रेचर ढकलण्याच्या तयारीत होता.

''थांब.'' असे म्हणत ब्रँटने मृताच्या चेहऱ्यावरील ब्लँकेटचे टोक जरा खाली ओढले. ''ठरलेली पद्धत म्हणून हे करावं लागतं. मी प्रेताबरोबर रुग्णवाहिकेमध्ये आणि नंतर शवागारापर्यंत स्वत: होतो, असं मला रिपोर्टमध्ये लिहावं लागतं.''

रुग्णवाहिकेच्या आतले दिवे प्रखर होते. मिलरला मृताचा चेहरा काही क्षण दिसला. त्याने आतापर्यंत इतका विचित्र आणि विद्रूप चेहरा बघितला नव्हता. गॅसमुळे सुरकुतलेली त्वचा, ओठांवरील निळसर छटा हे वजा करूनसुद्धा जिवंतपणी तो माणूस थोडाही सुस्वरूप नसावा, असे त्याला वाटले. जवळ-जवळ संपूर्ण टक्कल असलेल्या डोक्यावर केसाच्या एक-दोन पातळ बटा चिकटलेल्या होत्या. डोळे बंद होते. चेहरा कुपोषित वाटावा इतका खप्पड होता. तोंडात कवळी नसावी. त्यामुळे दोन्ही गाल इतके आत गेले होते की, ते तोंडात एकमेकांना टेकले असावेत. त्यामुळे एकूण चेहरा एखाद्या 'हॉरर' चित्रपटातील भुताप्रमाणे दिसत होता. ओठ जवळ-जवळ नव्हतेच आणि दोन्ही ओठांवर उभ्या सुरकुत्या होत्या. मिलरने एकदा ॲमेझॉनच्या खोऱ्यातील जुन्या देहाची आक्रसलेली कवटी आणि शिवलेले ओठ बघितले होते, त्याची त्याला आठवण झाली आणि एवढे पुरेसे नव्हते म्हणून की काय, मृताच्या चेहऱ्याच्या दोन्ही बाजूंना कानशिलापासून कानाच्या वरच्या बाजूपर्यंत आणि तिथून तोंडापर्यंत दोन फिकट व्रण होते.

ब्रँटने पटकन नजर टाकून ब्लँकेटचे टोक चेहऱ्यावर ओढले आणि त्याच्या मागेच उभा असलेल्या रुग्णवाहकाला मानेने खूण केली. वाहकाने स्ट्रेचर जोरात आत ढकलून त्यांच्या खाचेत बसवले, दरवाजा कुलूपबंद केला आणि तो पुढे ड्रायव्हरच्या शेजारी जाऊन बसला. ब्रँट मागे सरला आणि रुग्णवाहिका जोरात निघून गेली. सार्जंट लोकांना उद्देशून बोलला, "चला आता, संपलं सगळं. आता बघण्यासारखं काही नाही. तुम्हाला घरंबिरं नाहीत का? चला, चला." लोक पांगू लागले.

मिलरने ब्रँटकडे बघून भुवया वर केल्या.

"सुंदर!"

"हो. गरीब बिचारा. पण तुला काही मिळालं नाही."

मिलर दुखावल्याप्रमाणे दिसला. "काहीच नाही. तू म्हणालास तसं, रोज असा एखादा जातोच. आज रात्री जगभर लोक मरताहेत; पण कोणाला त्याचं काही नाही. केनेडी मेला तरी."

इन्स्पेक्टर ब्रँट उपहासपूर्ण हसला.

"तुम्ही साले पत्रकार!"

"हे बघ. लोकांना केनेडीबद्दल वाचायचं असतं. त्यासाठी ते पेपर विकत घेतील."

"हो. बऽरं. मला स्टेशनला परत गेलं पाहिजे. भेटू पुन्हा पीटर."

त्यांनी पुन्हा हस्तांदोलन केलं आणि ते निघाले. मिलर पुन्हा अल्टोना स्टेशनकडे गेला, शहरात जाणाऱ्या महामार्गाला लागला आणि वीस-एक मिनिटांनी त्याचा रुफ-टॉप फ्लॅट असलेल्या जागेपासून २०० यार्डांवर हंसा स्क्वेअरजवळच्या भूमिगत कार पार्कमध्ये त्याने त्याची जग्वार पार्क केली.

पूर्ण हिवाळाभर गाडी भूमिगत कारपार्कमध्ये ठेवणे फारच खर्चाचे होते. पण तो ज्या थोड्या गोष्टींवर सढळ हाताने खर्च करायचा त्यापैकी ही एक होती. त्याला त्याचा बऱ्यापैकी महागडा फ्लॅट आवडायचा. कारण तो उंचावर होता आणि तिथून खालील स्टाइनडामचा गजबजलेला मोठा रस्ता दिसायचा. कपडे आणि खाणे-पिणे यांची तो फार फिकीर करत नसे. आता एकोणतिसाव्या वर्षी स्त्रियांना वेड लावणारे बदामी रंगाचे केस आणि त्याच रंगाचे डोळे आणि सहा फुटापेक्षा थोडीशीच कमी अशी उंची असल्यावर त्याला उंची कपड्यांची गरजच नव्हती. त्याचा हेवा वाटणारा एक मित्र त्याला एकदा म्हणाला होता की, तू स्त्रियांना वेड लावशील.

ते त्याने हसण्यावरील नेले होते आणि त्याला आवडलेही होते, कारण ते खरे आहे हे तो जाणून होता.

त्याचे खरे 'वेड' होते ते म्हणजे स्पोर्ट्स कार्स, पत्रकारिता आणि सिग्रीड. पण

तो कधी-कधी वरमलेल्या चेहऱ्याने कबूल करायचा की, जर त्याच्यावर सिगी आणि जग्वार यांच्यात निवड करायची वेळ आली, तर सिगीला प्रेमासाठी दुसरे कोणी शोधावे लागेल.

जग्वार गॅरेजमध्ये पार्क केल्यावर थोडा वेळ थांबून तो तिथल्या मंद प्रकाशात तिच्याकडे बघत राहिला. कारकडे कितीही वेळ बघत राहिले तरी त्याचे समाधान होत नसे. अगदी रस्त्यातसुद्धा तिच्याकडे जाताना तो थांबून तिच्याकडे कौतुकाने बघत उभा राहायचा आणि कधी-कधी, ही त्याचीच कार हे माहीत असलेला एखादा माणूससुद्धा थांबून 'छान आहे कार' म्हणून त्याला म्हणायचा.

सहसा तरुण, स्वतंत्र वार्ताहराकडे जग्वार एक्सके १५० एस नसते. हॅम्बुर्गमध्ये तिचे सुटे भाग मिळणे जवळ-जवळ अशक्यच होते आणि 'एक्स के' मॉडेल्सचे उत्पादन १९६० पासून बंद झाले होते आणि त्यातही 'एस' मॉडेल तर खूपच आधी बंद झाले होते. पीटर कारची देखभाल स्वत: करायचा. दर रविवारी लांब डगला घालून तो तासन्तास गाडीच्या खाली किंवा बॉनेट उघडून इंजिनाचे काहीतरी बघण्यात घालवायचा. कारच्या तीन कारब्युरेटर्समधून इंजिनात गिळंकृत होणारे पेट्रोल ही त्याच्यासाठी मोठी खर्चाची बाब होती. विशेषत: पेट्रोलची जर्मनीतील किंमत लक्षात घेता – पण तो ती आनंदाने सोसायचा आणि ऑटोबान (महामार्ग) वर ॲक्सलरेटर दाबला की, एक्झॉस्टमधून येणारा कानठळ्या बसवणारा आवाज किंवा डोंगरावरील रस्त्यावर वळण घेतल्यावर गाडी जी झेप घ्यायची तशा अनुभवांमुळे खर्चाचे सार्थक झाले, असे त्याला वाटायचे. त्याने पुढच्या दोन चाकांची स्वतंत्र सस्पेन्शनसुद्धा कडक करून घेतली होती आणि मागची सस्पेन्शन्स आधीच कडक असल्यामुळे वळणांवर जिथे इतर ड्रायव्हर त्यांच्या सीटमध्ये इकडून तिकडे डोलायचे तिथे मिलरची कार अगदी सहजपणे, जमीन न सोडता जायची. ही कार विकत घेतल्यावर त्याने तिला काळा रंग देऊन घेतला आणि दोन्ही बाजूंना पिवळी रेष मारून घेतली. ती इंग्लंडमध्ये कॉव्हेन्ट्रीला बनवलेली असल्याने आणि तीसुद्धा परदेशांना निर्यात करण्यासाठी नसल्यामुळे ड्रायव्हरची सीट उजव्या बाजूला होती, त्यामुळे कधी-कधी ओव्हरटेक करणे कठीण होत असे; पण त्याला डाव्या हाताने गिअर बदलता यायचे आणि थरथरणारे स्टिअरिंग व्हील उजव्या हातात असे, हे त्याला सोयीचे वाटू लागले होते.

मुळात आपल्याला ती विकत कशी घेता आली हे आठवले की, आपले नशीब किती चांगले होते, असे त्याला वाटायचे. उन्हाळ्याच्या सुरुवातीला केस कापून घेण्यासाठी तो एका कटिंग सलूनमध्ये गेला होता. तिथे पडलेले एक 'पॉप' मासिक तो चाळू लागला. तो सहसा तशी मासिके वाचत नसे; पण वाचण्यासाठी दुसरे काहीच नव्हते. मधल्या मोठ्या पानावर इंग्लंडमधील अस्ताव्यस्त केसांचे चार तरुण

एकदम जगभर लोकप्रिय कसे झाले यावर गोष्ट होती. त्या चौघांपैकी अगदी उजवीकडचा मोठ्या नाकाचा माणूस त्याला माहीत नव्हता; पण इतर तिघांचे चेहरे त्याला ओळखीचे वाटले.

ज्या दोन रेकॉर्ड्समुळे – 'प्लीज प्लीज मी' आणि 'लव्ह मी डू' – ते चौघे प्रसिद्ध झाले, त्या मिलरला माहीत नव्हत्या; पण त्या तिघांचे चेहरे दोन दिवस सतत त्याच्या डोळ्यांपुढे येत राहिले आणि त्याला आठवले. दोन वर्षांपूर्वी १९६१ मध्ये रीपरबानवरील एका कॅबरेमध्ये ते गात होते. कॅबरेचे नाव आठवायलासुद्धा त्याला एक दिवस लागला. कारण तो तिथे एकदाच, सांक्त पॉली गँगविषयी माहिती काढण्यासाठी, गुन्हेगारी जगतातील एका माणसाला भेटण्यासाठी गेला होता. द स्टार क्लब. तिथे गेल्यावर १९६१ च्या बिलांमध्ये त्याला त्यांची नावे मिळाली. त्या वेळी ते पाच जण होते – त्याने ओळखलेले तिघे आणि पीट बेस्ट आणि स्टुअर्ट सटक्लिफ.

तिथून तो व्यवस्थापक बर्ट केम्पफर्ट यांच्या प्रसिद्धीसाठी फोटोग्राफ्स काढलेल्या फोटोग्राफरकडे गेला, त्याने त्या सर्व फोटोंचे हक्क विकत घेतले होते. मिलरची 'हॅम्बुर्गला बीटल्स कसे सापडले', ही कथा जर्मनीतील जवळ-जवळ प्रत्येक चित्रमासिकात आणि पॉप संगीतावरील मासिकात आली होती. बाहेरच्या देशातही छापून आली होती. त्या कथेच्या उत्पन्नातूनच त्याने ही जग्वार विकत घेतली होती. ती एका ब्रिटिश लष्करी अधिकाऱ्याची होती; त्याची बायको गर्भवती झाल्यावर कारमध्ये मावेना म्हणून त्याने ती एका शोरूमला विकून टाकली होती आणि मिलर ती तिथे बराच काळ बघत होता. उपकाराच्या भावनेपोटी त्याने बीटल्सच्या काही रेकॉर्ड्सही विकत घेतल्या; पण फक्त सिगीच त्या लावायची.

कारपासून निघून तो रॅम्पवरून चढून रस्त्यावर आला आणि त्याच्या फ्लॅटमध्ये गेला. मध्यरात्र झाली होती आणि सहा वाजता त्याच्या आईने नेहमीप्रमाणे त्याला मोठे जेवण खिलवले होते, तरी त्याला पुन्हा भूक लागली होती. त्याने स्क्रॅम्बल्ड एग बनवले आणि ते खाता-खाता तो मध्यरात्रीच्या बातम्या ऐकू लागला. त्या सर्व केनेडीबद्दलच होत्या आणि डलासहून विशेष काही येत नसल्याने जर्मन दृष्टिकोनातून दिलेल्या होत्या. पोलीस अजून मारेकऱ्याचा शोध घेत होते. निवेदक केनेडीला जर्मनीविषयी वाटणाऱ्या प्रेमाबद्दल, त्यांनी गेल्या उन्हाळ्यात जर्मनीला दिलेल्या भेटीबद्दल आणि 'इश बिन आईन बर्लिनर' ह्या वक्तव्याबद्दल बोलत होता.

त्यानंतर पश्चिम बर्लिनचा महापौर विली ब्रँट याची ध्वनिमुद्रित श्रद्धांजली ऐकवण्यात आली. त्याचा गळा दाटून आला होता. चॅन्सेलर लुडविग एरहार्ट आणि आदल्या वर्षी १५ ऑक्टोबरला निवृत्त झालेले चॅन्सेलर कोन्राड अ‍ॅडेनावर यांच्याही श्रद्धांजली ऐकवण्यात आल्या.

पीटर मिलरने रेडिओ बंद केला आणि तो झोपला. त्याला सिगीची फार आठवण आली. ती असती तर फार बरे झाले असते, असे त्याला वाटून गेले. उदास असला की, तो तिच्या बाहुपाशात जायचा, ते उत्तेजित होऊन प्रेम करायचे आणि मग तो गाढ झोपी जायचा. ती वैतागायची, कारण तिला लग्न, मुले यांच्याविषयी बोलायचे असायचे. पण ज्या कॅबरेमध्ये ती नर्तिका होती तो पहाटे चारपर्यंत बंद होत नसे आणि शुक्रवारी तर पर्यटक आणि खेड्यांमधल्या लोकांची रीपरबानवर इतकी गर्दी असायची की आणखी उशीर होत असे. ते लोक त्यांना आवडलेल्या आखूड फ्रॉकवाल्या मुलींसाठी नेहमीच्या किमतीच्या दसपट पैसे देऊन शँपेन उडवायला तयार असत आणि सिगी तर सर्वांत चंट आणि आखूड फ्रॉकवाली होती.

त्यामुळे त्याने आणखी एक सिगारेट ओढली आणि पावणे दोनच्या सुमारास तो एकटाच झोपी गेला. झोपेत त्याला अल्टोनाला गॅसने मेलेल्या म्हाताऱ्याचा भयानक चेहरा दिसत होता.

पीटर मिलर जेव्हा हॅम्बुर्गमध्ये मध्यरात्री स्क्रॅम्बल्ड एग खात होता त्याच वेळेस कैरोच्या बाहेर असलेल्या पिरॅमिड्सच्या जवळील अश्वारोहण शाळेशी संलग्न असलेल्या एका घराच्या पडवीत पाच जण मद्यपान करत बसले होते. तिथे त्या वेळी रात्रीचा एक वाजला होता. त्या पाच जणांनी उत्तम जेवण केले होते आणि ते अतिशय आनंदात दिसत होते; त्यांच्या आनंदाचे कारण होते त्यांनी चार तासांपूर्वी ऐकलेली डलासची बातमी.

त्यांच्यापैकी तिघे जर्मन होते आणि दोघे इजिप्शियन. ती अश्वारोहण शाळा म्हणजे कैरोतील उच्चभ्रू लोकांचे आणि तिथल्या जर्मन वसाहतीतील हजारो लोकांचे भेटण्याचे आवडते ठिकाण होते. अश्वारोहण शाळेचा मालक, जो यजमान होता, त्याची पत्नी केव्हाच झोपी गेली होती.

बंद खिडकीजवळ चामड्याच्या आरामशीर खुर्चीत होता तो हॅन्स ॲपलर – पूर्वीच्या नाझी सरकारमधील डॉ. जोसेफ गोबेल्सच्या प्रचार मंत्रालयातील ज्युइश विशेषज्ञ. महायुद्ध संपल्यावर थोड्याच दिवसात ओडेसाने त्याला गुप्तपणे इजिप्तमध्ये आणून ठेवले होते. तिथे ॲपलरने 'सला शाफर' हे इजिप्शियन नाव धारण केले आणि तो इजिप्तच्या दिशादर्शन मंत्रालयात ज्यूंवरील तज्ज्ञ म्हणून काम करत होता. त्याच्या हातात व्हिस्कीचा ग्लास होता. त्याच्या डाव्या बाजूला गोबेल्सच्या साहाय्यकांपैकी आणखी एक तज्ज्ञ, लुडविग हायडन होता. तोही दिशादर्शन मंत्रालयात काम करत होता. त्याने दरम्यानच्या काळात मुस्लीम धर्म स्वीकारून मक्केची यात्राही केली आणि 'अल हज' हे नाव घेतले होते. तो त्याच्या नव्या धर्माच्या नियमांप्रमाणे

मद्यपान करत नसल्याने त्याच्या हातात संत्र्याच्या रसाचा ग्लास दिसत होता. दोघेही कट्टर नाझी होते.

दोघे इजिप्शियन होते. कर्नल चॅम्स एडिन बद्रेन हा, नंतर जो इजिप्तचा संरक्षणमंत्री झाला आणि १९६७ च्या सहा दिवसांच्या युद्धानंतर ज्याला देशद्रोहाच्या आरोपाखाली मृत्युदंड देण्यात आला, त्या मार्शल अब्दल हकीम अमर याचा वैयक्तिक साहाय्यक होता. नंतर त्याच्याबरोबर कर्नल बद्रेनचीही नामुष्की होणार होती. दुसरा होता कर्नल अली समीर, जो इजिप्तच्या गुप्तहेर खात्याचा, म्हणजे मुखबरातचा प्रमुख होता.

जेवायच्या वेळी एक सहावा माणूस होता, जो मुख्य पाहुणा होता; पण कैरोच्या वेळेप्रमाणे रात्री साडेनऊ वाजता केनेडी मृत झाल्याची बातमी आल्यावर घाईने कैरोला परत गेला. तो होता इजिप्शियन नॅशनल असेंब्लीचा सभापती अन्वर अल सदात. तो राष्ट्राध्यक्ष नासरचा जवळचा सहकारी होता आणि तो त्याच्या नंतर राष्ट्राध्यक्ष झाला.

हॅन्स ॲपलरने ग्लास उंच केला.

''ज्यू-प्रेमी केनेडी मेला. मित्रांनो, मी तुमचं शुभचिंतन करतो.''

''पण आमचे ग्लास रिकामेच आहेत.'' कर्नल समीर म्हणाला. त्यांच्या यजमानाने ताबडतोब बाजूच्या टेबलावरील स्कॉचची बाटली उचलून ग्लास भरले.

केनेडीचा 'ज्यू-प्रेमी' असा उल्लेख केल्याने खोलीतील पाचही जणांना आश्चर्य वाटले नाही. ड्वाइट आयसेनहॉवर अमेरिकेचा राष्ट्राध्यक्ष असताना, १४ मार्च, १९६० ला, इस्राईलचा पंतप्रधान डेव्हिड बेन-गुरियन आणि जर्मनीचा चॅन्सेलर कोन्राड ॲडेनावर यांची न्यू यॉर्कच्या वॉल्डॉर्फ-ॲस्टोरिया हॉटेलात गुप्त बैठक झाली. दहा वर्षांपूर्वी अशी भेट अशक्य वाटली असती आणि अगदी १९६० मध्येसुद्धा अशक्य वाटणारेच होते. त्यामुळेच त्या बैठकीत काय घडले त्याबद्दलची माहिती बाहेर यायला अनेक वर्षे लागली आणि १९६३ च्या शेवटी कर्नल समीरच्या मुखबरातने आणि ओडेसाने जेव्हा ती माहिती राष्ट्राध्यक्ष नासर यांच्या टेबलावर ठेवली, तेव्हा त्यांनी तिची गंभीर दखल घ्यायला नकार दिला.

त्या दिवशी बेन गुरियन आणि ॲडेनावर यांनी एका करारावर सह्या केल्या. ज्यानुसार जर्मनी, कोणतीही अट न घालता, इस्राईलच्या नावावर एक खाते उघडून त्यात दरवर्षी पाच कोटी डॉलर जमा करणार होती. पण बेन गुरियनच्या लवकरच लक्षात आले की पैसे हातात असणे वेगळे आणि शस्त्रास्त्र पुरवणारा सुरक्षित आणि निश्चित पुरवठादार असणे वेगळे. सहा महिन्यांनंतर वॉलडॉर्फ कराराला पुरवणी जोडली गेली. जिच्यावर जर्मनी आणि इस्राईलचे संरक्षणमंत्री अनुक्रमे फ्रांझ-जोसेफ स्ट्रॉस आणि शिमॉन पेरेस यांनी सह्या केल्या. ह्या पुरवणी करारानुसार जर्मनीकडून

मिळणारा पैसा इस्राईल जर्मनीत शस्त्र खरेदीसाठी वापरू शकणार होता.

ह्या दुसऱ्या कराराचे गंभीर आणि विवाद्य स्वरूप लक्षात घेऊन ॲडेनावरने नोव्हेंबर १९६१ पर्यंत नव्याने निवडून आलेले अमेरिकेचे राष्ट्राध्यक्ष जॉन फिट्झेराल्ड केनेडी यांची न्यू यॉर्कमध्ये भेट घेण्याचे टाळले. केनेडीने दबाव आणला. अमेरिकेने थेट इस्राईलला शस्त्र पुरवणे त्यांना नको होते; पण कोणत्याही मार्गाने पुरवठा तर करायचा होता. इस्राईलला लढाऊ विमाने, मालवाहू विमाने, १०५ मि.मि. हॉविट्झर तोफा, चिलखती गाड्या आणि रणगाडे, विशेषतः रणगाडे हवे होते.

जर्मनीकडे ते सर्व होते – बहुतेक सर्व अमेरिकन बनावटीचे – अमेरिकेकडून विकत घेतलेले किंवा नाटो कराराखाली जर्मनीत ठेवलेल्या अमेरिकन सैन्याच्या खर्चापोटी घेतलेले किंवा अमेरिकेच्या परवानगीने जर्मनीत बनवलेले असे.

केनेडींच्या दबावामुळे स्ट्रास-पेरेस समझोता रेटण्यात आला.

जर्मन रणगाडे हैफामध्ये प्रथम जून १९६३ मध्ये येऊ लागले. ही बातमी गुप्त ठेवणे कठीण होते, कारण अनेक लोकांचा संबंध होता. ह्याचा सुगावा ओडेसाला १९६२च्या अखेरीस लागला आणि त्यांनी ही बातमी कैरोमधील त्यांच्या हस्तकांमार्फत इजिप्तला कळवली. त्यांचे आणि इजिप्तचे घनिष्ठ संबंध होते.

१९६३ च्या उत्तरार्धात परिस्थिती बदलू लागली. 'बॉनचा कोल्हा' आणि 'ग्रॅनाइट चॅन्सेलर' म्हणून प्रसिद्ध असलेल्या कोनराड ॲडेनावरने १५ ऑक्टोबरला राजीनामा दिला आणि तो निवृत्त झाला. त्याची जागा लुडविग एरहार्टने घेतली. जर्मनीच्या औद्योगिक उत्कर्षाचा शिल्पकार म्हणून तो लोकप्रिय होता; पण परराष्ट्र धोरणाच्या बाबतीत जरा मृदू आणि धरसोड वृत्तीचा होता.

ॲडेनावर सत्तेवर असतानासुद्धा, पश्चिम जर्मनीच्या मंत्रिमंडळात इस्राईलशी केलेला शस्त्र पुरवठा करार रद्द व्हावा आणि शस्त्रांचा पुरवठा सुरू होण्यापूर्वीच तो थांबावा यासाठी प्रयत्न करणारा एक प्रभावी गट होता. पण वृद्ध चॅन्सेलरची ताकद इतकी होती की, त्याने डोळे वटारल्याबरोबर तो गट थंड झाला.

एरहार्डचा पिंड वेगळा होता. तो आधीच 'रबरी सिंह' म्हणून ओळखला जाऊ लागला होता. तो सत्तेवर येताच परराष्ट्र मंत्रालयातील शस्त्रपुरवठा विरोधी गट, त्यांचे अरब जगताशी वाढते संबंध डोळ्यापुढे ठेवून, पुन्हा सक्रिय झाला. एरहार्ड डळमळला. त्या सर्वांच्या मागे, इस्राईलला जर्मनीमार्फत शस्त्रे मिळालीच पाहिजेत, असा केनेडीचा मोठा दबाव होता.

आणि इतक्यात केनेडीचा खून झाला. २३ नोव्हेंबरच्या पहाटे सर्वांच्या मनात एकच मोठा प्रश्न होता. तो म्हणजे, अध्यक्ष लिंडन जॉन्सन जर्मनीवरील दबाव काढेल का आणि बॉनमधील डळमळीत मनाचा चॅन्सेलर शस्त्र पुरवठा करार रद्द करेल का? प्रत्यक्षात त्याने रद्द केला नाही; पण तो रद्द करेल अशी कैरोमध्ये आशा होती.

कैरोच्या बाहेरील त्या रात्रीच्या आनंदी भेटीत पाहुण्यांचे ग्लास भरल्यावर यजमान स्वत:चा ग्लास भरण्यासाठी टेबलाकडे वळला. त्याचे नाव होते वोल्फगँग लुट्झ. मानहाइमला १९२१ मध्ये जन्म. जर्मन सैन्यात पूर्वी मेजर पदावर. हाडाचा ज्यू द्वेष्टा. १९६१ मध्ये कैरोला स्थलांतरित झाला आणि स्वत:ची अश्वारोहण अ‍ॅकॅडमी सुरू केली. सोनेरी केस, गरुडासारखा चेहरा. तो कैरोतील प्रभावी राजकारण्यांमध्ये आणि जर्मन लोकांमध्ये आणि विशेषत: नाईलच्या काठावर राहणाऱ्या नाझी समाजात लोकप्रिय होता.

त्याने तोंड फिरवले आणि रुंद स्मित केले. त्या स्मितात काही खोटेपणा असेलच तर तो कोणाच्या लक्षात तरी आला नाही. पण स्मित खोटे होते. त्याचा मानहाइममध्ये ज्यू कुटुंबात जन्म झाला होता; पण वयाच्या बाराव्या वर्षीच, १९३३ मध्ये, तो पॅलेस्टाइनला स्थलांतरित झाला. त्याचे खरे नाव झेव होते आणि तो इस्रायली लष्करात मेजरच्या (राव्हसेरेन) पदावर होता. तसाच तो त्या काळी इस्रायली हेरखात्याचा इजिप्तमधील वरिष्ठ हेर होता. २८ फेब्रुवारी, १९६५ ला त्याच्या घरावर टाकलेल्या छाप्यात बाथरूममधील वजन करायच्या यंत्रात रेडिओ प्रक्षेपक लपवलेला आढळला आणि त्याला अटक करण्यात आली. त्याच्यावर खटला चालून २६ जून, १९६५ रोजी त्याला जन्मठेपेची शिक्षा सुनावण्यात आली. १९६७ च्या युद्धानंतर हजारो इजिप्शियन युद्धकैद्यांच्या बदल्यात त्याला सोडण्यात आल्यावर त्याने आणि त्याच्या बायकोने ४ फेब्रुवारी, १९६८ ला लोद विमानतळावर, पुन्हा मायभूमीवर पाय ठेवला.

पण ज्या रात्री केनेडी मृत झाले, तेव्हा हे सगळे अजून घडायचे होते – अटक, छळ, त्याच्या पत्नीवर अनेक बलात्कार. त्याने समोर आनंदात असलेल्या चौघांकडे तोंड करून ग्लास उंचवला.

खरे म्हणजे तो पाहुणे जाण्याची आतुरतेने वाट बघत होता. कारण जेवताना त्यांच्यापैकी एक जण जे बोलला होता ते त्याच्या देशासाठी फार महत्त्वाचे होते. केव्हा एकदा हे लोक जातात आणि आपण बाथरूममध्ये जाऊन वजनाच्या यंत्रातला ट्रान्स्मिटर काढून ती माहिती तेल अवीवला कळवतो, असे त्याला झाले होते; पण तो बळेच स्मित करत राहिला.

''ज्यू-प्रेमी मुर्दाबाद!'' त्याने 'टोस्ट' केला. ''झीग हाइल!''

पीटर मिलरला दुसरे दिवशी सकाळी जाग आली तेव्हा नऊ वाजत होते. त्याचा डबलबेड व्यापणाऱ्या पिसांच्या मऊ दुलईखाली तो कुशीवर वळला. अर्धवट झोपेत असतानाच शेजारी झोपलेल्या सिगीच्या देहाची ऊब त्याला जाणवली. आपोआपच तो तिच्याजवळ सरकला आणि उत्तेजित होऊन त्याने तिला आपल्याकडे ओढले.

फक्त चार तासांपूर्वीच झोपी गेलेली आणि आता गाढ झोपेत असलेली सिगी कुरकुरली आणि दूर सरकली.

"जा, जा." झोपेतच ती पुटपुटली.

मिलरने एक नि:श्वास सोडला आणि तो पुन्हा पाठीवर पडला. त्याने घड्याळ हातात वर धरले आणि अंधूक उजेडात किती वाजले ते बघितले. तो पलंगावरून त्याच्या बाजूने खाली उतरला. त्याने जवळ पडलेला बाथरोब अंगावर चढवला आणि तो पडदे दूर करण्यासाठी हॉलमध्ये गेला. एकदम आत आलेल्या नोव्हेंबरमधील झगझगीत उजेडामुळे त्याचे डोळे दिपले. डोळे बारीक करून त्याने स्टाइनडामकडे नजर टाकली. शनिवारची सकाळ असल्यामुळे त्या ओल्या रस्त्यावर फार रहदारी नव्हती. जांभई देत, दिवसातील कॉफीच्या असंख्य कपांपैकी पहिला कप बनवण्यासाठी तो किचनकडे वळला. जवळ-जवळ फक्त कॉफी आणि सिगारेटवरच गुजराण करण्याबद्दल त्याला त्याची आई आणि सिगी बरेचदा बोलायच्या.

कॉफीचा घोट आणि दिवसातील पहिल्या सिगारेटचा आस्वाद घेत तो आज काही महत्त्वाचे काम करायचे आहे का ते आठवू लागला आणि तसे काही नाहीये, असे त्याला दिसले. एक म्हणजे आता अनेक दिवस सर्व वृत्तपत्रे आणि मासिकांमध्ये केनेडीबद्दलच येत राहणार आणि दुसरे म्हणजे माग काढावा असे कोणतेच प्रकरण त्या दिवशी त्याच्या हातात नव्हते. शनिवार-रविवार कोणी ऑफिसात भेटत नाहीत. घरी त्रास दिलेला लोकांना आवडत नाही. त्याने नुकतीच एक मालिका पुरी केली होती आणि ती चांगली लोकप्रिय झाली होती. तिचा विषय होता – ऑस्ट्रिया, इटली आणि पॅरीसच्या गुन्हेगारांचे हॅम्बुर्गमधील नाइट क्लब, कुंटणखाने आणि तसल्याच उद्योगांसाठी कुप्रसिद्ध असलेल्या अर्ध्या मैलाच्या रेपरबान रस्त्यावरील जगतात होत असलेला शिरकाव – 'सोन्याच्या खाणीत सातत्याने होत असलेले झिरपणे.' पण तिचे मानधन त्याला अजून मिळाले नव्हते. ज्या मासिकाला त्याने ती मालिका दिली होती त्यांना जरा हलवावे असे त्याला एकदा वाटून गेले; पण मग ते त्याने रद्द केले. ते वेळेवर पैसे देत असत आणि सध्या त्याला पैशांची गरजही नव्हती. तीन दिवसांपूर्वी त्याच्या बँकेतील खात्याचे स्टेटमेंट आले होते, त्यावरून त्याच्या खात्यात ५००० मार्क (५०० पौंड) शिल्लक होते आणि ते आपल्याला बरेच दिवस पुरतील असा त्याचा अंदाज होता.

सिगीने चकाचक पॉलिश केलेल्या सॉसपॅनमधील स्वत:च्या प्रतिबिंबाकडे बघत तो म्हणाला, 'मित्रा, तुझा प्रॉब्लेम हा आहे की, तू आळशी आहेस.'

दहा वर्षांपूर्वी त्याची लष्करी सेवा संपल्यावर एका व्यवसाय मार्गदर्शन अधिकाऱ्याने त्याला विचारले होते की, तुला आयुष्यात काय व्हायचे आहे. तो उत्तरला होता, 'एक श्रीमंतीत लोळणारा माणूस.' आणि आता वयाच्या एकोणतिसाव्या

वर्षी जरी त्याने अजून ते ध्येय साध्य केलेले नव्हते तरी ते अगदी वाजवी आहे, असे त्याचे ठाम मत होते.

तो त्याचा पोर्टेबल ट्रान्झिस्टर रेडिओ घेऊन बाथरूममध्ये गेला. सिगीला आवाजाचा त्रास होऊ नये म्हणून त्याने दार लावून घेतले आणि दाढी-अंघोळ करता-करता तो रेडिओवरील बातम्या ऐकू लागला. प्रमुख बातमी ही होती की, केनेडीच्या खुनाबद्दल एका माणसाला अटक केली होती. त्याला वाटले होते त्याप्रमाणेच बातम्यांमध्ये पूर्ण वेळ केनेडीचा खून सोडून दुसरा कोणताही विषय नव्हता.

अंग पुसून तो किचनमध्ये गेला आणि त्याने पुन्हा कॉफी बनवली. ह्या वेळी दोन कप. तो ते कप घेऊन बेडरूममध्ये गेला; ते त्याने बेडजवळच्या छोट्या टेबलावर ठेवले, अंगावरील बाथरोब काढून टाकला आणि दुलईत सिगीच्या शेजारी घुसला. सिगीचे सोनेरी केसांनी लदलेले मस्तक दुलईच्या बाहेर उशीवर होते.

सिगी बावीस वर्षांची होती. ती शाळेत चँपियन कसरतपटू होती. तिच्या मते तिची वक्षस्थळे इतकी मोठी झाली की, मोठ्यात मोठ्या ॲथलीट ड्रेससुद्धा तिला घट्ट होऊ लागला. तसे झाले नसते तर आपण ऑलिंपिक दर्जाला सहज पोहोचलो असतो, असे ती म्हणायची. शाळा संपल्यावर ती एका मुलींच्या शाळेत शारीरिक शिक्षणाची शिक्षिका म्हणून लागली. त्यानंतर वर्षभराने ती हॅम्बुर्गला कॅबरेमधील नर्तिका म्हणून आली ती मुख्यत: आर्थिक कारणावरून. इथे तिला शिक्षिकेच्या पाचपट पगार मिळत होता.

नाइट क्लबमध्ये अंगावरील कपडे काढून टाकायला जरी ती तयार असे, तरी तिच्या देहावरून कोण्या प्रेक्षकाने अश्लील शेरेबाजी केली आणि तो प्रेक्षक तिला दिसला तर तिला लाजिरवाणे वाटत असे.

"त्याचं काय आहे ना," ती एकदा गंभीरपणे पीटर मिलरला सांगत होती, "मी जेव्हा स्टेजवर असते तेव्हा मला दिव्यांच्या पलीकडचं काहीच दिसत नसतं. त्यामुळे मला लाज वाटत नाही. मला जर प्रेक्षक दिसले तर मला वाटतं मी स्टेजवरून पळूनच जाईन." मिलरला गंमत वाटली.

नाच झाल्यानंतर कपडे घातल्यावर तेथील एखाद्या टेबलापाशी बसून एखादे गिऱ्हाईक आपल्याला ड्रिंक घ्यायला बोलवेल म्हणून वाट बघण्यात तिला काही वाटत नसे. तिथे ड्रिंक म्हणजे शॅम्पेनलाच परवानगी होती, अर्धी किंवा पूर्ण बाटली. त्यावर तिला पंधरा टक्के कमिशन मिळत असे. तिला शॅम्पेन घेण्यासाठी बोलावणाऱ्या ग्राहकांची, तासभर तिच्या उरोजांकडे बघत बसण्यापलीकडचे सुख ती देईल अशी हमखास आशा असे; पण ती कधीच पूर्ण होत नसे. ती एक मायाळू आणि समजूतदार मुलगी होती. ग्राहकांच्या लालसापूर्ण नजरेमुळे, चेहऱ्यावर खोटे स्मित

दाखवणाऱ्या; पण आतून तिरस्कार वाटणाऱ्या इतर मुलींप्रमाणे न वाटता तिला प्रामाणिकपणे खेद वाटत असे.

"बिचारे!" एकदा ती मिलरला म्हणाली होती, "अशा लोकांच्या घरी एखादी चांगली स्त्री असायला हवी."

"तू त्यांना 'बिचारे' म्हणतेस?" मिलर तिरस्काराने म्हणाला. "उडवण्यासाठी भरपूर पैसा खिशात असलेले ते घाणेरडे लोक असतात."

"त्यांची काळजी घेणारं कोणी असतं, तर ते तसे झाले नसते." सिगी म्हणाली आणि ह्या मुद्द्यावर तिचे स्त्रीसुलभ तर्कशास्त्र ठाम होते. मिलरची तिच्याशी रेपरबानवरील कॅफे कीसच्या खाली असणाऱ्या मादाम कॉकेट्स बारमध्ये योगायोगानेच गाठ पडली होती. बारचा मालक त्याचा मित्र आणि खबऱ्या होता, त्याच्याबरोबर गप्पा मारत ड्रिंक घ्यायला म्हणून मिलर तिथे गेला होता. सिगी मोठ्या पिंडाची होती – पाच फूट नऊ इंच उंच आणि उंचीला साजेलसा बांधा – जो कमी उंचीच्या मुलीला शोभून दिसला नसता. संगीताच्या तालावर मादक समजले जाणारे हावभाव करीत, ओठांचा चंबू केलेल्या स्थितीत ती एक-एक वस्त्र काढून टाकत होती. मिलरने हे पूर्वी अनेकदा बघितले होते, त्यामुळे तो निर्विकारपणे ड्रिंकचा आस्वाद घेत बसला होता.

पण जेव्हा तिने ब्रा काढून टाकली तेव्हा तोसुद्धा स्तब्ध झाला, तोंडाकडे ग्लास नेणारा हात मध्येच थांबला आणि तो बघतच राहिला. त्याचा यजमान त्याच्याकडे कुत्सितपणे बघू लागला.

"तगडी आहे ना?" यजमान म्हणाला.

'प्लेबॉय' मासिकात 'ह्या महिन्याची सुंदरी' म्हणून ज्यांचे फोटो येतात त्या तिच्यापुढे अगदीच कुपोषित वाटल्या असत्या, हे मिलरला मान्य करावे लागले. पण तिचे स्नायू इतके घट्ट होते की, तिचे उरोज कोणत्याही आधाराशिवाय पुढे आणि उन्नत दिसत होते.

तिचे 'नृत्य' संपल्यावर जेव्हा टाळ्यांचा कडकडाट होऊ लागला तेव्हा तिचा व्यावसायिक नर्तिकेचा आविर्भाव जाऊन तिने जरा लाजत, वाकत प्रेक्षकांना अभिवादन केले. अर्धवट प्रशिक्षण दिलेल्या शिकारी कुत्र्याने, 'हा काय शिकार करणार' असे वाटत असताना, विजयी मुद्रेने तोंडात धरलेली शिकार तुमच्यापुढे आणावी तसे खेडवळ स्मित तिच्या चेहऱ्यावर पसरले आणि तिच्या नृत्याने नव्हे तर तिच्या त्या स्मिताने मिलरला घायाळ केले. ती ड्रिंकचे आमंत्रण स्वीकारेल का असे त्याने विचारताच तिला निरोप पाठवण्यात आला.

मिलरबरोबर बारचा मालकच बसलेला असल्याने तिने शॅम्पेनऐवजी शीतपेयच मागवले. मिलरला ती अगदी उमद्या स्वभावाची वाटली आणि 'शो संपल्यावर तुला

मी घरी घेऊन जाऊ शकतो का?' म्हणून त्याने विचारले. मूकपणे तिने त्याला होकार दिला. मिलरने संयम ठेवत त्या रात्री तिच्याशी 'प्रेमात यायचा' प्रयत्न केला नाही. वसंत ऋतू नुकताच सुरू होत होता. बार बंद झाल्यावर ती साध्या डफेल कोटात बाहेर आली आणि असे तिने जाणीवपूर्वक केले असावे, असे मिलरला वाटले.

त्यांनी एकत्र बसून कॉफी घेतली, गप्पा मारल्या. गप्पा मारताना तिचा तणाव कमी झाला आणि ती जरा उत्साहाने गप्पा मारू लागली. तिला पॉप संगीत, कला, ॲल्स्टर सरोवराच्या काठी फिरणे, घर सजवणे आणि मुले यांची आवड आहे, असे त्याला कळले. त्यानंतर तिला आठवड्यातून एक दिवस मिळणाऱ्या सुटीत ते जेवायला किंवा सिनेमा बघायला बाहेर जाऊ लागले; पण अजून ते एकत्र झोपत नव्हते.

तीन महिन्यांनी मिलर तिला त्याच्या बेडरूममध्ये घेऊन गेला आणि तिने तिथे राहायला यावे, असे त्याने तिला सुचवले. आयुष्यातील महत्त्वाच्या गोष्टींविषयी सिगीची ठाम मते होती. त्यानुसार पीटर मिलरशी लग्न करायचे तिने आधीच ठरवले होते. फक्त त्याला त्यासाठी उद्युक्त करेपर्यंत त्याच्याबरोबर झोपू नये की झोपावे याबद्दल तिचा निश्चय होत नव्हता. पण त्याच्या बेडची रिकामी बाजू भरण्यासाठी इतर मुली मिळवण्याची त्याची क्षमता लक्षात घेऊन आताच तिथे राहायला यायचे आणि त्याचे जीवन इतके आरामशीर करायचे की, त्याला तिच्याशी लग्न करण्याची इच्छा होईल, असे तिने ठरवले. नोव्हेंबर संपत आला तेव्हा त्यांना एकत्र राहायला लागून सहा महिने होऊन गेले होते.

घर ठेवण्यात फारशी गती नसूनसुद्धा सिगी घर उत्तमप्रकारे ठेवते आणि शरीरसुख आनंदाने आणि उत्कटतेने देते, हे मिलरला मान्य करावे लागले. ती लग्नाचा उल्लेख थेटपणे करत नसे; पण त्या बाबतची आपली इच्छा ती आडमार्गाने सूचित करत असे. मिलर ते न समजल्याचे ढोंग करत असे. कधी-कधी ॲल्स्टरच्या काठावर उन्हात फिरताना एखाद्या छोट्या मुलाशी, त्याच्या आई-वडिलांच्या कौतुकपूर्ण दृष्टीखाली मैत्री करत असे.

"पीटर, तो किती गोड आहे नाही?"

पीटर नुसता, "हो, छान आहे." असे उत्तर द्यायचा. त्यावर आपला संकेत न ओळखल्याबद्दल ती त्याच्याशी तासभर अबोला धरत असे. पण ते एकमेकांच्या सहवासात अगदी खुशीत होते – विशेषत: मिलर, कारण त्याला संसारिक सुविधा, मीलनाचे सुख लग्नाच्या बंधनाशिवाय मिळत होते आणि ते त्याला सर्व दृष्टींनी सोयीचे वाटत होते.

अर्धी कॉफी पिऊन मिलर दुलईत सरकला आणि तिच्यामागून अंगाभोवती हात

टाकून तिला कुरवाळू लागला. थोड्याच वेळात आनंदाने हुंकार देत सिगी वळून पाठीवर पडली. दहा मिनिटांनी दोघेही तृप्त होऊन विलग झाले.

"मला जागे करायची ही चांगली तऱ्हा आहे." ती खोटेच कुरकुरली.

"ह्याच्याहून जालीम उपाय आहेत." मिलर म्हणाला.

"किती वाजले?"

"बारा वाजताहेत," मिलरने थाप मारली. साडेदहा वाजले आहेत असे सांगितले असते तर आपली पाच तासच झोप झाली हे लक्षात येऊन तिने त्याला काहीतरी फेकून मारले असते. "तुला झोपायचं असेल तर झोप अजून."

"अंऽऽ थँक यू डार्लिंग, तू किती चांगला आहेस," असे म्हणून सिगी पुन्हा झोपी गेली.

स्वत:ची उरलेली अर्धी आणि सिगीची कपभर कॉफी पिऊन मिलर बाथरूमकडे जात होता तेवढ्यात फोन वाजला. त्याने हॉलमध्ये जाऊन फोन उचलला.

"पीटर?"

"हो. कोण?"

"कार्ल."

तो गोंधळला आणि आवाजही ओळखू आला नाही.

"कार्ल?'

आवाजात जरा चिडकी छटा होती.

"कार्ल ब्रँट. काय झालं? अजून झोपेत आहेस की काय?" मिलर भानावर आला.

"अरे, सॉरी कार्ल. आताच उठतोय. काय झालं?"

"हे बघ. तो मेलेला ज्यू. मला तुझ्याशी बोलायचंय." मिलर गोंधळला. "कुठला मेलेला ज्यू?"

"तो अल्टोनाचा. काल रात्री गॅसमुळे मेला तो. तितकं तरी आठवतंय?"

"हो, हो. म्हणजे काय! मला आठवतंय काल रात्रीचं." मिलर म्हणाला. "तो ज्यू होता, हे मला माहीत नव्हतं. पण त्याचं काय?"

"मला तुझ्याशी बोलायचंय." इनस्पेक्टर कार्ल म्हणाला. "पण फोनवर नाही. आपल्याला कुठे भेटता येईल का?"

मिलरचे वार्ताहराचे डोके एकदम धावू लागले. एखाद्याला काहीतरी बोलायचेय; पण फोनवर नाही, याचा अर्थ ते महत्त्वाचे असणार. ब्रँटसारखा पोलीस डिटेक्टिव्ह अशा बाबतीत उगीचच इतका सावध असणार नाही.

"जरूर." मिलर फोनवर म्हणाला. "लंचला मोकळा आहेस?"

"होऊ शकतो." ब्रँट म्हणाला.

"महत्त्वाचं असेल, तर मी तुला लंच देईन." त्याने गूज मार्केटवरील एका लहान रेस्टॉरंटचे नाव सांगितले आणि फोन ठेवला. अल्टोनाच्या बकाल वस्तीत राहणाऱ्या एका – ज्यू किंवा जो कोणी असेल तो – म्हाताऱ्या माणसाच्या आत्महत्येमागे काय एवढी कथा असणार हे त्याला अजून समजत नव्हते.

जेवण होत आले तरी ज्यासाठी मिलरला जेवायला बोलावले तो विषय कार्लने काढलाच नव्हता. शेवटी जेव्हा कॉफी आली तेव्हा तो म्हणाला, "तो काल रात्रीचा माणूस –"

"हं," मिलर उद्‌गारला. "त्याचं काय?"

"नाझींनी युद्धात आणि युद्धापूर्वी ज्यूंचं काय केलं ते आमच्याप्रमाणेच तूही ऐकलं असशीलच?"

"अर्थात! शाळेत होतं ते आपल्याला."

मिलर गोंधळात पडला आणि वरमला. बहुतेक सर्व जर्मन मुलांप्रमाणे त्यालाही नऊ वर्षांचा असताना शाळेत सांगण्यात आले होते की, तो आणि त्याचे देशबांधव युद्धात प्रचंड गुन्हे केल्याबद्दल दोषी आहेत. त्या वेळी त्याने हे कशाविषयी बोलताहेत हे माहीतही नसताना ते स्वीकारले होते.

नंतर युद्धानंतरच्या काळात आपल्या शिक्षकांना निश्चित काय म्हणायचे होते हे तो शोधून काढू शकला नव्हता. ज्यांना विचारावे असे कोणी नव्हते, त्याबद्दल बोलायलाही कोणी तयार नव्हते – शिक्षक, आई-वडील कोणीही. फक्त वयात आल्यावर त्याला त्याबद्दल थोडेसे वाचायला मिळाले आणि जे वाचले ते जरी घृणास्पद होते, तरी त्याचा आपल्याशी काही संबंध होता, असे त्याला वाटले नाही. ते वेगळ्या काळात, वेगळ्या ठिकाणी, दूर कुठे तरी घडले होते. ते घडले तेव्हा तो तिथे नव्हता किंवा त्याचे आई आणि वडीलसुद्धा तिथे नव्हते. त्याला आतून असे वाटत होते की, त्या सगळ्याचा पीटर मिलरशी काहीही संबंध नाही आणि म्हणून त्याने नावे, तारखा वगैरे तपशील विचारलाही नव्हता. ब्रँटने तो विषय का काढावा हे त्याला समजेना.

ब्रँटने कॉफी ढवळली. कसे बोलावे हे समजत नसल्यामुळे तोही वरमला होता.

"तो कालचा म्हातारा," अखेरीस तो बोलला. "तो जर्मन ज्यू होता. तो कॉन्सेन्ट्रेशन कॅम्प – छळछावणीत होता."

मिलरने आदल्या दिवशीचा स्ट्रेचरवरील त्याचा चेहरा डोळ्यांपुढे आणायचा प्रयत्न केला. त्यांची अशी दशा झाली का? हे विचित्र होते. दोस्त राष्ट्रांच्या सेनेने अठरा वर्षांपूर्वी त्याची सुटका केली असणार आणि आता तो म्हातारपणामुळे गेला असणार. पण तो चेहरा सतत त्याला दिसू लागला. छळछावणीत असणारा कोणीही त्यापूर्वी त्याच्या बघण्यात आला नव्हता. तसे बघितले तर, ज्याने अनेक लोकांना

मारले आहे असा एस.एस. मारेकरीसुद्धा त्याने कधी बघितला नव्हता. दिसला असता तर लक्षात आले असते. तो माणूस वेगळाच दिसला असता.

दोन वर्षांपूर्वी जेरुसलेमला झालेला आईशमनचा खटला त्याला आठवला. अनेक दिवस वृत्तपत्रांमध्ये त्याच्याच बातम्या भरभरून येत होत्या. काचेच्या पिंजऱ्यातील त्याचा चेहरा त्याला आठवला. तो किती सामान्य, चार-चौघांसारखाच आहे, असे वाटून गेल्याचे त्याला आठवले. त्या खटल्याचे वृत्त वाचूनच ते सर्व एस.एस.च्या लोकांनी कसे केले आणि तरी ते नामानिराळे कसे राहिले याची थोडीशी कल्पना त्याला प्रथमच आली. पण ते सगळे पोलंड, रशिया, हंगेरी, चेकोस्लोवाकिया अशा दूरदूरच्या देशांत घडले होते आणि तेही खूप वर्षांपूर्वी. त्याच्याशी त्याचा व्यक्तिश: काहीच संबंध नव्हता.

त्याने भरकटलेल्या विचारांना पुन्हा वर्तमानात आणले. ब्रँट ज्या प्रकारे बोलला त्यामुळे तो अस्वस्थ झाला होता.

"त्याचं काय?" त्याने ब्रँटला विचारले.

उत्तर म्हणून ब्रँटने त्याच्या बॅगेतून खाकी कागदात गुंडाळलेले एक पुडके काढले आणि ते टेबलावर त्याच्याकडे सरकवले.

"त्या म्हाताऱ्याची डायरी. खरंतर तो म्हातारा नव्हताच. फक्त छप्पन वर्षांचा होता. त्या काळात तो कागदाच्या चिटोऱ्यांवर लिहून ठेवायचा आणि पायावरील पट्ट्यांमध्ये ते लपवायचा असं दिसतं. युद्धानंतर त्याने ते सगळं लिहून काढलं. ती ही डायरी."

मिलरने तटस्थपणे त्या पुडक्याकडे बघितले.

"हे तुला कुठे मिळालं?"

"त्याच्या बॉडीजवळच पडले होते. मी ते घेतलं आणि घरी घेऊन गेलो. रात्री ती वाचली."

मिलरने त्याच्या जुन्या शाळा-मित्राकडे प्रश्नार्थक नजरेने बघितले.

"वाईट आहे?"

"भयंकर! त्यांनी त्या लोकांचे इतके हाल केले असतील, अशी मला कधी कल्पनाही आली नव्हती."

"ती मला का देतोयस?"

ब्रँट वरमला. त्याने खांदे उडवले.

"मला वाटलं तुला एक कथा मिळेल."

"ती आता कोणाच्या मालकीची आहे?"

"तांत्रिक दृष्ट्या, टाउबरच्या वारसांच्या. पण ते कधीच सापडणार नाहीत. त्यामुळे, मला वाटतं, ती आता पोलीस खात्याच्या मालकीची आहे. पण ते ती

नुसती कुठेतरी ठेवून देतील. तुला हवी असली तर तू ती घेऊ शकतोस. फक्त ती मी दिली, असं कोणाला सांगू नकोस. उगीच मला त्रास नकोय.''

मिलरने बिलाचे पैसे दिले आणि दोघेही बाहेर पडले.

''ठीक आहे. मी ती वाचतो. पण त्याचं फार काही होईलच, असं सांगता येत नाही. कदाचित एखाद्या मासिकासाठी एखादा लेख होईल.''

ब्रँटने त्याच्याकडे वळून अर्धस्मित केले.

''तू म्हणजे भलताच खट आहेस.'' तो म्हणाला.

''तसं नाही.'' मिलर म्हणाला. ''इतर लोकांप्रमाणेच मलासुद्धा आत्ता आणि इथं काय घडतं त्यात रस आहे. तुझं काय? मला वाटलं दहा वर्षं पोलिसात काढल्यावर तू आता निर्ढावला असशील. पण ह्या प्रकरणामुळे तू अस्वस्थ झालायस, खरं ना?''

ब्रँट पुन्हा गंभीर झाला. त्याने मिलरच्या काखेतील पुडक्याकडे नजर टाकली आणि सावकाश मान डोलवली.

''खरं आहे. त्यांनी मला अस्वस्थ केलं. ते इतकं भयंकर असेल, असं मला कधी वाटलं नव्हतं. आणि ते इतिहासजमा झालेलं नाहीये अजून. त्या कथेचा काल रात्री इथं हॅम्बुर्गमध्ये शेवट झाला. गुड बाय, पीटर.''

ब्रँट वळला आणि चालू लागला. आपल्याला वाटले ते किती चुकीचे होते, याची त्याला कल्पना नव्हती.

२

पीटर मिलर ते ब्राऊन पेपरचे पुडके घेऊन घरी आला, तेव्हा नुकतेच तीन वाजले होते. त्याने पुडके हॉलमधल्या टेबलावर टाकले आणि ते वाचायला बसण्याआधी मोठे पातेलेभर कॉफी करायला आत गेला.

त्याच्या आवडत्या आरामखुर्चीत, जवळच कॉफीचा कप घेऊन, सिगारेट पेटवून तो बसला आणि त्याने पुडके उघडले. ती डायरी म्हणजे सुट्या कागदांची, वर-खाली पुठ्ठ्याचे मळकट काळ्या प्लॅस्टिकचे कव्हर असलेली फाईल होती. कोणतेही कागद काढता यावेत किंवा घालता यावेत, अशी क्लिप मध्ये होती.

फाईलमध्ये दीडशे टाईप केलेली पाने होती. काही अक्षरे ओळीच्या जरा वर तर काही जरा खाली आणि काही पुसट तर काही ठळक होती, त्यावरून ती जुन्या टाइपरायटरवर टाईप केली असावीत. बहुतेक पाने अनेक वर्षांपूर्वी अनेक-अनेक वर्षांच्या काळात टाईप केलेली असावीत, कारण बहुतेक कागदांना पिवळट छटा आली होती. पण वरचे आणि अगदी खालचे काही कागद नवे वाटत होते. त्यावरून ते थोड्याच दिवसांपूर्वीच लिहिले असावेत. सर्वांत वर एक प्रस्तावना होती आणि शेवटी उपसंहार होता. त्या दोन्ही कागदांवर २१ नोव्हेंबर तारीख होती. त्यावरून ते दोनच दिवसांपूर्वी लिहिलेले असावेत. आपले जीवन संपवण्याचा निर्णय घेतल्यानंतर त्याने ते लिहिले असावेत, असा मिलरने अंदाज केला.

पहिल्या पानावरील काही परिच्छेदांवरून नजर फिरवल्यावर त्याला आश्चर्य वाटले, कारण भाषा अचूक व स्पष्ट जर्मन होती आणि तिच्यावरून लिहिणारा सुशिक्षित आणि सुसंस्कृत माणूस असावा. फाइलीच्या मुखपृष्ठावर एक पांढरा कागद चिकटवलेला होता आणि तो मळू नये म्हणून त्याच्यावर एक मोठा पारदर्शक कागद चिकटवलेला होता. कागदावर मोठ्या अक्षरात, काळ्या शाईत 'सॉलोमन टाउबरची डायरी' असे लिहिलेले होते.

मिलर खुर्चीत मागे सरून बसला. त्याने फाईल उघडली आणि तो पहिले पान वाचू लागला.

सॉलोमन टाउबरची डायरी

प्रस्तावना

माझे नाव सॉलोमन टाउबर. मी ज्यू आहे आणि आता मरणार आहे. मी स्वत:चे आयुष्य संपवण्याचा निर्णय घेतला आहे. कारण त्याला आता काही किंमत राहिलेली नाही आणि माझ्याकडे आता दुसरे काही करण्याजोगेही नाही. माझ्या आयुष्यात ज्या गोष्टी करायचा मी प्रयत्न केला त्यांचा काहीही उपयोग झाला नाही आणि माझे सर्व प्रयत्न निष्फळ झाले. कारण जे वाईट आहे ते तरले आहे आणि जे चांगले होते ते धुळीला मिळाले आहे. माझ्या ओळखीचे, मित्र, ज्यांचे हाल झाले, जे बळी पडले, ते सर्व नष्ट झाले आहेत आणि ज्यांनी अत्याचार केला तेच माझ्याभोवती आहेत. दिवसा मला रस्त्यात त्यांचे चेहरे दिसतात आणि रात्री इस्थरचा, अनेक वर्षांपूर्वी परलोकवासी झालेल्या पत्नीचा, चेहरा दिसतो. मी आतापर्यंत जिवंत राहिलो याला एकच कारण होते, ते म्हणजे मला एक गोष्ट करायची होती, एक गोष्ट मला बघायची होती आणि ती मला कधीच करता किंवा बघता येणार नाही, हे मला कळून चुकले आहे.

जर्मन लोकांविषयी माझ्या मनात जराही द्वेष किंवा कटुता नाही, कारण ते चांगले लोक आहेत. आम जनता वाईट नसते, काही व्यक्ती वाईट असतात. इंग्रज तत्त्वज्ञ बर्क म्हणाला ते योग्यच होते : 'पूर्ण देशावर आरोपपत्र कसे ठेवायचे ते मला माहीत नाही.' सामुदायिक अपराधीपणा असा नसतो. कारण बायबलमध्ये सांगितले आहे की देवाला सोदोम आणि गोमोरा हे देश, ज्यात दुष्ट माणसे त्यांच्या बायका-मुलांसह राहत होते, ते नष्ट करायचे होते; पण त्यांच्यात एक सच्चा माणूस राहत होता आणि तो सच्चा होता म्हणून त्याला काहीही झाले नाही. तेव्हा अपराधीपणा हा मुक्तीप्रमाणेच व्यक्तिसापेक्षच असतो.

मी जेव्हा रिगा आणि स्टुटहोफच्या छळछावण्यांमधून बाहेर पडलो, जेव्हा मृत्यूची शिक्षा झालेल्यांच्या मॅगडेबर्गला जाणाऱ्या जथ्यातून वाचलो, जेव्हा एप्रिल १९४५ मध्ये ब्रिटिश सैनिकांनी माझ्या देहाची तिथून सुटका केली तेव्हा माझा आत्मा तिथेच साखळ्यांमध्ये राहिला, तेव्हा मी सगळ्या जगाचा द्वेष करू लागलो. मी माणसांचा द्वेष करू लागलो; झाडांचा, दगडांचा द्वेष करू लागलो. कारण त्या सर्वांनी माझ्या विरुद्ध कट करून माझे हाल केले होते आणि अर्थातच जर्मनांचा तर मी सगळ्यात जास्त द्वेष करीत होतो. गेल्या चार वर्षांत अनेकदा आणि त्या वेळीसुद्धा, मी देवाला विचारले की देवाने त्यांचा सर्वांचा, बायका-मुलांसकट नाश का नाही केला? त्यांची गावे, त्यांची घरे जमीनदोस्त का नाही केली? आणि ते केले

नाही म्हणून मी त्याचाही द्वेष करू लागलो. 'आम्ही तुझे लाडके आहोत असा तू आमचा समज करून दिला होतास आणि तूच आम्हाला वाऱ्यावर सोडलेस' असे मी त्याला बोललो. देव नाहीच आहे असेही म्हणालो.

पण जसा काळ गेला तसा मी पुन्हा प्रेम करायला शिकलो – दगडांवर, झाडांवर, डोक्यावरील आकाशावर, गावाजवळच्या नदीवर, रस्त्यातल्या कुत्र्यांवर आणि मांजरांवर, दगडांमधल्या शेवाळ्यावर आणि माझ्या विद्रूप चेहऱ्याला घाबरून पळून जाणाऱ्या मुलांवर. त्यांचा काहीच दोष नाही. एक फ्रेंच म्हण आहे : 'सगळे समजणे म्हणजे सगळे माफ करणे.'

जेव्हा कोणी लोकांना समजून घेतो – त्यांचा भोळेपणा, त्यांची भीती, त्यांचा लोभ आणि सत्तेची हाव, त्यांचे अज्ञान आणि जो सर्वांत मोठ्याने ओरडेल त्याच्यापुढे लाचार होणे – तेव्हा तो माफ करू शकतो. पण तो कधीच विसरू मात्र शकणार नाही.

काही लोक असे असतात की, त्यांची दुष्कृत्ये समजण्यापलीकडे असतात आणि म्हणून माफ करण्याच्याही पलीकडे असतात. कारण ते अजून आपल्या अवतीभवती असतात, आपल्या गावात असतात, ऑफिसात काम करत असतात, कँटिनमध्ये सगळ्यांबरोबर खात-पीत असतात, हसतात, हस्तांदोलन करतात. चांगल्या लोकांना 'कामेराड' (मित्र) म्हणतात. त्यांनी अजून जिवंत असावे – बहिष्कृत म्हणून नव्हे, तर सन्मान्य नागरिक म्हणून – त्यांनी केलेल्या पाशवी कृत्यांनी पूर्ण देशाचे नाव कायमचे बदनाम करून जगावे, हे खरे अपयश आहे आणि हे माझे, तुमचे, आपणा सर्वांचे अपयश आहे, घोर अपयश आहे.

शेवटी जसा काळ गेला तसा मी देवावर पुन्हा प्रेम करू लागलो आणि त्याने घालून दिलेल्या नीतिनियमांच्या विरुद्ध ज्या अनेक गोष्ट मी केल्या होत्या त्याबद्दल त्याची क्षमा मागू लागलो.

शोमा इस्राएल, अदोनाय एलोहेनू, अदोनाय एहाद...

(ओ इस्राईल, ऐक : प्रभू आमचा देव आहे, प्रभू एकच आहे...)

डायरीच्या पहिल्या वीस पानांमध्ये टाउबरने हॅम्बुर्गमधील त्याचा जन्म आणि बालपण, त्याचे कामगार वर्गातील; पण युद्धात पराक्रम गाजवलेले वडील, हिटलर १९३३ मध्ये सत्तेवर आल्यावर लवकरच त्याच्या आई-वडिलांचा झालेला अंत याविषयी लिहिले होते. १९४० च्या जवळपास, आर्किटेक्ट म्हणून काम करत असताना इस्थर नावाच्या मुलीशी त्याचे लग्न झाले आणि १९४१ पर्यंत, त्याला काम देणाऱ्या माणसाच्या मध्यस्थीमुळे तो अटक होण्यापासून वाचला. अखेरीस एका ग्राहकाला बर्लिनला भेटायला गेला असताना

त्याला अटक झाली. काही काळ एका स्थलांतरण छावणीत काढल्यावर त्याला पूर्वेकडे जाणाऱ्या गुरे वाहून नेणाऱ्या ट्रेनच्या एका बंद डब्यात इतर अनेक ज्यूंच्या समवेत कोंबण्यात आले.

ती आगगाडी अखेरीस कोणत्यातरी स्टेशनात येऊन केव्हा थांबली ते मला बरोबर आठवत नाही. मला वाटते, आम्हाला बर्लिनला त्या डब्यात कोंबल्यानंतर सहा दिवस आणि सात रात्री झाल्या असाव्यात. गाडी अचानक थांबली. फटीतून येणाऱ्या उजेडावरून ती दिवसाची वेळ असावी. थकवा आणि दुर्गंधी यांच्यामुळे माझे डोके गरगरत होते.

बाहेरून आरोळ्या आणि बोल्ट सरकवल्याचे आवाज ऐकू आले आणि दारे उघडली गेली. मी नेहमी पांढरा शुभ्र शर्ट आणि इस्त्री केलेल्या पँटमध्ये असायचो. आता मी कसा दिसत होतो ते मला कळत नव्हते, हे बरे झाले. (टाय आणि कोट मी कधीच काढून टाकले होते.)

झगझगीत सूर्यप्रकाश डब्यात आल्याबरोबर सर्व जण डोळे झाकत वेदनांनी किंचाळू लागले. दरवाजा उघडतोय असे दिसताच मी डोळ्यांना इजा होऊ नये म्हणून ते घट्ट मिटून घेतले. आत डांबलेल्या माणसांच्या रेट्यामुळे अर्धेअधिक लोक प्लॅटफॉर्मवर कोसळून त्यांचा दुर्गंधीयुक्त ढीग झाला. मी मागे आणि दरवाजापासून एका कडेला असल्यामुळे वाचलो. उजेड सहन होत नसूनही मी डोळे किलकिले करण्याचा धोका पत्करला आणि न धडपडता प्लॅटफॉर्मवर उतरलो.

दुष्ट चेहऱ्याचे क्रूर एस.एस. गार्ड न समजणाऱ्या भाषेत ओरडत तिरस्कार दर्शवत थोड्या अंतरावर उभे होते. डब्यात खाली एकतीस माणसे पडलेल्या आणि तुडवलेल्या स्थितीत होती. ती पुन्हा कधीच उभी राहणार नव्हती. उरलेली उपाशी, अर्धआंधळी, घामेजलेली, कपड्यांची लक्तरे झालेली आणि प्रचंड दुर्गंधी येणारी माणसे प्लॅटफॉर्मवर धडपडत उभी राहू लागली. तहानेने आमच्या कोरड्या पडलेल्या, फुगलेल्या आणि काळ्या पडलेल्या जिभा टाळूला चिकटल्या होत्या.

प्लॅटफॉर्मवर बर्लिनहून आलेल्या चाळीस डब्यांतून आणि व्हिएन्नाहून आलेल्या अठरा डब्यांतून अशाच प्रकारे माणसे बाहेर पडत होती. त्यातील अर्धी स्त्रिया आणि मुले होती. अनेक स्त्रिया आणि मुले विवस्त्रावस्थेत, विष्टेने लडबडलेली आणि आमच्याचसारख्या स्थितीत होती. धडपडत प्लॅटफॉर्मवर येणाऱ्या काही स्त्रियांच्या बाहूंमध्ये त्यांच्या मुलांचे मृतदेह होते.

प्लॅटफॉर्मवर इकडून तिकडे धावणाऱ्या शिपायांनी आम्हाला दंडुके मारत, ढोसत जरा रांगेत उभे केले आणि गावातून चालत नेले. पण गाव कोणते होते? आणि ते कोणत्या भाषेत बोलत होते? नंतर मला समजले की ते गाव 'रिगा' होते

आणि ते एस.एस. गार्ड स्थानिक लटवियन होते. जे जर्मनीतील एस.एस.एवढेच कट्टर ज्यू द्वेष्टे होते, पण बुद्धीने बरेच कमी, मनुष्यदेहातील जनावरे असे होते.

गार्ड्सच्या मागे जरा दबून उभ्या राहिलेल्या मळकट शर्ट आणि स्लॅक्समधील माणसांचा जथा उभा होता. त्यांच्या छातीवर आणि पाठीवर काळ्या कापडाचा तुकडा शिवलेला होता आणि त्याच्यावर मोठ्या आकारात 'J' हे अक्षर होते. ही वसाहतीतील एक विशेष तुकडी होती. त्यांना गाडीच्या सर्व डब्यांमधील प्रेते काढून गावाबाहेर नेऊन पुरण्याचे काम होते. ह्या तुकडीवरसुद्धा पाच-सहा जणांचा पहारा होता. त्यांच्याही छातीवर आणि पाठीवर J अक्षर होते, पण त्यांच्या बाहीवर एक पट्टा होता आणि हातात एक जाडजूड दंडुका. ते होते ज्यू कापो (ज्यू पोलीस). त्यांना ते करत असलेल्या कामाबद्दल इतरांपेक्षा जरा चांगले अन्न मिळत असे.

काही जर्मन एस.एस. अधिकारी स्टेशनच्या इमारतीच्या सावलीत उभे होते. माझे डोळे उजेडाला जरा सरावल्यावर ते मला दिसले. त्यातील एक जण लाकडाच्या खोक्यावर उभा राहून डब्यांमधून बाहेर पडणाऱ्या हजारो मानवी सांगाड्यांकडे बघत होता. त्याच्या चेहऱ्यावर समाधानाची छटा असलेले पुसट स्मित होते. तो हातातील चामड्याचा चाबूक त्याच्या उजव्या पायातील जॅकबुटावर हलकेच आपटत होता. त्याच्या अंगावर काळ्या आणि रुपेरी रंगातील विजेसारखी दिसणारी एस.एस. अक्षरे असलेला हिरवा गणवेश होता आणि तो जणू काही त्याच्यासाठीच शिवला असावा इतका 'चपखल' बसला होता. त्याच्या कॉलरच्या उजव्या टोकावर 'वाफेन एस.एस.'चे विजेसारखे चिन्ह होते. डाव्या टोकावर त्याचा 'कॅप्टन' हा हुद्दा दाखवणारे चिन्ह होते.

तो उंच आणि सडपातळ होता, फिकट सोनेरी केस, निळे डोळे. मला नंतर समजले की, तो विकृत मनोवृत्तीचा होता. त्याला दोस्त राष्ट्रांच्या अधिकाऱ्यांसह सर्व जण 'रिगाचा खाटीक' म्हणायचे. एस.एस. कॅप्टन एडवर्ड रोशमनचे मला झालेले ते पहिले दर्शन....

२२ जून, १९४१ रोजी पहाटे पाच वाजता, लष्कराच्या तीन भागांमध्ये विभागलेल्या १३० तुकड्यांनी रशियाची सीमा ओलांडून आक्रमणाला सुरुवात केली. सेनेच्या प्रत्येक विभागाच्या मागे एस.एस. मारेकरी पथके होती. हिटलर, हिमलर आणि हेड्रिचने त्यांना, सेना जो प्रदेश पादाक्रांत करेल त्यातील कम्युनिस्ट पदाधिकारी आणि खेड्यात राहणाऱ्या ज्यू लोकांचा 'निकाल' लावणे आणि शहरांमधील वसाहतींमध्ये राहणाऱ्या ज्यूंना नंतर 'विशेष वागणूक' देण्यासाठी ताब्यात घेणे, ह्या जबाबदाऱ्या दिलेल्या होत्या.

सेनेने लटवियाची राजधानी रिगावर १ जुलै, १९४१ ला ताबा मिळवला

आणि दोन आठवड्यांत एस.एस. कमांडो तिथे येऊन पोहोचले. एस.एस.च्या एसडी आणि एसपी विभागाच्या पहिल्या तुकड्या रिगात १ ऑगस्ट, १९४१ ला पोहोचून स्थिरावल्या आणि 'ओस्टलँड' (जर्मनीने व्यापलेल्या तीन बाल्टिक देशांचे त्यांनी ठेवलेले नवे नाव) 'ज्यू-मुक्त' करण्याचे काम त्यांनी ताबडतोब सुरू केले.

त्यानंतर जर्मनी आणि ऑस्ट्रियामधील ज्यूंसाठीसुद्धा रिगा हाच मृत्यूच्या वाटेवरील शेवटचा कॅम्प करावा, असे बर्लिनमध्ये ठरवण्यात आले. १९३८ मध्ये ३ लाख २० हजार जर्मन ज्यू आणि १ लाख ८० हजार ऑस्ट्रियन ज्यू, म्हणजे एकूण पाच लाख ज्यू होते. जुलै १९४१ पर्यंत त्यापैकी हजारो ज्यूंचा जर्मनी आणि ऑस्ट्रियातील साकेन हॉयसेन, माउथ हाउसेन, रावेन्स्ब्रुक, डचाऊ बुकेनवॉल्ड, बेल्सेन आणि थेरेझिन्स्टाट येथील छळ छावण्यांमध्ये 'निकाल लावण्यात' आला. पण ह्या छावण्यांमध्ये आता फार गर्दी होत होती आणि उरलेल्या ज्यूंना खतम करण्यासाठी पूर्वेकडचे फार माहीत नसलेले प्रदेश सोयीचे होते. ऑश्विट्स, ट्रेब्लिंका, बेल्झेक, सोबीबोर, शेतम्नो आणि मैदानेक येथे अस्तित्वात असलेल्या मृत्युछावण्या (एक्स्टर्मिनेशन कॅम्प) वाढवण्याचे किंवा नव्या छावण्या स्थापन करण्याचे काम सुरू करण्यात आले. पण त्या तयार होईपर्यंत शक्य तितक्या ज्यूंना मारून टाकण्यासाठी किंवा ठेवण्यासाठी जागेची आवश्यकता होती. त्यासाठी रिगाची निवड झाली.

१ ऑगस्ट, १९४१ ते १४ ऑक्टोबर, १९४४ ह्या काळात जवळ-जवळ दोन लाख जर्मन आणि ऑस्ट्रियन ज्यू रिगाला पाठवण्यात आले. तिथे ८० हजार मेले आणि १ लाख २० हजार जणांना दक्षिण पोलंडमधील वर उल्लेखलेल्या मृत्यू छावण्यांमध्ये पाठवण्यात आले. त्यापैकी ४०० जण जिवंत राहिले; पण त्यातील अर्धे स्टुटहोफला किंवा मॅगडेबर्गच्या 'डेथ मार्च'मध्ये मेले. टाउबरची आगगाडी राईश जर्मनीतून रिगाला १८ ऑगस्ट, १९४१ ला दुपारी ३.४५ला पोहोचलेली पहिली गाडी होती.

रिगामधील ज्यू वसाहत ही शहराचाच भाग होती आणि रिगामधील ज्यू तिथे राहत असत. मी तिथे पोहोचलो तेव्हा दोन-तीनशे ज्यूच उरले होते. दोन आठवड्यांतच रोशमन आणि त्याचा साहाय्यक क्राऊस यांनी हुकमाप्रमाणे त्यांनाही मारून टाकले होते.

ज्यू वसाहत शहराच्या उत्तर सीमेवर होती, तिच्या उत्तरेला मोकळा प्रदेश होता. वसाहतीच्या दक्षिणेला भिंत होती आणि इतर तीन बाजूंना काटेरी तारांची कुंपणे होती. वसाहतीत येण्या-जाण्यासाठी उत्तरेच्या कुंपणात एकमेव दरवाजा होता. त्याच्या दोन्ही बाजूंना टेहळणी मनोरे होते आणि त्यात लटवियन एस.एस.चे सैनिक

पहाऱ्यावर असत. ह्या गेटपासून वसाहतीच्या मधोमध दक्षिण भिंतीपर्यंत जाणारा एक सरळ रस्ता होता. त्याचे नाव 'मासे काल्नू इमेला', म्हणजे 'टेकडीवरील रस्ता' असे होते. ह्या रस्त्यावर उत्तरेच्या गेटकडे तोंड करून उभे राहिले असता उजव्या बाजूला ब्लेक प्लाट्झ उर्फ 'टिन चौक' होता. तिथे आज ज्यांना मारून टाकायचे त्यांची निवड करणे, रोजची हजेरी, गुलाम मजुरांच्या तुकड्या निवडणे, फटक्यांच्या शिक्षेची अंमलबजावणी करणे आणि फाशी देणे अशा प्रकारची कामे होत असत. चौकाच्या मधोमध आडव्या तुळईला असलेल्या आठ हुकांना टांगलेले दोराचे गळफास वाऱ्यावर झुलत असत. त्यांना रोज रात्री कमीतकमी सहा जण आणि अनेकदा आठ-आठच्या फासांवर अनेक तुकड्या लटकवल्यावरच रोशमनला दिवसाचे काम केल्याचे समाधान लाभत असे.

ती पूर्ण वसाहत दोन चौरस मैलांपेक्षा मोठी नसेल. तिच्यात एके काळी १२,००० ते १५,००० लोक राहत होते. आम्ही पोहोचण्यापूर्वी रिगातील ज्यूंनी, निदान जे दोन-एक हजार उरले होते त्यांनी, भिंतींचे काम पूर्ण केले होते. त्यामुळे आमच्या जथ्यात आलेल्या ५,००० पुरुष, स्त्रिया आणि मुलांसाठी जागा ऐसपैस होती. पण आमच्यानंतर रोज एकामागून एक जथे येतच राहिले आणि आमच्या भागातील लोकांची संख्या तीस-चाळीस हजारांवर पोहोचली. मग येणाऱ्या जथ्यातील लोकांना जागा व्हावी म्हणून आधीच्या लोकांपैकी नवीन आलेल्यांच्या संख्येइतक्या लोकांना मारून टाकावे लागत होते. तसे केले नसते तर अति गर्दीमुळे आमच्यातील जे कामगार कैदी होते ते आजारी पडले असते आणि ते रोशमनला चालणार नव्हते.

त्यामुळे पहिल्या दिवशी आम्ही सर्वांत चांगली घरे निवडून एका खोलीत एक असे आणि पांघरायला पडदे आणि कोट घेऊन खऱ्या पलंगांवर झोपलो. पोटभर पाणी पिऊन आल्यावर माझा शेजारी म्हणाला की, कदाचित आपल्याला भीती वाटली होती तेवढे वाईट दिसत नाहीये. पण आम्हाला अजून रोशमनचा अनुभव यायचा होता...

जसा उन्हाळा संपून वसंत सुरू झाला आणि मग वसंत संपून हिवाळा सुरू झाला तशी वसाहतीतील स्थिती अधिकाधिक खराब होत गेली. रोज सकाळी वसाहतीतील सर्वांना – यात मोठ्या संख्येत पुरुषच असत, कारण काम करायला निरुपयोगी म्हणून स्त्रिया आणि मुलांना रिगाला पोहोचताच मोठ्या प्रमाणात मारून टाकले जायचे – लटवियन गार्ड बंदुकीच्या दस्त्याने ढोसत-ढकलत टिन चौकात गोळा करून हजेरी घ्यायचे. नावे घेतली जायची नाहीत, नुसती संख्या मोजली जायची आणि मग आमचे अनेक कार्यगटांमध्ये विभाजन केले जायचे. जवळ-जवळ सर्वांना – पुरुष, बायका, मुले – सभोवतीच्या प्रदेशातील कारखान्यांमध्ये १२ तास काम

करण्यासाठी बाहेर काढले जायचे. मी सुरुवातीला सुतार असल्याचे सांगितले होते – खरे म्हणजे मी आर्किटेक्ट होतो आणि सुतारकाम कधीच केले नव्हते; पण बघून त्या कामाची मला कल्पना होती. सुतारांची गरज नेहमीच असणार असा मी केलेला अंदाज बरोबर होता. मला जवळच्या एका कारखान्यात कामाला पाठवण्यात आले; त्या कारखान्यात पाईनच्या झाडांपासून फळ्या बनवल्या जात आणि त्यांचा उपयोग सैनिकांसाठी घरे बांधायला करत.

धडधाकट माणसाच्याही कमरेचा काटा ढिला व्हावा इतके काम असे. शिवाय, उन्हाळा असो की हिवाळा, आम्हाला लटवियाच्या किनाऱ्याजवळच्या सखल भागात, दमट हवेत काम करावे लागत होते. त्यामुळे एकंदरीतच तब्येत खराब होत असे.

आमचे जेवण-खाण म्हणजे सकाळी कामावर जायच्या आधी देण्यात येणारे, किंचित रंग असलेले अर्धा लिटर पाणीवजा सूप – कधी-कधी त्यात बटाट्याचा लहान तुकडा काळ्या ब्रेडच्या एका स्लाईसबरोबर असे. सकाळसारखेच पुन्हा अर्धा लिटर सूप संध्याकाळी.

बाहेरून छावणीत खाद्यपदार्थ आणणे हा भयंकर मोठा गुन्हा होता आणि तो करणाऱ्याला संध्याकाळच्या हजेरीच्या वेळी टिन चौकात सर्वांच्या समोर फाशी दिले जायचे. तरीही, जिवंत राहायचे असेल तर तो धोका पत्करावाच लागायचा.

रोज संध्याकाळी कैद्यांच्या रांगा गेटमधून आत येत तेव्हा रोशमन आणि त्याचे विश्वासू शिपाई गेटपाशी उभे राहत आणि मधूनच एखाद्याला तपासत. ते कोणाही पुरुष/स्त्री/मुलाला ओरडून बाजूला बोलवायचे आणि सर्व कपडे काढायला सांगायचे. जर का एखादा बटाटा किंवा ब्रेडचा तुकडा असे काही सापडले तर त्याला तिथेच थांबवून घेत. इतर कैदी हजेरीसाठी टिन चौकात जात.

सर्व कैदी जमले की, रोशमन छाती पुढे काढून, सावकाश पावले टाकत रस्त्यावरून येत असे. त्याच्या मागे इतर एस.एस. गार्ड आणि सापडलेले दुर्दैवी कैदी असत. त्यांच्यापैकी जे पुरुष असत, ते सर्व कैद्यांची मोजणीवजा हजेरी पुरी होईपर्यंत फाशीच्या चौथऱ्यावर चढून गळ्याभोवती फास असलेल्या स्थितीत खुर्चीवर उभे राहत. मग रोशमन त्यांच्या चेहऱ्यांकडे बघत त्यांच्या पुढे येऊन प्रत्येकाच्या पायाखालची खुर्ची लाथेने उडवून टाकी. मरणाऱ्या कैद्याला आपला चेहरा दिसावा यासाठी त्याला हे त्यांच्या पुढून करायला आवडत असे. कधी-कधी तो खुर्चीला लाथ मारायचा अभिनय करायचा आणि शेवटच्या क्षणी पाय मागे घ्यायचा. खुर्चीवरील माणसाला आपण फासाला लटकत आहोत असे वाटून तो थरथर कापायचा आणि मग पायाखाली खुर्ची अजून आहे, हे त्याच्या लक्षात यायचे.

ही सर्व 'गंमत' बघत रोशमन खो-खो हसायचा.

फासावरच्या कैद्यांपैकी कोणी देवाची प्रार्थना करीत तर कोणी दयेची याचना करीत. रोशमनला ती ऐकायला आवडायचे. आपण थोडे बहिरे आहोत असे ढोंग करून तो कानामागे हात धरून त्या कैद्याला 'काय म्हणालास? जरा मोठ्याने बोल' म्हणून सांगायचा. मग कैद्याच्या पायाखालची खुर्ची – ते खोकेच असायचे – उडवून तो त्याच्या जवळच्या शिपायांकडे वळून 'मला आता ऐकण्याचे यंत्र आणायलाच हवे' असे म्हणायचा.

थोड्याच दिवसांत रोशमन म्हणजे मूर्तिमंत दैत्यच आहे, अशी आम्ही मनाशी खूणगाठ बांधली. त्याच्या डोक्यातून नाना विकृत कल्पना निघायच्या.

जर कोणी स्त्री कैदी छावणीत येताना काहीतरी खायचा पदार्थ लपवून आणताना पकडली गेली तर प्रथम तिला इतरांना फाशी देताना बघायला लावायचे – विशेषत: त्यांच्यात तिचा नवरा किंवा भाऊ असेल तर. मग रोशमन तिला चौथऱ्यावर गुडघे टेकून बसायला लावी आणि मग छावणीतील न्हाव्याकडून तिचे डोके तासले जायचे.

हजेरी संपल्यावर कुंपणाच्या बाहेर असलेल्या दफनभूमीवर नेऊन तिला एक उथळ खड्डा खणायला लावायचे, नंतर त्या खड्ड्याच्या कडेला गुडघे टेकून बसायला लावायचे आणि मग रोशमन किंवा त्याचा शिपाई मागच्या बाजूला, तिच्या कवटीच्या खाली गोळी झाडायचे. ह्या हत्या कोणाला बघू दिल्या जात नसत; पण तरी लटवियन गार्ड्सकडून समजायचे. कधी कधी रोशमन त्या स्त्रीच्या कानाजवळून गोळी झाडायचा, त्या धक्क्याने ती त्या उथळ थडग्यात पडायची, तिला पुन्हा उठून पूर्वीसारखे बसायला लावले जायचे. कधी-कधी तो रिकाम्या पिस्तुलाने 'क्लिक' करायचा आणि त्या स्त्रीला आपल्याला गोळी लागली, असे वाटायचे. लटवियन गार्ड राक्षसच होते; पण तेही रोशमनच्या पुढे फिके पडत...

रिगामध्ये एक अशी मुलगी होती जी मोठा धोका पत्करून कैद्यांना मदत करायची, तिचे नाव ओली ॲडलर. ती म्युनिकची होती असे मला वाटते. तिची बहिण गेर्डा हिला खाद्यपदार्थ आणल्याबद्दल आधीच गोळ्या घालण्यात आल्या होत्या. ओली अतिशय सुंदर होती आणि रोशमनच्या मनात भरली होती. त्याने तिला त्याची रखेली म्हणून ठेवली – अधिकृत भाषेत मोलकरीण म्हणून, कारण एस.एस. आणि ज्यू यांच्यातील संबंधांना बंदी होती. ती एस.एस.च्या स्टोअर्समधून औषधे चोरायची. तिला छावणीत जायची परवानगी मिळे, तेव्हा लपवून आत नेऊन कैद्यांना द्यायची. ह्या गुन्ह्यासाठी जीवे मारण्याची शिक्षा होती. आम्ही रिगा बंदरात बोटीवर चढलो, तेव्हा ती मला शेवटची दिसली...

पहिला हिवाळा संपेपर्यंत, आपण फार काळ जगू शकणार नाही, असे मला खातरीने वाटू लागले. भूक, थंडी, दमटपणा, अतिश्रम आणि सतत होणारा छळ यामुळे माझा मूळचा धिप्पाड देह आता नुसता हाडे आणि कातड्याचा पिंजरा झाला होता. आरशात बघितल्यावर मला माझ्या जागी एक भयाण, दाढी वाढलेला, लाल डोळ्यांचा, खप्पड गालांचा माणूस दिसायचा. मी नुकताच पस्तीस वर्षांचा झालो होतो; पण त्याच्या दुप्पट वयाचा दिसत होतो आणि इतर सर्वांचीसुद्धा तशीच स्थिती होती.

मी हजारो कैद्यांना सामूहिक थडगे असलेल्या जंगलात परत न येण्यासाठी जाताना बघितले होते, शेकडो जण थंडी आणि अति श्रमांमुळे मरताना बघितले होते आणि अनेकांना फाशी देऊन, फटके मारून, दंडुक्यांनी मारून संपवलेले बघितले होते. मी पाच महिने होऊनसुद्धा जिवंत होतो, हे आश्चर्य होते. इथे आगगाडीतून येताना माझ्यात जी जगण्याची इच्छा होती, ती आता पूर्णपणे नाहीशी झाली होती. आता यांत्रिकपणे जगणे चालू होते आणि ते कधीही थांबणार होते. मग मार्चमध्ये असे काहीतरी झाले की, ज्यामुळे माझी जगण्याची इच्छा वर्षभर वाढली.

अजून ती तारीख मला आठवते. ३ मार्च, १९४२, डुनमुंडचा दुसरा जथा आला तो दिवस. त्याच्या साधारण एका महिन्यापूर्वी एक विचित्र अशी व्हॅन आलेली आम्ही पाहिली. ती जरा लांबट अशा बसएवढी लांब होती, करडा रंग आणि खिडक्या नसलेली. ती छावणीच्या बाहेर गेटपाशी उभी होती. सकाळच्या हजेरीच्या वेळेस 'मला एक घोषणा करायची आहे' असे रोशमन म्हणाला. तो पुढे म्हणाला की, रिगापासून ऐंशी मैलांवर, डुना नदीच्या काठावर असलेल्या डुनमुंड गावात मासे तळायचा एक नवा कारखाना उघडला आहे; त्यातील काम फार श्रमाचे नाही, जेवण चांगले असते आणि राहायची सोयसुद्धा चांगली आहे. काम श्रमाचे नसल्यामुळे तिथे फक्त वृद्ध स्त्री-पुरुष, अशक्त, आजारी लोक आणि लहान मुले यांनाच पाठवायचे आहे.

साहजिकच, अशा 'आरामशीर' कामावर जायला अनेक जण उत्सुक होते. रोशमन कैद्यांच्या रांगांपुढून जात निवड करत होता. एरवी मृत्यूच्या टेकडीकडे जाणाऱ्या तुकडीसाठी निवड होताना वृद्ध आणि आजारी कैदी मागे राहून लपायचा प्रयत्न करत होते. अखेरीस शंभर-एक जणांची निवड झाली आणि ते सर्व व्हॅनमध्ये बसले आणि तिचा दरवाजा धाडकन बंद करण्यात आला. व्हॅन निघून गेली; पण तिच्यातून नेहमीप्रमाणे इंजिनातून बाहेर पडणारा धूर दिसत नव्हता. कालांतराने ती व्हॅन कशी आणि कशासाठी होती ते कळू लागले. डुनमुंडला माशांचा कोणताही कारखाना नव्हता, ती व्हॅन लोकांना गॅसने मारण्यासाठी होती. तेव्हापासून छावणीमध्ये 'डुनमुंड ताफा' याचा 'गॅसने मारणे' असा अर्थ झाला. ३ मार्चला छावणीत बातमी

पसरली की डुनमुंडला आणखी एक व्हॅन जाणार आहे आणि त्या दिवशीच्या सकाळच्या हजेरीच्या वेळी रोशमनने खरोखरीच तशी घोषणा केली. पण ह्या वेळी कोणीच आपणहून पुढे आले नाही. त्यामुळे रोशमन प्रत्येक रांगेजवळून जात कैद्यांच्या छातीवर दंडुका टेकवून निवड करू लागला. त्याने चातुर्य दाखवून शेवटच्या, चौथ्या रांगेपासून सुरुवात केली, तिथेच त्याला म्हातारे आणि काम करू न शकणारे सापडणार होते.

एका म्हाताऱ्या बाईने ह्याचा अंदाज केला होता आणि ती अगदी पुढच्या रांगेत उभी राहिली. ती खरी पासष्टच्या वयाची असावी; पण जिवंत राहता यावे म्हणून तिने उंच टाचांचे बूट, काळे पायमोजे, गुडघ्याच्या वरच राहील असा आखूड स्कर्ट आणि एक रंगीत हॅट असा पोशाख केला होता. तिने गालांना लाली, चेहऱ्यावर पावडर आणि ओठांना रंग लावला होता. खरे म्हणजे अशा वेशामुळे ती सर्व कैद्यांमध्ये उठून दिसत होती. पण तिच्या मते ती तरुण मुलगी वाटत होती.

त्या रांगेपुढून जाताना, तिच्यापाशी आल्यावर रोशमन थबकला आणि तिच्याकडे निरखून बघू लागला आणि मग त्याच्या चेहऱ्यावर आनंदाचे स्मित फुलले. "अरे वा! हे बघा कोण आहे!" काही अंतरावर चौकात आधीच निवडलेल्या शंभर जणांवर पहारा करणाऱ्या त्याच्या सहकाऱ्यांकडे बघत आणि हातातील दंडुका तिच्याकडे करत तो ओरडला.

"हे तरुण सुंदरी, तुला डुनमुंडच्या ट्रिपला नाही का जायचं?"

"नाही, सर." भीतीने थरथर कापत ती पुटपुटली.

"आणि तुझं वय काय?" रोशमन गरजला. त्याचे एस.एस. मित्र खदखदून हसले. "सतरा, वीस?"

त्या म्हाताऱ्या स्त्रीचे पाय लटपटू लागले.

"होय सर." ती पुटपुटली.

"वाः, फारच छान!" रोशमन चीत्कारला. "मला सुंदर मुली नेहमीच आवडतात. अशी इथे मधे ये म्हणजे सगळ्यांनाच तुझ्या तारुण्याचं आणि सौंदर्याचं कौतुक करता येईल." असे म्हणून त्याने तिच्या दंडाला धरून तिला टिन चौकात नेले. तेथे पोहोचल्यावर तिला सर्वांच्या समोर उभे करून तो म्हणाला, "बऽरं, आता तरुण मुली, तू इतकी तरुण आणि सुंदर आहेस, तुला आम्हाला थोडं नाचून दाखवायला आवडेल, नाही का?'

ती गार वाऱ्यामुळे आणि भीतीमुळेही थरथर कापत काहीतरी पुटपुटली; पण ते आम्हाला ऐकू आले नाही.

"काय म्हणालीस? तुला नाचता येत नाही?" रोशमन ओरडला.

"तुझ्यासारख्या सुंदर तरुण मुलीला नाचत येत असणारच, नाही?"

जर्मन एस.एस.मधील त्याचे पित्ते खो खो हसत होते. काय चालले आहे ते लटवियन गार्डांना समजत नव्हते; पण तेही हळूहळू हसू लागले. त्या म्हाताऱ्या स्त्रीने मान हलवली. रोशमनच्या चेहऱ्यावरील हसू नाहीसे झाले.

"नाच!" तो ओरडला.

तिने थोडा वेळ हात-पाय हलवून नाचल्यासारखे केले आणि थांबली. रोशमनने कमरेचे लुगर पिस्तूल काढले, त्याचा घोडा मागे घेतला आणि तिच्या पायाजवळ वाळूत एक गोळी झाडली. तिने भीतीने फूटभर उंच उडी मारली.

"नाच... नाच... घाणेरडी ज्यू कुत्री, नाच आमच्यासाठी." तिच्या पावलांभोवती गोळ्या झाडत तो ओरडला.

पिस्तुलावरील गोळ्या संपल्या की, दुसरे भरलेले मॅगेझिन लावून, ते संपल्यावर तिसरे मॅगेझिन लावून गोळ्या झाडत त्याने अर्धा तास तिला 'नाचत' ठेवले. ती भीतीने उंच उड्या मारत होती. तिचा आखूड स्कर्ट उडून कमरेच्याही वर जात होता. अखेरीस सर्व शक्ती संपून, पूर्णपणे थकून, उठता येण्याइतकीसुद्धा शक्ती न राहून ती वाळूत पडली. रोशमनने उरलेल्या शेवटच्या तीन गोळ्या वाळूत तिच्या चेहऱ्यावर मारल्या. गोळ्यांच्या आघातामुळे उडालेली वाळू तिच्या डोळ्यात गेली. गोळ्यांच्या आवाजांच्या मधे धाप लागल्यामुळे तिच्या छातीतून येणारा भात्यासारखा आवाज इतक्या अंतरावरसुद्धा आम्हाला ऐकू येत होता.

पिस्तुलाच्या गोळ्या संपल्यावर 'नाच' असे ओरडत त्याने जॅकबूटची लाथ तिच्या पोटात मारली. हे सर्व घडत असताना आम्ही सर्व कैदी जराही आवाज न करता स्तब्ध उभे होतो. पण आता माझ्या शेजारचा कैदी प्रार्थना पुटपुटू लागला. तो हसीद (धर्मगुरू) होता, लहान बांध्याचा, दाढी असलेला, लक्तरे झालेला लांब काळा कोट अजून अंगात असलेला. आम्हाला सर्वांना थंडीमुळे कान झाकावे लागत होते. पण इतक्या थंडीतसुद्धा तो फक्त त्याच्या जमातीची रुंद कडा असलेली हॅटच घालून होता. तो कापऱ्या आवाजात 'शेमा' म्हणू लागला. प्रथम त्याचा आवाज हळू होता; पण नंतर तो वाढू लागला. रोशमन आज अतिशय वाईट मूडमध्ये आहे हे जाणवत असल्यामुळे शेजारच्या हसीदने गप्प राहावे म्हणून मीही मनातल्या मनात प्रार्थना करू लागलो. पण तो काही थांबेना.

"हिअर ओ इस्राईल..."

"गप्प बस." मी ओठ न हलवता त्याला म्हणालो.

"*अडोनाय एलोहेनू*... द लॉर्ड इज अवर गॉड..."

"ए गप्प बस. नाहीतरी सगळेच मरू."

"देव एकच आहे. *अडोनाय एहा-ए-अद*"

टिनियस रुफुसच्या आज्ञेवरून सिझेरिया येथील प्रेक्षागारात मरताना रब्बी

अकिवाने जसा म्हटला होता तसा शेवटचा स्वर त्याने लांबवला आणि नेमका त्याच क्षणी रोशमन त्या म्हातारीला ओरडायचा थांबला होता. भक्ष्याचा वास आल्यावर त्याचा माग काढण्यासाठी एखादे जनावर जसे डोके वर करून हवेत वास घेऊ लागते तसे त्याने केले आणि तो आमच्याकडे वळला. मी हसीदपेक्षा वीतभर उंच असल्यामुळे तो माझ्याकडे बघू लागला. "कोण बोलत होतं?" तो वाळूवरून माझ्याकडे येत ओरडला. "तू... बाहेर ये." तो मला उद्देशून बोलत होता यात शंकाच नव्हती. माझ्या मनात विचार आला, 'आता मी जगत नाही. पण मग काय झालं? हे केव्हातरी होणारच होतं.' मी रांगेतून एक पाऊल पुढे आलो. तो माझ्यासमोर आला.

तो काहीही बोलत नव्हता; पण त्याच्या कानशिलावरील शीर उडत होती. मग थोडे शिथिल होत त्याच्या चेहऱ्यावर लांडग्यासारखे स्मित झळकले. – असे स्मित की जे बघितल्यावर छावणीतील प्रत्येकाच्या, अगदी त्या लटवियन गार्ड्सच्यासुद्धा छातीत धडधडायला लागायचे.

त्याच्या हाताची इतकी चपळ हालचाल झाली की, कोणाच्या लक्षातही आले नाही. माझ्या चेहऱ्याच्या डाव्या बाजूला एक फटका बसला आणि जणू काही एखादा बॉम्ब फुटावा तसा माझ्या कानाजवळ काडकन आवाज आला. त्यानंतर माझ्या कानशिलापासून तोंडापर्यंतची चामडी सोलून कुजलेल्या कापडाप्रमाणे लोंबत असल्याचे मला जाणवले. रक्त येणे सुरू व्हायच्या आत रोशमनचा हात पुन्हा वर गेला. ह्या वेळी उजव्या बाजूला, आणि त्याच्या चाबकाचा कानाजवळ काडकन आवाज होऊन त्या बाजूची कातडी फाटल्याचे मला जाणवले. तो एक प्रकारचा दोन फुटी चाबूक होता. हँडलमध्ये लोखंडाचा दांडा होता आणि पुढचा फूटभर लांबीचा भाग म्हणजे वेणीचे पेड विणतात तसे विणलेले चामड्याचे पेड होते. त्याने फटका मारून खाली ओढला की, त्या पेडांमुळे कातडी एखाद्या टिश्यू पेपरप्रमाणे फाटायची. इतरांवर त्याचा वापर होताना मी बघितले होते.

काही क्षणांतच चेहऱ्याच्या दोन्ही बाजूंनी उबदार रक्ताच्या धारा हनुवटीवरून माझ्या कोटाच्या पुढच्या भागावर वाहू लागल्या. रोशमन माझ्यापासून जरा दूर झाला आणि त्याने वाळूत हुंदके देत पडलेल्या त्या म्हातारीकडे बोट केले. "उचल त्या थेरडीला आणि व्हॅनमध्ये टाक." तो ओरडला. मी पुढच्या शंभर बळींची तुकडी येण्यापूर्वी त्या म्हातारीला उचलले आणि माझ्या हनुवटीवरून वाहणाऱ्या रक्ताची अंघोळ घालत तिला लिटल हिल स्ट्रीटवरून व्हॅनच्या उघड्या दरवाजाकडे नेले. मी तिला व्हॅनमध्ये ठेवले आणि परतण्यासाठी वळत होतो. इतक्यात तिच्या हडकुळ्या हातांनी माझी मनगटे घट्ट पकडली. तिच्यात इतके बळ कुठून आले, याचे मला आश्चर्य वाटले. तिने मला तिच्याकडे ओढले, ती व्हॅनमध्ये किंचित उठून

बसली आणि तिने एका छोट्या रुमालाने माझे वाहणारे रक्त टिपायचा प्रयत्न केला.

मस्कारा, रूज, अश्रू आणि वाळू यांनी माखलेल्या चेहऱ्याने आणि ताऱ्यांप्रमाणे चमकणाऱ्या काळ्या डोळ्यांनी तिने माझ्याकडे बघितले.

''ज्यू, माझ्या मुला,'' ती कुजबुजली, ''तुला जिवंत राहिलंच पाहिजे. तू जिवंत राहशील, असं मला वचन दे. इथून तू जिवंत बाहेर पडशील, असं मला वचन दे. आपल्या लोकांचे कसे हाल केले हे बाहेरच्या जगाला सांगण्यासाठी तू जिवंत राहिलंच पाहिजे. मला वचन दे. सेफेर तोराची शपथ घे.''

काहीही झाले तरी मी जगीन, अशी मी शपथ घेतली. मग तिने मला सोडले. मी धडपडत छावणीकडे जाऊ लागलो आणि अर्ध्या रस्त्यातच बेशुद्ध होऊन कोसळलो.

पुन्हा काम करण्यास सुरुवात केल्यावर मी दोन निर्णय घेतले. एक म्हणजे एक गुप्त डायरी ठेवायची, रोज रात्री टाचणी आणि काळी शाई वापरून तारीखवार रोजच्या घटना पायांवर, पावलांवर नोंदवून ठेवायच्या, म्हणजे नंतर रिगाबद्दल जे जबाबदार आहेत त्यांच्याविरुद्ध व्यवस्थित साक्ष देता येईल.

आणि दुसरा म्हणजे 'कापो', म्हणजे ज्यूईश पोलिसांत दाखल व्हायचे.

हा निर्णय कठोर होता, कारण कापोचे काम म्हणजे ज्यू कैद्यांना कामावर नेणे आणि परत आणणे, तसेच फाशीच्या ठिकाणी नेणे. शिवाय ते हातात एक दांडके बाळगत आणि कधी-कधी जर्मन एस.एस. अधिकारी बघत असतील तेव्हा, कैद्यांनी कामाचा वेग वाढवावा म्हणून त्यांना दंडुक्याचा प्रसाद द्यायचे. तरीही १ एप्रिल, १९४२ ला मी कापोंच्या प्रमुखाकडे जाऊन कापो म्हणून काम करायची तयारी दाखवली आणि इतर ज्यू कैद्यांकडून बहिष्कृत झालो. कापोंची नेहमी कमतरताच असे; कारण जरा बरे खाणे-पिणे, राहायची जरा बरी व्यवस्था आणि सक्तीच्या कामातून सुटका हे फायदे असूनसुद्धा अगदी थोडे लोकच कापो व्हायला तयार असत.

जे लोक काम करू शकत नसत त्यांना कसे मारण्यात यायचे हे मी आता सांगतो. एडवर्ड रोशमनच्या हुकमावरून रिगामध्येच सत्तर ते ऐंशी हजार लोक मारले गेले. कैद्यांच्या नव्या जथ्याला घेऊन मालगाडी रिगाला यायची तेव्हा एकूण ५००० जणांपैकी साधारण हजार प्रवासात आधीच मेलेले असत. अगदी क्वचित ५० डब्यांत मिळून काही शेकडा लोक मेलेले निघायचे.

जेव्हा नवीन आलेले लोक टिन चौकात उभे करत तेव्हाच त्यांच्यातील, तसेच आमच्यातीलसुद्धा, कोणाला मारून टाकायचे त्यांची निवड केली जायची. तिथे रोज

सकाळी आणि संध्याकाळी मोजदाद होत असे. नवीन आलेल्यांपैकी अशक्त दिसणारे, म्हातारे किंवा आजारी असणारे बहुतेक सर्व, बायका आणि मुलांपैकी जवळ-जवळ सर्वांना काम करण्यास अपात्र ठरवण्यात येई. त्यांना एका बाजूला उभे करण्यात येई आणि मग उरलेल्या लोकांची गणती व्हायची. ते जर ३००० भरले तर सध्याच्या लोकांपैकी २००० काढले जात, म्हणजे ५००० आले आणि ५००० जणांना मृत्यूच्या टेकडीवर पाठवले. असे केल्याने छावणीत गर्दी होणे टळायचे. सामान्य कैदी सहा महिने काम केले की, हाडाचा सापळा बनत असे. मग एखाद्या दिवशी रोशमनची छडी त्याच्या छातीवर आपटायची आणि तो मृतांमध्ये जमा होण्यासाठी जायचा... प्रथम ह्या कैद्यांना चालवत गावाच्या बाहेरील जंगलात नेत. त्या जंगलाला लटवियन गार्ड 'बिकरनिकर जंगल' म्हणत तर जर्मन 'होखवाल्ड' किंवा 'उंच जंगल' म्हणत. तिथे रिगामधील ज्यूंनी मरण्यापूर्वी पाईन वृक्षांच्या मधल्या जागेत प्रचंड मोठे खंदक खणून ठेवले होते. नव्या कैद्यांना खंदकाच्या कडेवर उभे करून रोशमनच्या हुकमावरून आणि त्याच्या देखरेखीखाली गोळ्या घातल्या जात आणि ते खंदकात पडत. मग बाकीचे ज्यू त्यांचे देह झाकले जातील इतकी माती त्यांच्यावर लोटत आणि मग त्यांच्यावर प्रेतांचा आणखी एक थर पडे. असे खंदक पूर्ण भरेपर्यंत करत. त्यानंतर नवे खंदक खणले जात.

जेव्हा प्रत्येक रांगेला गोळ्या घातल्या जायच्या तेव्हा मशीनगनचा तो विशिष्ट आवाज आम्हाला छावणीत ऐकू येत असे आणि ते संपल्यावर रोशमन उघड्या कारमधून टेकडीवरून खाली येऊन मुख्य द्वारातून छावणीत परतताना दिसत असे...

मी कापो झाल्यावर माझा इतर कैद्यांशी असलेला संपर्क पूर्णपणे तुटला. मी असे का केले हे सांगण्याचा प्रयत्न करण्यात काहीच अर्थ नव्हता. एक कापो वाढल्याने किंवा कमी होण्याने, मारल्या जाणाऱ्या ज्यूंच्या संख्येत काही फरक पडणार नव्हता; पण एक साक्षीदार जिवंत राहिला तर जर्मनीतील ज्यू वाचण्यात जरी मदत झाली नाही, तरी त्यांचा बदला घेण्यात निश्चित होईल, हे मी निदान स्वत:ला तरी सांगत असे. पण ते खरे कारण होते का? की मी मरायला भीत होतो? जे असेल ते असो; भीती हे कारण लवकरच बाद झाले, कारण त्या वर्षी ऑगस्टमध्ये अशी घटना घडली की, जिच्यामुळे माझ्या देहातील आत्मा नष्ट झाला आणि जिवंत राहण्याची धडपड करण्यासाठी फक्त देहाचे फोलपट उरले.

जुलै १९४२ मध्ये व्हिएन्नाहून ऑस्ट्रियन ज्यूंचा एक मोठा नवा जथा आला. त्यातील सर्वांना 'खास पाहुणचारा'साठी पाठवले होते, असे दिसत होते. कारण तो जथा छावणीत आलाच नाही. आम्हाला ते दिसलेच नाहीत, कारण त्या सर्वांना स्टेशनवरून परस्पर जंगलात नेऊन मशीनगनने मारण्यात आले. नंतर संध्याकाळी

टेकडीवरून कपड्यांनी भरलेले चार ट्रक टिन चौकात आले. त्या कपड्यांचे वर्गीकरण करायचे होते. त्यांचा घराच्या उंचीचा प्रचंड ढीग झाला. त्यातून जोडे, मोजे, अंडरपँटी, पँटी, बायकांचे ड्रेस, कोट, दाढीचे ब्रश, चष्मे, दाताच्या कवळ्या, लग्नाच्या अंगठ्या, टोप्या अशा वेगवेगळ्या वस्तू वेगळ्या करायच्या होत्या.

अर्थात, मारून टाकलेल्या जथ्याच्या बाबतीत ही नेहमीची प्रक्रिया होती. टेकडीवर मारून टाकण्यापूर्वी सर्वांचे कपडे, दागिने वगैरे सर्व काढून घेतले जात आणि ते नंतर खाली आणले जात. मग त्यांचे वर्गीकरण करून सर्व वस्तू जर्मनीला पाठवल्या जात. सोने, चांदी आणि दागिने यांचा ताबा रोशमन स्वत: घेत असे...

ऑगस्ट १९४२ मध्ये बोहेमियातील थेरेझीनस्टाटच्या कॅम्पमधून एक जथा आला. त्या छावणीत हजारो जर्मन आणि ऑस्ट्रियन ज्यूंना मारण्यासाठी पूर्वेला पाठवण्यासाठी ठेवलेले होते. मी टिन चौकाच्या बाजूला उभा राहून रोशमनला त्याचे रोजचे बळी निवडताना बघत होतो. ह्या जथ्यातील सर्वांची डोकी इथे येण्याच्या आधीच, तिकडच्या छावणीत तासली होती. त्यामुळे स्त्री की पुरुष हे फक्त कपड्यांवरून ओळखता येत होते. चौकाच्या समोरच्या बाजूला उभ्या असलेल्या एका स्त्रीकडे माझे लक्ष गेले. ती अगदीच हाडांचा सापळा झाली होती आणि सतत खोकत होती. तिला कुठेतरी बघितल्यासारखी वाटली.

तिच्यासमोर येऊन रोशमनने तिच्या छातीवर दंडुका टेकवला आणि तो पुढे गेला. त्याच्यामागे असणाऱ्या लटवियन गार्डांनी ताबडतोब तिच्या दंडाला धरून तिला बाहेर खेचले आणि चौकात उभे असलेल्या लोकांमध्ये नेऊन उभे केले. त्या जथ्यात काम करू न शकणाऱ्यांची संख्या मोठी होती. त्यामुळे निवडलेल्या लोकांची संख्या मोठी होती. त्यामुळे रोजची संख्या पुरी होण्यासाठी छावणीतील कैदी कमी लागणार होते – अर्थात, आता मला ती भीती नव्हती. कापो म्हणून माझ्या बाहीवर एक रंगीत पट्टा असायचा आणि हातात एक दंडुका. खायला थोडे जास्त मिळायचे, त्यामुळे माझी शक्ती थोडी वाढली होती. रोशमनने माझा चेहरा बघितला होता; पण तो त्याला आठवत नसावा. त्याने इतक्या जणांचे चेहरे सोलले होते की, त्यात एकाची भर पडलेली त्याला ओळखू येणार नव्हती.

उन्हाळ्यातील त्या दिवशीच्या संध्याकाळी मारण्यासाठी निवडलेल्या कैद्यांच्या रांगा करून कापोंनी त्यांना छावणीच्या दरवाजापर्यंत नेले. तिथून चार मैलांवरील जंगलात मारायला नेण्यासाठी लटवियन गार्ड्सनी त्यांचा ताबा घेतला.

पण गेटजवळ गॅसने मारणारी व्हॅनसुद्धा उभी असल्यामुळे कैद्यांपैकी फारच अशक्त अशा १०० लोकांना वेगळे करण्यात आले. मी इतर कैद्यांबरोबर गेटकडे जात होतो तेवढ्यात एस.एस. लेफ्टनंट क्राऊसने चार-पाच कापोंना बोलावले.

"तुम्ही सगळे ह्या लोकांना डुनमुंडच्या बसकडे घेऊन जा."

इतर कैदी गेल्यावर आम्ही पाच कापो त्या लंगडणाऱ्या, खोकणाऱ्या, रांगणाऱ्या शंभर जणांना गॅस व्हॅन उभी होती त्या गेटकडे घेऊन गेलो. त्यांच्यामध्ये मी बघितलेली ती बारीक बाईही होती. क्षयामुळे तिच्या छातीचा पिंजरा झाला होता असे दिसत होते. आपल्याला कुठे नेत आहेत, हे तिला समजत होते – सगळ्यांनाच माहीत होते – पण इतरांप्रमाणेच तीसुद्धा हताश आज्ञाधारकपणे लटपटत व्हॅनकडे जात होती. अशक्तपणामुळे तिला व्हॅनमध्ये चढता येत नव्हते. त्यामुळे ती मदतीसाठी माझ्याकडे वळली आणि आम्ही आश्चर्यचकित होऊन एकमेकांकडे बघू लागलो.

माझ्यामागे कोणीतरी येत असल्याचे मला जाणवले. व्हॅनच्या दाराजवळचे दुसरे दोघे कापो टोपी काढून ताठ उभे राहिले. तो एस.एस. अधिकारी असला पाहिजे, हे ओळखून मीसुद्धा तसेच केले. ती स्त्री माझ्याकडे एकटक बघत राहिली. तो अधिकारी पुढे आला. तो कॅप्टन रोशमन होता. त्याने त्या दोन कापोंना मानेनेच काम सुरू ठेवायला खुणवले आणि त्याच्या त्या फिक्या निळ्या डोळ्यांनी तो माझ्याकडे रोखून बघू लागला. टोपी काढायला वेळ लावल्याबद्दल आज संध्याकाळी आपल्याला बहुतेक फटके बसणार, असा मी अंदाज केला.

"तुझं नाव काय?" त्याने हळुवारपणे विचारले.

"टाउबर, हर कॅप्टन." ताठ राहत मी उत्तरलो.

"टाउबर तू जरा सुस्त दिसतोस. संध्याकाळी तुझ्यात जरा त्राण आणू या का?"

कोणतेही उत्तर देण्यात अर्थ नव्हता. शिक्षा सांगून झाली होती. रोशमनने त्या स्त्रीकडे बघितले. काहीतरी संशय येऊन त्याने डोळे बारीक केले आणि मग त्याचे लांडग्यासारखे हिंस्र स्मित चेहऱ्यावर पसरले.

"तू ह्या बाईला ओळखतोस?" त्याने विचारले.

"होय, हर कॅप्टन." मी उत्तरलो.

"कोण आहे ती?' त्याने विचारले. मी उत्तर देऊ शकलो नाही. माझे ओठ डिंक लावल्याप्रमाणे बंद झाले होते.

"ती तुझी बायको आहे?" त्याने विचारले. मी मूकपणे मान डोलवली. त्याचे स्मित आणखी रुंद झाले.

"प्रिय टाउबर, तुझी रीतभात कुठं गेली? बाईसाहेबांना व्हॅनमध्ये चढायला मदत कर."

मी थिजल्याप्रमाणे स्तब्ध उभा राहिलो. चेहरा माझ्या जवळ आणून तो म्हणाला. "तिला आत चढवायला मी तुला दहा सेकंद देतो. मग तिच्या मागोमाग तूही जा."

मी सावकाश हात वर केला, इस्थरने त्याचा आधार घेतला आणि ती व्हॅनमध्ये चढली. ते दुसरे दोघे कापो दरवाजा लावण्यासाठी थांबले होते. वर चढल्यावर तिने माझ्याकडे बघितले आणि तिच्या डोळ्यांतून दोन अश्रू गालांवर ओघळले. ती काहीही बोलली नाही. व्हॅनचा दरवाजा धाडकन बंद केला गेला आणि व्हॅन निघाली. मला शेवटचे दिसले ते माझ्याकडे बघणारे तिचे डोळे.

तिच्या नजरेचा अर्थ लावण्यात मी गेली वीस वर्षे घालवली आहेत. त्यात प्रेम होते की तिरस्कार? तुच्छता की दया? संभ्रम की समजूत? मला कधीच कळणार नाही.

व्हॅन निघाल्यावर अजून सस्मित असलेल्या चेहऱ्याने रोशमन माझ्याकडे वळला. "टाउबर, तुला खतम करावं, असं आम्हाला वाटेपर्यंतच तू जगशील." तो म्हणाला. "पण यापुढे तू मेल्यात जमा आहेस."

आणि तो म्हणाला ते बरोबर होते. माझा आत्मा मेला तो तोच दिवस. २९ ऑगस्ट, १९४२.

त्या दिवसानंतर मी यंत्रमानव झालो. मला कशाचीही पर्वा वाटेनाशी झाली. थंड, गरम, वेदना ह्या सर्व भावना', सर्व जाणिवा मला सोडून गेल्या. रोशमन आणि त्याचे एस.एस. साथीदार करत असलेला रानटी छळ मी निर्विकारपणे बघू लागलो. मनाच्या आणि शरीराच्या बहुतेक संवेदनांपासून मी अलिप्त झालो. मी फक्त बारीकसारीक घटनांची मनाच्या कप्प्यात नोंद ठेवू लागलो, पायावर तारखांची नोंद करू लागलो. जथे यायचे, त्यांना मृत्यूच्या टेकडीवर किंवा गॅस व्हॅनकडे नेले जायचे, ते मरायचे आणि त्यांना पुरण्यात यायचे. कधी कधी मी माझा 'बाजूबंद' लेवून आणि हातात दांडका घेऊन त्यांना छावणीच्या गेटपर्यंत पोहोचवताना त्यांच्या बाजूने चालायचो, त्यांच्या डोळ्यात बघायचो. एकदा एका इंग्लिश कवीची कविता वाचली होती, तिची मला आठवण येत असे. त्या कवितेतील एका खलाशाला जिवंत ठेवण्यात आले आणि त्याच्याबरोबरचे इतर खलाशी तहान-भुकेने मृत्युमुखी पडत होते, त्यांच्या डोळ्यातील त्याच्याविषयीचा तिरस्कार आणि शाप त्याला दिसत असे. पण माझ्याबाबतीत शाप नव्हता, कारण मला स्वत:बद्दल अपराधीपणाही वाटत नव्हता. तो अनेक वर्षांनी आला. फक्त मेलेला असूनसुद्धा ताठ चालणाऱ्या माणसाचे रिकामे मन मला होते...

बरीच रात्र झाली तरी पीटर मिलर वाचत राहिला. अत्याचारांच्या वर्णनांचा त्याच्यावरील परिणाम एकसुरी आणि भारून टाकणारा होता. अनेकदा मन शांत करण्यासाठी तो खुर्चीत ताठ बसून दीर्घ श्वास घ्यायचा आणि पुढे वाचू लागायचा.

मध्यरात्रीच्या सुमारास त्याने डायरी खाली ठेवली आणि आणखी कॉफी

बनवली. खिडकीपाशी उभा राहून तो खाली रस्त्याकडे बघू लागला. रस्त्यात जरा पुढे स्टाइनडामवर कॅफे चेरीचे निऑन दिवे झगमगत होते. थोडे पैसे मिळवण्यासाठी तिथे अर्धवेळ काम करणारी एक मुलगी एका माणसाच्या दंडाला धरून बाहेर पडताना त्याला दिसली. थोडे पुढे गेल्यावर ते एका घरात अदृश्य झाले. तिथे अर्ध्या तासाच्या शय्यासोबतीच्या बदल्यात त्या माणसाचा खिसा हलका केला जाणार होता.

मिलरने पडदा ओढला, कॉफी संपवली आणि तो पुन्हा सॉलोमन टाउबरच्या डायरीकडे वळला.

१९४३च्या हिवाळ्याच्या सुरुवातीला बर्लिनहून हुकूम आला की टेकडीवरील जंगलातील हजारो प्रेते उकरून काढा आणि ती जाळून टाका किंवा चुनखडी घालून नष्ट करा.* ते म्हणणे सोपे होते. पण हिवाळा सुरू होत होता आणि जमीन थिजून दगडाप्रमाणे कडक होणार होती. ह्या हुकमामुळे रोशमनचे डोके बरेच दिवस भडकलेले होते. पण हुकमाची अंमलबजावणी करण्यासाठी कराव्या लागणाऱ्या व्यवस्थेत गुंतल्यामुळे तो फारसा आमच्या वाटेला आला नाही.

त्यानंतर अनेक दिवस नव्याने बनवलेल्या मजुरांच्या तुकड्या कुदळी-फावडे घेऊन रोज टेकडीवरील जंगलाकडे जाताना दिसू लागला. तसेच जंगलाच्या वर काळ्या धुराचे लोट दिसू लागले. सरपण म्हणून ते पाइनची झाडे तोडून वापरू लागले; पण कुजलेली प्रेते सहजासहजी जळत नाहीत, त्यामुळे त्यांची राख व्हायला बराच वेळ लागू लागला. नंतर त्यांनी चुना वापरणे सुरू केले. प्रेतांच्या प्रत्येक थरावर ते चुनखडी पसरायचे. १९४४ च्या वसंत ऋतूत माती जरा मऊ झाली तेव्हा त्यांच्यावर माती पसरली.

ते काम करणारे मजूर छावणीतले नव्हते. इतर कोणाही लोकांच्या संपर्कात ते येऊ नयेत यासाठी त्यांना वेगळे ठेवले होते. ते ज्यूच होते; पण त्या भागातील सर्वांत वाईट अशा सालास पिलस ह्या छावणीत त्यांना ठेवण्यात आले होते. त्यांना कोणतेही अन्न दिले जात नव्हते. त्यामुळे त्यातील काही जण मानवी मांस खाऊ लागले होते; पण अखेरीस ते उपासमारीमुळे मृत्युमुखी पडले.

१९४४च्या वसंत ऋतूत जेव्हा ते काम जवळ-जवळ पुरे झाले, तेव्हा छावणीचा 'निकाल' लावण्यात आला. छावणीतील जवळ-जवळ सर्व कैद्यांना,

---

** असे केल्यामुळे प्रेते बरीच जळाली; पण हाडे नष्ट झाली नाहीत. त्यामुळे नंतर रशियन सेनेला ते ८० हजार सांगाडे सापडले.*

पाईनच्या भक्ष्यस्थानी पडणारा शेवटचा घास होण्यासाठी, टेकडीवरील जंगलाकडे नेण्यात आले. आमच्यापैकी अंदाजे ५००० जणांना कैझरवाल्डच्या छावणीत हलवण्यात आले आणि नंतर छावणीला आग लावून राख बुलडोझरने पसरण्यात आली. एके काळी तिथे जे होते त्याच्या जागी आता फक्त राखेचे शेकडो एकर मैदान दिसत होते.*

टाउबरच्या डायरीतील पुढील पंचवीस पाने कैझरवाल्डच्या छळछावणीत उपासमार, रोगराई, अतिश्रम आणि कॅम्पगार्डांचा रानटीपणा यांचा सामना करत जिवंत राहण्याच्या संघर्षाच्या वर्णनाने भरली होती. त्या काळात एस.एस. कॅप्टन एडवर्ड रोशमन अजिबात दिसला नाही. पण तो रिगालाच असावा, असे दिसते. ऑक्टोबर १९४४ च्या सुरुवातीला, सूड घेण्यासाठी रशियन लष्कर आपल्याला जिवंत पकडतील ह्या भीतीने, एस.एस.ने उरलेल्या कैद्यांना ओलीस म्हणून बरोबर घेऊन रिगा सोडून समुद्रमार्गे पश्चिम जर्मनीला जाण्याचा बेत कसा केला त्याचे टाउबरने वर्णन केले होते.

११ ऑक्टोबरच्या दुपारी, आता उरलेले आम्ही जेमतेम ४००० जण रिगा शहरात पोहोचलो आणि थेट धक्क्याकडे गेलो. दूरवर क्षितिजावर गडगडाट झाल्यासारखा एक विचित्र आवाज आम्हाला ऐकू येत होता. थोडा वेळ आम्ही कोड्यात पडलो, कारण आम्ही तोफेचा किंवा बॉम्बचा आवाज आत्तापर्यंत कधीच ऐकला नव्हता. भुकेने आणि थंडीने बधिर झालेल्या आमच्या मनाला हळूहळू उमगले की, रशियन तोफगोळे रिगाच्या उपनगरांमध्ये पडत आहेत.

आम्ही धक्क्यावर पोहोचलो तेव्हा तिथे एस.एस. सैनिकांची आणि अधिकाऱ्यांची झुंबड होती. ह्यांना इतक्या मोठ्या संख्येने एका ठिकाणी मी पूर्वी कधी बघितले

तळटीप : रशियाने १९४४ च्या वसंतात पश्चिमेला एवढी जोराने मुसंडी मारली की, रशियन सैन्य बाल्टिक राज्यांमधून दक्षिणेला जाऊन पश्चिमेला बाल्टिक समुद्रापर्यंत पोहोचले. त्यामुळे जर्मनीच्या पूर्वेला जिंकलेल्या भागाशी संपर्क तुटला आणि हिटलर व त्याच्या सेनापतींमधे मोठाच संघर्ष उभा राहिला. असे होणार हे सेनापतींनी आधीच हेरून सेनेच्या सर्व पंचेचाळीस तुकड्या मागे घ्याव्यात, असे सुचवले होते. हिटलरने 'जिंकू किंवा मरू' अशी घोषणा देत तसे करायला नकार दिला आणि त्या भागातील पाच लाख सैनिकांना मृत्यूच्या दारात उभे केले. रसद तुटली आणि दारूगोळा संपत आला, अशा स्थितीत दुर्दैव जेवढे लांबणीवर टाकता येईल, तेवढे करण्याचा त्यांनी प्रयत्न केला आणि अखेरीस ते शरण गेले. सैनिकांना कैद करून १९४४-४५ च्या हिवाळ्यात रशियात नेले. त्यापैकी फारच थोडे लोक दहा वर्षांनंतर मायभूमीला परतू शकले.

नव्हते. आमच्यापेक्षाही त्यांची संख्या जास्त वाटत होती. आम्हाला एका गोदामाच्या भिंतीला लागून रांगेत उभे केले होते. आता आपण मशिनगनच्या गोळ्यांना बळी पडणार, असे आम्हाला वाटू लागले. पण तसे होणार नव्हते.

रिगामधून गेलेल्या लाखो ज्यूंपैकी उरलेल्या आम्हाला पुढे येणाऱ्या रशियन सैन्याच्या फळीतून सुखरूप जर्मनीला जायला मिळावे यासाठी एस.एस. लोक ढाल म्हणून वापरणार होते. आम्हाला घेऊन जाणारी मालवाहू बोट सहा नंबरच्या धक्क्याला लागून उभी होती. धक्क्यावरील दोन गोदामांमध्ये स्ट्रेचरवर पडलेल्या जखमी जर्मन सैनिकांना व अधिकाऱ्यांना प्रथम बोटीवर चढवण्यात आले.

संध्याकाळ होऊन जवळ-जवळ अंधार होत आला असताना रोशमन आला आणि ज्या प्रकारे जहाजावर लोकांना चढवण्यात येत होते, ते बघून तो थबकला आणि स्ट्रेचर बोटीवर घेऊन जाणाऱ्या वैद्यकीय ऑर्डर्लीना उद्देशून ओरडला, ''थांबा.''

त्यांच्याजवळ जाऊन एका ऑर्डर्लीच्या त्याने थोबाडीत मारली. नंतर गर्रकन मागे वळून आमच्याकडे बघून तो ओरडला, ''भिकारड्यांनो, चढा बोटीवर आणि चढवलेल्या माणसांना खाली आणा. ती बोट आमची आहे.''

आमच्याबरोबर आलेल्या एस.एस. सैनिकांनी आम्हाला बंदुकीने ढोसले आणि आम्ही बोटीवर चढण्यासाठी फळीकडे जाऊ लागलो. इतर शेकडो एस.एस. सैनिक आणि कनिष्ठ अधिकारी, जे आतापर्यंत बाजूला उभे राहून बोटीवर माणसे चढवण्याचे चाललेले काम तटस्थपणे बघत होते, ते एकदम पुढे झाले आणि कैद्यांच्या पाठोपाठ बोटीवर चढले. आम्ही डेकवर पोहोचल्यावर स्ट्रेचर्स उचलून ती पुन्हा धक्क्यावर घेऊन जाण्याच्या तयारीत होतो, तोच आणखी एक आरोळी ऐकू येऊन आम्ही थांबलो.

मी बोटीवर जायच्या फळीपर्यंत पोहोचलो होतो आणि वर जाणार इतक्यात मी ती आरोळी ऐकली आणि कोण ओरडले ते बघण्यासाठी मागे वळलो.

लष्करातला एक कॅप्टन धक्क्यावरून धावत येत माझ्यापासून थोड्याच अंतरावर येऊन थांबला. वरून स्ट्रेचर घेऊन येणाऱ्या माणसांकडे बघत तो ओरडला, ''ह्या लोकांना खाली उतरवायचा हुकूम कोणी दिला?''

रोशमन त्याच्यामागून आला आणि म्हणाला, ''मी दिला. ही बोट आमची आहे.'' कॅप्टन गर्रकन वळून त्याला सामोरा आला. त्याने खिसा चाचपून एक कागद बाहेर काढला. ''ही बोट जखमी सैनिकांना घेऊन जाण्यासाठी पाठवली आहे,'' तो म्हणाला, ''आणि ती जखमी सैनिकांनाच घेऊन जाणार.''

एवढे बोलून सैन्याच्या ऑर्डर्लीकडे वळून त्याने जखमींना चढवण्याचे काम पुढे सुरू करायची आज्ञा दिली. मी रोशमनकडे बघितले. तो संतापाने थरथर कापत आहे, असे मला वाटले. पण मग माझ्या लक्षात आले की, तो भीतीने कापत होता.

रशियनांचा सामना करावा लागणार म्हणून तो घाबरला होता. कारण ते आमच्याप्रमाणे नि:शस्त्र नव्हते.

तो ऑर्डर्लींवर ओरडू लागला, "ठेवा त्यांना. मी जर्मन सरकारच्या अधिकाराने ही बोट ताब्यात घेतली आहे." ऑर्डर्लींनी त्याच्याकडे दुर्लक्ष करत त्या लष्करी कॅप्टनच्या आज्ञेचे पालन करणे सुरू ठेवले. माझ्यापासून पाच-सहा फुटांवरच असलेल्या त्या कॅप्टनचा चेहरा मला दिसला. तो थकावटीमुळे निस्तेज पडला होता, डोळ्यांखाली काळी छटा आली होती. नाकाच्या दोन्ही बाजूंना सुरकुत्या आल्या होत्या आणि हनुवटीवर कित्येक आठवड्यांची वाढलेली दाढी दिसत होती. जखमींना बोटीवर चढवण्याचे काम पुन्हा सुरू झालेले बघून तो रोशमनच्या पुढून जात त्यावर देखरेख करू लागला. धक्क्यावर पडलेल्या स्ट्रेचरांमधून कोणाचा तरी हॅम्बुर्गच्या बोली भाषेत आवाज आला, "बरं केलं, कॅप्टन. त्या डुकराला चांगला धडा शिकवा."

तो लष्करी अधिकारी रोशमनच्या पुढे आला असता रोशमनने त्याचा दंड पकडून त्याला वळवले आणि मोजे घातलेल्या हाताने त्याने त्याच्या थोबाडीत मारली. रोशमनला थोबाडीत मारताना मी हजारो वेळा बघितले होते; पण आत्ताइतके जोरात कधीच नाही. त्या कॅप्टनने तो फटका सहन केला आणि मूठ वळून रोशमनच्या जबड्यावर जोरात फटका मारला. रोशमन जवळ-जवळ उडालाच आणि धक्क्यावरील बर्फात मागे काही फुटांवर जाऊन पाठीवर आपटला. त्याच्या तोंडातून रक्ताचा एक ओघळही येताना दिसला. कॅप्टन त्याच्या ऑर्डर्लींकडे वळला.

मी बघत असतानाच रोशमनने त्याचे एस.एस. ऑफिसरचे लुगर पिस्तूल काढले, काळजीपूर्वक नेम धरला आणि कॅप्टनच्या खांद्यांच्या मधोमध गोळी घातली. पिस्तुलाचा आवाज येताच सर्वकाही स्तब्ध झाले. कॅप्टन झोकांड्या खात वळला. रोशमनने पुन्हा गोळी झाडली, ती कॅप्टनच्या गळ्यावर बसली. तो पुन्हा गर्रकन फिरला आणि धक्क्यावर पडायच्या आधीच मृत झाला. गोळी लागल्यावर त्याच्या गळ्यातील काहीतरी उडाले. त्याचा देह उचलून धक्क्यावर टाकून द्यायचा हुकूम झाला. त्याला नेत असताना ती उडालेली वस्तू म्हणजे रिबनला बांधलेले एक पदक होते, असे मला दिसले. मला त्या कॅप्टनचे नाव कधीच कळले नाही; पण ते पदक म्हणजे ओकच्या पानांचे चिन्ह असलेले 'किंग्स क्रॉस'चे पदक होते...

डायरीचे हे पान वाचताना मिलरचे आश्चर्य वाढत गेले, त्याचा विश्वास बसेना, त्याला शंका येऊ लागली; पण मग पुन्हा विश्वास वाटू लागला आणि अखेरीस त्या सर्व भावनांची जागा घोर संतापाने घेतली. आपण काही चुकीचे वाचले किंवा समजलो नाही ना याची खातरी करण्यासाठी त्याने ते पान दहाबारा वेळा वाचले आणि मग तो डायरी पुढे वाचू लागला.

हे झाल्यानंतर लष्करातील जखमी सैनिकांना बोटीवरून खाली उतरवून धक्क्याच्या एका बाजूला ठेवण्याची आज्ञा आम्हाला देण्यात आली. मी एका तरुण सैनिकाला फळीवरून धक्क्यावर उतरायला मदत केली. त्याची दृष्टी गेली होती आणि एका मळक्या शर्टाची चिंधी फाडून त्याचे डोळे बांधले होते. त्याला भास होत होते आणि तो सारखा 'आई कुठे आहे' म्हणून चौकशी करत होता. मला वाटते तो जेमतेम अठरा वर्षांचा असावा.

अखेरीस सर्व जखमींना उतरवून झाले आणि आम्हा कैद्यांना बोटीवर चढण्याचा हुकूम झाला. आम्हाला सर्वांना बोटीच्या तळाशी असणाऱ्या पुढच्या आणि मागच्या अशा दोन कप्प्यांमध्ये कोंबण्यात आले. इतकी गर्दी झाली की, आम्हाला हालचाल करणेसुद्धा कठीण झाले. त्यानंतर आमच्या कप्प्यांची दारे बंद करण्यात आली आणि मग एस.एस.चे लोक बोटीत चढू लागले. बोट पहाटेच्या थोडी आधी निघाली – टेहळणीवर असणाऱ्या रशियन स्टॉर्मोविक विमानांना दिसून त्यांच्या बॉम्बफेकीचे लक्ष्य होऊ नये यासाठी पहाटेच्या आत बोट लटवियाच्या आखातात शक्य तितकी पुढे गेलेली असावी. यासाठी...

डांझिगला असणाऱ्या जर्मन सेनेच्या फळीच्या मागे पोहोचायला आम्हाला तीन दिवस लागले. बोट हलत होती, वरखाली होत होती, आम्ही डेकच्या खाली तीन दिवस अन्नपाण्याशिवाय होतो. त्या काळात मूळ ४००० कैद्यांपैकी हजारएक कैदी मृत्युमुखी पडले. ओकून पडण्यासाठी पोटात अन्नच नव्हते. पण बोट लागून सर्व जण कोरड्या ओकाऱ्या काढत होते. अनेक जण ओकण्याच्या श्रमांमुळे गेले, काही गुदमरून तर काही भुकेने किंवा थंडीमुळे गेले, तर काहींनी जगण्याची इच्छाच न राहिल्याने प्राण सोडला. पुन्हा एकदा बोट धक्क्याला लागली, आमच्या कप्प्यांचे दरवाजे उघडण्यात आले आणि आमच्या दुर्गंधीयुक्त आंबूस कप्प्यांमध्ये बाहेरील बर्फाप्रमाणे थंड हवेचा झोत शिरला.

डांझिगच्या धक्क्यावर आम्हाला खाली उतरवण्यात आल्यावर रिगाला बोटीत घेतलेल्या कैद्यांच्या संख्येचा मेळ बसवण्यासाठी आम्हाला उभे करून आमच्याच पुढे मेलेल्यांची प्रेते रांगेत ठेवण्यात आली. एस.एस.चे लोक हिशोबाच्या बाबतीत अतिशय चोख असत.

नंतर आम्हाला समजले की, आम्ही बोटीच्या प्रवासात असतानाच, १४ ऑक्टोबरला रिगावर रशियन सेनेने ताबा मिळवला...

टाउबरची वेदनादायक कहाणी संपत आली होती. वाचलेल्या कैद्यांना लहान बोटीने डांझिगच्या बाहेर असलेल्या स्टटहोफ येथील छळछावणीत हलवण्यात आले. १९४५ च्या सुरुवातीच्या काही आठवड्यांपर्यंत टाउबर दिवसा बग्रबिन

येथील पाणबुडीच्या कारखान्यात काम करायचा आणि रात्री छावणीत राहायचा. स्टटहोफ छावणीतील हजारो लोक उपासमारीमुळे मेले. ते त्याच्या डोळ्यांसमोर गेले. तो कसाबसा जिवंत राहिला.

जानेवारी १९४५ मध्ये रशियन सेना जशी डांझिगच्या जवळ येऊ लागली तसे स्टटहोफ छावणीतील कैद्यांना हिवाळ्यातील बर्फातून कुप्रसिद्ध 'मृत्युयात्रे'वर (डेथ मार्च) पश्चिमेला बर्लिनकडे पाठवण्यात आले. जर्मनीच्या पूर्व भागात सर्वत्र अशा प्रकारचे मरायला टेकलेल्या कैद्यांचे तांडेच्या तांडे स्वत:च्या सुरक्षिततेसाठी ओलीस म्हणून वापरले जात. एस.एस. गार्डांच्या निगराणीखाली, पश्चिमेकडे जात होते. थंडी आणि बर्फामुळे अनेक कैदी वाटेतच चिलटांप्रमाणे मरून पडत होते.

टाउबर त्यातूनही वाचला. अखेरीस त्याच्या तांड्यातील वाचलेले कैदी बर्लिनच्या पश्चिमेला मॅगडेबर्गला पोहोचले. त्यांना तिथेच सोडून स्वत:च्या सुरक्षिततेसाठी एस.एस.चे लोक निघून गेले. टाउबरच्या जथ्याला गोंधळलेल्या आणि म्हाताऱ्या अशा एका स्थानिक होमगार्डच्या ताब्यात देऊन मॅगडेबर्गच्या तुरुंगात ठेवण्यात आले. त्यांच्या अन्नपाण्याची सोय केलेली नसल्यामुळे आणि वेगाने पुढे येणाऱ्या दोस्त राष्ट्रांच्या सेनेला ते सापडल्यावर त्यांची प्रतिक्रिया काय होईल, ह्या भीतीने होमगार्डांनी कैद्यांपैकी जरा धडधाकट जे होते त्यांना आजूबाजूच्या भागात अन्न मिळवण्यासाठी पाठवून दिले.

आमची डांझिगच्या धक्क्यावर मोजणी करत होते, तेव्हा थंडीचे उबदार कपडे घातलेला एडवर्ड रोशमन मला शेवटचा दिसला तो कारमध्ये बसताना. आता तो पुन्हा दिसणार नाही असे मला वाटले; पण तो मला शेवटचा आणखी एकदा दिसणार होता. ३ एप्रिल १९४५ ला.

त्या दिवशी मी शहराच्या पूर्वेला असलेल्या गार्डे लेगेन ह्या खेड्याच्या दिशेने गेलो होतो. आणि इतर तीन जणांबरोबर मी छोटी पिशवी भरून बटाटे गोळा केले होते. आम्ही आमचा 'खजिना' घेऊन परतीच्या वाटेवर होतो तेव्हा आमच्या मागून पश्चिमेकडे जाणारी एक कार आली. वाटेत एक घोडागाडी होती म्हणून कारने वेग कमी केला. त्याच वेळी मी सहज मागे वळून कारकडे बघितले. कारमध्ये चार एस.एस. अधिकारी होते. ते पश्चिमेकडे पळून चालले असावेत. त्यात ड्रायव्हरच्या शेजारी सेनेतील कॉर्पोरलचा कोट अंगावर ओढून रोशमन बसला होता.

त्याने मला बघितले नाही, कारण गार वाऱ्यापासून बचाव करण्यासाठी मी जुन्या पोत्यातून कापलेल्या तुकड्याने माझे डोके झाकले होते. पण मी त्याला बघितले, यात शंकाच नाही.

कार पश्चिमेकडे जात असताना चौघेही कारमधेच त्यांचे गणवेश बदलत असावेत, असे दिसले. कार पुढे जात असताना तिच्या खिडकीतून एक कपडा बाहेर फेकला गेला. तो मातीत पडून फडफडत होता. आम्ही तिथे जाऊन तो बघितला. तो एस.एस. अधिकाऱ्याचा कोट होता आणि त्यावर वाफेन एस.एस.चे दोन विजांचे आणि कॅप्टन हा हुद्दा दाखणारे चिन्ह होते. एस.एस.चा रोशमन नाहीसा झाला होता...

त्यानंतर चोवीस दिवसांनी स्वातंत्र्य मिळाले. आम्ही बाहेर जाण्याचा धोका पत्करण्याऐवजी तुरुंगातच भुकेले राहणे पसंत करत होतो. कारण बाहेर पूर्ण अंदाधुंदी माजली होती. त्यानंतर २७ एप्रिलला सकाळी गावात शांतता होती. मी १०-११ वाजण्याच्या सुमारास तुरुंगाच्या चौकात एका वृद्ध होमगार्डशी गप्पा मारत होतो. तो भयंकर घाबरलेला होता आणि त्याचा व इतर गार्डांचा हिटलरशी काहीही संबंध नव्हता, तसेच ज्यूंच्या छळातही त्यांचा काहीही सहभाग कसा नव्हता हे तासभर माझ्या मनावर ठसवण्याचा प्रयत्न करत होता.

तुरुंगाच्या कुलूपबंद दरवाजापाशी एक वाहन आल्याचा आणि दार खडखडवल्याचा आवाज आला. तो होमगार्ड दरवाजा उघडायला गेला. आतापर्यंत मी कधीही न बघितलेला असा लढाईचा पूर्ण गणवेश घातलेला आणि हातात रिव्हॉल्वर असलेला एक सैनिक सावधपणे दरवाजातून आत येत होता.

तो अधिकारी असल्याचे स्पष्ट होते, कारण त्याच्याबरोबर पत्र्याचे हेल्मेट घातलेला आणि हातात रायफल घेतलेला एक सैनिक होता. ते स्तब्धपणे तुरुंगाच्या चौकाची काळजीपूर्वक पाहणी करत होते. एका कोपऱ्यात पन्नास प्रेतांचा ढीग होता – ती प्रेते गेल्या दोन आठवड्यांत मेलेल्या कैद्यांची होती आणि ती पुरायचे त्राण कोणातही राहिले नव्हते. बाकीचे अर्धमेले झालेले, जखमा चिघळलेले, दुर्गंधी येणारे असे कैदी चौकात भिंतींना टेकून शक्य तेवढे ऊन खायचा प्रयत्न करत होते.

त्या दोघांनी प्रथम एकमेकांकडे आणि मग त्या सत्तरीतल्या होमगार्डकडे बघितले. तो वरमला होता. मग तो जे बोलला बहुतेक तो पहिल्या महायुद्धात शिकला असावा. तो म्हणाला,

"हॅलो, टॉमी."

अधिकाऱ्याने त्याच्याकडे बघितले, चौकात पुन्हा एकदा चौफेर नजर टाकली आणि इंग्लिशमध्ये स्पष्टपणे म्हणाला : "क्राऊट डुकरा!"

आणि एकाएकी मला रडू कोसळले...

मी हॅम्बुर्गला परत कसा पोहोचलो ते मला आठवत नाही, पण पोहोचलो खरा. मला

वाटते पूर्वीचे काही शिल्लक राहिले आहे का ते बघण्याची उत्सुकता होती. पण काहीच शिल्लक राहिले नव्हते. ज्या रस्त्यावर मी जन्मलो, वाढलो तो, माझे घर, जिथे मी काम करत होतो ते ऑफिस सर्व काही दोस्त राष्ट्रांच्या बॉम्ब हल्ल्यांमध्ये नष्ट झाले होते.

ब्रिटिशांनी मला काही दिवस मॅगडेबर्गच्या हॉस्पिटलमध्ये ठेवले; पण मी आपणहूनच तिथून बाहेर पडलो आणि मजल-दरमजल करीत घरी आलो. पण तिथे पोहोचल्यावर काहीच उरलेले नाही, असे दिसले आणि अखेरीस मी उन्मळून पडलो. मी वर्षभर पेशंट म्हणून हॉस्पिटलमध्ये होतो; तिथे माझ्याबरोबर बर्गेन-बेल्सेन नावाच्या गावचेही अनेक जण होते. त्यानंतर आणखी एक वर्ष मी त्याच हॉस्पिटलमध्ये ऑर्डर्ली म्हणून काम केले आणि ज्यांची स्थिती माझ्याहून वाईट होती, त्यांच्या शुश्रूषेत मदत केली.

तिथून सोडल्यावर उरलेले आयुष्य घालवण्यासाठी मी माझ्या जन्मठिकाणी – हॅम्बुर्गला – राहण्यासाठी खोली बघायला गेलो...

पुस्तकाच्या शेवटी दोन स्वच्छ पांढरे कागद होते. ते नुकतेच टाईप करून तिथे घातलेले दिसत होते.

मी अल्टोनामधील ह्या लहानशा खोलीत १९४७ पासून राहत आहे. हॉस्पिटलमधून बाहेर आल्यावर मी माझे आणि इतरांचे रिगामध्ये काय झाले ते लिहू लागलो.

पण हे लिखाण संपायच्या खूप आधीच माझ्या लक्षात आले की, माझ्याहून जास्त माहिती असणारे आणि माझ्यापेक्षा जास्त चांगली साक्ष देऊ शकतील, असे अनेक लोक वाचले आहेत. नरसंहारावर आता शेकडो पुस्तके लिहिली गेली आहेत. त्यामुळे माझ्या पुस्तकाचे कोणाला फार कौतुक वाटणार नाही. मी ते दुसऱ्या कोणाला वाचायलाही दिलेले नाही.

आता विचार करता, सर्व काही लिहून ठेवण्यासाठी जिवंत राहण्याची केलेली धडपड फुकट गेली – इतरांनी माझ्यापेक्षा ते आणखी चांगल्या प्रकारे केले आहे हे लक्षात घेता – असे वाटते. यापेक्षा रिगालाच मी इस्थरबरोबर मेलो असतो, तर बरे झाले असते. एडवर्ड रोशमनला न्यायालयापुढे उभे करणे आणि त्याच्या सर्व कृत्यांबद्दल साक्ष देणे ही शेवटची इच्छासुद्धा कधीच पुरी होणार नाहीये. हे आता मला कळून चुकले आहे.

कधी-कधी मी इथे रस्त्याने जात असताना इथले जुने दिवस आठवतात; पण आता सगळे पूर्वीसारखे कधीच होणार नाही. मुलांशी बोलायला गेलो की, मुले माझ्याकडे बघून हसतात आणि दूर पळतात. एकदा मला बघून पळून न

गेलेल्या एका लहान मुलीशी मी बोलत होतो, तर तिची आई किंचाळत धावत आली आणि तिला घेऊन गेली. त्यामुळे मी कोणाशी बोलायला जात नाही.

एकदा एक बाई मला भेटायला आली. ती म्हणाली की, ती सरकारच्या पुनर्वसन खात्यातून आली आहे आणि मला पैशांची मदत मिळण्याचा अधिकार होता. मी म्हणालो की, मला पैसे वगैरे काही नकोत. ती जरा निराश झाली आणि म्हणाली की, जे काही घडले होते त्याची नुकसानभरपाई मिळणे हा माझा हक्क होता. मी त्याला नकार देत राहिलो. मग त्यांनी दुसऱ्या कोणाला तरी मला भेटायला पाठवले. तेव्हाही मी नकार दिला. तो माणूस म्हणाला की, मदत स्वीकारायला नकार देणे नियमाविरुद्ध होते. कदाचित त्यांच्या अंदाजपत्रकातील या बाबतीतील उद्दिष्ट साध्य न होण्याशी त्याचा संबंध असावा, असे मला जाणवले. पण मी जे योग्य आहे तेवढेच त्यांच्याकडून घेतो.

मी ब्रिटिश हॉस्पिटलमध्ये असताना एका डॉक्टरने मला मी इस्राईलला स्थलांतरित का होत नाही म्हणून विचारले – त्या वेळी इस्राईलला लवकरच स्वातंत्र्य मिळणार होते. त्याला कसे समजावून सांगावे, हे मला समजत नव्हते. इस्थरच्या बाबतीत मी जे केले त्यानंतर मी त्या पवित्र भूमीला कधीच जाऊ शकणार नाही, हे मी त्याला सांगू शकत नव्हतो. माझ्या मनात अनेकदा तो विचार येतो आणि तिथे कसे असेल ह्याची मी कल्पना करू लागतो; पण मी तिथे जाण्याच्या योग्यतेचा नाही.

पण जर कधी माझे हे लिखाण इस्राईलच्या भूमीत – जिचे दर्शन मला कधीच होणार नाही – वाचले गेलेच, तर तिथे कोणीतरी कृपा करून माझ्यासाठी खद्दीश (अंतिम प्रार्थना) म्हणेल का?

सालोमन टाउबर
अल्टोना, हॅम्बुर्ग
२१ नोव्हेंबर, १९६३

पीटर मिलरने डायरी खाली ठेवली आणि तो खूप वेळ सिगारेट ओढत, छताकडे बघत त्याच्या खुर्चीत मागे टेकून बसला. पहाटे पाचच्या थोडे आधी त्याला फ्लॅटचा दरवाजा उघडल्याचा आवाज ऐकू आला आणि सिगी कामावरून आत आली. तो अजून जागा असल्याचे पाहून ती दचकलीच.

"इतक्या उशिरा काय करतोयस तू?" तिने विचारले.

"वाचत होतो." मिलर म्हणाला.

नंतर पहाटेच्या प्रकाशात सेंट मायकेलिसचा कळस चमकत असताना ते

बिछान्यात पडले. सिगी पेंगुळलेली; पण प्रणयाच्या ताज्या अनुभवाने संतुष्ट होती. मिलर छताकडे बघत विचारात मग्न होता.

"कसला विचार करतोयस?" सिगीने विचारले.

"माझी पुढची कथा, जिचा मी तपास करणार आहे."

ती कुशीवर वळून त्याच्याकडे बघू लागली. "काय करणार आहेस तू?" मिलरने वाकून सिगारेट विझवली. "मी एका माणसाला शोधून काढणार आहे." तो म्हणाला.

३

इकडे पीटर मिलर आणि सिगी हॅम्बुर्गला एकमेकांच्या मिठीत झोपलेले असताना अर्जेंटाइन एअरलाइन्सचे कोरोमॅडो विमान कॅस्टिलच्या टेकडीला वळसा घालून माद्रिदच्या बराहास एअरपोर्टवर उतरण्यासाठी अखेरच्या टप्प्यावर आले.

फर्स्ट क्लास विभागातील तिसऱ्या रांगेत खिडकीजवळच्या सीटमध्ये साठीतला, करड्या केसांचा आणि बारीक मिशी ठेवलेला माणूस होता.

त्या माणसाचा फक्त एकच फोटो अस्तित्वात होता, ज्यात तो चाळिशीचा होता. बारीक कापलेले केस, मिशा नसलेले उंदराच्या पिंजऱ्यासारखे तोंड आणि डोक्यावर डाव्या बाजूला अगदी सरळ असा भांग पाडलेला. ज्या काही थोड्या लोकांनी तो फोटो बघितला असेल, त्यांनी आता विमानात बसलेल्या कपाळापासून मागे फिरवलेले दाट केस असलेल्या त्याला ओळखले नसते. त्याच्या पासपोर्टमधील फोटो त्याचे आताचे रूप दाखवणारा होता.

पासपोर्टात त्याचे नाव सिनॉर रिकार्डो सुअर्टेस, अर्जेंटिनाचा नागरिक, असे होते आणि ते नाव म्हणजे त्याने जगाला मूर्ख बनवण्यासाठी केलेला विनोदच होता. कारण स्पॅनिशमध्ये 'सुअर्टेस'चा अर्थ 'नशीब' आणि त्याला जर्मन भाषेतील शब्द आहे 'ग्लुक'. जानेवारीतील रात्रीच्या विमानातील त्या प्रवाशाचे जन्म नाव होते रिचर्ड ग्लुक्स. जो नंतर एस.एस.चा जनरल झाला, जर्मनीच्या आर्थिक प्रशासनाच्या मुख्य कार्यालयाचा प्रमुख आणि हिटलरचा छळछावण्यांचा इन्स्पेक्टर जनरल झाला. जर्मनी आणि इस्राईल यांना हव्या असणाऱ्या गुन्हेगारांच्या यादीत तो मार्टिन बोरमन आणि गेस्टापोचा माजी प्रमुख हाइन्रिश म्युलरच्या नंतर तिसऱ्या क्रमांकावर होता. 'ऑश्विट्झचा सैतान डॉक्टर' म्हणून कुप्रसिद्ध असलेल्या डॉ. योसेफ मेंगेले याच्याही वर त्याचा नंबर होता. ओडेसामध्ये त्याचा क्रमांक दुसरा होता – १९४५ नंतर 'फ्युरर' पदाची वस्त्रे ज्याच्या खांद्यावर आली त्या मार्टिन बोरमननंतरचा थेट उपप्रमुख होता.

एस.एस.च्या गुन्ह्यांमध्ये रिचर्ड ग्लुक्सची भूमिका अद्वितीय होती आणि ज्या प्रकारे त्याने मे १९४५ मध्ये स्वतःला पूर्णपणे लपवण्यात यश मिळवले त्याला

साजेशी होती. नरसंहाराच्या शिल्पकारांमध्ये ग्लुक्स हा ॲडॉल्फ आइशमनपेक्षाही वरिष्ठ व्यक्तींपैकी एक होता आणि त्याने स्वत: एकदाही पिस्तुलाचा चाप ओढला नव्हता.

माहिती नसलेल्या एखाद्या प्रवाशाला जर त्याचा सहप्रवासी कोण आहे हे सांगितले असते, तर आर्थिक कार्यालयाचा प्रमुख 'वाँटेड' गुन्हेगारांच्या यादीत इतका वर कसा असा त्याला प्रश्न पडला असता. तसे त्याने विचारले असते तर त्याला कळले असते की, १९३३ ते १९४५ ह्या काळात जर्मनीत मानवतेविरुद्ध जे गुन्हे घडले त्यापैकी ९५ टक्के गुन्ह्यांना एस.एस. जबाबदार होते. त्यापैकी कदाचित ८० ते ९० टक्के गुन्ह्यांना एस.एस.मधील दोन विभाग जबाबदार होते. ते होते राईश सिक्युरिटी मेन ऑफिस (जर्मन सुरक्षेचे मुख्य कार्यालय) आणि राईश इकॉनॉमिक ॲडमिनिस्ट्रेशन मेन ऑफिस (जर्मन आर्थिक प्रशासनाचे मुख्य कार्यालय).

सामूहिक हत्येमध्ये आर्थिक प्रशासनाचा सहभाग असणे ही कल्पना जरा विचित्र वाटेल; पण ती समजण्यासाठी ते कृत्य कसे केले जायचे ते समजून घेणे आवश्यक आहे. युरोपातील सर्व ज्यू आणि स्लाविक वंशाच्या लोकांचा नाश करणे एवढाच हेतू नव्हता, तर त्या 'सन्माना'साठी होणारा खर्चसुद्धा त्यांनीच सोसावा अशी कल्पना होती. गॅस चेंबर उघडण्यापूर्वीच एस.एस.ने इतिहासातील सर्वांत मोठी चोरी केली होती.

ज्यूंच्या बाबतीत ही वसुली तीन टप्प्यांत होणार होती. प्रथम त्यांचे धंदे-व्यवसाय, त्यांची घरे, कारखाने, बँकेतील खाती, फर्निचर, गाड्या, कपडे हे काढून घेतले गेले. तुमचे पुनर्वसन करण्यात येत आहे असे सांगून – ज्याच्यावर त्यांनी विश्वास ठेवला – आणि दोन बॅगांत मावेल तेवढे सामान नेण्याची परवानगी देऊन त्यांना पूर्वेला वेठमजुरी छावण्यांमध्ये आणि मृत्यू छावण्यांमध्ये पाठवण्यात आले. छावण्यांमध्ये पोहोचल्यावर त्यांनी बरोबर आणलेले सामान आणि अंगावरील कपडेसुद्धा काढून घेण्यात आले.

साठ लाख लोकांच्या त्या सामानातून शेकडो कोटी डॉलर किमतीचा माल मिळाला, कारण त्या काळातील प्रथेप्रमाणे युरोपातील आणि विशेषत: पोलंडमधील ज्यू त्यांचे सर्व दागदागिने आणि पैसे बरोबरच बाळगत. त्या छावण्यांमधून काढून घेतलेले सोन्याचे दागिने, हिरे, माणके, पाचू, चांदीच्या लगडी, सोन्याची नाणी, नोटा यांनी भरलेल्या आगगाड्या जर्मनीतील एस.एस.च्या मुख्य ऑफिसाकडे गेल्या. कारवाईच्या संपूर्ण काळात एस.एस.ने नफा कमावला. 'राईश'चे गरुडाचे चिन्ह आणि दोन विजांचे चिन्ह उमटवलेल्या सोन्याच्या लगडी स्वित्झलंड, लिक्टेनस्टाईन, टँजियर आणि बेरुथ येथील बँकांमध्ये युद्ध संपत आले असताना ठेवण्यात आल्या आणि त्यावरच नंतर ओडेसा उभी राहिली. यापैकी बरेचसे सोने अजून झूरिकच्या रस्त्यांखाली असून तेथील स्वयंकेंद्रित आणि समाधानी बँकर त्याचे अजून रक्षण करीत आहेत.

शोषणाचा दुसरा टप्पा बळींच्या देहावर आधारीत होता. त्यांच्यात अनेक कॅलरी ऊर्जा होती, तिचा वापर करता येणार होता. ह्या बाबतीत ज्यू आणि कफल्लक स्थितीत अटक केलेले रशियन आणि पोलिश एकाच पातळीवर होते. ह्या सगळ्या प्रकारातील काम करू न शकणाऱ्या लोकांना निरुपयोगी म्हणून मारूनच टाकण्यात येई. जे काम करण्याच्या स्थितीत होते त्यांना भाड्याने देण्यात येई – एस.एस.च्या स्वत:च्या कारखान्यांमध्ये किंवा क्रुप, थिस्सेन, फोन ओपेल अशा जर्मन कंपन्यांमध्ये – अकुशल कामासाठी दिवसाला तीन मार्क आणि कुशल कामगारांना दिवसाला चार मार्क या दराने. यातील 'दिवसाला' या शब्दाचा अर्थ चोवीस तासांत कमीत कमी अन्न देऊन जास्तीत जास्त जितके काम करून घेता येईल ते. अशा प्रकारे काम करत हजारो लोक कामाच्या जागीच मृत्युमुखी पडले.

एस.एस. हे एक सरकारमधले सरकार होते. त्यांचे स्वत:चे कारखाने होते. वर्कशॉप्स होती, इंजिनियरिंग विभाग, बांधकाम विभाग, दुरुस्ती आणि देखभाल विभाग आणि कपडे बनवण्याचा विभागही होता. त्यांना लागणाऱ्या जवळ-जवळ सर्व वस्तू ते स्वत: बनवायचे आणि त्यासाठी मजूर उपलब्ध व्हावेत म्हणून हिटलरने वटहुकूम काढून ज्यूंना गुलाम म्हणून वापरण्याची मुभा दिलीच होती.

शोषणाचा तिसरा टप्पा मृतदेहांशी संबंधित होता – मृतांचे जोडे, मोजे, दाढीचे ब्रश, चष्मे, कोट, पँट सर्व काही. मृतांचे केससुद्धा गाड्या भरभरून जर्मनीला पाठवण्यात येत – सैनिकांना हिवाळ्यात घालायला उबदार बूट बनवण्यासाठी. प्रेतांच्या तोंडात सोने भरलेले दात आढळले तर ते पकडीच्या साहाय्याने उपटून, त्यातील सोने वितळवून त्याच्या लगडी झुरीकच्या बँकांमध्ये ठेवण्यासाठी पाठवण्यात येत. हाडांचा खत म्हणून आणि शरीरातील चरबीचा साबण बनवण्यासाठी उपयोग करून बघण्यात आला; पण ते श्रमाच्या मानाने फायद्याचे ठरले नाही.

एक कोटी चाळीस लाख लोकांच्या हत्येची आर्थिक किंवा नफा कमावण्याची बाजू सांभाळण्याची जबाबदारी त्या रात्री आसन क्रमांक ३-बी मध्ये बसलेल्या माणसाच्या अधिपत्याखालील एस.एस.च्या आर्थिक प्रशासन विभागाकडे होती.

जर्मनीला परत जाऊन पकडले जाण्याचा धोका पत्करणारांपैकी ग्लुक्स नव्हता. त्याला तसे करण्याची गरजही नव्हती. पुरेशी तरतूद केलेली असल्यामुळे तो त्याचे उरलेले दिवस दक्षिण अमेरिकेत आरामात काढू शकणार होता आणि काढत होताही. १९४५ च्या घटनांनंतरसुद्धा नाझी विचारप्रणालीशी अबाधित राहिलेली त्याची निष्ठा आणि त्याचे पूर्वीचे उच्च पद यामुळे अर्जेंटिनामध्ये आश्रयाला आलेल्या नाझींमध्ये त्याला मानाचे स्थान होते आणि तिथूनच ओडेसाचा कारभार चालत होता.

विमान सुरळीतपणे उतरले, प्रवासी कस्टम्समधून बाहेर पडले. फर्स्ट क्लासमधील तिसऱ्या रांगेतील त्या प्रवाशाच्या उत्तम स्पॅनिश बोलण्याचे कोणालाही आश्चर्य

वाटले नाही, कारण तो कित्येक वर्षे दक्षिण अमेरिकन असल्याचेच गृहीत धरले जात होते.

टर्मिनल बिल्डिंगच्या बाहेर आल्यावर त्याने टॅक्सी घेतली आणि जुन्या सवयीनुसार झरबरन हॉटेलपासून थोड्या अंतरावरचा पत्ता दिला. माद्रिदच्या मध्यावर त्याने टॅक्सी सोडली आणि उरलेले २०० यार्ड अंतर बॅग ओढत तो हॉटेलात पोहोचला.

त्याचे रिझर्वेशन आधीच टेलेक्सवर केलेले होते. त्यामुळे चेक इन करून तो सरळ खोलीवर गेला आणि त्याने दाढी-अंघोळ उरकली. बरोबर नऊ वाजता त्याच्या दरवाजावर तीन वेळा आणि मग काही सेकंदांनी दोनदा हलकेच टक टक झाले. त्याने स्वत:च दरवाजा उघडला आणि पाहुण्याला ओळखल्यावर बाजूला होऊन आत घेतले.

पाहुण्याने आत येताच दार लावून घेतले, तो 'सावधान'च्या पवित्र्यात उभा राहिला आणि उजवा हात तळवा खाली असलेल्या स्थितीत विजेच्या वेगाने पुढे करून त्याने जुन्या पद्धतीने अभिवादन केले.

"झीग हाइल," तो म्हणाला.

जनरल ग्लुक्सने त्या तरुण माणसाकडे समाधानाने बघितले आणि स्वत:चा उजवा हात वर केला. "झीग हाइल," तो जरा हळू आवाजात म्हणाला. त्याने पाहुण्याला हाताने खूण करून बसायला सांगितले. आलेला पाहुणासुद्धा जर्मन होता – पूर्वीचा एस.एस. अधिकारी आणि आता पश्चिम जर्मनीतील ओडेसा जाळ्याचा प्रमुख. आपल्याला इतक्या मोठ्या अधिकाऱ्याला भेटण्यासाठी माद्रिदला बोलावून घेण्यात आले याचा त्याला मनापासून अभिमान वाटला आणि ह्याचा छत्तीस तासांपूर्वी झालेल्या प्रेसिडेंट केनेडीच्या मृत्यूशी काहीतरी संबंध असावा, असा त्याने अंदाज केला आणि तो चुकीचा नव्हता.

जनरल ग्लुक्सने जवळच्या ब्रेकफास्ट ट्रेमधून स्वत:साठी कपभर कॉफी ओतून घेतली आणि एक मोठी कोरोना सिगार काळजीपूर्वक पेटवली.

"माझ्या ह्या अचानक आणि जरा धोक्याच्या युरोप भेटीचं कारण तू कदाचित ओळखलं असशील." तो म्हणाला. "मला ह्या खंडात जरुरीपेक्षा जास्त वेळ असणं अजिबात आवडत नाही, त्यामुळे मी थेट मुद्यावर येतो आणि तेही थोडक्यात."

जर्मन तरुण उत्सुकतेने पुढे सरकून बसला.

"केनेडी आता मेला आहे, आपल्या दृष्टीने फार सुदैवाची गोष्ट." जनरल म्हणाला. "ह्या घटनेचा पुरेपूर फायदा करून घेण्यात जराही कसूर होता कामा नये. समजलं?"

"नक्कीच, कल्पना समजली, हर जनरल," तरुण उत्कटपणे उत्तरला. "पण निश्चित कोणत्या प्रकारे?"

"मी बॉनमधले देशद्रोही आणि तेल अवीवमधली डुकरं यांच्यामधल्या गुप्त शस्त्रास्त्र कराराबद्दल बोलतोय. तुला त्या कराराची माहिती आहे? रणगाडे, तोफा,

इतर शस्त्रास्त्रं अगदी आताही जर्मनीतून इस्राईलला जात आहेत त्याबद्दल?''

''होय. अर्थात.''

''आणि होणाऱ्या संघर्षात इजिप्तला घवघवीत यश मिळावं यासाठी आपली संघटना शक्य ते सर्व प्रयत्न करत आहे, हे तुला माहीत आहे?''

''नक्कीच. त्यासाठी आपण अनेक जर्मन शास्त्रज्ञांची नेमणूक करायची व्यवस्था केली आहे.''

जनरल ग्लुक्सने मान डोलवली.

''त्याच्याकडे मी नंतर वळीन. मी म्हणत होतो की, आपण आपल्या अरब मित्रांना ह्या दगाबाज कराराबद्दल शक्य तेवढी सर्व माहिती पुरवायला हवी. या आपल्या धोरणाबद्दल, म्हणजे ते बॉनवर राजनैतिक मार्गाने जास्तीत जास्त दबाव आणू शकतील. अरबांच्या ह्या निषेधामुळे जर्मनीत ह्या शस्त्रास्त्र कराराला राजकीय कारणांवरून विरोध करणारा एक गट तयार झाला आहे. कारण ह्या व्यवहारामुळे अरब नाराज झाले आहेत. हा गट नकळत आपल्याला हवं तेच करत आहे आणि मूर्ख एरहार्टवर मंत्रिमंडळाच्या पातळीवर करार रद्द करण्यासाठी दबाव आणत आहे.''

''होय. तुम्ही काय म्हणता ते मला समजतंय, हर जनरल.''

''उत्तम. एरहार्टने अजून शस्त्रं पाठवणं रद्द केलेलं नाही; पण तो अनेकदा डळमळला मात्र आहे. जर्मन-इस्रायली शस्त्रकरार यशस्वी व्हावा असं वाटणाऱ्या लोकांचं आतापर्यंत मुख्य म्हणणं हे होतं की, त्या कराराला केनेडीचा पाठिंबा आहे आणि केनेडीला जे हवं असतं, ते एरहार्ट नेहमी देतो.''

''होय, ते खरं आहे.''

''पण आता केनेडी मेला आहे.''

जर्मन तरुण मागे सरकला. बदललेल्या परिस्थितीत निर्माण होणाऱ्या शक्यतांमुळे त्याच्या डोळ्यात उत्साहाची चमक आली होती. एस.एस. जनरलने चिरुटाची इंचभर राख कॉफीच्या कपात झटकली आणि चिरुटाचे जळते टोक तरुणाच्या दिशेने रोखले.

''त्यामुळे आता उरलेल्या वर्षभरात आपले मित्र आणि आपल्या समर्थकांचा कार्यक्रम ह्या कराराविरुद्ध आणि आपले खरे आणि पारंपरिक मित्र असणाऱ्या अरबांच्या बाजूनं जनमत तयार करणं हा असला पाहिजे.''

''होय, होय. तसं करता येईल.'' तो तरुण रुंद स्मित करत म्हणाला.

''कैरोच्या सरकारमध्ये आपले काही संपर्क आहेत. ते स्वत:च्या आणि इतर वकिलातींच्यामार्फत राजनैतिक निषेधाचा धोशा लावतील.'' जनरल पुढे म्हणाला. ''इतर अरब मित्र, अरब विद्यार्थी आणि त्यांचे जर्मन मित्र यांची निदर्शनं घडवून आणतील. आपण गुप्तपणे मदत करत असलेल्या वृत्तपत्र आणि मासिकांमधून

तसंच प्रमुख वृत्तपत्रांमध्ये जाहिराती देऊन जनमत जागृत करणं, वरिष्ठ सरकारी अधिकाऱ्यांना आपली बाजू पटवणं, राजकीय नेत्यांचं बदलत्या जनमताबरोबर जाण्यासाठी मन वळवणं अशा सर्व गोष्टींचं सुसूत्रीकरण करणं हे तुझं काम राहील.''

तरुणाच्या कपाळावर किंचित आठ्या उमटल्या.

''हल्ली जर्मनीत एखाद्या बाबतीत इस्त्राईलविरुद्ध मत निर्माण करणं फार कठीण झालं आहे.'' तो पुटपुटला. ''तो प्रश्न उभा राहू नये.'' जनरल तुटकपणे म्हणाला. ''साधी गोष्टी आहे : व्यावहारिक कारणांसाठी जर्मनीने इस्त्राईलला गुप्तपणे शस्त्र पुरवण्याचा मूर्खपणा करून आठ कोटी अरबांची नाराजी ओढवून घेता कामा नये. अनेक जर्मन लोकांना आणि विशेषत: राजनैतिक अधिकाऱ्यांना हे म्हणणं पटेल. परराष्ट्र खात्यातील आपले मित्र म्हणून माहीत असलेल्या अधिकाऱ्यांची या कामी मदत घेता येईल. हा व्यवहारी दृष्टिकोन पूर्णपणे ग्राह्य आहे. यासाठी लागणाऱ्या आर्थिक पाठबळाची अर्थातच व्यवस्था केली जाईल. मुख्य उद्देश हा आहे की आता केनेडी नसल्यामुळे आणि जॉन्सन तेच ज्यूधार्जिणं धोरण चालू ठेवण्याची शक्यता नसल्यामुळे, हा शस्त्र करार रद्द करण्यासाठी एरहार्टवर त्याच्या मंत्रिमंडळासकट सर्व पातळ्यांवरून सतत दबाव आणला पाहिजे. आपण बॉनमध्ये परराष्ट्र धोरणात बदल घडवून आणायला लावला हे आपल्याला इजिप्तला दाखवता आलं, तर आपलं कैरोतील वजन निश्चितच एकदम वाढेल.''

जर्मन तरुणाने अनेकदा मान डोलवली. तो ही कामगिरी कशी हाताळणार होता याबद्दलची योजना त्याच्या डोळ्यांपुढे आकार घेऊ लागली होती.

''ते सर्व केलं जाईल.'' तो म्हणाला.

''उत्तम!'' जनरल ग्लुक्स म्हणाला. समोरच्या तरुणाने त्याच्याकडे बघितले.

''हर जनरल, तुम्ही इजिप्तमध्ये काम करत असलेल्या जर्मन शास्त्रज्ञांबद्दल काहीतरी म्हणत होता.''

''हो. त्याबद्दल मी नंतर बोलीन, असं मी म्हणालो होतो. ज्यूंचा कायमचा पूर्णपणे नायनाट करण्याच्या आपल्या योजनेची ती दुसरी फळी आहे. तुला हेलवानच्या क्षेपणास्त्रांबद्दल माहीत असेलच ना?''

''हो, सर. निदान ढोबळपणे तरी माहीत आहे.''

''पण ती कशासाठी आहेत हे माहीत नाही?''

''अं, मी अर्थात असं गृहीत धरलं की...''

''की इस्त्राईलवर काही टन स्फोटकं टाकण्यासाठी त्यांचा उपयोग केला जाईल, असंच ना?'' जनरल ग्लुक्सने रुंद स्मित केलं. ''ते अगदी चुकीचं आहे. पण ती क्षेपणास्त्रं आणि ती बनवणारे ते लोक हे प्रत्यक्षात इतके महत्त्वाचे का आहेत हे तुला सांगण्याची ही योग्य वेळ आहे.''

जनरल ग्लुक्स टेकून बसला, त्याने छताकडे दृष्टी लावली आणि हेलवानच्या क्षेपणास्त्रांमागची खरी कथा त्याला सांगू लागला.

दुसऱ्या महायुद्धानंतर जेव्हा इजिप्तवर राजे फारूक राज्य करत होते, तेव्हा हजारो नाझी आणि एस.एस.चे माजी सभासद युरोपातून पळाले आणि त्यांनी नाईलच्या वाळवंटात आसरा घेतला. त्यांच्यामध्ये अनेक शास्त्रज्ञसुद्धा होते. फारूकविरुद्ध बंड होऊन तो पदभ्रष्ट होण्याच्या आधीच त्याने दोघा जर्मन शास्त्रज्ञांवर, क्षेपणास्त्रे बनवण्यासाठी कारखाना उभारण्याच्या दृष्टीने प्राथमिक पाहणी करण्याचे काम सोपवले. हे १९५२ मध्ये झाले आणि ते दोघे जर्मन प्राध्यापक होते – पॉल गोर्क आणि रॉल्फ एंगेल.

गमाल अब्दल नासर सत्तेवर आल्यावर हा प्रकल्प काही काळ बासनात बांधून ठेवण्यात आला. पण १९५६ च्या सिनाई मोहिमेतील इजिप्तच्या सेनेच्या पराभवानंतर नव्या सत्ताधीशाने शपथ घेतली – एके दिवशी इस्त्राईलचा पूर्णपणे नाश केला जाईल.

१९६१ मध्ये जेव्हा रशियाने मोठी क्षेपणास्त्रे पुरवण्याच्या इजिप्तच्या विनंतीला नकार दिला, तेव्हा इजिप्तच्या स्वत:ची क्षेपणास्त्रे बनवण्याच्या गोर्के/एंगेल प्रकल्पाला पुन्हा जोरात चालना देण्यात आली आणि जर्मन प्राध्यापक व इजिप्तच्या शास्त्रज्ञांनी काळ-वेळेची पर्वा न करता, खर्चावर मर्यादा न येता, कैरोच्या उत्तरेला हेलवानला '३३३ कारखाना' उघडला.

कारखाना उघडणे ही एक गोष्ट झाली आणि क्षेपणास्त्रांची रचना करून त्यांचे उत्पादन करणे ही वेगळी गोष्ट आहे. दुसऱ्या महायुद्धातील नाझी समर्थक पार्श्वभूमी असलेले नासरचे वरिष्ठ सहकारी दीर्घ काळापासून ओडेसाच्या इजिप्तमधील प्रतिनिधींच्या संपर्कात होते. क्षेपणास्त्रे बनवण्यासाठी आवश्यक असणारे शास्त्रज्ञ कुठून आणायचे ह्या समस्येवर त्यांच्यामुळे तोडगा निघाला.

रशिया, अमेरिका, ब्रिटन आणि फ्रान्स यांच्यापैकी कोणीही एकसुद्धा शास्त्रज्ञ द्यायला तयार नव्हते. पण ओडेसाने निदर्शनाला आणून दिले की नासरला हवी असलेली क्षेपणास्त्रे ही आकार आणि पल्ला याबाबतीत वर्नर फोन ब्राऊन आणि त्याच्या सहकाऱ्यांनी लंडनवर मारा करण्यासाठी पीनमंड येथे बनवलेल्या व्ही-२ क्षेपणास्त्रांसारखीच असणार होती आणि त्याच्या सहकाऱ्यांपैकी अनेक जण अजून उपलब्ध होते.

जर्मन शास्त्रज्ञांची भरती १९६१ च्या अखेरीस सुरू झाली. त्यापैकी अनेक जण स्टुटगार्टच्या वेस्ट जर्मन इन्स्टिट्यूट ऑफ एरोस्पेस रिसर्चमध्ये काम करत होते. १९५४ च्या पॅरीस करारानुसार जर्मनीने काही क्षेत्रांत – विशेषत: अणुविज्ञान आणि क्षेपणास्त्रे या क्षेत्रांमध्ये संशोधन आणि उत्पादन करायला बंदी होती. शिवाय संशोधनासाठी लागणाऱ्या पैशाची कमतरता तर नेहमीचीच होती. ह्या शास्त्रज्ञांपैकी

अनेकांना प्रसिद्धी, संशोधनासाठी मुबलक पैसा आणि खरी क्षेपणास्त्रे बनवण्याची संधी यांचा मोह न आवरता येणारा होता.

ओडेसाने जर्मनीत एका प्रमुख भरती अधिकाऱ्याची नेमणूक केली आणि त्याने मदतनीस म्हणून माजी एस.एस. सार्जंट हाइंझ क्रूझ याची नियुक्ती केली. त्या दोघांनी जर्मनीभर फिरून नासरची क्षेपणास्त्रे बनवण्यासाठी इजिप्तला जायला तयार असलेल्या शास्त्रज्ञांचा शोध घेतला.

ते जे वेतन देऊ करत होते ते लक्षात घेता निवडक उमेदवारांची कमतरता नव्हती. त्यांच्यात उल्लेखनीय होता तो म्हणजे प्राध्यापक वूल्फगांग पिल्झ, ज्याला युद्धानंतर फ्रान्सने नेले आणि जो पुढे द गॉलच्या अंतराळ संशोधनकार्याचा पाया असलेल्या व्हेरोनिक रॉकेटचा जन्मदाता म्हणून ओळखला जाऊ लागला. प्रा. पिल्झ १९६२ च्या सुरुवातीला इजिप्तला गेला. त्याच्याशिवाय फोन ब्राऊन व्ही-२ गटात असणारा डॉ. हाइंझ क्लाइनवाक्टर, डॉ. युगेन सिंगर आणि त्याची पत्नी आयरीन, तसेच क्षेपणास्त्र इंधन आणि तंत्रात निष्णात असणारे डॉ. जोसेफ आयझिग आणि डॉ. किरमायर हेही गेले.

त्यांच्या प्रयत्नांचे फळ, २३ जुलै, १९६२ला कैरोच्या रस्त्यावर राजे फारुकच्या पदच्युतीच्या आठव्या वाढदिवसाला झालेल्या संचलनामध्ये बघायला मिळाले. अल काहिरा आणि अल झफिरा ही ५०० आणि ३०० किलोमीटर पल्ल्यांची क्षेपणास्त्रे जल्लोश करणाऱ्या लोकांपुढून मिरवत नेण्यात आली. त्या क्षेपणास्त्रांमध्ये वॉरहेड आणि इंधन नव्हते; पण पुढे इस्राईलवर डागल्या गेलेल्या ४०० क्षेपणास्त्रांमध्ये ते होते.

जनरल ग्लुक्स जरा थांबला, त्याने सिगारचा एक झुरका घेतला आणि तो भूतकाळातून पुन्हा वर्तमानाकडे वळला.

"समस्या ही आहे की आपण क्षेपणास्त्राचं कवच, वॉरहेड, इंधन बनवलं; पण नियंत्रित क्षेपणास्त्रासाठी टेलिगायडन्स यंत्रणा लागते."

त्याने जर्मन तरुणाच्या दिशेने सिगार रोखली.

आणि ती काही आपण इजिप्तला देऊ शकलो नाही. आपल्याकडे स्टुटगार्टला आणि इतरत्रसुद्धा गायडन्स यंत्रणेतील तज्ज्ञ होते; पण दुर्दैवाने त्यांच्यापैकी एकाचंही आपण इजिप्तला जाण्यासाठी मन वळवू शकलो नाही. इजिप्तला पाठवलेले सर्व तज्ज्ञ एरोडायनॅमिक्स, प्रॉपल्शन आणि वॉरहेड ह्या विषयातले होते.

"पण आपण इजिप्तला क्षेपणास्त्रांबद्दल वचन दिलं होतं आणि ते आपण पूर्ण करूच. अध्यक्ष नासरला वाटतं की, इजिप्त आणि इस्राईलमध्ये केव्हातरी युद्ध होणार आणि ते होईलच. त्याचा असा विश्वास आहे की, ते युद्ध त्यांचे रणगाडे आणि सैनिक जिंकतील. आपल्या माहितीप्रमाणे ते तेवढे आशादायक नाहीत. संख्याबळ असलं तरी कदाचित तसं होणार नाही. पण अब्जावधी डॉलर खर्च करून घेतलेल्या रशियन

शस्त्रास्त्रांचा उपयोग झाला नाही आणि आपल्या संघटनेमार्फत नेमलेल्या शास्त्रज्ञांनी बनवलेल्या क्षेपणास्त्रांमुळे विजय मिळाला तर कसं होईल याचा विचार कर. आपलं वजन किती वाढेल! आपण एकाच वेळी दोन उद्दिष्टं साध्य करू : मध्यपूर्वेतील देश आपले कायमचे ऋणी राहतील आणि आपल्या लोकांना कायमचं आणि खातरीने सुरक्षित असं आश्रयस्थान मिळेल आणि त्याचबरोबर त्या नतद्रष्ट ज्यू देशाचा नायनाट होऊन आपल्या फ्युररची शेवटची इच्छा पुरी होईल. हे मोठं आव्हान आहे. आपण त्यात अयशस्वी होता कामा नये आणि आपण तसं होणारही नाही.''

जनरल खोलीत फेऱ्या मारू लागला. जर्मन तरुण त्याच्याकडे आदराने आणि कुतूहलाने बघत होता. ''माफ करा, हर जनरल, ४०० मध्यम आकाराच्या वॉरहेडनी सर्व ज्यूंचा कायमचा निकाल लागेल? नुकसान खूप होईल; पण ते पूर्णपणे नष्ट होतील?''

ग्लुक्स गर्रकन वळला आणि तरुणाकडे सस्मित चेहऱ्याने आणि विजयी मुद्रेने बघू लागला.

''पण कोणत्या प्रकारची वॉरहेड्स?'' तो उद्गारला.

''आपण नेहमीची मोठ्या क्षमतेची स्फोटकं त्या डुकरांवर वापरणार नाही. आम्ही अध्यक्ष नासरना सुचवलंय आणि त्यांनी मान्य केलंय की, काहिरा आणि झफिरा क्षेपणास्त्रांमधील वॉरहेड वेगळ्या प्रकारची असतील. काही अस्त्रांमध्ये ब्युबॉनिक प्लेगचे विषाणू भरलेले असतील, तर काही अस्त्रांचा वर आकाशात स्फोट होऊन त्यातून इस्त्राईलवर इरेडिएटेड स्ट्रॉंशियम ९० चा वर्षाव होईल. काही तासांतच लोक रोगानं किंवा गॅमा किरणांच्या आजाराने मरायला लागतील. तेच आम्ही त्यांच्या नशिबात ठेवणार आहोत.''

तो तरुण आ वासून त्याच्याकडे बघत राहिला.

''फारच छान!'' त्याने श्वास घेतला. ''स्वित्झर्लंडमध्ये गेल्या उन्हाळ्यात एक खटला झाला होता. त्याच्याविषयी काहीतरी वाचलेलं मला आता आठवतंय. नुसती त्रोटक माहिती होती, कारण खटला गुप्तपणे चालला होता. म्हणजे ते खरं आहे तर. पण जनरल, ही म्हणजे फारच छान कल्पना आहे!''

''छान आणि हमखास यशस्वी होईल अशी. पण ओडेसातील ती अस्त्रं केवळ योग्य दिशेलाच नव्हे तर आपण निवडलेल्या अचूक ठिकाणी जाऊन तिथं त्यांचा स्फोट व्हावा यासाठी त्या क्षेपणास्त्रांना टेलिगायडन्स यंत्रणा बसवू शकलो तरच. ह्या क्षेपणास्त्रांची टेलिगायडन्स यंत्रणा तयार करण्यासाठी जे संशोधन चालू आहे. त्याचा प्रमुख सध्या पश्चिम जर्मनीत काम करतोय. त्यांचे सांकेतिक नाव 'व्हल्कन' आहे. तुला कदाचित आठवत असेल की- ग्रीक पुराणांमध्ये देवांसाठी महाअस्त्र बनवणाऱ्या कारागिराचं नाव 'व्हल्कन' होतं.''

“तो शास्त्रज्ञ आहे?” तरुणाने जरा गोंधळून विचारले.

“नाही. निश्चित नाही. त्याला १९५५ मध्ये जेव्हा नाहीसं व्हावं लागलं तेव्हा खरंतर तो अर्जेंटिनाला परतला असता; परंतु त्याला जर्मनीत राहता यावं यासाठी तुझ्या आधीच्या अधिकाऱ्याला आम्ही त्याला खोटा पासपोर्ट द्यायला सांगितलं. त्याला जर्मनीत कारखाना सुरू करता यावा यासाठी त्याला झुरीकहून दहा लाख डॉलर पुरवण्यात आले. तसं करण्यामागचा मूळ उद्देश म्हणजे त्या वेळी आम्हाला ज्या प्रकारचं संशोधन करायचं होतं त्याला त्या कारखान्याचा पुरवठा म्हणून उपयोग करायचा. पण नंतर त्याच्याऐवजी हेलवनच्या क्षेपणास्त्रांसाठी मार्गदर्शक यंत्रणा तयार करण्यासाठी त्याचा उपयोग करायचं ठरवलं गेलं.”

“व्हल्कन आता जो कारखाना चालवतोय, त्यात ट्रान्झिस्टर रेडिओ बनवतात. पण तो देखावा आहे. कारखान्याच्या संशोधन विभागात सध्या शास्त्रज्ञांचा एक गट टेलिगायडन्स प्रणाली बनवण्यात गुंतलेली आहे आणि ती हेलवनच्या क्षेपणास्त्रांवर बसवली जाईल.”

“ते सरळ इजिप्तलाच का नाही जात?” तरुणाने विचारले.

ग्लुकने पुन्हा स्मित केले आणि तो पुन्हा फेऱ्या मारू लागला. “तीच तर ह्या प्रकल्पामागची सर्वांत सुंदर अशी कल्पना आहे. मी तुला मगाशी सांगितलं की, क्षेपणास्त्र नियंत्रण यंत्रणा बनवू शकतील अशी माणसं जर्मनीत आहेत; पण त्यांच्यापैकी कोणीही देश सोडायला तयार नाहीत. व्हल्कनच्या कारखान्यात संशोधन विभागात सध्या अतिशय गुप्तपणे काम करणाऱ्या शास्त्रज्ञांचा जो गट आहे त्यांची, आपण बॉनच्या संरक्षण मंत्रालयाचं काम करत आहोत, अशी समजूत आहे.”

या वेळी तो तरुण खुर्चीतून एकदम उठून उभा राहिला. त्याच्या हातातील थोडी कॉफी कार्पेटवर सांडली.

“अरे देवा! हे सगळं कसं जमवलं?”

“अगदी साधं आहे हे. पॅरीस करारानुसार जर्मनीला क्षेपणास्त्रांवर संशोधन करायला बंदी आहे. व्हल्कनच्या कारखान्यातल्या शास्त्रज्ञांना बॉनच्या संरक्षण मंत्रालयातील खऱ्याखुऱ्या अधिकाऱ्याने गुप्ततेची शपथ दिली; पण तो अधिकारीसुद्धा आपलाच माणूस होता. त्याच्याबरोबर एक जनरल होता, त्याचा चेहरा गेल्या युद्धातील फोटोंवरून शास्त्रज्ञांच्या माहितीचा होता. त्या सर्व लोकांची, पॅरीस कराराचा भंग करूनसुद्धा काम करायची तयारी आहे; पण ती जर्मनीसाठी, इजिप्तसाठी नाही. सध्या आपण जर्मनीसाठीच काम करत आहोत, अशी त्यांची कल्पना आहे.

“अर्थात, याचा खर्च भयंकर आहे. सहसा अशा प्रकारचं संशोधनाचं काम मोठ्या देशांची सरकारंच करू शकतात. ह्या प्रकल्पामुळे आपल्या गुप्त पैशांवर मोठाच भार आलेला आहे. आता तुला व्हल्कनचं महत्त्व समजलं ना?”

"अर्थात!" जर्मनीतील ओडेसाचा तो प्रमुख उत्तरला. "पण त्याला काही झालं तर काम पुढे चालू राहील?"

"नाही. तो कारखाना आणि ती कंपनी त्याच्या एकट्याच्या मालकीची आहे. तोच चेअरमन, मॅनेजिंग डायरेक्टर, एकमेव शेअरहोल्डर आणि पैसे पुरवणारा आहे. शास्त्रज्ञांचे पगार आणि संशोधनावरील प्रचंड खर्च तोच करू शकतो. शास्त्रज्ञांपैकी कोणाचाही कंपनीतील इतर कोणाशीही संबंध येत नाही आणि कंपनीतल्या इतर लोकांनासुद्धा एवढ्या मोठ्या संशोधन विभागाच्या खऱ्या कामाविषयी काहीही माहिती नसते. त्यांची अशी समजूत असते की, त्या निर्बंधित विभागातले लोक ट्रान्झिस्टरच्या बाजारपेठेत क्रांती घडवून आणण्यासाठी मायक्रोवेव्ह सर्किटांवर काम करत आहेत. गुप्ततेचं कारण हल्ली औद्योगिक क्षेत्रात वाढलेली हेरगिरी हे देण्यात येतं. दोन विभागातील एकमेव दुवा म्हणजे व्हल्कन. तो जर गेला तर सगळं काही ठप्प होईल."

"त्या कारखान्याचं नाव मला सांगाल?"

जनरल ग्लुक्सने क्षणभर विचार केला आणि मग नाव सांगितले. तरुण अधिकारी त्याच्याकडे आश्चर्याने बघतच राहिला.

"पण मला ते रेडिओ माहीत आहेत." तो म्हणाला.

"अर्थातच! ती खरी कंपनी आहे आणि ती खरे रेडिओ बनवते."

"आणि तिचा मॅनेजिंग डायरेक्टर तो आहे?"

"होय. तोच व्हल्कन आहे. आता तुला त्या माणसाचं आणि तो जे करतोय त्याचं महत्त्व समजलं? त्यामुळेच तुझ्यासाठी आणखी एक सूचना आहे. हे बघ..."

जनरल ग्लुक्सने कोटाच्या आतील खिशातून एक फोटो काढला आणि जर्मनीतून आलेल्या त्या माणसाच्या हातात दिला. बराच वेळ फोटोतील चेहऱ्याकडे प्रश्नार्थक नजरेने बघून त्याने फोटो उलटा केला आणि मागे लिहिलेले नाव वाचले.

"माय गॉड! मला वाटलं हा दक्षिण अमेरिकेत आहे."

ग्लुक्सने मान नकारार्थी हलवली.

"अजिबात नाही. तो व्हल्कन आहे. ह्या क्षणी त्याचं काम अतिशय महत्त्वाच्या आणि नाजूक टप्प्यात आलं आहे. तेव्हा कोणीही ह्याच्याविषयी गैरसोयीचे प्रश्न विचारतोय अशी कुजबूज जरी कानावर आली, तर त्याला परावृत्त करायचं. एकदाच इशारा द्यायचा आणि मग कायमचा उपाय करायचा. मी काय म्हणतोय ते लक्षात आलं कॉम्रेड? व्हल्कन खरा कोण आहे हे ओळखण्याच्या जवळ कोणालाही, अगदी कोणालाही पोहोचू द्यायचं नाही?"

एस.एस. जनरल उठला. त्याला भेटायला आलेलाही उभा राहिला.

"बस, एवढंच." ग्लुक्स म्हणाला. "तुला जे सांगायचं होतं ते एवढंच."

४

"**पण** तो जिवंत तरी आहे का हेही तुला माहीत नाही." पीटर मिलर आणि डिटेक्टिव्ह इन्स्पेक्टर कार्ल ब्रँट, ब्रँटच्या घराच्या बाहेर मिलरच्या कारमधे शेजारी शेजारी बसून बोलत होते. तो रविवार, सुटीचा दिवस होता आणि मिलरने त्याला घरी शोधून काढले होते.

"नाही, मला ते माहीत नाहीये, त्यामुळे आधी मला ते शोधून काढावं लागेल. रोशमन जर मेलेला असेल तर हे प्रकरण संपलंच. तुला मला मदत करता येईल का?"

ब्रँटने जरा विचार केला आणि मान हलवली.

"नाही. सॉरी. मला मदत नाही करता येणार."

"का नाही?"

"हे बघ, ती डायरी मी तुला मित्र म्हणून दिली. कारण ती वाचून मला धक्का बसला म्हणून. ते फक्त आपल्यात आहे. तुला एक कथा मिळेल म्हणून. पण तू रोशमनला शोधून काढायचं ठरवशील हे मला माहीत नव्हतं. डायरीवरून तू नुसती एखादी गोष्ट का नाही लिहीत?'

"कारण तिच्यात गोष्ट नाहीये." मिलर म्हणाला. "मी काय म्हणावं असं तुला वाटतं? सरप्राईज! सरप्राईज! मला एक डायरी वजा फोल्डर मिळालं, त्यात नुकतीच गॅस सोडून आत्महत्या केलेल्या एका म्हाताऱ्या माणसाने, त्याचे युद्धात कसे हाल झाले हे लिहून ठेवलं आहे. एक तरी संपादक त्याच्यावर विश्वास ठेवेल? तो एक भयंकर दस्तऐवज आहे, असं मला वाटतं. पण ते माझं मत झालं. युद्धाच्या नंतर शेकडो जणांनी त्यांच्या आठवणी लिहिल्या. जगाला त्याचा कंटाळा आलाय. त्या केवळ डायरीमध्ये जर्मनीतील कोणीही संपादक रस घेणार नाही."

"मग तुझ्या मनात काय करायचं आहे?" ब्रँटने विचारले.

"एवढंच – ह्या डायरीच्या आधारे रोशमनला शोधून काढण्यासाठी पोलिसांनी शोध सुरू करावा म्हणजे मग मला कथा मिळेल."

ब्रँटने डॅशबोर्डच्या अॅशट्रेमध्ये सिगारेट झटकली. ''पोलीस काही मोठी शोधमोहीम वगैरे काढणार नाहीत.'' तो म्हणाला, ''हे बघ, पीटर, पत्रकारिता हा तुझा प्रांत आहे; पण हॅम्बुर्गच्या पोलिसांना मी ओळखून आहे. आता आमचं काम, हॅम्बुर्ग, १९६३ मध्ये गुन्हा मुक्त ठेवणं, हे आहे. वीस वर्षांपूर्वी रिगामध्ये कोणीतरी काहीतरी केलं, त्याला शोधून काढण्यासाठी आधीच कामाच्या ओझ्याखाली असलेल्या डिटेक्टिव्हना हातातली कामं सोडून ह्याच्यामागे लागायला कोणीही सांगणार नाही. ते शक्य नाही.''

''पण तू निदान हे प्रकरण कोणाच्या तरी निदर्शनाला तरी आणशील की नाही?'' मिलर म्हणाला.

ब्रँटने मान हलवली. ''नाही. मी तरी नाही.''

''का नाही? कारण काय?''

''कारण मला त्यात पडायचं नाहीये. तुझं ठीक आहे. तू सडा आहेस, संसार वगैरे काही नाहीये. तुला मनात आलं तर कोणाच्या मागे जाता येईल. मला एक बायको आणि दोन मुलं आहेत, चांगली नोकरी आहे आणि ती मला धोक्यात आणायची नाहीये.''

''ह्याच्यामुळे तुझी पोलीसमधली नोकरी का धोक्यात येईल? रोशमन एक गुन्हेगार आहे, हो की नाही? गुन्हेगारांना शोधून काढणं हे पोलिसांचं कामच आहे. त्यात अडचण काय आहे?''

ब्रँटने सिगारेट चुरडली.

''नेमकं कशावर बोट ठेवणं कठीण आहे. पण साधारणपणे पोलिसांमधे अशी एक भावना आहे, म्हणजे निश्चित असं काही नाही; पण आहे खरी आणि ती अशी की, एस.एस.च्या युद्धातील गुन्ह्यांचा फार उत्साहाने कोणी तपास करायला गेला तर त्या पोलिसाच्या करिअरवर अनिष्ट परिणाम होतो. त्याच्यातून निष्पन्न काहीच होत नाही. तशी विनंती केली तर ती मान्य केली जात नाही. पण तशी विनंती केली होती ह्याची फाईलमध्ये नोंद मात्र होते. मग तुमचं प्रमोशन अडकतं. त्याबद्दल कोणी बोलणार नाही; पण ते सर्वांना माहीत असतं. तेव्हा ह्या प्रकरणाचा तुला आग्रह धरायचा असेल, तर ते तुझं तू कर. मला त्यात ओढू नकोस.''

मिलर पुढच्या काचेतून बाहेर बघत राहिला.

''तसं असेल तर ठीक आहे,'' थोड्या वेळाने तो बोलला. ''पण मला कुठेतरी सुरुवात करायला हवी. टाउबरने मरताना आणखी काही मागे ठेवलं का?''

''एक छोटी चिठ्ठी होती. ती त्याच्या आत्महत्येबाबतच्या अहवालासाठी मला घ्यावी लागली. आतापर्यंत ती फाईल करून टाकली असेल आणि ती फाईल आता बंद झाली आहे.''

"काय म्हटलं होतं त्या चिठ्ठीत?" मिलरने विचारले.

"फार काही नव्हतं." ब्रँट म्हणाला. "मी आत्महत्या करत आहे एवढंच त्यात म्हटलं होतं. हां, आणखी एक होतं की मी माझं सर्व काही माझा मित्र मार्क्स याच्यासाठी ठेवत आहे."

"तिथून सुरुवात करता येईल मला. हा मार्क्स कुठे आहे?"

"ते मला कसं माहीत असणार?" ब्रँट म्हणाला.

"म्हणजे त्या चिठ्ठीत एवढंच म्हटलं होतं? नुसतं मार्क्स? पत्ता वगैरे काही नव्हता?"

"काही नव्हतं." ब्रँट म्हणाला. "कुठे राहतो वगैरे काही नाही."

"तो जवळपासच असणार. तुम्ही चौकशी नाही केली?"

ब्रँटने एक नि:श्वास सोडला. "तू जरा हे लक्षात घेशील का? – की आम्हा पोलीसमधल्या लोकांना खूप कामं असतात. हॅम्बुर्गमध्ये 'मार्क्स' नावाने किती लोक असतील याची तुला कल्पना आहे का? टेलिफोन डिरेक्टरीतच शेकडो सापडतील. ह्या एका मार्क्सला शोधायला आम्ही अनेक आठवडे नाही खर्च करू शकणार आणि तसंही त्या म्हाताऱ्याने मागे जे ठेवलं त्याची दहा फेनिगसुद्धा किंमत नसेल."

"मग एवढंच?" मिलरने विचारले, "दुसरं काही नाही?"

"काही नाही. तुला त्या मार्क्सला शोधायचा असेल तर तू ते करू शकतोस."

"थँक्स. मी शोधीन त्याला." मिलर म्हणाला. दोघांनी एकमेकांचा निरोप घेतला आणि ब्रँट त्याच्या कुटुंबीयांबरोबर जेवण्यासाठी घरात गेला.

मिलर दुसरे दिवशी सकाळी टाउबर राहत होता त्या घरी गेला. मध्यम वयाच्या एक माणसाने दरवाजा उघडला. डाग पडलेली, नाडीने बांधलेली पँट आणि कॉलर नसलेला गळ्याशी उघडा असा शर्ट असा त्याचा पोशाख होता. तीन-चार दिवस वाढलेली दाढी.

"नमस्कार. तुम्ही घरमालक का?"

त्या माणसाने मिलरला वरपासून खालपर्यंत न्याहाळले आणि मान डोलावली. त्याला कोबीचा वास येत होता.

"दोन-तीन दिवसांपूर्वी गॅसनं आत्महत्या केलेला एक माणूस इथे राहत होता." मिलर म्हणाला.

"तुम्ही पोलिसातले आहात?"

"नाही. मी पत्रकार आहे." मिलरने त्या माणसाला त्याचे प्रेसचे ओळखपत्र दाखवले.

"मला काहीही बोलायचं नाहीये."

मिलरने त्या माणसाच्या हातात दहा मार्कची नोट सरकवली.

"मला फक्त त्याची खोली बघायची आहे."

"ती मी दुसऱ्याला भाड्याने दिली आहे."

"त्याच्या सामानाचं काय केलं?"

"ते मागच्या अंगणात ठेवलंय. दुसरं काहीच करता आलं नाही त्याचं."

भुरुभुरु पडणाऱ्या पावसात तो वस्तूंचा ढीग बाहेर पडला होता. त्याला अजूनचा गॅसचा वास येत होता. एक जुना टाईपरायटर, झिजलेल्या बुटांच्या दोन जोड्या, काही कपडे, पुस्तके, एक विरलेला पांढरा स्कार्फ – त्याचा ज्यू धर्माशी काहीतरी संबंध असावा असे मिलर धरून चालला. त्याने प्रत्येक वस्तू बघितली पण एखादी पत्त्यांची डायरी किंवा मार्क्सला उद्देशून लिहिलेले असे काहीच मिळाले नाही.

"एवढंच का?" त्याने विचारले.

"हो, तेवढंच आहे." दरवाजात उभा असलेला माणूस जरा तुटकपणे बोलला.

"मार्क्स नावाचा तुमचा कोणी भाडेकरू आहे?"

"नाही."

"तुमच्या माहितीचा कोणी मार्क्स आहे?"

"नाही."

"टाउबरला कोणी मित्र होते?"

"माझ्या माहितीत तरी नाही. कोणाशी संबंध नव्हता त्याचा. कोणत्याही वेळी यायचा, जायचा. आला की वर खोलीत जायचा. मला विचाराल तर जरा चक्रम होता. पण भाडं अगदी वेळेवर द्यायचा आणि कोणाला त्रास नसायचा."

"त्याला कोणाबरोबर बघितलं का? म्हणजे रस्त्यात?"

"नाही. कधीच नाही. कोणी मित्र नसावेत असं दिसतं. ज्या प्रकारे तो स्वत:शीच पुटपुटत असायचा ते बघता. त्यात आश्चर्य नाही. विक्षिप्त."

मिलर तिथून निघाला. त्याने रस्त्यात दोन्ही बाजूंना चौकशी केली. बहुतेक जणांना तो आठवत होता – जरा पाय घसटत चालणारा, मान नेहमी खाली, पायापर्यंत जाणारा ओव्हरकोट, लोकरीच्या टोपीत गुंडाळलेले डोके, हातात लोकरीचे मोजे आणि त्यातून बाहेर डोकवणारी बोटांची टोके.

तीन दिवस मिलरने त्या भागात सर्वत्र शोध घेतला. डेअरी, वाण्याचे दुकान, खाटकाचे दुकान, हार्डवेअर स्टोअर, बिअर बार, सिगारेट-तंबाखूचे दुकान; दूधवाल्याला आणि पोस्टमनला गाठून विचारले. बुधवारी दुपारी त्याला गोडाऊनजवळच्या जागेत काही मुले फुटबॉल खेळताना दिसली. त्यांना त्याने विचारले.

"कोण? तो ज्यू म्हातारा? वेडा सॉली?" त्याच्या प्रश्नाला उत्तर म्हणून पोरांचा म्होरक्या उत्तरला. बाकीची मुलं त्यांच्याभोवती जमली.

"हो, तोच." मिलर म्हणाला. "वेडा सॉली."

"तो चक्रम होता." एक मुलगा म्हणाला. "तो असा चालायचा."

त्याने मान खाली केली, हाताने कोटाची टोके अंगाभोवती ओढल्यासारखे केले, स्वत:शी पुटपुटत नजर इकडेतिकडे टाकत तो काही पावले घसटत चालला. इतर मुले खो-खो हसू लागली. एकाने त्याला मागून ढकलले आणि तो पुढे पोटावर आपटला. "त्याला कोणी कधी दुसऱ्या कोणाबरोबर बघितलं?" मिलरने विचारले. "किंवा कोणाशी बोलताना?"

"तुम्ही का विचारताय?" म्होरक्याने जरा संशयाने विचारले. "आम्ही त्याला काही केलं नाही."

मिलरने पाच मार्कचे नाणे तळहातावर घेऊन ते थोडे हवेत उडवून पुन्हा झेलण्याचा खेळ सुरू केला. डोळ्यांच्या आठ जोड्या त्या चांदीच्या नाण्याची चमक बघत राहिल्या. आठ डोकी सावकाशपणे हलली. मिलर वळून चालू लागला.

"मिस्टर,"

तो थांबून मागे वळला. मुलांपैकी सर्वांत लहान त्याच्याकडे आला.

"मी त्याला एकदा एका माणसाबरोबर बघितलं होतं. ते बोलत होते. बसून बोलत होते."

"तो किती मोठा होता. तो माणूस?"

"म्हातारा होता. खूप पांढरे केस असलेला."

मिलरने नाणे त्याच्याकडे उडवले. त्याने दिलेल्या माहितीचा उपयोग नव्हता. पण तो नदीकडे गेला आणि त्याने गवताळ काठावर दोन्ही दिशांना नजर टाकली. काठावर दहा-बारा बाक होते; पण ते सगळे रिकामे होते. उन्हाळ्यात एल्ब चॉसीच्या काठावर बसून येणाऱ्या-जाणाऱ्या बोटी बघत असतील लोकं; पण आता नोव्हेंबरच्या अखेरीस कोण असणार?

त्याच्या बाजूच्या काठावर डाव्या बाजूला मच्छिमारांच्या धक्क्यावर उत्तर सागरात जाणारे पाच-सहा ट्रॉलर नुकत्याच आणलेल्या हेरिंग आणि मॅकरेल माशांच्या राशी धक्क्यावर टाकत होत्या किंवा पुढच्या फेरीला जायची तयारी करत होत्या.

युद्धाच्या काळात बॉम्ब हल्ल्यापासून वाचवण्यासाठी त्याच्या कुटुंबाला शहराबाहेर एका शेतात हलवण्यात आले होते. युद्ध संपल्यावर लहान असतानाच तो उद्ध्वस्त झालेल्या शहरात परतला आणि वाढला होता. अल्टोना येथील नदीच्या काठी असणारा हा मच्छिमार धक्का ही खेळण्यासाठी त्याची आवडती जागा होती.

डांबर, मीठ आणि तंबाखू यांचा वास येणारे ते रांगडे पण प्रेमळ कोळी त्याला आवडत. त्याच्या डोळ्यांसमोर रिगाचा एडमंड रोशमन उभा राहिला आणि एकाच मातीत इतक्या भिन्न प्रकृतीची माणसे कशी जन्माला आली, याचे त्याला आश्चर्य वाटले.

त्याच्या मनात पुन्हा टाउबरचा विचार आला आणि त्याने त्याच्यापुढील समस्येचा पुन्हा विचार केला. तो मार्क्सला कुठे भेटला असेल? काहीतरी आपल्या ध्यानातून निसटतेय हे त्याला जाणवत होते. पण काय ते लक्षात येत नव्हते. अल्टोना रेल्वे स्टेशनजवळच्या पेट्रोलपंपावर पेट्रोल घेण्यासाठी तो थांबला असताना त्याला एकदम उत्तर मिळाले. बरेचदा होते तसे सहज बोललेले ते वाक्य होते. पंपावरील माणसाने पेट्रोलचा भाव वाढल्याचे त्याला सांगितले आणि गिऱ्हाइकाशी काहीतरी बोलायला हवे म्हणून 'हल्ली पैशाची किंमत दिवसेंदिवस कमी-कमी होत चालली आहे' अशी टिप्पणी केली. तो सुटे पैसे आणायला गेला. मिलर हातातील उघड्या, रिकाम्या पाकिटाकडे बघू लागला. पैसे! टाउबरला पैसे कुठून मिळत होते? तो कुठे काम करत नव्हता, त्याने जर्मन सरकार देत असलेली भरपाई घ्यायलाही नकार दिला होता. तरीही तो भाडे वेळेवर देत होता आणि शिवाय खाण्यापिण्यासाठीसुद्धा पैसे लागत असणारच. त्याचे वय छप्पन्न होते. त्यामुळे त्याला निवृत्तीचे पेन्शन मिळत नसणार. पण त्याला अपंगांना मिळणारे पेन्शन मिळत असणार.

मिलरने परत आलेले पैसे खिशात घातले, त्याची जग्वार सुरू केली आणि तो पोस्ट ऑफिसात गेला. 'पेन्शन' अशी पाटी असलेल्या खिडकीपाशी तो गेला.

"पेन्शनर लोक त्यांचे पैसे घ्यायला केव्हा येतात ते जरा सांगाल?" त्याने खिडकीमागच्या लठ्ठ बाईला विचारले.

"अर्थात, महिन्याच्या शेवटच्या दिवशी." ती म्हणाली.

"म्हणजे शनिवारी येतील."

"वीकएंड असला तर एक दिवस आधी, म्हणजे परवा, शुक्रवारी येतील."

"अपंग पेन्शनवालेसुद्धा त्याच दिवशी येतात?" त्याने विचारले.

"ज्याला ज्याला पेन्शन मिळतं ते सगळे महिन्याच्या शेवटच्या दिवशी येतात."

"इथे ह्याच खिडकीवर?"

"तो माणूस अल्टोनात राहणारा असेल तर इथे." ती बाई म्हणाली.

"किती वाजता?"

"खिडकी उघडायच्या वेळेपासून पुढे."

"थँक्यू!"

शुक्रवारी पोस्ट ऑफिस उघडल्यावर पेन्शन घेण्यासाठी येणाऱ्या लोकांच्या रांगेवर नजर ठेवण्यासाठी मिलर हजर होता. तो विरुद्ध बाजूच्या भिंतीपाशी उभा राहून बाहेर पडणारे लोक कोणत्या दिशेने जात आहेत ते बघत राहिला. बहुतेकांचे केस पांढरे झाले होते, काही जणांनी थंडीमुळे डोक्यावर टोपी घातली होती. हवा

पुन्हा कोरडी झाली होती. ऊन होते पण गारठा होता. अकराच्या थोडे आधी विखुरलेले पांढरे केस असलेला एक माणूस पोस्टातून बाहेर आला. त्याने पैसे बरोबर आहेत याची खातरी करण्यासाठी ते मोजले, कोटाच्या आतल्या खिशात काळजीपूर्वक ठेवले आणि कोणाला तरी शोधावे तसा आजूबाजूला बघू लागला. काही मिनिटांनी तो वळला आणि हळूहळू चालू लागला. कोपऱ्यावर पोहोचल्यावर त्याने पुन्हा एकदा दोन्ही दिशांना बघितले आणि म्युझियम स्ट्रीटवर वळून नदीच्या दिशेने जाऊ लागला. मिलर भिंतीपासून हलकेच निघून त्याच्यामागे जाऊ लागला.

त्या म्हाताऱ्या माणसाला एल्ब चॉसीपर्यंतचे अर्ध्या मैलाचे अंतर जायला वीस मिनिटे लागली. मग तो नदीच्या काठापाशी वळला आणि गवत पार करून एका बाकावर बसला. मिलर मागच्या बाजूने सावकाश त्याच्याकडे गेला.

"हर मार्क्स?"

मिलर बाकाच्या टोकापलीकडून पुढे येत असताना म्हाताऱ्याच्या दृष्टीस पडला. त्याने आश्चर्य दाखवले नाही – जणू काही अनोळखी माणसे त्याच्याशी बोलायला यायची त्याला सवय होती.

"हो." तो गंभीरपणे म्हणाला. "मी मार्क्स."

"माझं नाव मिलर."

मार्क्सने मान किंचित झुकवली.

"तुम्ही हर टाउबरची वाट बघता आहात का?"

"हो." आश्चर्य न दाखवता म्हातारा म्हणाला.

"मी बसू का?"

"बसा ना."

मिलर त्याच्याजवळ बसला. दोघांचीही तोंडे नदीच्या दिशेने होती. एक महाकाय मालवाहू जहाज, योकोहामाचे 'कोटा मारू', प्रवाहाबरोबर खाली जात होते.

"सांगायला दु:ख होते, हर टाउबर वारले."

म्हातारा जहाजाकडे बघत राहिला. त्याला आश्चर्य किंवा दु:ख वाटल्याचे दिसले नाही, जणू काही अशा बातम्या त्याला वरचेवर येत असत आणि कदाचित येत असाव्यातही.

"ओ, असं का?" तो म्हणाला.

मिलरने त्याला गेल्या शुक्रवारच्या घटनेबद्दल थोडक्यात सांगितले.

"त्याने आत्महत्या केली त्याचं तुम्हाला आश्चर्य वाटलेलं दिसत नाही."

"नाही." मार्क्स म्हणाला. "तो फार दु:खी माणूस होता."

"त्याने एक डायरी मागे ठेवली आहे. माहीत आहे?"

"हो. तो मला एकदा तसं म्हणाला होता."

“तुम्ही ती कधी वाचली का?” मिलरने विचारले.

“नाही. त्याने ती कोणाला वाचू दिली नाही. पण मला त्याबद्दल त्याने सांगितलं होतं.”

“युद्धकाळात रिगात काढलेल्या दिवसांबद्दल त्याने लिहिलं आहे.”

“होय. तो रिगाला होता असं त्यानी मला सांगितलं होतं.”

“तुम्हीसुद्धा रिगाला होता?”

त्याने मिलरकडे वळून करुणापूर्ण दृष्टीने बघितले.

“नाही. मी डाखाऊला होतो.”

“हर मार्क्स, मला तुमची मदत हवी आहे. तुमच्या मित्राच्या डायरीत त्यानं रोशमन नावाच्या एका एस.एस. अधिकाऱ्याचा उल्लेख केला आहे. कॅप्टन एडवर्ड रोशमन. त्याबद्दल तो तुमच्याशी काही बोलला होता?”

“हो, त्यानं मला रोशमनबद्दल सांगितलं होतं. खरं म्हणजे त्यासाठीच तो जिवंत राहिला. कधीतरी रोशमनच्या विरुद्ध साक्ष देता येईल यासाठी.”

“तेच त्याने डायरीत म्हटलंय. मी ती त्याच्या मृत्यूनंतर वाचली. मी एक वार्ताहर आहे. मला रोशमनला शोधायचा प्रयत्न करायचा आहे. त्याला कोर्टात उभा करायचा आहे. आलं लक्षात?”

“हो.”

“पण रोशमन आधीच मेलेला असेल तर काही उपयोग नाही. रोशमन जिवंत आणि मोकळा असल्याचं टाउबरला कळल्याचं तुम्हाला माहीत आहे?”

मार्क्स दृष्टीआड होत चाललेल्या कोटा मारूकडे बराच वेळ बघत राहिला.

“कॅप्टन रोशमन जिवंत आहे,” तो बोलला. “आणि मोकळाही.”

मिलर उत्सुकतेने पुढे झुकला. “तुम्हाला कसं माहीत?”

“कारण टाउबरनी त्याला बघितलं.”

“हो. ते मी वाचलं. ते झालं एप्रिल १९४५ मध्ये.”

मार्क्सने सावकाश मान हलवली.

“नाही. गेल्याच महिन्यात.”

बराच वेळ कोणीच बोलले नाही. मिलर मार्क्सकडे आणि मार्क्स पाण्याकडे बघत राहिला.

“गेल्या महिन्यात?” अखेरीस मिलर बोलला. “त्याला कसं, कुठे बघितलं ते त्यानी सांगितलं?”

मार्क्सने एक नि:श्वास सोडला आणि तो मिलरकडे वळला. “हो. त्या दिवशी रात्री उशिरा तो फिरायला गेला होता; झोप येत नसली की नेहमी जायचा तसा. तो स्टेट ऑपेरा हाऊसपुढून येत होता तेव्हा थिएटरमधून काही लोक बाहेर आले. ते

फुटपाथवर आले तसा तो थांबला. तो म्हणाला, ते सगळे श्रीमंत लोक होते. पुरुष डिनर जॅकेटमध्ये आणि बायका फर आणि दागिन्यांत. त्यांच्यासाठी फुटपाथपाशी तीन टॅक्सी थांबल्या होत्या. रखवालदाराने फुटपाथवरून जाणाऱ्या लोकांना थांबवले आणि ते टॅक्स्यांमध्ये बसले आणि त्यांच्यात त्याला रोशमन दिसला.''

''ऑपेरातून आलेल्या लोकांत?''

''हो. तो आणखी दोघांबरोबर एका टॅक्सीत बसला आणि टॅक्सी निघून गेली.''

''हे बघा, मिस्टर मार्क्स, हे फार महत्त्वाचं आहे. तो रोशमनच होता, असं त्याला नक्की वाटलं?''

''हो. त्याची खातरी होती.''

''पण त्यानी त्याला बघून एकोणीस वर्षं होऊन गेली होती. त्याच्यात खूप बदल झाला असेल. इतकी कशी त्याची खातरी पटली?''

''तो म्हणाला की त्याने स्मित केलं.''

''त्याने काय केलं?''

''त्यानं स्मित केलं. रोशमनने स्मित केलं.''

''ते इतकं महत्त्वाचं कसं?''

मार्क्सने बराच वेळ मान डोलवली.

''तो म्हणाला, रोशमनने तशा प्रकारे स्मित केलेलं एकदा बघितलं की, ते तुम्ही कधीच विसरू शकणार नाही. त्याला काही वर्णन करता आलं नाही; पण तो म्हणाला की तो ते स्मित जगात कुठेही, लाखो लोकांमध्येही ओळखू शकेल.''

''अस्सं! तो म्हणाला ते तुम्हाला खरं वाटतं?''

''हो, हो. त्यानी रोशमनला बघितलं हे निश्चित.''

''बरं. मलाही ते पटलं असं धरून चालू या. त्यानी त्या टॅक्सीचा नंबर टिपला का?''

''नाही. तो म्हणाला, त्याला इतका धक्का बसला की तो टॅक्सी जाताना नुसता बघत राहिला.''

''डॅम!'' मिलर म्हणाला. ''ती टॅक्सी बहुतेक कोणत्या तरी हॉटेलला गेली असणार. तिचा नंबर मिळाला असता तर तिच्या ड्रायव्हरला ती त्याने कुठे नेली ते विचारता आलं असतं.''

''टाउबरनी हे तुम्हाला केव्हा सांगितलं?''

''गेल्या महिन्यात. आम्ही पेन्शन घ्यायला आलो तेव्हा ह्याच बाकावर.''

मिलर उभा राहिला आणि त्याने एक निःश्वास सोडला.

''त्यानी सांगितलेल्या गोष्टीवर कोणाचाही विश्वास बसणार नाही असं नाही वाटत तुम्हाला?''

मार्क्सने त्याची नजर पाण्यावरून काढून मिलरकडे वळवली.

"हो, खरं आहे." तो हळू आवाजात बोलला. "त्याला त्याची जाणीव होती. त्यामुळेच त्याने आत्महत्या केली."

त्या दिवशी संध्याकाळी पीटर मिलर नेहमीच्या साप्ताहिक भेटीसाठी आईकडे गेला आणि तिनेही नेहमीप्रमाणे तो पुरेसे खातपीत आहे की नाही, रोज सिगारेटी किती ओढतो, कपडे धुवायचं काय करतो वगैरे चौकशा केल्या.

त्याची आई जरा बुटकी, गुटगुटीत, पन्नाशीतली होती. आपल्या मुलाला साध्या वार्ताहरापेक्षा दुसरे काही व्हायचे नव्हते, हे काही केल्या तिच्या पचनी पडत नसे.

त्या दिवशीच्या गप्पांमध्ये तिने त्याला 'सध्या तुझ्या हातात कोणते काम आहे' असे विचारले. त्याने तिला टाउबरची कथा थोडक्यात सांगितली आणि एडवर्ड रोशमनला शोधून काढायचा इरादा असल्याचे सांगितले. तिचा विश्वासच बसेना.

पीटर तिच्या रागावण्याकडे आणि समजावण्याकडे लक्ष न देता खाण्याचे काम करत राहिला.

"तुला ह्या सगळ्या दुष्ट गुन्हेगारांची आणि वाईट लोकांच्या कृत्यांची माहिती गोळा करायला जावं लागतं ते कमी झालं की काय? आणि आता ह्या नाझी लोकांशी संबंध! तुझ्या वडिलांना काय वाटलं असतं? मला खरंच..."

एक विचार त्याच्या मनात येऊन गेला.

"आई– "

"काय रे?"

"युद्धाच्या काळात... एस.एस.वाल्यांनी लोकांना जे केलं... छावण्यांमधे, तसं काही घडत होतं... असा तुला कधी संशय आला होता का गं?"

ती एकदम टेबल आवरू लागली. काही वेळाने ती म्हणाली, "भयंकर गोष्टी. भयंकर. युद्ध संपल्यावर ब्रिटिशांनी आम्हाला त्याच्या फिल्म्स बघायला लावल्या. मला त्याबद्दल काहीही ऐकायचं नाही."

ती घाईने खोलीबाहेर निघून गेली. पीटर उठला आणि तिच्या मागोमाग किचनमध्ये गेला.

"तुला आठवतं, १९५० मध्ये, मी सोळा वर्षांचा असताना शाळेच्या ट्रिपबरोबर पॅरिसला गेलो होतो?"

बशा धुण्यासाठी सिंक भरता-भरता ती थांबली.

"हो, आठवतं मला."

"आणि आम्हाला सॅक्रे कॉयर नावाचं चर्च बघायला घेऊन गेले होते. झाँ मूलीन

नावाच्या एका माणसासाठीची प्रार्थना नुकतीच संपली होती. काही लोक बाहेर पडत होते आणि त्यांनी मला दुसऱ्या एका मुलाशी जर्मनमध्ये बोलताना ऐकलं. त्यांच्यापैकी एकाने वळून माझ्याकडे बघितलं आणि तो माझ्यावर थुंकला. त्याची थुंकी माझ्या कोटावरून ओघळत होती ते मला अजून आठवतं. मला आठवतं की, मी घरी परतल्यावर तुला ते सांगितलं. तेव्हा तू काय म्हणालीस ते तुला आठवतं?''

मिसेस मिलर जोरजोरात बशा घासत होती.

''तू म्हणाली होतीस की फ्रेंच तसेच असतात. घाण सवयी असणारे.''

''हो, ते असतातच तसे. मला ते कधीच आवडले नाहीत.''

''हे बघ आई, झाँ मूलीनला मारायच्या आधी आपण काय केलं तुला माहीत आहे? तू नाही, बाबांनी नाही, मी नाही. पण आपण जर्मनांनी, किंवा गेस्टापोंनी; कारण लाखो परदेशी लोकांच्या दृष्टीने ते आणि आपण एकच आहोत.''

''मला ते काहीही ऐकायचं नाहीये. आणि आता हा विषय बंद कर.''

''मलाही सांगता येणार नाही. कारण मलाच माहीत नाहीये; पण त्याची कुठेतरी नोंद असणार हे निश्चित. मुद्दा हा आहे की, माझ्यावर तो माणूस थुंकला तो मी गेस्टापो असेन म्हणून नाही, तर मी जर्मन आहे म्हणून.''

''आणि तुला त्याचा अभिमान वाटला पाहिजे.''

''मला वाटतो. नक्कीच वाटतो; पण त्याचा अर्थ मला नाझींबद्दल, एस.एस.बद्दल, गेस्टापोंबद्दलसुद्धा वाटला पाहिजे, असं नाही.''

''तसा कोणालाच नाही; पण त्याबद्दल बोलत राहण्याने त्यात फरक पडणार नाही.''

त्याचा आईशी वाद झाला की ती नेहमीच गोंधळून जात असे, तशीच ती आत्ताही गोंधळली. तिने फडक्याला हात टिपले आणि ती हॉलमध्ये गेली. तो तिच्या मागे गेला.

''हे बघ आई, समजून घ्यायचा प्रयत्न कर. मी ती डायरी वाचेपर्यंत आपण सर्वांनी नक्की काय करायला हवं होतं, असं मी कधी विचारलंसुद्धा नव्हतं. आता निदान मला समजू लागलंय आणि म्हणून मला ह्या माणसाला, त्या राक्षसाला, तो जर अजून जिवंत असेल तर, शोधून काढायचं आहे. त्याच्यावर खटला झाला पाहिजे हेच योग्य आहे.''

ती सेटीवर बसली. रडायच्या बेतात होती.

''पीटर बाळा, प्लीज त्यांच्यामागे लागू नकोस. भूतकाळ उगीच खणू नकोस. त्यातून काहीही चांगलं निष्पन्न होणार नाही. ते सगळं होऊन गेलंय. ते विसरलेलंच बरं.''

पीटर मिलर कपाटासमोर बसला होता. कपाटावर त्याच्या दिवंगत वडिलांचा फोटो होता. त्यांच्या अंगावर सेनेतील कॅप्टनचा गणवेश होता. चेहऱ्यावर प्रेमळ;

पण किंचित दु:खाची छटा असलेले स्मित. ते स्मित मिलरच्या आठवणीत राहिले होते. तो फोटो त्यांच्या शेवटच्या रजेनंतर ते युद्ध आघाडीवर परतण्यापूर्वीचा होता.

रोशमनच्या मागे लागू नकोस असे आई सांगत असताना, एकोणीस वर्षांनी त्या फोटोकडे बघताना त्याला वडील स्पष्टपणे आठवले. युद्धाच्या आधीची आठवण त्याला झाली – तो तेव्हा पाच वर्षांचा होता आणि वडील त्याला हागेनबेकचे प्राणिसंग्रहालय बघायला घेऊन गेले होते. एक-एक करून सर्व प्राणी त्यांनी त्याला दाखवले. प्रत्येक पिंजऱ्यावर लावलेली प्राण्याबद्दलच्या माहितीची पाटी त्याला वाचून दाखवली होती. त्याच्या असंख्य प्रश्नांची उत्तरे दिली होती.

१९४० मध्ये ते सैन्यात दाखल होऊन घरी आल्यावर आई कशी रडली होती आणि वडील लष्करी गणवेशात असल्याचा अभिमान वाटण्याऐवजी बायका अशा वेड्यासारख्या रडतात का हे त्याला समजत नव्हते, याची त्याला आठवण आली. तसेच १९४४ मध्ये तो ११ वर्षांचा असताना एके दिवशी सेनेतील एका अधिकाऱ्याने त्यांच्या घरी येऊन आईला तिचा युद्धवीर नवरा पूर्व आघाडीवर चाललेल्या युद्धात मरण पावल्याची बातमी दिली, तो दिवस त्याला आठवला.

"शिवाय आता अशा भयंकर घटना उजेडात येणंही कोणाला नकोय. कोर्टात खटले भरून त्या आठवणी जाग्या करणंसुद्धा कोणाला नकोय. तू त्याला शोधून काढलास तरी त्याबद्दल तुझं कोणीही आभार मानणार नाहीये. ते रस्त्यात तुझ्याकडे बोट दाखवतील, म्हणजे मला असं म्हणायचंय की, कोणालाही आता आणखी खटले नकोयत. त्याला आता उशीर झालाय. ते सोडून दे, पीटर, प्लीज, मी सांगते म्हणून."

त्या काळात वर्तमानपत्रात रोज प्रसिद्ध होणारी काळ्या चौकटीतली युद्धात मरण पावलेल्या सैनिकांची यादी त्याच्या डोळ्यांपुढे आली. ऑक्टोबरच्या अखेरीस एका यादीमध्ये खालील ओळ होती :

'फ्युरर आणि मातृभूमीसाठी प्राण ठेवला. मिलर, एरविन, कॅप्टन, ११ ऑक्टोबर रोजी पूर्वभूमीत.'

बस एवढेच. आणखी काही नाही. केव्हा, कुठे, का याबद्दल काहीही माहिती नाही. सतत वाढत जाणाऱ्या त्या काळ्या चौकटीत पूर्वेकडून येणाऱ्या हजारो नावांपैकी एक. काही दिवसांनी सरकारने त्या चौकटी छापणेही बंद केले – त्यामुळे जनतेचे मनोधैर्य कमी होते म्हणून.

"म्हणजे असं बघ," आई त्याच्यामागून त्याला म्हणाली, "निदान तू तुझ्या वडिलांच्या आठवणींचा विचार कर. आपल्या मुलाने पूर्वीचं उकरून काढून आणखी एक युद्धखटला निर्माण करावा, हे त्यांना हवं असेल का? ते त्यांना हवं असेल असं तुला वाटतं?"

मिलर गर्रकन मागे वळला. आईपाशी जाऊन त्याने दोन्ही हात तिच्या दोन्ही खांद्यांवर ठेवले आणि तिच्या निळ्या, भीतीने भरलेल्या डोळ्यांमधे बघत त्याने तिच्या कपाळाचे हलकेच चुंबन घेतले.

"होय, आई," तो म्हणाला, "त्यांना अगदी तेच आवडलं असतं."

तो घरातून बाहेर पडला, कारमध्ये बसला आणि हॅम्बुर्गकडे निघाला. तो संतापाने धुमसत होता.

त्याला जे ओळखत होते ते आणि न ओळखणाऱ्यांपैकीसुद्धा अनेक जणांचे या बाबतीत एकमत होते की हॅन्स हॉफमन अगदी असायला हवा तसाच दिसतो. पन्नाशीच्या जवळचा, रुपेरी छटा येत चाललेले अगदी अद्ययावत फॅशनप्रमाणे कापलेले आणि ऐटदारपणे बसवलेले केस, सुबकपणे नखे कापलेली बोटे. त्याचा मध्यम करड्या रंगाचा सूट सॅविल रोचा होता, त्याचा गडद रेशमी टाय कार्डिनचा होता. पैसे असले की, शक्य असणारी महागडी उच्च अभिरुची त्याच्याकडे बघितले की जाणवत असे.

केवळ देखणेपणा एवढीच त्याची जमेची बाजू असती तर तो पश्चिम जर्मनीतील सर्वांत श्रीमंत आणि सर्वांत यशस्वी प्रकाशक झाला नसता. युद्धानंतर त्याने हाताने चालवण्याच्या एका छपाई यंत्राने सुरुवात केली आणि जर्मनीचा ताबा घेतलेल्या ब्रिटिश यंत्रणेसाठी हँडबिले छापत १९४९ मध्ये एक सचित्र साप्ताहिक सुरू केले. त्याचा 'फॉर्म्युला' अगदी साधा होता : शब्दात सांगायचे आणि धक्कादायक करायचे. नंतर त्याची चित्रे प्रसिद्ध करायची. ह्या धोरणामुळे त्याचे स्पर्धक अगदीच मागे राहिले. ते यशस्वी झाले. तरुणांसाठी प्रेमकथांनी भरलेले, श्रीमंत आणि 'सेक्सी' लोकांसंबंधीच्या बातम्या आणि फोटो असलेले गुळगुळीत कागदावर छापलेले साप्ताहिक. अशा आठ साप्ताहिकांनी त्याला कोट्यधीश बनवले होते. पण त्यातील 'कॉमेट' हे बातम्या आणि चालू घडामोडींवर आधारीत साप्ताहिक त्याचे सर्वांत आवडते 'अपत्य' होते.

त्याच्या संपत्तीचा वापर त्याने ओथमार्शेन येथे एक रँच प्रकारचे अलिशान भवन, डोंगरात एक घर, समुद्रकिनारी एक बंगला, एक रोल्स रॉईस आणि एक फेरारी अशा गोष्टी गोळा करण्यासाठी केला होता. त्याला एक सुंदर बायको – जिला पॅरिसहून कपडे पुरवले जायचे – आणि ज्यांना तो क्वचितच भेटायचा अशी दोन गोड मुले होती. हॅन्स हॉफमन म्हणजे वरचेवर बदलणाऱ्या आणि ज्यांचे फोटो त्याच्या मालकीच्या उच्चभ्रू मासिकात प्रसिद्ध केले जात नसत अशा अनेक तरुण मैत्रिणी असणारा जर्मनीतील एकमेव कोट्यधीश होता. तो अतिशय धूर्तसुद्धा होता.

त्या बुधवारी दुपारी, सॉलोमन टाउबरच्या डायरीची प्रस्तावना वाचून त्याने

फाईल बंद केली आणि खुर्चीत मागे रेलून समोर बसलेल्या तरुण पत्रकाराकडे तो बघू लागला.

"ठीक आहे. उरलेल्या भागात काय असेल याची मला कल्पना आली. तुला काय हवंय?"

"माझ्या मते हा अतिशय महत्त्वाचा दस्तऐवज आहे." मिलर म्हणाला. "ह्या डायरीत सगळीकडे रिगा छावणीचा कमांडंट, एस.एस.चा कॅप्टन एडवर्ड रोशमन याचा उल्लेख आहे. त्याने ८०,००० पुरुष, स्त्रिया आणि मुलांची हत्या केली. माझ्या माहितीप्रमाणे तो जिवंत आहे आणि इथे पश्चिम जर्मनीतच आहे. त्याला मला शोधून काढायचं आहे."

"तो जिवंत आहे हे तुला कसं माहीत?"

मिलरने त्याला थोडक्यात सांगितले. हॉफमनने ओठ दाबले.

"हा काही फार भक्कम पुरावा नाही."

"नसेल. पण विचार करण्याजोगा आहे. मी केलेल्या काही प्रकरणांमध्ये एवढाही नव्हता."

प्रस्थापितांना धक्का देणाऱ्या कथा मिळवण्यात मिलरचा हातखंडा आठवून हॉफमनने स्मित केले. त्या कथांची सत्यता तपासल्यावर हॉफमनने त्या आनंदाने छापल्या होत्या. त्यांच्यामुळे खप प्रचंड वाढला होता.

"तसं असेल तर हा माणूस, काय त्याचं नाव – रोशमन. – तो आधीच 'वाँटेड' यादीत असणार. पोलिसांना जर तो सापडत नसेल तर तू कसा शोधणार?"

"पोलीस खरोखर त्याला शोधत आहेत?" मिलरने विचारले. हॉफमनने खांदे उडवले. "ते त्यांचं काम आहे. त्यासाठीच आपण त्यांना पगार देतो."

"त्यांना थोडी मदत केली तर काही बिघडणार नाही, नाही का? तो खरंच जिवंत आहे का, त्याला कधी पकडलं होतं का, असेल तर त्याचं पुढे काय झालं?"

"मग तुला माझ्याकडून काय हवंय?" हॉफमनने विचारले.

"प्रयत्न करण्यासाठी काँट्रॅक्ट. त्यातून काही निष्पन्न झालं नाही तर मी सोडून देईन."

हॉफमनने त्याची खुर्ची फिरवली आणि तो खिडकीतून वीस मजले खाली आणि मैलभर लांब असलेले अनेक मैल पसरलेले बोटींचे धक्के, शेकडो क्रेन्स वगैरे ह्यांच्याकडे बघू लागला.

"हे तुझ्या नेहमीच्या क्षेत्रापेक्षा जरा वेगळं आहे, मिलर. तुला एकाएकी ह्यात रस कुठून आला?"

मिलरने विचार केला. एखादी कल्पना दुसऱ्याला पटवणे नेहमीच कठीण असते. मुक्तपणे काम करणाऱ्या पत्रकाराला त्याची कथा किंवा कथेची कल्पना

प्रथम एखाद्या संपादकाला किंवा प्रकाशकाला 'पटवावी' लागते. सामान्य वाचक त्यानंतर येतो.

"लोकांना रस वाटेल अशी ही कथा आहे. ज्या माणसाला पकडण्यात पोलिसांना यश आलेलं नाही, त्याला 'कॉमेट'ने शोधून दिला तर ती एक सनसनाटी घटना होईल. त्याबद्दल माहिती मिळाली तर लोकांना आवडेल."

हॉफमनने डिसेंबरमधील आकाशाकडे नजर लावली आणि सावकाश मान हलवली.

"तू म्हणतोस ते चुकीचं आहे. म्हणूनच मी ही व्यावसायिक कामगिरी तुला देऊ शकत नाही. माझ्या मते लोकांना ह्यात काहीही रस वाटणार नाही."

"पण हर हॉफमन, ही गोष्ट वेगळी आहे. रोशमननं मारलेले लोक पोलिश किंवा रशियन नव्हते. ते जर्मन होते – ज्यू असतील; पण जर्मन होते. लोकांना त्याबद्दल माहिती का नको असणार?"

हॉफमनने खुर्ची वळवली आणि टेबलावर कोपरे टेकवून हातांवर हनुवटी टेकवली.

"मिलर, तू एक चांगला पत्रकार आहेस. तू ज्या प्रकारे एखादी कथा, एखादी घटना कव्हर करतोस ते मला आवडतं. तुझी शैली चांगली आहे आणि तू शोधून काढणारा आहेस. मी नुसता फोन करून ह्या शहरातल्या वीस, पन्नास, शंभर लोकांना काम देऊ शकतो; ते त्यांना दिलेली कामगिरी करतील, सांगितलेली 'कथा' कव्हर करतील. पण ते स्वत: कथा शोधून काढू शकणार नाहीत. तू ते करू शकतोस. त्यामुळेच आम्ही तुला बरंच काम देतो आणि ह्यापुढेही ते मिळत राहील. पण ह्या बाबतीत, सॉरी."

"पण का? कथा चांगली आहे."

"हे बघ, तू अजून तरुण आहेस. मी तुला पत्रकारितेबद्दल एक सांगतो. पत्रकारितेतलं अर्धं यश गोष्टी चांगल्या लिहिणं हे आहे. उरलेलं अर्धं त्या 'विकण्यात' असतं. म्हणूनच मी इथं आहे आणि तू तिथं आहेस. रिगाचे बळी जर्मन ज्यू होते, त्यामुळे ही कथा प्रत्येकाला वाचावीशी वाटेल असं तुला वाटतं. मी तुला हे सांगायचा प्रयत्न करतोय की त्याच कारणामुळे ही कथा कोणालाही वाचायला आवडणार नाही. अजिबात आवडणार नाही आणि जोपर्यंत ह्या देशात मासिकं विकत घेऊन त्यांच्या हिताच्या गोष्टी वाचण्याची सक्ती करणारा कायदा होत नाही तोपर्यंत ते त्यांना हव्या असणाऱ्या गोष्टी ज्यात असतील तीच मासिकं खरेदी करतील आणि तेच मी त्यांना देतो. त्यांना जे वाचायचं असतं ते."

"मग रोशमनबद्दल का नाही?"

"तुला अजून समजलं नाही? मग मी सांगतो तुला. युद्धाच्या आधी जर्मनीतील

जवळ-जवळ प्रत्येकाला एक ज्यू माणूस माहीत होता. खरं म्हणजे हिटलरने ज्यूंचा द्वेष सुरू करायच्या पूर्वी जर्मनीत कोणीही ज्यूंचा द्वेष करत नव्हतं. युरोपातील कोणत्याही देशापेक्षा, ज्यूंना चांगली वागणूक देण्याच्या बाबतीत आपलं रेकॉर्ड चांगलं होतं. फ्रान्सपेक्षा चांगलं, स्पेनपेक्षा चांगलं, पोलंड आणि रशियापेक्षा तर फारच चांगलं – तिथल्या कत्तली तर अत्यंत क्रूर असत.

"मग हिटलरने ते सुरू केलं. पहिलं महायुद्ध, बेकारी, गरिबी आणि इतरही जे जे काही वाईट होतं ते सगळे ज्यूंमुळे होतं, असं तो सांगू लागला. कशावर विश्वास ठेवावा हे लोकांना समजेना. पण जवळ-जवळ प्रत्येकाला एक ज्यू माहीत होता, जो चांगला माणूस होता किंवा कोणाचंही वाईट न करणारा होता. लोकांचे चांगले ज्यू-मित्र होते, धंद्याचे मालक ज्युईश होते तेही चांगले होते. ते कायदा पाळायचे, कोणाचं वाईट करायचे नाहीत आणि इकडे हिटलर म्हणत होता की, सगळ्या वाईट गोष्टींना तेच जबाबदार आहेत.

"त्यामुळे जेव्हा व्हॅन आल्या आणि त्यांना घेऊन गेल्या तेव्हा लोकांनी काहीही केलं नाही. ते बघत राहिले. त्यांनी अडथळा आणला नाही. सगळ्यात मोठ्याने ओरडणाऱ्यावर ते विश्वास ठेवू लागले. कारण लोक तसेच असतात, विशेषत: जर्मन लोक. आपण फार आज्ञाधारक लोक आहोत. तो आपला सर्वांत मोठा गुण आहे आणि सर्वांत मोठा दोषही आहे. त्यामुळेच जेव्हा ब्रिटिश लोक संपावर असतात तेव्हा आपण मोठं औद्योगिक आश्चर्य निर्माण करतो आणि आपण हिटलरसारख्या माणसाच्या मागे एका मोठ्या सामूहिक कबरस्तानातही जातो.

"जर्मनीतल्या ज्यूंचं काय झालं हे इतक्या वर्षांत लोकांनी विचारलं नाही. ते नुसते नाहीसे झाले एवढंच. त्या चेहरा नसलेल्या, अनामिक असणाऱ्या वॉर्सा, लुब्लिन, बायलिस्टॉक इथल्या ज्यूंचं, त्या नावगाव नसलेल्या पोलंड आणि रशियातल्या ज्यूंचं काय झालं ते युद्धगुन्ह्याच्या प्रत्येक खटल्यातून वाचायला मिळतं तेवढं पुरे झालं. आता त्यांच्या अगदी शेजारच्या माणसाला काय आणि कसं झालं ते तुला त्यांना सविस्तर सांगायचं आहे. आता तुझ्या लक्षात येतंय? हे ज्यू –" डायरीवर हात ठेवून तो म्हणाला, "ज्यांना ते रोज अभिवादन करायचे, त्यांच्या दुकानात खरेदी करायचे – त्यांना तुझ्या रोशमनच्या तावडीत द्यायला घेऊन गेले तेव्हा नुसते बघत उभे राहिले. त्याबद्दल वाचण्याची इच्छा त्यांना असेल असं तुला वाटतं? लोकांना वाचायला आवडणार नाही अशी हिच्याहून आणखी वाईट गोष्ट दुसरी नसेल आणि तीचा तू निवडलीस." बोलणे संपल्यावर हॅन्स हॉफमन मागे टेकून बसला, टेबलावरील सिगार केसमधून त्याने एक उत्तम पॅनॅटेला निवडली आणि ती रोल्ड गोल्डच्या ड्यूपॉंट लायटरने पेटवली. मिलर बसला आणि आलेले अपयश पचवण्याचा प्रयत्न करू लागला.

"मला वाटतं माझ्या आईलाही तेच म्हणायचं होतं." बऱ्याच वेळाने तो म्हणाला.

हॉफमनने हुंकार दिला. "असेल कदाचित."

"तरीही मला त्या सैतानाला शोधून काढायचं आहे."

"सोडून दे, मिलर. विसर ते. कोणीही तुझे आभार मानणार नाही."

"फक्त तेच कारण असायला हवं असं नाही, खरं ना? लोकांची प्रतिक्रिया. दुसरंही एक कारण आहे, नाही का?"

सिगारच्या धुरातून हॉफमन त्याचे निरीक्षण करत होता.

"होय." तो म्हणाला.

"तुम्ही त्यांना भिता अजूनही?" मिलरने विचारले.

"नाही. फक्त इतकंच की मी संकट ओढवून घेत नाही. एवढंच!"

"कोणत्या प्रकारचं संकट?"

"तू कधी हॅन्स हाबे हे नाव ऐकलंयस?"

"तो कादंबरीकार? त्याचं काय?"

"तो कधी काळी म्युनिकला एक साप्ताहिक काढायचा. १९५० च्या सुरुवातीला. मासिक चांगलं होतं आणि तो उत्तम पत्रकार होता, तुझ्यासारखा. त्याचं नाव 'इको ऑफ द वीक.' तो नाझींचा द्वेष करायचा. म्हणून त्याने म्युनिकमध्ये मुक्तपणे राहत असलेल्या पूर्वीच्या एस.एस. लोकांचा पर्दाफाश करणारी एक मालिका प्रसिद्ध केली."

"त्याला काय झालं?'

"त्याला काही नाही झालं. एके दिवशी त्याला नेहमीपेक्षा जास्त टपाल आलं. अर्धी पत्रं जाहिरातदारांकडून होती – जाहिराती बंद करणारी. एक पत्र त्याच्या बँकेचं होतं, त्याला भेटायला बोलावलं होतं. तो भेटायला गेला तेव्हा बँकवाल्यांनी त्याचा ओव्हरड्राफ्ट ताबडतोब बंद करत असल्याचं सांगितलं. सात-आठ दिवसांत साप्ताहिक बंद पडलं. तो आता कादंबऱ्या लिहितो. चांगल्या असतात. पण साप्ताहिक बंद."

"मग आता आपण इतरांनी काय करायचं? घाबरून राहायचं?"

हॉफमनने तोंडातून सिगार काढली.

"हे मला तुझ्याकडून ऐकण्याची गरज नाहीये मिलर." संतप्त डोळ्यांनी बघत तो म्हणाला. "मी त्या डुकरांचा तेव्हाही द्वेष करत होतो आणि आताही करतो. पण मी माझ्या वाचकांना ओळखतो आणि त्यांना एडवर्ड रोशमनविषयी काहीही जाणून घेण्यात रस नाही."

"ठीक आहे. आय ॲम सॉरी. पण तरीही मी ते करणार आहे."

"तुला सांगू मिलर? मी तुला चांगला ओळखत नसतो तर तुझ्या हट्टामागे

काहीतरी व्यक्तिगत कारण आहे, असं मला वाटलं असतं. पत्रकारितेची आणि व्यक्तिगत गोष्टींची सरमिसळ कधीही करू नकोस. ते पत्रकारितेसाठी अनिष्ट असतं आणि पत्रकारासाठीसुद्धा. ते असो; पण तू पैशाची व्यवस्था काय केली आहेस?''

''मी थोडी बचत केली आहे.'' मिलर जाण्यासाठी उठला.

''शुभेच्छा!'' हॉफमन उठून टेबलाच्या बाजूने येत म्हणाला. ''मी काय करीन ते तुला सांगतो. ज्या दिवशी पश्चिम जर्मनीचे पोलीस रोशमनला अटक करून तुरुंगात घालतील, त्या दिवशी ही सर्व कथा लिहिण्याचं काम मी तुला देईन. ती बातमी असेल, त्यामुळे तिच्यावर सर्वांचा हक्क असणार. तुझी कथा छापायची नाही असं मी ठरवलं तरी मी माझ्या खिशातून पैसे देईन. एवढं मी करू शकेन. पण त्याचा शोध घेण्यासाठी तुला माझ्या साप्ताहिकाचं नाव वापरता येणार नाही.''

मिलरने मान डोलवली.

''मी परत येईन.'' तो म्हणाला.

५

त्याच बुधवारी सकाळी इस्त्राईलच्या हेरखात्याच्या पाचही शाखांच्या प्रमुखांची, त्यांच्या नेहमीच्या अनौपचारिक साप्ताहिक बैठकीची वेळ होती.

बहुतेक देशांमधील हेरखात्यांच्या वेगवेगळ्या शाखांमधील स्पर्धा प्रसिद्ध आहे. रशियामधे केजीबी जीआरयूच्या धाडसीपणाचा द्वेष करते, अमेरिकेत एफबीआय सीआयएला सहकार्य देत नाही. ब्रिटिश सीक्रेट सर्व्हिसला स्कॉटलंड यार्डची विशेष शाखा म्हणजे बावळट लोक वाटतात आणि फ्रान्सच्या एसडीईसीईमध्ये इतके बदमाश आहेत की, फ्रेंच हेरखाते हे फ्रेंच सरकारचा भाग आहे की अंडरवर्ल्डचे आहे अशी तज्ज्ञांना शंका येते.

पण इस्त्राईल नशीबवान आहे. हेर खात्याच्या पाचही शाखांचे प्रमुख खात्यांमधील कुरबुरी मनात न ठेवता मैत्रीपूर्ण चर्चेसाठी आठवड्यातून एकदा भेटतात. देश सर्व बाजूंनी शत्रूंनी वेढलेला असल्याचा हा एक फायदा. ह्या बैठकांमधे कॉफी किंवा शीतपेये देण्यात येतात, सर्व जण एकमेकांना पहिल्या नावाने संबोधतात, वातावरण तणावरहित असते आणि ढीगभर लेखी खलिते पाठवून होईल त्याच्यापेक्षा अनेकपटीने काम होते.

ह्याच मीटिंगसाठी हेरखात्याच्या पाचही खात्यांचा संयुक्त प्रमुख जनरल मायर अमित चार डिसेंबरच्या सकाळी प्रवास करत होता. ड्रायव्हर चालवत असलेल्या त्याच्या लांब काळ्या लिमोसीनच्या काचांच्या पलीकडे पसरलेले तेल अवीव शहर सकाळच्या पांढऱ्याशुभ्र उन्हात न्हाऊन निघाल्याप्रमाणे दिसत होते. पण जनरलचा मूड त्याला साजेसा नव्हता. तो खूप काळजीत होता.

पहाटे आलेली एक बातमी हे त्याच्या काळजीचे कारण होते. त्या बातमीमुळे दफ्तरखान्यामधील मोठ्या फायलीत थोडीशीच भर पडणार होती; पण ती महत्त्वाची होती. कारण ज्या फायलीत कैरोतील त्याच्या एजंटांपैकी एकाकडून आलेला तो संदेश भर घालणार होता, ती फाईल हेलवानच्या क्षेपणास्त्रांशी संबंधित होती.

झिना सर्कलला वळसा घालून कार उत्तरेकडील उपनगराकडे जात असताना

बेचाळीस वर्षे वयाच्या जनरलच्या निर्विकार चेहऱ्यावर कोणतेही भाव नव्हते. तो सीटवर मागे टेकून बसला. अनेक जणांचा जीव घेणाऱ्या आणि त्याच्या आधी त्या पदावर असणाऱ्या जनरल इस्सर हरेल याला ज्यामुळे ते पद सोडावे लागले, त्या कैरोच्या उत्तरेला तयार होत असलेल्या क्षेपणास्त्रांच्या इतिहासाचा तो विचार करू लागला.

१९६१मध्ये, नासरच्या दोन क्षेपणास्त्रांचे कैरोच्या रस्त्यांवर लोकांपुढे प्रदर्शन होण्याच्या बरेच आधीच त्यांच्या अस्तित्वाची माहिती इस्रायली मोसादला मिळाली होती. इजिप्तमधून त्याबद्दल पहिली बातमी आल्या क्षणापासून कारखाना क्र. ३३३ वर सतत पाळत ठेवण्यात आली होती.

हेलवानच्या क्षेपणास्त्रांवर काम करण्यासाठी इजिप्त सरकारने ओडेसाच्या मदतीने अनेक जर्मन शास्त्रज्ञांची भरती केली असल्याची त्यांना पूर्ण माहिती होती. ही बाब गंभीर होतीच; पण १९६२ च्या उन्हाळ्यामध्ये ती अनेक पटींनी गंभीर झाली होती.

त्या वर्षी मेमधे जर्मन शास्त्रज्ञांची भरती करणारा हाइंझ क्रूग याने ऑस्ट्रियन पदार्थशास्त्रज्ञ डॉ. ऑटो योक्लेक याच्याशी संपर्क साधला होता. डॉ. ऑटोने भरती होण्याऐवजी इस्राईलींशी संपर्क साधला. त्याच्याशी बोलण्यासाठी मोसादने पाठवलेल्या प्रतिनिधीला त्याने इजिप्तचा, त्यांच्या क्षेपणास्त्रांमध्ये इरिडिएटेड आण्विक कचरा आणि ब्युबॉनिक प्लेगचे जीवाणू भरलेली वॉरहेड्स ठेवण्याचा इरादा असल्याची माहिती दिली.

ही माहिती इतकी महत्त्वाची होती की मोसादचा नियंत्रक जनरल इस्सर हरेल, जो अपहृत अॅडॉल्फ आइशमनला ब्यूनोज एअर्सहून तेल अवीवला स्वत: घेऊन आला होता, तो योक्लेकला भेटण्यासाठी स्वत: व्हिएन्नाला आला. योक्लेकने दिलेली माहिती बरोबर असल्याबद्दल त्याची खातरी झाली. याला दुसऱ्या एका बातमीमुळे पुष्टी मिळाली – कैरो सरकारने नुकतीच झुरीकच्या एका कंपनीमार्फत मोठ्या प्रमाणात रेडिओ अॅक्टिव्ह कोबाल्ट खरेदी केले होते, जे त्यांच्या नेहमीच्या वैद्यकीय उपयोगासाठी लागणाऱ्या कोबाल्टच्या पंचवीस पट होते.

व्हिएन्नाहून परतल्यावर इस्सर हरेल पंतप्रधान डेव्हिड बेन गुरियन यांना भेटला आणि जे जर्मन शास्त्रज्ञ इजिप्तमध्ये काम करीत आहेत किंवा तिथे जाण्याच्या बेतात आहेत, त्यांच्याविरुद्ध सूडमोहीम सुरू करण्याची परवानगी देण्याची त्याने विनंती केली. वृद्ध पंतप्रधानांना पेच पडला. एका बाजूला इजिप्तच्या क्षेपणास्त्रांमुळे आपल्या जनतेला असलेला प्रचंड धोका त्यांना दिसत होता; पण त्याचबरोबर जर्मनीहून आता कोणत्याही क्षणी येऊ घातलेले रणगाडे आणि तोफाही अतिशय महत्त्वाच्या आणि

मौल्यवान होत्या. इस्राईलचे सूड सत्र जर्मनीच्या रस्त्यांवर सुरू झाले तर चॅन्सेलर ॲडेनावर त्याच्या परराष्ट्र मंत्रालयातल्या गटाचे म्हणणे मान्य करून शस्त्रास्त्र करार रद्द करेल ही भीती होती. शस्त्रास्त्र विक्री कराराच्या बाबतीत तेल अवीवच्या मंत्रिमंडळातसुद्धा बॉन मंत्रिमंडळाप्रमाणेच दोन तट पडू लागले होते. इस्सर हरेल आणि परराष्ट्रमंत्री श्रीमती गोल्डा मायर हे जर्मन शास्त्रज्ञांच्या बाबतीत कडक धोरण ठेवण्याच्या मताचे होते; तर शिमॉन पेरेस आणि लष्कराला, त्यांना हवे असलेले मौल्यवान जर्मन रणगाडे मिळणार नाहीत अशी भीती वाटत होती. बेन गुरियनला इकडे आड तिकडे विहीर असे झाले होते.

त्याला एक तडजोड सुचली : जर्मन शास्त्रज्ञांनी नासरला क्षेपणास्त्रे बनवण्यास मदत करण्यासाठी इजिप्तला जाण्यापासून परावृत्त करण्यासाठी मोहीम उघडायची हॅरेलला परवानगी दिली. या मोहिमेचा कुठेही बभ्रा होऊ द्यायचा नव्हता; पण जर्मनीचा किंवा जर्मनीच्या कोणत्याही गोष्टीचा मनापासून द्वेष करणाऱ्या हॅरेलने त्याची मर्यादा पाळली नाही.

११ सप्टेंबर, १९६२ ला हाइंझ क्रूग बेपत्ता झाला. आदल्याच रात्री त्याने क्षेपणास्त्रातील तज्ज्ञ डॉ. क्लाइनवाक्टर, ज्यांना तो भरती करण्याचा प्रयत्न करत होता, आणि एक अज्ञात इजिप्शियन माणूस यांच्याबरोबर भोजन घेतले होते. ११ तारखेच्या सकाळी क्रूगची कार म्युनिकच्या उपनगरातील त्याच्या घराजवळ सोडून दिलेली आढळली. त्याच्या पत्नीने ताबडतोब त्याला इस्राईलच्या लोकांनी पळवून नेल्याचा आरोप केला; पण म्युनिकच्या पोलिसांना त्याचा माग काढता आला नाही किंवा त्याला पळवून नेल्याचा पुरावाही मिळाला नाही. प्रत्यक्षात क्रूगला लिओ नावाच्या गूढ माणसाच्या एका टोळीने पळवून नेले आणि एका अवजड लोखंडी साखळीचे वजन त्याला लावून स्टार्नबर्ग तलावाच्या तळाशी असलेल्या गाळात पोहोचवले होते.

नंतर ही मोहीम इजिप्तमधे आधीच गेलेल्या जर्मन शास्त्रज्ञांकडे वळवण्यात आली. २७ नोव्हेंबरला, पूर्वी फ्रेंचांसाठी काम केलेला क्षेपणास्त्र तज्ज्ञ प्रा. वूल्फगांग पिल्झ याला कैरोत, हॅम्बुर्गहून पाठवलेले एक रजिस्टर्ड पार्सल मिळाले. ते त्याची साहाय्यक मिस हॅनेलोर वेंडा हिने उघडले. त्या वेळी झालेल्या स्फोटात वेंडा जबर जखमी झाली आणि तिची दृष्टी गेली.

२८ नोव्हेंबरला दुसरे एक पार्सल, जे हॅम्बुर्गहूनच पोस्ट केले होते, ते कारखाना ३३३ मध्ये पोहोचले. तोपर्यंत इजिप्शियन अधिकाऱ्यांनी येणारी पार्सले हाताळण्यासाठी सुरक्षा तपासणीची पद्धत सुरू केली होती. मेल घेणाऱ्या इजिप्शियन अधिकाऱ्याने पार्सलची दोरी कापताच स्फोट झाला. पाच जण मेले आणि दहा जखमी झाले. २९ तारखेला तिसरे पार्सल आले; पण त्यातील स्फोटके यशस्वीपणे निकामी करण्यात आली.

२० फेब्रुवारी, १९६३ ला हॅरेलच्या लोकांनी त्यांचे लक्ष पुन्हा जर्मनीकडे वळवले. डॉ. क्लाइनवाक्टरने कैरोला जावे की नाही याबद्दल निर्णय घेतला नव्हता. स्वित्झर्लंडच्या सीमेपाशी असलेल्या त्याच्या प्रयोगशाळेतून तो कारने घरी परत येत होता, तेव्हा एका काळ्या मर्सिडिसने त्याची वाट अडवली. तिच्यातील माणसाने त्याच्या हातातील ऑटोमॅटिक पिस्तूल क्लाइनवाक्टरच्या गाडीच्या पुढच्या काचेवर गोळ्यांचा वर्षाव करून रिकामे केले. क्लाइनवाक्टर वेळीच खाली वाकल्याने वाचला. पोलिसांना नंतर ती काळी मर्सिडिस सोडून दिलेली आढळली. ती त्याच दिवशी चोरण्यात आली होती. तिच्या ग्लोव्ह कप्प्यात एक ओळखपत्र मिळाले. त्यावर 'कर्नल अली समीर' असे नाव होते. चौकशीअंती हे नाव इजिप्तच्या गुप्तहेर खात्याच्या प्रमुखाचे असल्याचे निघाले. इस्सर हरेलच्या लोकांनी योग्य तो संदेश पोहोचवला होता – 'काळ्या विनोदा'चा वापर करून.

आतापर्यंत ही दहशत मोहीम जर्मन वृत्तपत्रांमधील प्रमुख बातमी झाली होती. बेन गॅल प्रकरणाने तर ती कळसालाच पोहोचली. २ मार्चला नासरच्या क्षेपणास्त्र कार्यक्रमाचा अध्वर्यू प्रा. पॉल गोर्के याची मुलगी हाइदी गोर्के हिला तिच्या जर्मनीतील फ्राइडबर्ग येथील घरी एक फोन आला. फोन करणाऱ्याने तिला स्वित्झर्लंडच्या सीमेच्या पलीकडे बेसल येथील थ्री किंग्ज हॉटेलमधे भेटावे, असे सुचवले.

हाइदीने जर्मन पोलिसांना माहिती दिली. त्यांनी स्विस पोलिसांना कळवले. त्यांनी त्या भेटीसाठी जी खोली ठरली होती, तिच्यात संभाषण चोरून ऐकण्याची यंत्रे बसवली. भेटीसाठी काळे चष्मे लावलेली दोन माणसे आली होती. त्यांनी हैदी आणि तिच्याबरोबर असलेला तिचा धाकटा भाऊ यांना, त्यांच्या वडिलांनी जीव प्यारा असेल तर त्यांनी ताबडतोब इजिप्त सोडून जावे असा इशारा दिला. त्या दोघांचा पाठलाग करून त्यांना त्याच दिवशी रात्री झुरिकला पकडण्यात आले आणि १० जून, १९६३ ला त्यांच्यावर बेसल येथे खटला दाखल करण्यात आला. ते आंतरराष्ट्रीय प्रकरण झाले. त्या दोघा माणसांचा प्रमुख युसुफ बेन गॅल हा इस्रायली नागरिक होता.

खटला चांगला चालला. प्रा. योक्लेकने त्यांच्या जबानीत इजिप्तमधील प्लेगचे जंतू आणि रेडिओ ॲक्टिव्ह पदार्थांनी युक्त वॉरहेड्सबद्दल माहिती दिली आणि न्यायाधीशांना धक्काच बसला. इस्रायली सरकारने खटल्याचा उपयोग इजिप्तच्या वंशसंहार करण्याच्या उद्दिष्टांवर प्रकाश टाकण्यासाठी करून घेतला. न्यायालयाने दोघाही आरोपींना दोषमुक्त केले.

पण इस्राईलमध्ये त्याचे प्रतिसाद उमटले. जर्मन चॅन्सेलर (राष्ट्राध्यक्ष) ॲडेनावर यांनी जर्मन शास्त्रज्ञांनी हेलवनची क्षेपणास्त्रे तयार करण्यात भाग घेऊ नये यासाठी आपण प्रयत्न करू, असे व्यक्तिगत आश्वासन बेन गुरियनला दिले होते. त्यामुळे

बेन गुरियनची फारच पंचाईत झाली. त्यानी संतापून जनरल इस्सर हॅरेल याची, त्याच्या धमकावणी मोहिमेत अतिरेक केल्याबद्दल कानउघाडणी केली. हॅरेलने आपल्या कृतीचे जोरदार समर्थन करून राजीनामा दिला. बेन गुरियनने तो स्वीकारून त्याला धक्का दिला आणि इस्राईलमध्ये कोणीही व्यक्ती – अगदी हेरखात्याचा प्रमुखसुद्धा – अपरिहार्य नाही ही गोष्ट अधोरेखित केली.

त्या रात्री २० जून, १९६३ ला इस्सर हॅरेलने त्याचा जवळचा मित्र जनरल मायर अमित, जो त्या वेळी लष्करी हेरखात्याचा प्रमुख होता, त्याच्याशी दीर्घ चर्चा केली. जनरल अमितला ते त्यांचे संभाषण आणि 'इसर द टेरिबल' टोपणनाव असलेल्या, रशियात जन्मलेल्या त्याच्या मित्राचा संतप्त चेहरा स्पष्टपणे आठवत होता.

"मायर, माझ्या प्रिय मित्रा, मला तुला हे सांगायचं आहे की यापुढे इस्राईल सूड उगवण्याचे उद्योग करणार नाही. सर्व सूत्रं राजकारण्यांनी हातात घेतली आहेत. मी राजीनामा दिला आहे आणि तो स्वीकारण्यात आला आहे. माझ्या जागी तुला नेमावं असं मी सुचवलं आहे आणि ते त्याला मान्यता देतील, असं वाटतं."

इस्राईलच्या हेरगिरीच्या जाळ्यावर लक्ष ठेवणाऱ्या मंत्र्यांच्या समितीने याला मान्यता दिली. जूनच्या अखेरीस जनरल मायर हा हेरखात्याचा प्रमुख झाला.

परंतु त्याचबरोबर बेन गुरियनचीसुद्धा घटका भरली होती. त्याच्या मंत्रिमंडळातील लेवी एश्कोलच्या नेतृत्वाखालील जहाल सदस्य आणि त्याची परराष्ट्रमंत्री गोल्डा मायर यांनी त्याला राजीनामा द्यायला भाग पाडले आणि २६ जून, १९६३ ला लेवी एश्कोलला पंतप्रधान म्हणून नेमण्यात आले. बेन गुरियन त्याचे रुपेरी डोके संतापाने हलवत वैतागून नेगेव्हमधील त्याच्या किबुट्झवर निघून गेला. पण त्याने नेसेट (इस्राईलची लोकसभा) चा राजीनामा दिला नाही.

नव्या सरकारने जरी डेव्हिड बेन गुरियनची हकालपट्टी केली, तरी इसर हॅरेलला पुन्हा आणले नाही. हॅरेल हयात असतानाच इस्राईलच्या जनतेत अतिशय लोकप्रिय झाला होता आणि ते त्याला आवडायचे. त्यामुळे त्याच्या तुलनेत मायर अमित आपल्या आज्ञा विरोध न करता पाळेल असेही कदाचित त्यांना वाटले असावे.

बेन गुरियनने अखेरच्या दिवसात दिलेले आदेशसुद्धा मागे घेण्यात आले नाहीत. जनरल अमितलासुद्धा तीच सूचना देण्यात आली की, क्षेपणास्त्र शास्त्रज्ञांवरून जर्मनीत आणखी खळबळजनक प्रकरणे होता कामा नयेत. दुसरा पर्याय न राहिल्यामुळे त्याने ती मोहीम इजिप्तमध्ये आधीच गेलेल्या शास्त्रज्ञांकडे वळवली.

हे शास्त्रज्ञ नाईल नदीच्या उत्तरेला सात मैलांवर असणाऱ्या मीदी या उपनगरात राहत होते. तो भाग होता छान; पण त्याला इजिप्शियन सुरक्षा सैनिकांचा वेढा होता आणि तिथे राहणारे जर्मन लोक सोन्याच्या पिंजऱ्यात राहिल्याप्रमाणे होते. त्यांच्यापर्यंत पोहोचण्यासाठी मायर अमितने इजिप्तमधील त्यांचा सर्वांत उत्तम एजंट, अश्वारोहण

शाळेचा मालक वोल्फगांग लुत्झ याचा उपयोग केला. ह्या कामासाठी सप्टेंबर १९६३ पासून त्याला अनेकदा जीव धोक्यात घालावा लागला आणि त्यातूनच सोळा महिन्यांनी तो पकडला जाणार होता.

जर्मनीतून आलेल्या पार्सल बॉम्बमुळे जर्मन शास्त्रज्ञ आधीच घाबरलेले होते. त्यांच्यासाठी १९६३ चा हिवाळा हा अतिशय धोक्याचा आणि काळजीचा काळ ठरला. इजिप्तच्या सुरक्षा सैनिकांच्या वेढ्यात असूनसुद्धा त्यांना मीदीमध्ये कैरोतूनच पोस्टात टाकलेली, त्यांचा जीव धोक्यात आहेत असा इशारा देणारी पत्रे मिळाली.

डॉ. योसेफ आयझिगला आलेल्या पत्रात त्याची पत्नी आणि दोन मुलांबद्दलची माहिती आणि तो करत असलेल्या कामाचे अचूक व सविस्तर वर्णन होते. पत्रात त्याने ताबडतोब इजिप्त सोडून जर्मनीला निघून जावे, अशी सूचना होती. इतरही सर्व शास्त्रज्ञांना तशीच पत्रे मिळाली. २७ सप्टेंबरला डॉ. किरमायरला आलेल्या पत्राचा त्याच्या हातातच स्फोट झाला. काही शास्त्रज्ञांच्या बाबतीत ही 'शेवटची काडी' होती. सप्टेंबरच्या अखेरीस डॉ. पिल्झ कैरोहून त्याची दुर्दैवी पत्नी वेंडा हिच्यासह जर्मनीला गेला.

इतरही शास्त्रज्ञ एका मागोमाग एक परत गेले. इजिप्त सरकार त्यांना थांबवू शकले नाही. कारण ते त्यांना येणारी धमकीची पत्रे थांबवू शकले नाहीत.

१९६४च्या हिवाळ्यातील त्या प्रकाशमान सकाळी लिमोसीनमध्ये मागे बसलेल्या माणसाला हे माहीत होते की, नाझींच्या बाजूचा समजला जाणारा त्याचा एजंट लुत्झ यानेच ती पत्रे आणि स्फोटके पाठवली होती.

पण क्षेपणास्त्र प्रकल्प थांबवण्यात आलेला नव्हता, हेही त्याला माहीत होते. नुकत्याच हाती आलेल्या माहितीवरून ते स्पष्ट होत होते. डीकोड केलेल्या त्या संदेशावरून त्याने पुन्हा एकदा नजर फिरवली. त्यात एवढेच म्हटले होते की, कैरो मेडिकल इन्स्टिट्यूटच्या साथीच्या रोगांच्या प्रयोगशाळेत ब्युबॉनिक प्लेगच्या विषाणूंचा एक अति जालीम प्रकार वेगळा करण्यात आला असून त्या प्रयोगशाळेच्या खर्चाच्या तरतुदीत दहापटीने वाढ करण्यात आली आहे. त्यावरून हे स्पष्ट होत होते की, गेल्या उन्हाळ्यातील बेसलच्या बेन गॅल खटल्यामुळे इजिप्तची इतकी अनिष्ट प्रसिद्धी झाली असूनसुद्धा ते वंशसंहाराचा कार्यक्रम पुढेच रेटत आहेत.

हॉफमन बघत असता तर त्याने ह्या गोष्टीबद्दल मिलरला पूर्ण गुण दिले असते. पेंटहाउसमधील ऑफिसातून निघाल्यावर मिलर लिफ्टने पाचव्या मजल्यावर साप्ताहिकाचा कायदा क्षेत्रातील पत्रकार मॅक्स डॉर्न याला भेटायला गेला.

"मी आत्ताच हर हॉफमनला वर भेटून आलो." तो डॉर्नच्या टेबलाजवळील

खुर्चीत बसत म्हणाला, ''मला थोडी माहिती हवी आहे. जरा तुला त्रास देऊ?''

''विचार.'' मिलरला 'कॉमेट'साठी एखादी 'स्टोरी' करायची कामगिरी दिली असणार असे गृहीत धरून डॉर्न म्हणाला.

''जर्मनीत युद्धासंबंधीच्या गुन्ह्यांचा तपास कोण करतो?'' ह्या प्रश्नामुळे डॉर्न जरा दचकलाच.

''युद्धासंबंधीचे गुन्हे?''

''होय. युद्धाशी संबंधित गुन्हे. युद्धकाळात आपण बळकावलेल्या वेगवेगळ्या देशांमधे काय घडले याचा तपास करण्याची आणि सामुदायिक हत्येसाठी दोषी असलेल्या व्यक्तींना शोधून काढून त्यांच्यावर खटला करण्याची जबाबदारी कोणाची असते?''

''बरं, बरं. समजलं तुला काय म्हणायचंय ते. मुळात जर्मनीच्या वेगवेगळ्या प्रांतांतील ॲटर्नी जनरलच्या कार्यालयांचं ते काम आहे.''

''ते सर्व जण ते करतात, असं तुला म्हणायचंय?''

डॉर्न खुर्चीत मागे रेलून बसला. हा त्याचा प्रांत होता.

''जर्मनीचे १६ प्रांत आहेत. प्रत्येकाची एक राजधानी आहे आणि एक ॲटर्नी जनरल असतो. त्या प्रत्येकाच्या ऑफिसात 'नाझी काळात घडलेल्या हिंसेच्या गुन्ह्यांचा' तपास करण्याची जबाबदारी असलेला एक विभाग असतो. प्रत्येक राज्याला त्याचं कार्यक्षेत्र म्हणून त्या काळच्या जर्मन साम्राज्याचा काही भाग आणि काही व्याप्त प्रदेश दिलेला असतो.''

''उदाहरणार्थ?''

''उदाहरणार्थ, नाझी आणि एस.एस. यांनी इटली, ग्रीस आणि पोलंडमधील गालिशिया या प्रदेशात केलेल्या सर्व गुन्ह्यांचा तपास स्टुटगार्ट करतं. सगळ्यात मोठी मृत्युछावणी – आउश्विट्झ – फ्रँकफुर्टकडे आहे. तू कदाचित ऐकलं असशील की, पुढच्या मेमध्ये आउश्विट्झच्या २२ गार्ड्सवर मोठा खटला सुनावणीला येणार आहे. त्यानंतर ट्रेब्लिंका, शोल्म्नो, सोबीबोर आणि मैडानेक ह्या मृत्युछावण्यांचा तपास कोलोनकडे आहे. बेल्झेक, डाखाऊ, बुकेनवाल्ड आणि फ्लॉसेनबर्ग यांची जबाबदारी म्युनिककडे आहे. सोव्हिएट युक्रेन आणि पूर्वीच्या पोलंडचा लोड्झ भाग हॅनोवरखाली येतात. वगैरे वगैरे.''

मिलरने मान डोलवत ती माहिती टिपून घेतली.

''तीन बाल्टिक देशांमधे जे झालं त्याचा तपास कोणाकडे आहे?''

''हॅम्बुर्ग.'' डॉर्नने ताबडतोब उत्तर दिले. ''डांझिग आणि पोलंडचा वॉर्सा विभागही त्यांच्याचकडे आहे.''

''हॅम्बुर्ग?'' मिलर म्हणाला. ''म्हणजे इथे?''

"हो, का?"

"मला रिगामध्ये इंटरेस्ट आहे."

डॉर्नने भुवया उंचावल्या. "अच्छा. म्हणजे जर्मन ज्यू. ते इथल्या एसएजीच्या अखत्यारीत येतं. अगदी इथेच."

"रिगा येथील गुन्ह्यांबद्दल दोषी असणाऱ्या कोणावरही खटला झाला असेल किंवा नुसती अटक जरी झाली असेल, तर ती इथे हॅम्बुर्गलाच झाली असणार?"

"खटला इथेच झाला असणार." डॉर्न म्हणाला. "अटक कुठेही झाली असू शकते."

"अटकेची प्रक्रिया काय असते?"

" 'वाँटेड बुक' म्हणून हव्या असणाऱ्या लोकांची एक नोंदवही असते. तिच्यात हव्या असलेल्या युद्धगुन्हेगाराचं नाव, आडनाव, जन्मतारीख ही माहिती असते. त्या माणसाला अटक करण्यापूर्वी, त्याने जिथे गुन्हा केलेला असेल त्या भागाची माहिती आणि पुरावे एसएजीची गोळा करतो. त्याला अनेक वर्षंही लागू शकतात. त्यांची सर्व तयारी झाली की तो ज्या राज्यात राहत असेल तिथल्या पोलिसांना त्याला अटक करायची विनंती करतात. दोन-तीन डिटेक्टिव्ह तिथे जाऊन त्याला घेऊन येतात. एखादा फार महत्त्वाचा माणूस कुठे आढळला, तर त्याला तिथे अटक करता येतं आणि मग एसएजीच्या योग्य त्या कार्यालयाला त्याला पकडल्याचं कळवण्यात येतं. मग ते जाऊन त्याला घेऊन येतात. समस्या ही आहे की, एस.एस.चे बहुतेक मोठे अधिकारी त्यांच्या खऱ्या नावाने राहत नसतात."

"बऽरं." मिलर म्हणाला. "रिगामध्ये केलेल्या गुन्ह्यांबद्दल हॅम्बुर्गमध्ये कधीही, कोणताही खटला झाला आहे का?"

"माझ्या आठवणीत तरी नाही." डॉर्न म्हणाला.

"ती माहिती कात्रणांच्या संग्रहालयात असेल?"

"हो, नक्कीच. जर १९५० नंतरची बातमी असेल तर – कारण कात्रण संग्रहालय आम्ही १९५० मध्ये सुरू केलं."

"मी बघितलं त्यात तर चालेल?"

"हो, काही हरकत नाही."

संग्रहालय तळघरात होते. त्याने जवळ-जवळ अर्धा एकर जागा व्यापली होती. सर्व प्रकारच्या संदर्भग्रंथांनी भरलेल्या करड्या रंगाच्या रॅक्सनी सर्व जागा भरलेली होती. भिंतींना लागून जमिनीपासून छतापर्यंत लोखंडी फायलिंग कॅबिनेट्स होती. प्रत्येक ड्रॉवरवर त्यात कोणती कागदपत्रे आहेत त्याची यादी होती. करड्या कोटांमधले पाच कर्मचारी तिथे कामावर होते.

"तुम्हाला कोणती माहिती हवी आहे?" प्रमुख ग्रंथपाल त्यांच्याकडे येत

असताना डॉर्नने विचारले.

"रोशमन, एडवर्ड." मिलर म्हणाला.

"व्यक्तींच्या अनुक्रमणिकेचा विभाग इकडे आहे." त्यांना एका भिंतीच्या बाजूने नेत ग्रंथपाल म्हणाला. त्याने ROA - ROZ असे लेबल असलेले एका कपाटाचे दार उघडले आणि त्यातील फायली तो बघू लागला.

"रोशमन एडवर्डबद्दल काही नाहीये." तो म्हणाला. मिलर विचार करू लागला.

"युद्धगुन्ह्यांबद्दल तुमच्याकडे काही आहे?" त्याने विचारले.

"होय," ग्रंथपाल म्हणाला. "युद्धगुन्हे आणि युद्धखटले त्या बाजूला आहेत. या इकडे."

ते कपाटे ओलांडत शंभरएक यार्ड पुढे गेले.

"रिगाखाली बघा."

ग्रंथपाल एका शिडीवर चढून शोधू लागला. तो एक लाल पाकीट घेऊन आला. त्याच्यावर 'रिगा – युद्धगुन्हे खटला' असे लेबल होते. मिलरने ते पाकीट उलटे केले. त्यातून पोस्टाच्या मोठ्या तिकिटाच्या आकाराची वर्तमानपत्राची दोन कात्रणे बाहेर पडली. मिलरने ती उचलली. दोन्ही बातम्या १९५० च्या उन्हाळ्यातील होत्या. एकात म्हटले होते की तीन एस.एस. सैनिकांवर रिगा येथे १९४१ ते १९४४ दरम्यान केलेल्या छळाबद्दल खटला चालू आहे. दुसऱ्या बातमीत त्या तिघांनाही दीर्घ कालावधीच्या कैदेच्या शिक्षा झाल्याचे म्हटले होते. पण फार दीर्घ नाहीत, कारण तिघेही १९६३ च्या शेवटापर्यंत सुटणार होते.

"एवढंच?" मिलरने विचारले.

"एवढंच." ग्रंथपाल उतरला.

"तुम्हाला असं म्हणायचं आहे का," मिलर डॉर्नकडे वळून म्हणाला, "की स्टेट ॲटर्नी जनरलच्या ऑफिसातल्या एका विभागाने मी भरलेल्या कराच्या पैशांवर पंधरा वर्षं डोंगर पोखरून ह्या दोन स्टँप्सएवढा उंदीर बाहेर काढला?"

डॉर्न स्थितप्रज्ञ होता. "त्यांनी शक्य तेवढे सर्व प्रयत्न केले असणार. तो जरा वैतागून म्हणाला."

"शंकाच आहे." मिलर म्हणाला.

दोन मजले वर जाऊन त्यांनी एकमेकांचा निरोप घेतला. मिलर पावसात बाहेर पडला.

तेल अवीवच्या उत्तरेकडील उपनगरातील मोसादचे मुख्य कार्यालय असलेली ती इमारत कोणाचेही लक्ष जावे अशी नाही. अगदी शेजारच्या इमारतीतील लोकांचेसुद्धा.

इमारतीच्या तळघरातील कार पार्कला जाणाऱ्या मार्गाच्या दोन्ही बाजूंना साधी दुकाने आहेत. तळमजल्यावर एक बँक आहे, तिच्या प्रवेश कक्षात, बँकेत जाण्यासाठी असलेल्या काचेच्या दरवाजाच्या आधी एक लिफ्ट, वरील मजल्यांवर असलेल्या कार्यालयांच्या नावाचा फलक आणि एक चौकशी खिडका आहे.

फलकावरून इमारतीत अनेक व्यापारी कंपन्यांची कार्यालये, दोन विमा कंपन्या, एक आर्किटेक्ट, एक इंजिनिअरिंग सल्लागार आणि सर्वांत वरच्या मजल्यावर एक आयात-निर्यात कंपनी यांची कार्यालये असल्याचे दिसून येते. आयात-निर्यात कंपनी सोडून इतर कोणत्याही कंपनीविषयी चौकशी केली, तर सौजन्यपूर्ण माहिती दिली जाते. आयात-निर्यात कंपनीबद्दल प्रश्न विचारल्यास नम्रपणे दिलगिरी व्यक्त केली जाते. ती कंपनी मोसादचा मुखवटा आहे.

इस्राईली हेर खात्याच्या विभागांचे प्रमुख जिथे बैठकीसाठी एकत्र येतात ती खोली साधी आणि थंड असून, भिंतींना पांढरा रंग, मध्ये एक लांब टेबल आणि त्याच्याभोवती भिंतींना लागून खुर्च्या आहेत. हेरखात्याच्या पाच विभागांचे प्रमुख त्या टेबलाभोवती बसतात. त्यांच्या मागे भिंतीलगतच्या खुर्च्यांवर त्यांचे साहाय्यक आणि स्टेनोग्राफर बसतात. इतर कर्मचाऱ्यांना एखाद्या विषयापुरते बोलावले जाते; पण तसे क्वचितच घडते. ह्या बैठकी अति गोपनीय असतात, कारण त्यांच्यात सर्व गोपनीय माहितींवर चर्चा होते.

टेबलाच्या एका टोकाला मोसादचा प्रमुख बसतो. १९३७ साली स्थापन झालेल्या मोसादचे पूर्ण नाम 'मोसाद अलिया बेथ', म्हणजे 'दुसऱ्या स्थलांतरणासाठीची संस्था' असे होते आणि ती इस्राईलची पहिली हेर संघटना होती. युरोपातील ज्यूंना पॅलेस्टाइनच्या भूमीवर सुरक्षित आश्रयस्थान देणे हे तिचे पहिले काम होते.

१९४८ मध्ये इस्राईलची स्थापना झाल्यावर इस्राईली हेर खात्याच्या सर्व विभागांमधे ती आपोआपच सर्वांत वरिष्ठ झाली आणि त्यामुळे मोसादचा नियंत्रक हा पाचही विभागांचा प्रमुख झाला. नियंत्रकाच्या उजव्या बाजूला 'अमन'चा प्रमुख बसतो. 'अमन' हा लष्करी हेरविभाग असून इस्राईलच्या शत्रू राष्ट्रांची युद्धाच्या बाबतीत किती तयारी आहे, याची माहिती पुरवणे हे त्याचे काम असते. त्या वेळी 'अमन'चा प्रमुख जनरल आरन यारीव होता.

डाव्या बाजूला 'शबक'चा प्रमुख बसतो. शबकचा कधी-कधी चुकून 'शिन बेथ' असा उल्लेख केला जातो. खरी मूळ संज्ञा 'शेरत बिटाचोन' आहे आणि तिचा अर्थ 'सुरक्षा सेवा' आहे. इस्राईलच्या अंतर्गत सुरक्षेवर – फक्त अंतर्गतच – लक्ष ठेवणाऱ्या विभागाचे पूर्ण नाव 'शेरत बिचोन खाली' आहे आणि ह्यातील अद्याक्षरांपासून 'शबक' हे नाव तयार झाले आहे.

ह्या दोघांच्या पलीकडे पाचांपैकी उरलेले दोघे बसतात. त्यापैकी एक म्हणजे

परराष्ट्र खात्याच्या संशोधन विभागाचा डायरेक्टर जनरल. या विभागाचे काम म्हणजे इस्त्राईलच्या सुरक्षिततेच्या दृष्टीने अतिशय महत्त्वाचे असे अरब राष्ट्रांच्या राजधान्यांमधील राजकीय स्थितीचे मूल्यमापन करणे हे होय. पाचवा सभासद असतो तो म्हणजे ज्यूंचा छळ होत असलेल्या देशांमधील, म्हणजे मुख्यत: अरब राष्ट्रे आणि कम्युनिस्ट राष्ट्रांमधील ज्यूंकडे लक्ष देणाऱ्या विभागाचा प्रमुख. पाचही विभागांच्या प्रमुखांना प्रत्येक विभाग काय करत आहे याची माहिती व्हावी, त्यांनी नकळत एकमेकांच्या क्षेत्रात शिरू नये हा ह्या साप्ताहिक बैठकीचा उद्देश असतो.

बैठकीला आणखी दोन व्यक्ती निरीक्षक म्हणून हजर असतात : इन्स्पेक्टर जनरल ऑफ पोलीस आणि शबकच्या देशांतर्गत दहशतवादाचा मुकाबला करणाऱ्या विशेष विभागाचा प्रमुख.

त्या दिवशीची बैठक नेहमीप्रमाणेच होती. मायर अमित अध्यक्षपदी बसला आणि चर्चेला सुरुवात झाली. त्याने त्याचा 'बॉम्बशेल' शेवटासाठी राखून ठेवला. त्याने निवेदन केल्यावर एकदम शांतता पसरली. भिंतीपाशी बसलेल्या साहाय्यकांसकट उपस्थित असलेल्या प्रत्येकाच्या डोळ्यांपुढे आपल्या देशावर किरणोत्सर्गी आणि प्लेगच्या बॉम्बचा वर्षाव होऊन देशाचा अंत होत असल्याची दृश्ये दिसू लागली.

"नि:संशयपणे मुद्दा हा आहे की," शबकचा प्रमुख अखेरीस म्हणाला, "ती क्षेपणास्त्रे उडताच कामा नयेत. त्यांना बॉम्ब बनवायला आपण प्रतिबंध करू शकत नसू तर ती बॉम्ब असलेली क्षेपणास्त्रं उडूच शकणार नाहीत, असं करावं लागेल."

"कबूल." अमित नेहमीच्या तुटकपणे म्हणाला. "पण कसं?"

"त्यांच्यावर हल्ला करायचा." यारीन गुरगुरला. "सर्व शक्तिनिशी त्यांच्यावर हल्ला करायचा. एझर वाइझमनची जेट विमाने एकाच हल्ल्यात कारखाना ३३३ जमीनदोस्त करू शकतील."

"आणि काही साधनसामग्री नसताना युद्ध सुरू करायचं?" अमित उद्‌गारला. "इजिप्त काबीज करायचा असेल तर आपल्याला आणखी विमानं, आणखी रणगाडे, आणखी तोफा लागतील. मला वाटतं, युद्ध अटळ आहे हे आपण सर्व जण जाणतो. नासरही तेच करणार; पण पूर्ण तयारी केल्यावरच. पण आपण आत्ताच हल्ला केला तर त्यांच्याकडची रशियन शस्त्रास्त्रं लक्षात घेता आपल्यापेक्षा ते जास्त तयार आहेत, असं मला वाटतं."

बैठकीत पुन्हा शांतता पसरली. परराष्ट्र खात्याच्या अरब विभागाचा प्रमुख बोलू लागला.

"कैरोहून आलेल्या माहितीप्रमाणे ते १९६७ च्या सुरुवातीला क्षेपणास्त्रांसह तयार असतील."

"तोपर्यंत आपले रणगाडे आणि तोफा आणि नवी फ्रेंच जेट विमानं आलेली

असतील.'' यारीवने उत्तर दिले.

''हो, आणि त्यांच्याकडे हेलवानची क्षेपणास्त्रं असतील. चारशे. मित्रांनो, याला फक्त एकच उत्तर आहे. आपण नासरच्या हल्ल्यासाठी तयार होईपर्यंत ती सर्व क्षेपणास्त्रं इजिप्तमधे सर्वत्र त्यांच्या घरामध्ये तयार असतील. मग आपल्याला त्यांच्यापर्यंत पोहोचता येणार नाही आणि एकदा का ती त्यांच्या घरात केव्हाही सोडता येतील अशा स्थितीत असली की, आपल्याला त्यातील नव्वद टक्के नाही तर एकूण एक सर्वच नष्ट करावी लागतील आणि एझर वाइझमनचे फायटर पायलटसुद्धा ती सगळीच्या सगळी नष्ट करू शकणार नाहीत.''

''म्हणजे आपल्याला ती हेलवनच्या कारखान्यात असतानाच नष्ट करायला हवीत.'' यारीव निर्णायकपणे म्हणाला.

''मान्य आहे.'' अमित म्हणाला, ''पण लष्करी हल्ला न करता. त्या जर्मन शास्त्रज्ञांचं काम पुरं होण्याआधीच आपण त्यांना राजीनामा द्यायला भाग पाडलं पाहिजे. संशोधनाचं काम आता जवळ-जवळ संपत आलेलं आहे, हे लक्षात घ्या. आपल्याकडे सहा महिन्यांचा वेळ आहे. त्यानंतर ते जर्मन शास्त्रज्ञ नसले तरी काही फरक पडणार नाही. एकदा का क्षेपणास्त्रांच्या नटबोल्टसकट सर्व भागांचं डिझाइन तयार झालं की, बांधण्याचं काम इजिप्तचे लोक करू शकतील. त्यामुळे मी आता इजिप्तमधल्या शास्त्रज्ञांविरुद्धच्या मोहिमेला आणखी जोर लावतो. मी तुम्हाला माहिती देत राहीन.''

सर्वांच्या मनात आणखी एक प्रश्न उभा राहिला आणि त्यामुळे थोडा वेळ कोणीच काही बोलले नाही. अखेरीस परराष्ट्र खात्यातून आलेल्या एका अधिकाऱ्याने त्याला वाचा फोडली.

''त्यांना जर्मनीतच काहीतरी करून घाबरवता येणार नाही का?''

जनरल अमितने नकारार्थी मान हलवली.

''नाही. सध्याच्या राजकीय वातावरणात ते शक्य नाही. आपल्या वरिष्ठांच्या आदेशात बदल झालेला नाही. जर्मनीत दांडगाई करायची नाही. ह्यापुढे हेलवानच्या क्षेपणास्त्रांच्या बाबतीत जे काही करायचं ते इजिप्तमध्येच.''

मोसादचा प्रमुख, जनरल मायर अमित याचे अडाखे सहसा चुकायचे नाहीत. पण ह्या बाबतीत मात्र तो चुकला होता. कारण हेलवानच्या क्षेपणास्त्रांचे रहस्य पश्चिम जर्मनीतीलच एका कारखान्यात होते.

६

हॅम्बुर्ग ॲटर्नी जनरलच्या कार्यालयातील, युद्धगुन्ह्यांची जबाबदारी असणाऱ्या विभाग प्रमुखांच्या भेटीची वेळ मिळायला मिलरला एक आठवडा लागला. आपल्याला हॉफमनने कामगिरी दिलेली नाहीये हे डॉर्नच्या लक्षात आले असावे आणि त्यानुसार त्याचे धोरण असावे, असा त्याने अंदाज केला.

तो ज्याला भेटला तो माणूस नर्व्हस आणि अस्वस्थ होता.

''तुम्ही सारखे फोन करत होता म्हणून मी तुम्हाला भेटायला तयार झालो, हे लक्षात असू द्या.''

''त्याबद्दल मी आपला फार आभारी आहे.'' मिलर त्याला बरे वाटण्यासाठी म्हणाला. ''मला एका माणसाबद्दल चौकशी करायची आहे. तुम्ही कायम त्याच्या तपासात असणार. त्याचं नाव एडवर्ड रोशमन.''

''रोशमन?'' वकील म्हणाला.

''रोशमन.'' मिलर पुन्हा म्हणाला. ''एस.एस. कॅप्टन. रिगा छावणीचा १९४१ ते १९४४ दरम्यान कमांडंट होता. तो जिवंत आहे का आणि नसेल तर त्याचं दफन कुठं करण्यात आलं हे मला विचारायचं आहे. तसंच, तुम्हाला तो सापडला असेल तर त्याला अटक केली होती का आणि त्याच्यावर कधी खटला झाला होता का आणि नसेल तर तो आता कुठे आहे.'' वकील हादरलाच. ''देवा, देवा! ते मी तुम्हाला सांगू शकत नाही.'' तो म्हणाला.

''का नाही सांगू शकणार? ह्या गोष्टीशी जनतेचा संबंध आहे. खूपच संबंध आहे.''

वकील आता जरा सावरला होता. ''मला नाही तसं वाटत.'' तो सफाईदारपणे म्हणाला. ''कारण तसं असतं तर आमच्याकडे लोकांनी सतत चौकशी केली असती. खरंतर माझ्या आठवणीनुसार चौकशी करणारे तुम्हीच पहिले आहात.''

''खरं म्हणजे मी पत्रकार आहे.'' मिलर म्हणाला.

''होय, असाल; पण ह्या प्रकाराची माहिती आम्ही जेवढी सामान्य नागरिकांना देऊ तेवढीच तुम्हाला देऊ शकू.''

"किती आहे ती माहिती?" मिलरने विचारले.

"आमच्या तपासातील प्रगतीबद्दल माहिती नाही देऊ शकत."

"खरं म्हणजे हे योग्य नाही." मिलर म्हणाला.

"हर मिलर, असं बघा, एखाद्या फौजदारी खटल्यातील तपासात किती प्रगती झाली आहे ही माहिती पोलीस देतील, असं तुम्हाला वाटतं का?"

"हो. जरूर वाटतं. खरं म्हणजे तेच माझं काम आहे. एखाद्या गुन्हेगाराला लवकरच अटक होईल का याबद्दल पोलीस बुलेटिन काढून नेहमी माहिती देतात. पत्रकारांनी विचारलं तर संशयित आरोपी त्यांच्या माहितीप्रमाणे जिवंत आहे की मेलेला आहे हे ते अवश्य सांगतात. त्यामुळे जनतेशी असलेले संबंध चांगले राहायला मदत होते."

वकिलाने पुसटसे स्मित केले.

"तुम्ही त्या संदर्भात फार मौल्यवान काम करत आहात ह्याबद्दल मला खातरी आहे." तो म्हणाला. "पण ह्या खात्याकडून आमच्या कामातील प्रगतीबद्दल कोणतीही माहिती दिली जाणार नाही." त्याला वादाचा एक मुद्दा मिळाल्यासारखा दिसला. "असं बघा, हव्या असलेल्या गुन्हेगारांना, आमचा त्यांच्याविरुद्धचा तपास पुरा होत आला आहे हे कळलं तर ते परागंदा नाही का होणार?"

"होतील कदाचित." मिलर उतरला. "पण कागदपत्रांवरून असं दिसतं की, तुमच्या खात्याने आतापर्यंत फक्त तीन सैनिकांवर खटला भरला आहे आणि तोही १९५० मध्ये, म्हणजे तेही बहुतेक सत्तांतराच्या वेळी ब्रिटिशांनी तुमच्या खात्याच्या ताब्यात दिले असतील. त्यामुळे हवे असलेल्या गुन्हेगारांना परागंदा व्हायला लागण्याइतका धोका दिसत नाही."

"तुम्ही जरा आगाऊच विधान करताय."

"ठीक आहे. म्हणजे तुमचा तपास चालू आहे. तरीही एडवर्ड रोशमनचा तपास चालू आहे की नाही आणि तो सध्या कुठे आहे एवढं सांगण्यामुळे तुमच्या तपासावर काही अनिष्ट परिणाम होणार नाही."

"मी फक्त एवढंच सांगू शकतो की, माझ्या खात्याच्या जबाबदारीच्या कक्षेत येणाऱ्या सर्व गोष्टींचा तपास सतत चालू असतो. मी पुन्हा सांगतो 'सतत चालू असतो.' आणि हर मिलर, आपल्यासाठी ह्यापेक्षा जास्त काही करता येईल, असं मला वाटत नाही." असे म्हणून तो उठला.

"ठीक आहे. धन्यवाद आणि शुभेच्छा!" असे म्हणून मिलर बाहेर पडला.

मिलरला पुढचे पाऊल उचलण्यासाठी एक आठवडा लागला. त्या काळात त्याने घरात बसून पूर्व आघाडीवरील युद्ध आणि पूर्वेकडील व्यापलेल्या प्रदेशातील

छावण्यांमध्ये केली गेलेली कृत्ये याबद्दल सहा पुस्तके वाचून काढली. स्थानिक ग्रंथालयातील ग्रंथपालाने त्याला 'झी कमिशन'बद्दल सांगितले.

"ते लुडविग्जबर्गला आहे." तो मिलरला म्हणाला. "मी काही मासिकांमध्ये त्याच्याबद्दल वाचलं. त्याचं पूर्ण नाव 'नाझी युगात घडलेल्या हिंसेच्या गुन्ह्यांबद्दल स्पष्टीकरण देण्यासाठीची मध्यवर्ती सांघिक संघटना.' असं आहे. ते जरा लांबलचक आहे, त्यामुळे लोक त्याला 'झेंट्राले स्टेले' म्हणतात आणि त्याहीपेक्षा त्रोटक नाव आहे 'झी कमिशन'. नाझींचा देशभरात आणि परदेशातही शोध घेणारी ती एकमेव संघटना आहे."

"धन्यवाद!" मिलर निघताना म्हणाला. "ते मला काही मदत करू शकतील का ते मी बघतो."

मिलर दुसऱ्या दिवशी सकाळी बँकेत गेला, त्याने घरमालकाच्या खात्यात जानेवारी ते मार्च अशा तीन महिन्यांच्या भाड्याचा चेक भरला आणि उरलेल्या रकमेपैकी खाते चालू ठेवण्यासाठी दहा मार्क ठेवून बाकीचे पैसे काढून घेतले.

सिगी कामावर जाते वेळी, त्याने तिचे चुंबन घेऊन आपण आठवडाभर किंवा कदाचित जास्त दिवस घरी नसू, असे तिला सांगितले. मग तळघरातील गॅरेजमधून त्याने त्याची जग्वार बाहेर काढली आणि तो दक्षिणेला ऱ्हाइनलॅन्डच्या दिशेने निघाला.

त्या मोसमातील पहिला हिमपात सुरू झाला होता. उत्तर सागरावरून येणाऱ्या हिमाच्या सरी शिळेसारखा आवाज करीत ब्रेमेनच्या दक्षिणेकडून लोअर सॅक्सनीच्या पठाराकडे जाणारा महामार्ग पार करीत पलीकडे जात होत्या.

दोन तासांनी कॉफीसाठी तो थांबला आणि उत्तर ऱ्हाइन/वेस्टफालियामधून पुढे जाऊ लागला. तुफान वारा होता. खराब हवामानात महामार्गावरून जायला त्याला फार आवडत असे. त्याच्या XK 150 S मध्ये त्याला विमानाच्या कॉकपिटमध्ये असल्याप्रमाणे वाटायचे. डॅशबोर्डखालचे दिवे मंदपणे प्रकाशत असायचे आणि बाहेर, हिवाळ्यातील रात्रीचा गडद होत जाणारा अंधार, बर्फासारखी थंडी, हेडलाइटच्या प्रकाशझोतात चमकून पुढील काचेवर आपटून पलीकडील अंधारात अंतर्धान पावणाऱ्या हिमाच्या तिरप्या सरी.

तो नेहमीप्रमाणेच द्रुत लेनमध्ये होता. जग्वार ताशी १०० मैलांच्या वेगाने बाजूच्या लेनमधील महाकाय ट्रक्सना झपाझप मागे टाकत पुढे धावत होती.

संध्याकाळी सहाच्या सुमारास त्याने हॅम जंक्शन मागे टाकले. उजव्या बाजूला अंधारातून रूरमधील लुकलुकणारे दिवे पुसटसे दिसू लागले. रूरचे त्याला नेहमी फार कौतुक वाटायचे, मैलोन्मैल कारखाने आणि धुराडी, गावे आणि शहरे एकमेकांना इतकी चिकटून की तो प्रदेश म्हणजे शंभर मैल लांब आणि पन्नास मैल

रुंदीचे एकच महाकाय शहर वाटावे. एके ठिकाणी उंच पुलावरून जाताना उजव्या बाजूला खाली बघितले असता डिसेंबरच्या त्या रात्री हजारो एकरांमध्ये कारखान्यांचे दिवे आणि जर्मनीच्या आर्थिक प्रगतीला कारणीभूत ठरलेल्या आणि संपत्ती ओतणाऱ्या भट्ट्यांचा फाकलेला उजेड दिसत होते. चौदा वर्षांपूर्वी शाळेच्या सुटीत ट्रेनने पॅरीसला जात असताना हाच प्रदेश ओसाड होता आणि जर्मनीचे उद्योगरूपी हृदय जेमतेमच चालू होते. तेव्हापासूनच्या काळात आपल्या लोकांनी साध्य केलेली प्रगती बघून कोणालाही अभिमान न वाटणे अशक्य होते.

"फक्त मला इथे राहायला लागू नये इतकेच!" त्याच्या हेडलाइटच्या प्रकाशझोतात कोलोन रिंगचे प्रचंड फलक दिसताना त्याच्या मनात विचार आला. कोलोनहून तो दक्षिण-पूर्वेच्या दिशेने जात वीसबाडन आणि फ्रँकफुर्ट, मानहाइम आणि हाइलब्रोन पार करत रात्री उशिरा स्टुटगार्टला एका हॉटेलपुढे येऊन थांबला. इथून लुडविग्जबर्ग जवळच होते. रात्रीचा मुक्काम त्याने त्या हॉटेलमध्ये केला.

लुडविग्जबर्ग हे राज्याची राजधानी असलेल्या स्टुटगार्टच्या उत्तरेला पंधरा मैलांवर असलेल्या वर्टेंबर्गच्या रम्य टुमदार टेकड्यांमध्ये वसलेले, शांत, संथ असे बाजाराचे गाव. हाय स्ट्रीटच्या एका शांत गल्लीत असलेले झी कमिशनचे मुख्य कार्यालय ही गावातील अभिमानी नागरिकांसाठी जरा नावडतीच बाब होती. झी कमिशन म्हणजे एक छोटेसे, पुरेसे कर्मचारी नसलेले, कमी पगारात भरमसाठ काम असणारे कार्यालय होते. त्यांचे काम युद्धकाळातील सामूहिक हत्या करण्याचे गुन्हे केलेल्या नाझी आणि एस.एस. लोकांना शोधून काढणे हे होते. खंडणी उकळणे, दरोडा, शारीरिक इजा करणे, शारीरिक छळ अशा प्रकारचे गुन्हे केलेल्यांना कालमर्यादेच्या आत पकडणे आवश्यक होते. पण खून आणि सामूहिक हत्या ह्या गुन्ह्यांना मात्र कालमर्यादा लागू नव्हती.

फक्त खुनाच्या गुन्ह्यासाठीसुद्धा ज्यांचा शोध घ्यायचा होता अशा लोकांची झी कमिशनच्या दप्तरातील संख्या १,७०,००० होती. साहजिकच, कमिशनने आपले लक्ष ज्या काही हजार लोकांनी सामूहिक हत्या केल्या होत्या, त्यांचा शोध घेण्यावर केंद्रित केले होते.

गुन्हेगाराला अटक करण्याचा स्वत:ला अधिकार नसणे, गुन्हेगाराची ओळख पक्की पटली तरच स्थानिक पोलिसांना त्यांना अटक करायची विनंती करण्याची क्षमता असणे, खर्च चालवण्यासाठी बॉनच्या केंद्र सरकारकडून तुटपुंजाच पैसा मिळणे अशा अडचणी असूनसुद्धा कमिशनचे लोक केवळ कर्तव्य बुद्धीने काम करीत होते.

कमिशनच्या पटावर ऐंशी डिटेक्टिव्ह आणि पन्नास शोध करणारे वकील

एवढाच कर्मचारी वर्ग होता. डिटेक्टिव्ह्जपैकी सर्व जण पस्तिशीच्या आतले तरुण होते. त्यामुळे ते तपास करत असलेले गुन्हे ते जन्मण्यापूर्वी घडलेले होते. वकील कर्मचारी जरा जास्त वयाचे होते; पण त्यांच्यापैकी कोणीही १९४५ च्या आधीच्या घटनांमध्ये सहभागी नसल्याची खातरी करून घेण्यात आली होती.

कमिशनमधील वकील कर्मचारी पूर्वी स्वत:चा स्वतंत्र व्यवसाय करत होते आणि कमिशनचे काम संपल्यानंतर त्यात परतणार होते. डिटेक्टिव्ह आपल्याला पुढे भवितव्य नाही हे ओळखून होते. लुडविग्जबर्गला काम केलेला डिटेक्टिव्ह जर्मनीतील कोणत्याही पोलीस दलाला नको असे. पश्चिम जर्मनीत एस.एस.च्या लोकांचा शोध घ्यायला तयार असणाऱ्या डिटेक्टिव्हला देशातील इतर कोणत्याही पोलीस दलात बढती मिळणे अशक्य होते. सहकार्यासाठी केलेल्या विनंतीकडे दुर्लक्ष केले जाणे, तात्पुरत्या वापरासाठी दिलेल्या फायली गहाळ होणे, हवा असलेला गुन्हेगार अज्ञात व्यक्तींकडून मिळालेल्या माहितीमुळे अचानक बेपत्ता होणे अशा घटना झी कमिशनच्या लोकांच्या अंगवळणी पडल्या होत्या आणि आपण करीत असलेले काम देशातील बहुतेक जनतेच्या इच्छेच्या विरुद्ध आहे याची जाणीव असूनसुद्धा ते शक्य तितक्या नेटाने काम करत होते.

एरवी हसतमुख असणारे नागरिक, झी कमिशनमध्ये काम करणारा माणूस लुडविग्जबर्गच्या रस्त्यांत दिसल्यास तोंड फिरवीत. त्यांच्या कामामुळे शहराला अनिष्ट प्रसिद्धी मिळत असल्याची त्यांची भावना होती.

पीटर मिलरने ५८, शोर्न डोर्फर रस्त्यावरील आठ फूट उंच भिंतीच्या आवारातील कमिशनचे कार्यालय शोधून काढले. दोन महाकाय पोलादी दरवाजे असलेल्या फाटकाने त्याचा रस्ता अडवला होता. फाटकाच्या एका बाजूला घंटेचे हँडल होते ते त्याने ओढले. फाटकातील छोटा लोखंडी दरवाजा सरकला आणि ज्याला टाळू शकत नाही, असा एक चेहरा डोकावला, दरवान.

''काय काम आहे?''

''मला तपास करणाऱ्या तुमच्या एखाद्या वकिलाला भेटायचंय.'' मिलर म्हणाला.

''कोणत्या वकिलाला?'' चेहऱ्याने प्रश्न केला.

''मला कोणाची नावं माहीत नाहीत,'' मिलर म्हणाला. ''कोणीही चालेल. हे माझं कार्ड.''

त्याने त्याचे प्रेस कार्ड आत सरकवले, त्यामुळे आतल्या माणसाला ते घेण्यावाचून गत्यंतर नव्हते. पण त्यामुळे कमीतकमी ते आत जाईल अशी त्याला खातरी वाटली. त्या माणसाने खिडकी बंद केली आणि तो आत निघून गेला. परत आल्यावर त्याने दार उघडले. मिलर पाच पायऱ्या चढून आत गेला आणि दरवाजा

बंद झाला. आत सेंट्रल हीटिंगमुळे गरम आणि कोंदट होते. उजव्या बाजूच्या काचेचे दार असलेल्या एका केबिनमधून एक कर्मचारी बाहेर आला आणि त्याने मिलरला एका छोटेखानी प्रतीक्षा कक्षात नेऊन बसवले.

''तुमच्याशी बोलायला कोणीतरी येईल.'' असे म्हणून त्याने दरवाजा बंद केला.

तीन मिनिटांनंतर आलेला माणूस पन्नाशीचा, सौम्य आणि नम्र होता. त्याने मिलरला त्याचे प्रेस कार्ड परत दिले आणि विचारले, ''मी आपल्यासाठी काय करू शकतो?''

मिलरने टाउबरपासून सुरुवात करून, त्याची डायरी, रोशमनबद्दल त्याने केलेली चौकशी वगैरे सर्व सांगितले. वकिलाने ते लक्षपूर्वक ऐकून घेतले.

''फारच भारून टाकणारं आहे.'' तो शेवटी म्हणाला.

''मुद्दा असा आहे की, तुम्ही मला मदत करू शकाल का?''

''मला मदत करता आली असती, तर फार बरं झालं असतं.''

गेल्या काही आठवड्यांत, हॅम्बुर्गमध्ये रोशमनबद्दल चौकशी करायला सुरुवात केल्यापासून प्रथमच आपल्याला मदत करण्याची प्रामाणिक इच्छा असणारे कोणीतरी भेटतेय असे मिलरला वाटले. ''पण गोष्ट अशी आहे की, तुम्ही अतिशय प्रामाणिकपणे चौकशी करत आहात हे मान्य केले तरी मला आमचे येथील काम चालू ठेवता यावे यासाठी इथले नियम पाळावेच लागतील आणि मुख्य नियम हा की काही ठरावीक विशिष्ट अधिकाऱ्यांपैकी कोणाची तरी परवानगी असल्याशिवाय, 'वॉंटेड' यादीतील कोणाही एस.एस. गुन्हेगाराविषयी कोणतीही माहिती कोणालाही द्यायची नाही.''

''दुसऱ्या शब्दात सांगायचं तर तुम्ही मला काहीही सांगू शकणार नाही?'' मिलर म्हणाला.

''कृपा करून हे लक्षात घ्या की आमच्यावर सतत हल्ले होत असतात.'' वकील म्हणाला. ''खुलेपणे नाही. तसे करायला कोणीही धजावणार नाही. पण सत्तेच्या स्थानांमध्ये, गुपचूप, आमचे खर्चाचे बजेट, आमचे अधिकार, आमची अधिकारकक्षा याविषयी शेरेबाजी होत असते. नियमांच्या बाबतीत आम्हाला जरासुद्धा बदल करता येत नाही. माझ्यापुरते बोलायचे तर मला आमच्या कामात जर्मन वृत्तपत्रांची मदत घ्यायला आवडेल; पण तसे करायला बंदी आहे.''

''ओह्, असं आहे का?' मिलर म्हणाला. ''मग तुमचं वृत्तपत्रांच्या कात्रणांचं संग्रहालय आहे का?''

''नाही. नाहीये.''

''जर्मनीत कुठेही, कोणत्याही नागरिकाला बघायची अनुमती असेल, असं कात्रण संग्रहालय आहे का?''

"नाही. देशातील अशी सर्व संग्रहालयं वृत्तपत्रांकडे आणि मासिकांकडे आहेत. त्यातील सर्वांत मोठं 'डेर स्पीगेल'कडे आहे. त्याच्या खालोखाल 'कॉमेट'चं चांगलं आहे."

"मला हे जरा चमत्कारिक वाटतं." मिलर म्हणाला. "आज जर्मनीत एखाद्या नागरिकाला युद्धगुन्ह्यांच्या तपासातील प्रगतीबद्दल चौकशी करायची असेल किंवा 'वाँटेड' एस.एस. गुन्हेगारांबद्दल माहिती हवी असेल, तर त्याने कुठे जायचं?"

वकील जरा अस्वस्थ झाल्यासारखा वाटला.

"माझ्या माहितीप्रमाणे ती माहिती सामान्य नागरिकाला मिळू शकत नाही." तो म्हणाला.

"ठीक आहे." मिलर म्हणाला. "एस.एस. माणसांबद्दल माहिती असलेली कागदपत्रं ठेवणाऱ्या संस्था जर्मनीत कुठे आहेत?"

"इथल्या तळघरात एक संच आहे," वकील म्हणाला. "आणि आमचा हा संच पूर्णपणे झेरॉक्स केलेल्या प्रतींचा आहे. एस.एस.च्या अनुक्रमणिका कार्डांचा संपूर्ण मूळ संच १९४५ मध्येच एका अमेरिकन तुकडीने ताब्यात घेतला. ती कागदपत्रं बव्हेरियात जिथे ठेवली होती तिथे एस.एस. लोकांचा एक छोटा गट होता. त्यांनी तो जाळून टाकण्याचा प्रयत्न केला. त्यांनी दहाएक टक्के कागद जाळले असतील इतक्यात अमेरिकन सैनिक आत घुसले आणि त्यांनी त्यांना थांबवलं. उरलेले कागद वाटेल तसे मिसळले गेले. अमेरिकेच्या लोकांनी काही जर्मन माणसांची मदत घेऊन ते पुन्हा व्यवस्थित लावले, त्याला दोन वर्षं लागली.

"त्या दोन वर्षांच्या काळात सगळ्यात वाईट असे एस.एस.चे अनेक जण काही काळ दोस्तांच्या कोठडीत राहून पळून गेले. त्या सगळ्या गोंधळात त्यांची कागदपत्रं गायब झाली. शेवटी क्रमवारीने लावल्यावर एस.एस.च्या लोकांची यादी आणि कागदपत्रं बर्लिनला अजून अमेरिकन लोकांच्या ताब्यात आहेत. आम्हाला जास्त माहिती हवी असली, तर आम्हालासुद्धा त्यांच्याकडे अर्ज करावा लागतो. पण ते त्या बाबतीत अतिशय चांगले आहेत आणि त्यांच्याकडून मिळणाऱ्या सहकार्याबद्दल तक्रार करायला जागा नाही."

"बस इतकंच?" मिलरने विचारले. "पूर्ण देशात फक्त दोन संच?"

"होय तेवढंच." वकील म्हणाला. "मी पुन्हा सांगतो की, मला तुम्हाला मदत करायला निश्चितच आवडलं असतं. तुम्हाला रोशमनबद्दल काही माहिती मिळाली आणि आम्हाला दिलीत तर आम्हाला फार आनंद होईल."

मिलरने विचार केला.

"मला जर काही माहिती मिळाली तर तिचा उपयोग फक्त दोनच संस्था करू शकतील. हॅम्बुर्ग येथील ॲटर्नी जनरलचं कार्यालय आणि तुम्ही. बरोबर?"

"होय. अगदी बरोबर." वकील म्हणाला.

"आणि हॅम्बुर्गपेक्षा तुम्ही त्याच्याबद्दल काहीतरी ठोस कृती कराल." मिलर म्हणाला. वकील निर्विकारपणे छताकडे बघत राहिला.

"इथं येणारी कोणतीही थोडीसुद्धा महत्त्वाची माहिती नुसती धूळ खात पडून राहत नाही." वकील बोलला.

"ठीक आहे. समजलो मी." असे म्हणत मिलर उठला. "एक गोष्ट, फक्त आपल्यातच, तुम्ही एडवर्ड रोशमनचा शोध अजून घेता आहात का?"

"फक्त आपल्यातच सांगायचं तर, होय, अगदी निश्चित."

"आणि तो जर पकडला गेला तर त्याच्यावर आरोप सिद्ध होण्यात कोणतीच अडचण येणार नाही?"

"अजिबात नाही." वकील म्हणाला. "त्याच्या विरुद्धचे आरोप अगदी पक्के आहेत. त्याला जन्मठेप होईल, याबद्दल शंकाच नाही."

"मला जरा तुमचा फोन नंबर द्या." मिलर म्हणाला.

वकिलाने एका कागदावर फोन नंबर लिहून त्याला दिला.

"हे माझं नाव आणि दोन फोन नंबर आहेत. घरचा आणि ऑफिसचा. तुम्ही माझ्याशी दिवसा, रात्री केव्हाही संपर्क साधू शकता. तुम्हाला कोणतीही नवी माहिती मिळाली, तर कोणत्याही फोन बूथवरून मला थेट फोन करा. प्रत्येक राज्याच्या पोलीस दलात असे काही लोक आहेत ज्यांच्याशी मी संपर्क साधू शकतो आणि जे आवश्यक ती कारवाई निश्चित करतील, याबद्दल मला खातरी आहे. दुसरे काही लोक असे आहेत की त्यांना टाळलेलं बरं. म्हणून प्रथम मला फोन करा. ठीक आहे?"

मिलरने तो कागद खिशात ठेवला.

"ते मी लक्षात ठेवीन." निघताना मिलर म्हणाला.

"गुड लक!" वकील म्हणाला.

स्टुटगार्ट ते बर्लिन फार लांबचा प्रवास आहे. मिलरचा दुसरा दिवस त्या प्रवासातच गेला. सुदैवाने पाऊस नव्हता आणि हवा छान होती आणि उत्तमपैकी ट्यून-अप केलेली जग्वार फ्रँकफुर्ट, कासेल, गोडिंगेन, हॅनोव्हर यांच्या दरम्यानचा वायव्येला पसरलेला हिरवा गालिचा सपासप कापत गेली. हॅनोव्हरला ऑटोबान महामार्ग सोडून मिलर उजवीकडे पूर्व जर्मनीच्या सीमेकडे वळला.

मरीनबॉर्नच्या तपासणी नाक्यावर बरोबर पैसे किती आहेत वगैरे जाहीर करण्याचा फॉर्म भरण्यात तासभर घालवल्यावर त्याला पूर्व जर्मनीचा ११० मैलांचा प्रदेश ओलांडून पलीकडे पश्चिम बर्लिनला जाण्याचा ट्रान्झिट व्हिसा मिळाला. निळ्या

गणवेशातील कस्टम्सच्या लोकांनी आणि थंडीपासून रक्षण करण्यासाठी फरच्या टोप्या घातलेल्या हिरव्या गणवेषातील 'पीपल्स पोलिसां'नी जग्वारच्या आत आणि खाली काही लपवलेले नाही ना याची तपासणी केली. कस्टम्सच्या माणसाच्या मनात, बूर्झ्वा पश्चिम जर्मनीच्या नागरिकाचे जर्मन डेमोक्रॅटिक रिपब्लिक ऊर्फ पूर्व जर्मनीच्या सरकारी अधिकाऱ्याकडून अपेक्षित असे थंड स्वागत करावे की, एका तरुणाला दुसऱ्या तरुणाच्या स्पोर्ट्स कारचे निरीक्षण करण्याची तीव्र इच्छा असते ती पुरी करावी, याचे द्वंद्व चालू असावे.

सीमेच्या पलीकडे वीस मैलांवर एल्ब नदीवरील भव्य पूल लागला, जिथे १९४५ मध्ये याल्टा कराराचे सन्मानपूर्वक पालन करीत ब्रिटिशांनी बर्लिनवरील चाल थांबवली होती. मिलरने उजव्या बाजूला खाली पसरलेल्या मॅगडेबर्गकडे दृष्टी टाकली आणि तिथला प्रसिद्ध जुना तुरुंग अजून असेल की नाही असा विचार त्याच्या मनात आला. पश्चिम बर्लिनमध्ये प्रवेश करताना पुन्हा एकदा त्याच्या कारची झडती घेतली गेली. त्याची कपड्यांची बॅग टेबलावर रिकामी करून तपासण्यात आली आणि येताना वाटेत त्याने 'कामगारांच्या स्वर्गा'तील कोणाला पश्चिम जर्मनीचे मार्क्स दिले नाहीत ना याची खातरी करून घेण्यात आली. हे सर्व सोपस्कार झाल्यावर त्याची सुटका झाली आणि त्याची जग्वार एव्हस सर्किट पार करून ख्रिसमसच्या सजावटीमुळे चमकणाऱ्या कुरफुरस्टेन डामच्या दिशेने धावू लागली. ती १७ डिसेंबरची संध्याकाळ होती.

हॅम्बुर्गच्या ॲटर्नी जनरलच्या कार्यालयात आणि लुडविग्जबर्गच्या झी कमिशनच्या कार्यालयात आपण ज्या प्रकारे जाऊन धडकण्याची चूक केली तशी आता अमेरिकन डॉक्युमेंट सेंटरला जाताना करायची नाही, अशी खूणगाठ त्याने आधीच मनाशी बांधली होती. अधिकृत पाठबळ नसेल तर नाझी कागदपत्रांसाठी जर्मनीत कुठेही डाळ शिजणार नाही, हे त्याला कळून चुकले होते.

दुसऱ्या दिवशी सकाळी त्याने मुख्य पोस्ट ऑफिसातून कार्ल ब्रँटला फोन केला. त्याची विनंती ऐकून ब्रँट आश्चर्यचकित झाला.

"शक्य नाही." तो फोनवर म्हणाला. "मी बर्लिनमध्ये कोणालाच ओळखत नाही."

"विचार कर. पश्चिम बर्लिन पोलीस दलात असलेला कोणी तुझ्याबरोबर कॉलेजात होता का? त्यानं माझी ओळख दिली पाहिजे." मिलर फोनमध्ये ओरडला.

"मला यात पडायचं नाहीये हे मी तुला आधीच सांगितलं होतं."

"तू त्यात आधीच पडला आहेस." भीमटोला मारायच्या आधी मिलर दोन क्षण थांबला. "एकतर मला त्या संग्रहालयात अधिकृतपणे जाता यायला हवं, नाहीतर तू मला पाठवलंस असं मी सांगणार."

"तू तसं काहीही करणार नाहीयेस." ब्रँट म्हणाला.

"अगदी निश्चित करीन. ह्या देशात नुसते इकडून तिकडे धक्के खात बसायचा मला कंटाळा आलाय. म्हणून मला अधिकृतपणे जाता येईल यासाठी कोणीतरी शोधून काढ. हे बघ, मी त्या फायली बघितल्या, माझं काम झालं की, कोणालाही मी आठवणार नाही."

"मला विचार करावा लागेल." वेळ काढण्याच्या दृष्टीने ब्रँट म्हणाला.

"मी तुला एक तास देतो." मिलर म्हणाला. "मी पुन्हा फोन करीन." त्याने फोन आदळला.

तासानंतरसुद्धा ब्रँट अतिशय संतापलेला आणि जरा घाबरलेलासुद्धा होता. आपण ती डायरी फेकून दिली असती तर बरे झाले असते, असे त्याला राहून-राहून वाटत होते.

"मी डिटेक्टिव्ह कॉलेजमध्ये होतो तेव्हा एक जण माझ्या बरोबर होता," तो फोनवर सांगू लागला. "माझी त्याची फार ओळख नव्हती; पण तो पश्चिम बर्लिनच्या दलात ब्युरो वनमध्ये आहे. ते ह्याच विषयावर काम करतात."

"काय आहे त्याचं नाव?"

"शिलर. फोकमार शिलर. डिटेक्टिव्ह इन्स्पेक्टर."

"मी त्याला भेटतो."

"नको. ते माझ्यावर सोड. मी आज त्याला फोन करीन आणि तुझी ओळख देईन. मग तू त्याला भेट. तुला प्रवेश द्यायला त्याने मदत केली नाही, तर मला दोष देऊ नकोस. बर्लिनमध्ये माझ्या ओळखीचा असा तो एकटाच आहे."

दोन तासांनी मिलरने ब्रँटला पुन्हा फोन केला. ब्रँट जरा तणावमुक्त वाटला.

"तो रजेवर आहे." तो म्हणाला. "ते म्हणाले तो ख्रिसमस ड्यूटीवर आहे, त्यामुळे सोमवारपर्यंत येणार नाही."

"पण आज फक्त बुधवार आहे." मिलर म्हणाला. "माझे चार दिवस फुकट जाणार."

"त्याला माझा इलाज नाही. तो सोमवारी सकाळी येईल. मग मी त्याला फोन करीन."

मिलरने शिलर परत येण्याची वाट बघत चार दिवस कंटाळवाणे घालवले. १९६३ चा ख्रिसमस तोंडावर आला होता आणि बर्लिनची भिंत ऑगस्ट १९६१ मध्ये बांधल्यानंतर, पश्चिम बर्लिनमधील रहिवाशांना भिंत पार करून पूर्व बर्लिनमधील आपल्या नातेवाइकांना भेटायला जाता यावे यासाठी पूर्व बर्लिनच्या अधिकाऱ्यांसोबत चाललेली बोलणी भरात आली होती, त्यात सर्व जण गुंतलेले होते. बोलण्यांमधील प्रगतीबद्दल वर्तमानपत्रांमध्ये दररोज मथळे येत होते. त्या आठवड्याच्या शेवटी

मिलर हाइने स्ट्रासे तपासणी नाक्यातून शहराच्या पूर्व भागात गेला. (पश्चिम जर्मनीच्या नागरिकांना पासपोर्ट असेल, तर असे करता येत असे) त्याची थोडी ओळख असलेल्या पूर्व जर्मनीतील रॉयटरच्या प्रतिनिधीला भेटायला गेला. पण तो भिंत पासच्या प्रकरणात गळ्यापर्यंत बुडालेला होता. त्यामुळे नुसती कॉफी घेऊन मिलर पश्चिम बर्लिनला परतला.

सोमवारी सकाळी तो डिटेक्टिव्ह इन्स्पेक्टर फोकमार शिलरला भेटायला गेला. शिलर साधारण त्याच्याच वयाचा होता आणि जर्मनीतले सरकारी अधिकारी सहसा असतात तसा लाल फितीची फारशी फिकीर करणारा नव्हता, हे बघून मिलरला बरे वाटले. आपल्याला फार मदत होईल अशी मिलरची अपेक्षा नव्हतीच. त्याने त्याचे काम थोडक्यात सांगितले.

"मला काही अडचण दिसत नाही." शिलर म्हणाला. "ब्यूरो वनमधील आम्हा लोकांना अमेरिकन नेहमी मदत करत आलेले आहेत. विली ब्रँटने नाझींच्या गुन्ह्यांचा तपास करायची जबाबदारी आम्हाला दिली आहे. त्यामुळे आम्हाला जवळ-जवळ रोजच तिथे जावं लागतं."

ते मिलरच्या जग्वारने शहराच्या उपनगरांकडे निघाले. जंगले आणि काही तळी पार करून ते बर्लिनच्या झेलेंडोर्फ ह्या उपनगरात एका तलावाच्या काठी असलेल्या नंबर एक, वासर केफर स्टीग येथे पोहोचले.

बैठी, एक मजली, लांब अशी ती इमारत झाडांमध्ये लपलेली होती.

"हे ऑफिस?" आश्चर्याने मिलर उद्गारला.

"हो, हेच," शिलर म्हणाला. "फार मोठं नाही असं वाटतं ना? पण काय आहे, जमिनीखाली आठ मजले आहेत. तिथे अग्निप्रतिबंधक तिजोऱ्यांमध्ये कागदपत्रं ठेवलेली आहेत."

ते नेहमीच्या प्रवेशद्वारातून आत गेले. तिथे एक लहान प्रतीक्षा कक्ष आणि उजव्या बाजूला एक खोली होती. शिलर त्या खोलीकडे गेला आणि त्याने त्याचे पोलीस ओळखपत्र दाखवले. त्याला एक फॉर्म देण्यात आला आणि त्या दोघांनी एका टेबलापाशी बसून तो भरला. शिलरने त्याचे नाव आणि हुद्दा लिहिला आणि विचारले, "काय त्या माणसाचं नाव म्हणालात?"

"रोशमन," मिलर म्हणाला. "एडवर्ड रोशमन."

शिलरने ते फॉर्ममध्ये लिहिले आणि फॉर्म तिथल्या क्लार्कच्या हातात दिला.

"दहा-पंधरा मिनिटं लागतात." शिलर म्हणाला. ते मोठ्या कक्षात गेले. तिथे टेबल आणि खुर्च्यांच्या अनेक रांगा होत्या. पंधरा मिनिटांनी दुसरा एक क्लार्क एक फाईल घेऊन आला आणि ती त्याने टेबलावर ठेवली. ती इंचभर जाड होती आणि तिच्यावरील लेबलवर 'रोशमन एडवर्ड' नाव होते. फोकमार शिलर उठला.

"तुमची हरकत नसेल तर मी निघू का?" तो म्हणाला. "मी परत जायची व्यवस्था बघीन. आठवडाभराच्या रजेनंतर फार वेळ घालवून चालणार नाही. तुम्हाला कशाची झेरॉक्स हवी असेल तर त्या क्लार्कला सांगा." खोलीच्या दुसऱ्या टोकाला बसलेल्या क्लार्ककडे बोट दाखवीत तो म्हणाला. कोणीही फाइलमधील कागद काढू नयेत यावर त्याची नजर असणार हे स्पष्ट होते. मिलरने उठून त्याला निरोप दिला.

"खूप-खूप धन्यवाद!"

शिलरने स्मित केले. खोलीतील तीन-चार टेबलांवर वाचत बसलेल्या लोकांकडे दुर्लक्ष करून मिलरने फाईलमध्ये डोके खुपसले आणि एडवर्ड रोशमनवरील खुद्द एस.एस.ची फाईल वाचू लागला.

त्यात सर्व माहिती होती. नाझी पार्टी सभासद क्रमांक, एस.एस. क्रमांक, दोन्हीसाठीचे अर्ज – स्वतः भरलेले – वैद्यकीय तपासणीचे अहवाल, प्रशिक्षण झाल्यावर त्याला मिळालेले कौतुकाचे प्रमाणपत्र, स्वतः लिहिलेली स्वतःबद्दलची माहिती, बदल्यांसंबंधीचे कागद, ऑफिसरपदाचे नेमणूक पत्र, पदोन्नतीची प्रमाणपत्रे – अगदी एप्रिल १९४५ पर्यंतची. एस.एस.च्या रेकॉर्डसाठी घेतलेले दोन फोटोसुद्धा होते – एक समोरून घेतलेला आणि एक बाजूने घेतलेला. फोटोवरून उंची सहा फूट एक इंच, डावीकडे भांग असलेले बारीक कापलेले केस, चेहऱ्यावर गंभीर भाव, कॅमेऱ्याकडे दृष्टी, टोकदार नाक आणि ओठ जवळ-जवळ नसावेत अशी तोंडाच्या जागी आडवी रेघ असे चित्र होते. मिलर वाचू लागला...

एडवर्ड रोशमनचा जन्म २५ ऑगस्ट, १९०८ ला ऑस्ट्रियातील ग्राझ येथे झाला. तो ऑस्ट्रियाचा नागरिक होता. त्याचे वडील प्रामाणिक आणि सभ्य होते आणि एका ब्रुअरीत काम करायचे. त्याचे बालवाडी, प्राथमिक आणि माध्यमिक शिक्षण ग्राझलाच झाले. तो वकील होण्यासाठी कॉलेजमध्ये गेला; पण नापास झाला. १९३१ मध्ये २३ वर्षांचा असताना तो त्याचे वडील ज्या ब्रुअरीत काम करायचे तिथेच कामाला लागला. त्याच वर्षी तो ऑस्ट्रियातील नाझी पक्षाचा आणि एस.एस.चा सभासद झाला. त्या वेळी ऑस्ट्रिया हे तटस्थ राष्ट्र होते आणि तिथे त्या दोन्ही संघटनांवर बंदी होती. त्यानंतर वर्षभरात हिटलरने ऑस्ट्रियावर कब्जा केला आणि तिथल्या नाझींना भराभर पदोन्नती दिली.

१९३९ मध्ये जेव्हा महायुद्ध सुरू झाले तेव्हा तो जर्मनीच्या हवाई दलात – वाफेन – एस.एस. – दाखल झाला, १९३९ च्या हिवाळ्यात आणि १९४० च्या उन्हाळ्यात त्याला प्रशिक्षण दिले गेले. तो फ्रान्स पादाक्रांत करणाऱ्या वाफेन – एस.एस. तुकडीत होता. डिसेंबर १९४० मध्ये त्याची फ्रान्सहून बर्लिनला बदली झाली. (इथे त्या कागदावर समासात कोणीतरी 'भ्याडपणामुळे?' असे लिहिले

होते.) आणि जानेवारी १९४१ मध्ये त्याची RSHAच्या Amt 3, एसडीसाठी शिफारस झाली.

जुलै १९४१ मध्ये त्याने रिगा येथे पहिली एसडी छावणी स्थापन केली आणि पुढील महिन्यात तो रिगा वसाहतीचा कमांडंट झाला. तो ऑक्टोबर १९४४ ला जहाजाने जर्मनीला परतला आणि रिगा येथे उरलेल्या ज्यूंचा ताबा डांझिगच्या एसडीला देऊन पुढील हुकमासाठी तो बर्लिनला परतला. पुढील आदेशाची वाट बघत तो एस.एस.च्या मुख्य कार्यालयात थांबला.

फाईलमधला शेवटचा कागद कधीच पूर्ण भरल्याचे दिसत नव्हते – बहुतेक हे काम नेटकेपणे करणाऱ्या एस.एस.च्या बर्लिन मुख्य कार्यालयातील क्लार्कने मे १९४५ मध्ये घाईघाईने स्वत:ची बदली करून घेतली असावी.

कागदपत्रांच्या गठ्ठ्याला शेवटचा, एक कागद युद्ध संपल्यावर कोणी अमेरिकन माणसाने लावलेला दिसत होता. तो एकच कागद होता आणि त्याच्यावर खालील शब्द टाईप केलेले होते.

'ह्या फाईलबद्दल ब्रिटिश अधिकाऱ्यांनी डिसेंबर १९४७ मध्ये चौकशी केली.'

त्या खाली अमेरिकन सेनेतील कोण्या क्लार्कची सही आणि २१ डिसेंबर, १९४७ ची तारीख होती.

मिलरने फाईलमधून रोशमनने स्वहस्ते लिहिलेली स्वत:ची माहिती, दोन फोटो आणि शेवटचा कागद असे काढले आणि ते घेऊन तो खोलीच्या टोकाला बसलेल्या क्लार्ककडे गेला.

''यांच्या फोटोकॉपी काढता येतील का, प्लीज?''

''अवश्य.'' त्या माणसाने फाईल घेऊन, फोटोकॉपी केलेले कागद आल्यावर तिच्यात परत घालण्यासाठी ती त्याच्या टेबलावर ठेवली. दुसऱ्या एका माणसानेसुद्धा एक फाईल आणि तिच्यातील दोन कागद फोटोकॉपी करण्यासाठी दिले. क्लार्कने ते दोन कागद आणि मिलरने दिलेले कागद आणि फोटो त्याच्या मागे असलेल्या एका ट्रेमध्ये ठेवले. तिथून ते ताबडतोब एका अदृश्य हाताने उचलून घेतले.

''जरा थांबा. दहा मिनिटं लागतील.'' क्लार्क मिलर आणि त्या दुसऱ्या माणसाला म्हणाला. दोघेही आपापल्या जागांवर जाऊन बसले. मिलरला थंडीमुळे सिगारेट ओढण्याची तीव्र इच्छा होत होती; पण तिथे धूम्रपानबंदी होती. दुसरा माणूस मांड्यांमध्ये हात खुपसून बसला होता.

दहा मिनिटांनी क्लार्कच्या मागच्या बाजूला हालचाल झाल्याचा आवाज आला आणि मागच्या खिडकीतून दोन पाकिटे बाहेर आली. त्याने ती वर धरली. मिलर आणि तो दुसरा मध्यमवयीन माणूस ती घेण्यासाठी क्लार्ककडे गेले. क्लार्कने एक पाकीट उघडून आतील कागदावर नजर टाकली.

"एडवर्ड रोशमनचे कागद?" तो म्हणाला.

"माझे कागद." मिलर हात पुढे करत म्हणाला.

"हे तुमचे असणार." तो त्या दुसऱ्या काळ्या कोटवाल्या माणसाला म्हणाला. तो माणूस चोरून मिलरकडे बघत होता. त्याने त्याचे पाकीट घेतले आणि दोघे बरोबरच बाहेर पडले. बाहेर पडल्यावर मिलर धावत पायऱ्या उतरला, जग्वारमध्ये बसला आणि शहरात परतण्यासाठी निघाला. तासाभराने त्याने सिगीला फोन केला.

"मी ख्रिसमससाठी परत येतोय." तो तिला म्हणाला.

दोन तासांनी मिलर पश्चिन बर्लिनमधून बाहेर पडत होता. त्याची कार ड्राय लिंडेनच्या पहिल्या चेकनाक्याला पोहोचत असतानाच काळा कोटवाला माणूस त्याच्या सॅविनी प्लाट्झवरील नीटनेटक्या फ्लॅटमधून पश्चिम जर्मनीतील एक फोन नंबर फिरवत होता. त्याने फोनवर थोडक्यात स्वत:ची ओळख दिली.

"मी आज डॉक्युमेंट सेंटरला गेलो होतो. नेहमी करतो तशा संशोधनाच्या कामासाठी. तिथे दुसरा एक माणूस आला होता. तो एडवर्ड रोशमनची फाईल वाचत होता. मग त्यानी तीन कागदांच्या फोटोकॉपी करून घेतल्या. नुकताच जो संदेश सगळ्यांना मिळाला तो लक्षात घेता तुम्हाला हे कळवून ठेवलेलं बरं असं वाटलं."

दुसऱ्या बाजूने अनेक प्रश्न विचारले गेले.

"नाही. मला त्याचं नाव नाही समजलं. तो नंतर एका काळ्या लांब स्पोर्ट्स कारमध्ये निघून गेला. हो, हो, मी घेतला. ती हॅम्बुर्गची नंबरप्लेट होती."

त्याने नंबर सावकाश सांगितला आणि पलीकडच्या माणसाने तो लिहून घेतला.

"हो. मला वाटलं कळवलेलं बरं. ह्या नाक खुपसणाऱ्यांचं काही सांगता येत नाही. हो, थँक यू... बरं बरं. मी तुमच्याकडे... हॅपी ख्रिसमस. कामेराड."

७

ख्रिसमस त्या आठवड्यातील बुधवारी होता आणि पश्चिम जर्मनीतील ज्या माणसाला बर्लिनहून फोनवर मिलरबद्दल माहिती मिळाली होती, ती त्याने ख्रिसमसचा काळ संपल्यावर पुढे पाठवली आणि ती त्याच्या सर्वोच्च वरिष्ठाला पोहोचली.

फोन घेणाऱ्या माणसाने माहिती देणाऱ्याचे आभार मानले. ऑफिसातला फोन खाली ठेवला, त्याच्या आरामशीर चामड्याच्या खुर्चीत मागे टेकून बसला आणि खिडकीतून खाली दिसणाऱ्या गावातील घरांच्या बर्फाने आच्छादलेल्या छपरांकडे नजर टाकली.

"शी:!"

"शी:!" तो परत एकदा पुटपुटला.

"आत्ताच का? नेमकं आत्ताच का?" गावातील लोक त्याला खासगी व्यवसाय करणारा एक हुशार आणि अतिशय यशस्वी वकील म्हणून ओळखत होते. पश्चिम जर्मनी आणि पश्चिम बर्लिनमध्ये पसरलेल्या त्याच्या असंख्य वरिष्ठ अधिकाऱ्यांसाठी तो ओडेसाचा जर्मनीतील चीफ एक्झिक्युटिव्ह होता. त्याचा फोन नंबर टेलिफोन डिरेक्टरीमध्ये नोंदलेला नव्हता आणि त्याचे सांकेतिक नाव 'वेअरवुल्फ' होते.

हॉलिवूडच्या पौराणिक चित्रपटांमधील राक्षसाप्रमाणे किंवा ब्रिटन आणि अमेरिकेतील भयानक चित्रपटांतील खलनायकाप्रमाणे जर्मनीतील 'वेअरवुल्फ' म्हणजे पौर्णिमेच्या रात्री पंजांवर केस उगवणारा विचित्र माणूस नाही. जर्मनीतील जुन्या पुराणांप्रमाणे 'वेअरवुल्फ' हा एक देशभक्त आहे. परकीयांनी जर्मनीवर आक्रमण केल्यावर शूर टॉयटन योद्ध्यांना देश सोडून जाणे भाग पडले, तेव्हा देशप्रेमामुळे देशातच राहून त्याने आक्रमकांना प्रतिकार करणाऱ्यांचे नेतृत्व केले. रात्री हल्ले चढवून जंगलात गायब व्हायचे आणि बर्फात लांडग्यांसारखा माग ठेवायचा.

महायुद्ध संपले तेव्हा एस.एस. अधिकाऱ्यांच्या एका गटाचा असा ठाम विश्वास होता की आक्रमण करणाऱ्या दोस्त राष्ट्रांचा नि:पात काही महिन्यांत करता येईल. म्हणून त्यांनी अतिरेकी तरुणांच्या अनेक गटांना प्रशिक्षण दिले व जर्मनीतच मागे

राहून दोस्तांविरुद्ध घातपात करायला उद्युक्त केले. हे गट त्या वेळी अमेरिका पादाक्रांत करत असलेल्या बव्हेरियात स्थापन झाले. हे होते मूळचे वेअरवुल्फ. त्यांच्या सुदैवाने त्यांच्यावर त्यांना मिळालेल्या प्रशिक्षणाचा प्रत्यक्षात उपयोग करायची वेळ आली नाही, कारण डाखाऊ उघडकीला आल्यावर अमेरिकन सैनिक कोणीतरी काहीतरी सुरू करण्याची वाटच बघत होते.

१९४० च्या दशकाच्या शेवटी जेव्हा ओडेसाने जर्मनीत पुन्हा शिरकाव करणे सुरू केले, तेव्हा त्याचा पहिला चीफ एक्झिक्युटिव हा, १९४५ मध्ये ज्यांनी वेअरवुल्फना प्रशिक्षण दिले होते त्यांच्यापैकी होता. त्याने ते बिरूद धारण केले. त्यामुळे तो अज्ञात राहिला असता आणि ते जर्मन लोकांची सांकेतिक आणि नाट्यमय गोष्टींच्या आवडीला अनुसरून झाले असते. पण त्यांच्या मार्गात आडवे येणाऱ्यांचा ओडेसा ज्या निर्दयपणे नि:पात करत असे, ते नाट्यमय नसे.

१९६३ मधील वेअरवुल्फ हा ते पद आणि बिरूद धारण करणारा तिसरा अधिकारी होता. ध्येयवेडा आणि धूर्त असा तो वेअरवुल्फ अर्जेंटिनामधील वरिष्ठांच्या सतत संपर्कात असे आणि पश्चिम जर्मनीतील सर्व माजी एस.एस. सभासदांची – विशेषत: पूर्वी उच्च पदावर असलेल्या आणि 'वॉंटेड' यादीत वरचा क्रमांक असणाऱ्या अधिकाऱ्यांची – काळजी घेत असे.

तो ऑफिसच्या खिडकीतून एकटक बाहेर बघू लागला आणि पस्तीस दिवसांपूर्वी माद्रिदला हॉटेलच्या खोलीत समोर बसलेल्या एस.एस. जनरल ग्लुक्सचा चेहरा त्याच्या डोळ्यांसमोर आला आणि 'व्हल्कन' ह्या टोपणनावाखाली इजिप्तच्या क्षेपणास्त्रांसाठी दिशादर्शक यंत्रणा बनवणाऱ्या रेडिओ कारखान्याच्या मालकाची सुरक्षा आणि गुप्तता कोणतीही किंमत देऊन अबाधित राखण्याविषयी जनरलने दिलेला इशारा त्याला आठवला. व्हल्कन हा पूर्वीच्या आयुष्यात 'एडवर्ड रोशमन' नावाने ओळखला जात होता हे गुपित जर्मनीत त्याला एकट्याला माहीत होते.

पॅडवर लिहिलेल्या मिलरच्या कारच्या नंबरकडे त्याने एक नजर टाकली आणि टेबलाखाली असलेले बझरचे बटण दाबले. शेजारच्या खोलीतून त्याच्या सेक्रेटरीचा आवाज आला.

"हिल्डा, गेल्या महिन्यात त्या घटस्फोटाच्या केसमध्ये आपण ज्या खासगी डिटेक्टिव्हला काम दिलं होतं त्याचं नाव काय?"

"एक मिनिट..." फाईलमधील कागद चाळत असल्याचा आवाज आला. "मेमर्स. हाइंझ मेमर्स."

"मला जरा त्याचा फोन नंबर देशील? नाही, त्याला फोन लावू नको, नुसता नंबर दे."

तिने सांगितलेला फोन नंबर त्याने मिलरच्या कारच्या नंबरखाली लिहून घेतला

आणि इंटरकॉम बंद केला.

तो उठून ऑफिसच्या एका भिंतीत काँक्रीटमध्ये बसवलेल्या तिजोरीकडे गेला. तिजोरीतून एक जाड आणि जड पुस्तक काढून, ते घेऊन तो टेबलाकडे गेला. पुस्तकाची पाने उलटत तो हव्या त्या नावापाशी आला. मेमर्स नावाची दोन माणसे होती – हाइनरिश आणि वॉल्टर. हाइनरिश ऊर्फ हाइंझच्या पानावर बोट सरकवीत तो वाचू लागला. त्याने त्याची जन्मतारीख बघितली. त्यावरून १९६३ मध्ये त्याचे वय काय असेल त्याचे गणित केले आणि त्या खासगी डिटेक्टिव्हचा चेहरा डोळ्यांसमोर आणला. वय बरोबर होते. हाइंझ मेमर्सच्या नावापुढे असलेले दोन फोन नंबर त्याने लिहून घेतले, फोन उचलला आणि हिल्डाला फोनची लाइन द्यायला सांगितले.

डायल टोन आल्यावर त्याने तिने दिलेला नंबर डायल केला. दहा-बारा वेळा रिंग वाजल्यावर फोन उचलला गेला. तो कोण्या स्त्रीचा आवाज होता.

"मेमर्स खासगी चौकशी."

"मला स्वत: मेमर्सशी जोडून द्या." वेअरवुल्फ म्हणाला.

"कोण बोलतंय ते सांगाल का?" सेक्रेटरीने विचारले.

"नाही. त्यांनाच लाइन द्या. लवकर."

थोडा वेळ शांतता. तो ज्या आवाजात बोलला होता त्याचा परिणाम झाला होता.

"यस, सर." ती म्हणाली.

मिनिटभराने एक घोगरा आवाज ऐकू आला, "मेमर्स."

"हाइंझ मेमर्स बोलताय का?"

"हो. कोण बोलतंय?"

"माझं नाव महत्त्वाचं नाही. फक्त एवढंच सांगा की, २४५.७१८ ह्या आकड्यावरून तुम्हाला काही बोध होतो का?"

फोनवर शांतता आणि मग एक दीर्घ नि:श्वास. हा आपला एस.एस. क्रमांक असल्याचे मेमर्सच्या लक्षात आले होते. वेअरवुल्फच्या समोर टेबलावर उघडे असलेले पुस्तक म्हणजे पूर्वीच्या एस.एस. सभासदांची यादी होती. फोनवर संशयाने भरलेला मेमर्सचा कठोर आवाज आला.

"बोध व्हावा का?"

"मी असं म्हणालो की माझा तसाच नंबर, फक्त पाच आकडी आहे, तर तुम्हाला काही अर्थ लागेल का, कामेराड?"

एकदम फरक पडला. पाच आकडे म्हणजे अतिशय वरिष्ठ अधिकारी.

"होय सर." मेमर्स म्हणाला.

"छान," वेखुल्फ म्हणाला. "एक छोटंसं काम आहे तुझ्यासाठी. कोणीतरी हेर, आपल्या एका कामेराडविषयी माहिती गोळा करतोय. तो कोण आहे हे शोधून काढायचं."

"नक्की, सर." फोनवरून उत्तर आले.

"छान. पण आपल्यात बोलताना मला कामेराड म्हटलं तरी चालेल. अखेरीस आपण सगळे एकाच संघटनेतले आहोत." मेमर्सच्या आवाजावरून तो खूश झाल्याचे कळत होते.

"बरं, कामेराड."

"त्या माणसाचा फक्त कार नंबर मिळाला आहे. हॅम्बुर्गची कार आहे." वेअरवुल्फने कार नंबर सावकाश सांगितला.

"घेतलं लिहून?"

"होय कामेराड."

"तुम्ही स्वत: हॅम्बुर्गला गेलेलं मला आवडेल. मला त्या माणसाचं नाव, पत्ता, धंदा, कुटुंब, त्याच्यावर कोण अवलंबून आहेत ते, सामाजिक दर्जा – नेहमीची माहिती. किती वेळ लागेल?"

"अठ्ठेचाळीस तास." मेमर्स म्हणाला.

"छान. मी आत्तापासून अठ्ठेचाळीस तासांनी फोन करीन. आणखी एक गोष्ट. त्या माणसाशी संपर्क साधायचा नाही. शक्यतो त्याला कळणार नाही, अशा प्रकारे करायचं. समजलं?"

"हो. काही अडचण नाही."

"काम झाला की खर्चाचा आकडा मला फोनवर कळवा म्हणजे तेवढे पैसे मी तुम्हाला पोस्टाने पाठवून देईन."

मेमर्सने लटका निषेध व्यक्त केला.

"तसं करायची काही गरज नाही, कामेराड. आपल्याच कामेराडचं काम आहे."

"ठीक आहे. मी दोन दिवसांनी फोन करीन."

वेअरवुल्फने फोन ठेवला.

मिलर हॅम्बुर्गहून त्याच दिवशी दुपारी त्याच महामार्गाने – दोन आठवड्यांपूर्वी आला त्याच मार्गाने – ब्रेमेन, ओस्नाब्रुक, मुन्स्टर, कोलोन आणि ऱ्हाईनलँडमार्गे परत निघाला. या वेळी तो बॉनला जाणार होता. बॉन – नदीच्या काठावरचे कंटाळवाणे गाव, जे कोनराड ॲडेनावने, त्याचे गाव असल्याने पश्चिम जर्मनीची राजधानी म्हणून निवडले होते.

ब्रेमेनच्या दक्षिणेला त्याच्या जग्वारने, उत्तरेला हॅम्बुर्गकडे जाणाऱ्या मेमर्सच्या

'ओपेल'ला मागे टाकले. अजाणतेपणे दोघेही आपापल्या कामांसाठी एकमेकांजवळून निघून गेले. बॉनच्या एकमेव लांब मुख्य रस्त्यावर मिलर आला तेव्हा अंधार पडला होता. ट्रॅफिक पोलिसाची पांढरी टोपी बघून तो त्याच्याजवळ जाऊन थांबला.

"मला ब्रिटिश वकिलातीचा रस्ता सांगाल?" त्याने पोलिसाला विचारले.

"ती तासाभरात बंद होईल." सच्चा ऱ्हाइनलँडर असलेला तो पोलीस म्हणाला.

"म्हणजे मला पटकन पोहोचायला हवं," मिलर म्हणाला. "कुठे आहे ती?"

पोलिसाने त्याच रस्त्याच्या दक्षिणेकडे बोट दाखवले. "सरळ जा. ट्रॅमच्या मार्गाने हाच रस्ता पुढे 'फ्रीडरीक एबर्ट ॲली' होतो. ट्रॅमच्या रुळांमागून जात राहा. बॉन संपून बाड गोडेसबर्ग सुरू झाले की तिथेच डावीकडे आहे. तिच्यावर रोषणाई असते आणि बाहेर ब्रिटिश ध्वज दिसेल."

मिलर आभार मानून निघाला. पोलीस म्हणाला तिथेच, बॉनच्या दिशेला, बांधकाम चाललेली एक इमारत आणि दुसऱ्या बाजूला फुटबॉलचे मैदान यांच्या मध्ये, मागील नदीवरून येणाऱ्या धुक्याच्या लोटांमध्ये ती लपेटलेली होती.

ती कॉंक्रीटची, करड्या रंगाची, लांबच लांब इमारत होती. बॉनमधील ब्रिटिश पत्रकार तिला 'हूव्हर फॅक्टरी' म्हणायचे. मिलर रस्त्यावरून वळला आणि पाहुण्यांसाठी असलेल्या जागेवर त्याने कार पार्क केली.

लाकडी चौकटीतील काचेच्या दरवाजातून तो आत गेला. तिथे डाव्या बाजूला एका टेबलामागे एक मध्यमवयीन रिसेप्शनिस्ट बसली होती. तिच्या पलीकडे एका छोट्या खोलीत निळ्या सुटातील दोघे जण बसले होते; ते निश्चितपणे लष्करातील सार्जंट असावेत.

"मला प्रेस ॲटॅशेशी जरा बोलायचं आहे." मिलर त्याच्या शाळकरी इंग्रजीत अडखळत बोलला. रिसेप्शनिस्टच्या चेहऱ्यावर जरा काळजीची छटा दिसली.

"ते आता असतील की नाही माहीत नाही. शुक्रवार दुपार आहे ना!"

"जरा बघा ना." मिलर म्हणाला आणि त्याने त्याचे पत्रकार ओळखपत्र दिले.

रिसेप्शनिस्टने कार्डावरून नजर टाकली आणि इंटरकॉमवर एक नंबर फिरवला. मिलरचे नशीब चांगले होते. प्रेस ॲटॅशे जायला निघतच होता. त्याने कोट आणि हॅट पुन्हा काढून ठेवण्यासाठी थोडा वेळ मागितला असावा. मिलरला एका छोट्या प्रतीक्षाकक्षात बसवण्यात आले. कक्षाच्या भिंती रोला हिल्डरच्या 'हेमंत ऋतूतील कॉट्सवल्ड्स' चित्राच्या अनेक प्रतींनी सजवल्या गेल्या होत्या. टेबलावर 'टॅटलर'चे जुने अंक आणि ब्रिटिश उद्योगजगताची प्रगती दाखवणाऱ्या पुस्तिका पडल्या होत्या. पण काही क्षणांतच माजी सार्जंटांपैकी एक त्याला बोलवायला आला आणि त्याने त्याला वरच्या मजल्यावर एका छोट्या खोलीत नेऊन बसवले.

प्रेस ॲटॅशे साधारण पस्तिशीचा होता आणि मदत करण्यात तत्पर दिसला.

त्यामुळे मिलरला आनंद झाला.

"काय हवंय आपल्याला?" त्याने विचारले. मिलरने सरळ मुद्याला हात घालायचे ठरवले.

"मी एका मासिकासाठी एका प्रकरणाचा तपास करतोय." त्याने थाप मारली. "ती एस.एस.मधील एका माजी कॅप्टनबद्दल आहे. एक अतिशय वाईट, ज्याच्या मागावर आमचे पोलीस अजून आहेत असा. माझ्या समजुतीप्रमाणे जेव्हा हा प्रदेश ब्रिटिशांच्या ताब्यात होता, तेव्हा ते ब्रिटिशांच्या 'वॉंटेड' यादीतसुद्धा होता. तो ब्रिटिशांना सापडला होता का आणि असल्यास त्याचं पुढे काय झालं, हे तुम्ही सांगू शकाल का?"

तो तरुण अधिकारी जरा गोंधळला.

"नाही, मला ते माहीत नाही हे नक्की. म्हणजे काय आहे की आम्ही आमच्याकडच्या सगळ्या फायली आणि कागदपत्रं १९४९ मध्ये तुमच्या सरकारच्या हवाली केले. आमच्या लोकांची कारवाई जिथे अपूर्ण राहिली होती ती त्यांनी पुढे चालू ठेवली. मला वाटतं आता ह्या सगळ्या गोष्टी त्यांच्याकडे असणार." जर्मन अधिकाऱ्यांनी कोणतीही मदत करायला नकार दिला आहे हे मिलरला त्याला सांगायचे नव्हते.

"खरं आहे." तो म्हणाला. "अगदी खरंय. पण मी आतापर्यंत केलेल्या तपासावरून १९४९ नंतर त्याच्यावर जर्मनीत खटला झालेला नाही, असं दिसतं. त्यावरून त्याला १९४९ नंतर अटक झालेली नाही असं दिसतं. पण पश्चिम बर्लिनच्या अमेरिकन दस्तऐवज केंद्रातील नोंदीवरून असं दिसतंय की त्या माणसाची फाईल ब्रिटिशांनी १९४७ मध्ये मागितली होती. त्याला काहीतरी कारण असणार, नाही का?"

"हो. असायला हवं." ॲटॅशे म्हणाला. मिलरने पश्चिम बर्लिनमधील अमेरिकन अधिकाऱ्यांचे सहकार्य मिळवले होते ही गोष्ट त्याने लक्षात घेतली होती, असे दिसले. त्याचा चेहरा विचारमग्न झाला.

"तेव्हा, ब्रिटनचा जर्मनीवर ताबा होता त्या काळात, म्हणजे त्यांच्या शासन काळात ब्रिटिशांच्या बाजूचा तपास करणारा अधिकारी कोण असेल?"

"त्या काळात ते सेनेचं प्रोव्होस्ट मार्शलचं कार्यालय असणार. न्युरेंबर्गच्या मोठ्या युद्धगुन्ह्यांव्यतिरिक्त दोस्त राष्ट्रं आपापला स्वत:चा वेगळा तपास करत होते. अर्थात, आम्ही एकमेकांना सहकार्य करत होतो. रशियनांना सोडून. त्या तपासातून काही प्रादेशिक युद्ध गुन्हा खटले निर्माण झाले. समजतंय ना?"

"हो."

"तपास प्रोव्होस्ट मार्शलच्या विभागानं, म्हणजे मिलिटरी पोलिसांनी केला

आणि खटल्यांची आखणी कायदा विभागाने केली. पण दोघांच्याही फायली १९४९ मध्ये हस्तांतरित करण्यात आल्या होत्या. समजलं?''

"अं, हो.'' मिलर म्हणाला. "ब्रिटिशांनी त्यांच्या प्रती ठेवल्या असतीलच ना?''

"मला वाटतं ठेवल्या असतील.'' ॲटॅशे म्हणाला, "पण त्या आता लष्कराच्या दप्तरात जमा झाल्या असतील.''

"त्या बघायला मिळतील का?''

ॲटॅशेला धक्काच बसल्यासारखा दिसला.

"ओह्, मला शंका आहे. मला नाही तसं वाटत. कदाचित खरे विद्यार्थी त्यांच्या संशोधनासाठी म्हणून ते बघण्यासाठी अर्ज करू शकतील; पण त्याला खूप वेळ लागेल. आणि कृपया गैरसमज करून घेऊ नका; पण कोणा पत्रकाराला परवानगी मिळेल, असं मला वाटत नाही.''

"नाही, मी समजू शकतो.'' मिलर म्हणाला.

"मुद्दा असा आहे,'' ॲटॅशे उत्कटपणे पुढे म्हणाला, "की तुम्ही तसे 'अधिकृत' नाही, खरं ना? आणि कोणाला जर्मन अधिकाऱ्यांची नाराजी ओढवून घ्यायला आवडणार नाही, नाही का?''

"अगदी खरं आहे.''

ॲटॅशे उठून उभा राहिला.

"दूतावास तुम्हाला फार मदत करू शकेल, असं मला वाटत नाही.''

"ठीक आहे. शेवटचा एक प्रश्न. त्या काळातलं अजून इथं कोणी आहे का?''

"दुतावास? छे छे, त्यानंतर सगळा स्टाफ अनेकदा बदलला आहे.'' तो मिलरला दरवाजाकडे घेऊन गेला. "पण, एक मिनिट. कॅडबरी आहे. मला वाटतं तो त्या वेळी इथं होता. तो खूप वर्षं इथं आहे, एवढं मला माहीत आहे.''

"कॅडबरी?'' मिलरने प्रश्न केला.

"ॲंथनी कॅडबरी. विदेशी पत्रकार. तो इथला बराच जुना ब्रिटिश पत्रकार आहे. जर्मन मुलीशी लग्न केलं. मला वाटतं तो युद्धानंतर इथं होता, युद्धानंतर लगेचच. त्याला विचारून बघा.''

"उत्तम.'' मिलर म्हणाला. "त्याला भेटून बघतो. तो कुठे भेटेल?''

"आज शुक्रवार आहे,'' ॲटॅशे म्हणाला. "आणखी थोड्या वेळाने तो सर्कल फ्रान्सेसमधल्या बारमधे त्याच्या आवडत्या जागी असेल. तुम्हाला माहीत आहे कुठे ते?''

"नाही. मी तिथं कधीच गेलेलो नाही.''

"ठीक आहे. ते एक रेस्टॉरंट आहे, एक फ्रेंच माणूस चालवतो. खाद्यपदार्थ

छान असतात. लोकप्रिय आहे. ह्याच रस्त्याने पुढे गेलात की बाड गोडेसबर्गला आहे.''

मिलरला ते रेस्टॉरंट सापडले. ते ऱ्हाईनच्या काठापासून १०० यार्डांवर असलेल्या आम श्वीमबाड नावाच्या रस्त्यावर होते. बारमन कॅडबरीला चांगला ओळखत होता. पण त्या दिवशी संध्याकाळी तो अजून आलेला नव्हता. त्याने मिलरला अगदी खातरीपूर्वक सांगितले की, बॉनमधील ब्रिटिश परदेशी वार्ताहरांचा तो अध्वर्यू जर आज संध्याकाळी आला नाही, तर उद्या लंचच्या आधीच्या ड्रिंक्ससाठी तो नक्की येणार.

मिलर त्याच रस्त्यावरील ड्रीसन हॉटेलमध्ये मुक्कमाला गेला. हॉटेलची इमारत गेले शतक संपतानाच्या काळातील होती. हे अ‍ॅडॉल्फ हिटलरचे आवडते हॉटेल होते आणि १९३८ मध्ये ब्रिटनच्या नेव्हिल चेंबरलेनबरोबरच्या पहिल्या मीटिंगसाठी त्याने हेच स्थळ निवडले होते. मिलरने सर्कल फ्रान्सिसमध्ये जेवण घेतले आणि कॅडबरी येईल या आशेवर कॉफी घेत बराच वेळ वाट बघितली. पण ११ वाजले तरी तो न आल्याने मिलर झोपण्यासाठी हॉटेलात गेला.

दुसऱ्या दिवशी दुपारी बाराच्या काही मिनिटे आधी कॅडबरी सर्कल फ्रान्सेसच्या बारमध्ये आला आणि काही ओळखीच्या लोकांना अभिवादन करून बारच्या कोपऱ्यातील त्याच्या आवडत्या स्टुलावर स्थानापन्न झाला. त्याने 'रिकार्ड'चा पहिला घोट घेतला आणि मिलर खिडकीजवळच्या त्याच्या टेबलावरून उठून त्याच्यापाशी गेला.

''मिस्टर कॅडबरी?''

कॅडबरीने वळून त्याला न्याहाळले. ब्रशने व्यवस्थित बसवलेले पांढरे केस, देखणा चेहरा, तुकतुकीत त्वचा, गालावर सूक्ष्म नसांचे जाळे, जाड पांढऱ्या भुवयांखाली चमकदार निळे डोळे. त्याने मिलरचे जरा सावधपणे निरीक्षण केले.

''हो.''

''माझं नाव मिलर. पीटर मिलर. मी हॅम्बुर्गचा पत्रकार आहे. मी आपल्याशी थोडा वेळ बोललो तर चालेल का?''

अँथनी कॅडबरीने शेजारच्या स्टुलाकडे निर्देश केला.

''मला वाटतं आपण जर्मनमध्ये बोललेलं बरं, नाही का?'' असे म्हणून तो जर्मनमध्ये बोलू लागला. मिलरलाही संकटातून सुटल्याप्रमाणे वाटले आणि तो भाव त्याच्या चेहऱ्यावर दिसला असावा. कॅडबरीने स्मित केले.

''काय काम आहे?''

मिलरने त्याच्या धूर्त डोळ्यांकडे बघितले आणि त्याने मनात त्याच्याविषयी एक आडाखा बांधला. त्याने टाउबरच्या मृत्यूपासून सर्व हकिकत सांगितली.

लंडनचा तो माणूस चांगला श्रोता निघाला. त्याने मिलर बोलत असताना मध्ये एकही प्रश्न विचारला नाही. मिलरचे बोलणे संपल्यावर त्याने बारमनला खूण करून स्वत:ला आणखी रिकार्ड आणि मिलरला बिअर द्यायला सांगितले.

"ते स्पाटेनब्राऊ होतं ना?" त्याने विचारले.

मिलरने मान डोलवली आणि बारमनने आणलेली बिअर ग्लासाच्या वर फेसाचा घुमट होईपर्यंत ओतली. "चिअर्स!" कॅडबरी म्हणाला. "तुम्ही चांगलीच समस्या ओढवून घेतली आहे. मला तुमच्या धारिष्ट्याचं कौतुक वाटतं."

"धारिष्ट्य?" मिलर म्हणाला.

"तुमच्या देशबांधवांच्या सध्याच्या मन:स्थितीचा विचार करता ह्या प्रकरणाचा तपास करणं कोणाला फारसं आवडणार नाही." कॅडबरी म्हणाला. "त्याचा तुम्हाला प्रत्यय येईल, यात शंका नाही."

"मला आधीच आलाय." मिलर म्हणाला.

"हं, मला वाटलंच होतं!" कॅडबरी म्हणाला आणि त्याने अचानक स्मित केले. "लंच घेणार? बायको दिवसभरासाठी बाहेर गेली आहे."

जेवताना मिलरने कॅडबरीला महायुद्ध संपले तेव्हा तो जर्मनीत होता का म्हणून विचारले.

"होय. मी युद्ध वार्ताहर होतो. तेव्हा खूप तरुण होतो. साधारणपणे तुमच्या वयाचा असेन. माँटगोमरीच्या लष्कराबरोबर मी आलो. अर्थात, बॉनला नाही. तेव्हा बॉनचं नावही कोणी ऐकलं नव्हतं. न्यूरेंबर्ग हे मुख्य ठिकाण होतं. त्यानंतर मी आपला असाच राहिलो. युद्धाचा शेवट, शरणागतीवर सह्या वगैरे कव्हर केलं आणि मग आमच्या पेपरनी मला इथेच राहायला सांगितलं."

"तुम्ही प्रादेशिक युद्ध-गुन्हा खटले केले?" मिलरने विचारले. कॅडबरीने तोंडात फिले स्टेक कोंबला आणि तो चावत मान डोलवली.

"हो. ब्रिटिश प्रदेशात झालेले सर्व खटले मी कव्हर केले. न्यूरेंबर्गच्या खटल्यांसाठी एक विशेषज्ञ आला होता. तो खटला अर्थात अमेरिकन भागात झाला. आमच्या भागातील प्रसिद्ध गुन्हेगार म्हणजे जोसेफ क्रेमर आणि इर्मा ग्रीस. त्यांचं नाव ऐकलंय?"

"नाही. कधीच नाही."

"त्यांना लोक बेलसेनचे राक्षस आणि राक्षसीण असं म्हणायचे. खरं म्हणजे मीच ही नावं शोधून काढली होती. ती लोकांना आवडली आणि ते वापरू लागले. तुम्ही बेलसेनविषयी ऐकलंय का?"

"अगदी वरवर." मिलर म्हणाला. "माझ्या पिढीला ह्या सगळ्या गोष्टींची फार माहिती दिली गेली नाही. कोणालाच आम्हाला काही सांगायची इच्छा नव्हती."

कॅडबरीने त्याच्याकडे एक धूर्त कटाक्ष टाकला.

"पण आता जाणून घ्यायची इच्छा आहे?"

"केव्हातरी समजायला हवंच. मी एक विचारू? तुम्ही जर्मन लोकांचा द्वेष करता?"

कॅडबरी खाता-खाता ह्या प्रश्नावर जरा गंभीरपणे विचार करू लागला.

"बेलसेन उघडकीला आल्यावर ब्रिटिश सेनेबरोबरच्या पत्रकारांचा एक गट तिथे बघायला गेला. मला पूर्वी कधीही वाटला नव्हता एवढा उबग आला. युद्धात काही भयंकर गोष्टी बघायला मिळतात; पण बेलसेनच्या तोडीचं काहीही नाही. मला वाटतं त्या क्षणी मला सर्वांचा द्वेष वाटला."

"आणि आता?"

"नाही. त्यानंतर नाही. हेच बघा, मी १९४८ मध्ये एका जर्मन मुलीशी लग्न केलं. अजून मी इथे राहतोय. १९४५ मध्ये वाटलं तसं अजून वाटलं असतं, तर मी ह्या गोष्टी केल्या नसत्या. मी कधीच इंग्लंडला परत गेलो असतो."

"हा बदल कशामुळे झाला?"

"काळ. गेलेला काळ आणि ही जाणीव की सगळे जर्मन लोक काही जोसेफ क्रेमरसारखे नाहीत किंवा काय त्याचं नाव – रोशमन – रोशमनसारखे नाहीत. मात्र एक आहे की, माझ्या पिढीतले जे तुमचे लोक आहेत त्यांच्याबद्दल माझ्या मनातली अविश्वासाची भावना अजून पूर्णपणे गेलेली नाही."

"आणि माझ्या पिढीतल्या लोकांबद्दल?" मिलरने वाइनचा ग्लास फिरवत, त्यातील लाल द्रवातून झिरपणाऱ्या प्रकाशाकडे बघत विचारले.

"ते जास्त चांगले आहेत," कॅडबरी म्हणाला. "असायलाच हवेत."

"रोशमनच्या तपासात तुम्ही मला मदत कराल? दुसरं कोणीही करणार नाही."

"शक्य असेल तर करीन," कॅडबरी म्हणाला. "तुम्हाला काय माहिती आहे?"

"त्याच्यावर ब्रिटिश विभागात खटला चालवला गेला होता का नाही हे तुम्हाला आठवतं का?"

कॅडबरीने मान हलवली.

"नाही. आणि तो जन्माने ऑस्ट्रियन होता, असं तुम्ही म्हणालात. त्या वेळी ऑस्ट्रियासुद्धा चार महासत्तांनी व्यापला होता. पण जर्मनीतील ब्रिटिश भागात रोशमनवर खटला झालेला नाही हे नक्की. झाला असता तर नाव मला निश्चित आठवलं असतं."

"पण मग ब्रिटिशांनी बर्लिनमधील अमेरिकनांकडून त्याच्या माहितीची फोटोकॉपी का मागितली असावी?"

कॅडबरीने थोडा विचार केला.

“कशामुळे तरी ब्रिटिशांचं लक्ष रोशमनकडे गेलं असावं. त्या वेळेस रिगाबद्दल कोणालाच माहिती नव्हती. चाळीसच्या शेवटी-शेवटी रशियन अतिशय अडेलतट्टूपणा करत होते. त्यांनी पूर्वेकडील कोणतीही माहिती आम्हाला दिली नाही आणि सामूहिक हत्येचे सर्वांत वाईट गुन्हे त्याच भागात घडले होते. त्यामुळे असं झालं होतं की, मानवतेविरुद्धचे ऐंशी टक्के गुन्हे घडले होते आताच्या पोलादी पडद्याच्या पूर्वेला आणि त्यांना जबाबदार असणाऱ्यांपैकी नव्वद टक्के लोक राहत होते पश्चिमेच्या तीन विभागांमध्ये. शेकडो दोषी लोक आमच्या हातातून निसटले, कारण त्यांनी पूर्वेला हजारो मैलांवर काय केलं होतं याची माहितीच आम्हाला नव्हती.

“पण रोशमनबद्दल १९४७ मध्ये चौकशी केली असेल, तर त्याचा अर्थ तो काहीतरी कारणाने आमच्या नजरेत आला असणार.”

“मलाही तसंच वाटलं,” मिलर म्हणाला. “ब्रिटिश दस्तावेजांमध्ये बघायचं झालं तर कुठून सुरुवात करावी?”

“माझ्याच फायलींपासून सुरुवात करता येईल. त्या माझ्या घरी आहेत. चला, जवळच आहे.”

सुदैवाने कॅडबरी अतिशय पद्धतशीर माणूस होता. युद्ध संपल्यापासून त्याने पाठवलेल्या प्रत्येक बातमीच्या प्रती त्याने ठेवल्या होत्या. त्याच्या घरातील ऑफिसच्या दोन भिंती फायलींनी भरल्या होत्या. त्याशिवाय आणखी एका कोपऱ्यात दोन राखी रंगाची फायलिंग कॅबिनेट होती. “माझं ऑफिस घरीच आहे.” ऑफिसात प्रवेश करताना तो म्हणाला. “ही माझी स्वत:ची फायलिंगची पद्धत आहे आणि ती माझ्याव्यतिरिक्त कोणालाच समजणार नाही. मी तुम्हाला दाखवतो.”

त्याने फायलिंग कॅबिनेटकडे बोट दाखवले.

“ह्यांच्यापैकी एक व्यक्तींवरील फायलींनी भरले आहे. त्या व्यक्तींच्या नावाच्या अद्याक्षराप्रमाणे लावल्या आहेत. दुसऱ्या कॅबिनेटमध्ये वेगवेगळ्या विषयांच्या फायली आहेत. त्यासुद्धा विषयाच्या अद्याक्षरानुसार लावलेल्या आहेत. आपण पहिल्या कॅबिनेटपासून सुरुवात करू. ‘रोशमन’ आहे का बघा.”

थोडे शोधल्यावर रोशमन नावाची फाइल नसल्याचे आढळले. “ठीक आहे.” कॅडबरी म्हणाला. “आता आपण विषयांच्या फायली बघू. त्यातल्या चार फायली कदाचित उपयोगी पडतील. एक आहे ‘नाझी’, दुसरी ‘एस.एस.’, त्यानंतर ‘न्याय’ नावाचा एक मोठा विभाग आहे. त्यात उपविभाग आहेत. एका उपविभागात झालेल्या खटल्यांची कात्रणं आहेत. पण बहुतेक खटले हे १९४९ पासून पश्चिम जर्मनीत झालेले फौजदारी खटले आहेत. शेवटचा उपविभाग युद्धगुन्ह्यांचा आहे. तो कदाचित उपयोगी पडेल. त्याच्यात आपण बघू या.”

कॅडबरीचा वाचण्याचा वेग मिलरपेक्षा जास्त होता; पण चार फायलींमधील शेकडो कात्रणे बघत संध्याकाळ झाली. अखेरीस कॅडबरी एक नि:श्वास सोडत उठला आणि त्याने युद्धगुन्ह्यांची फाइल बंद करून ती कॅबिनेटमध्ये व्यवस्थित जागेवर ठेवून दिली.

"मला रात्री जेवायला बाहेर जायचं आहे." तो म्हणाला. "आता फक्त ह्या फायली बघायच्या राहिल्या आहेत." त्याने दोन भिंतीवरील शेल्फातील बॉक्स फाइल्सकडे बोट दाखवले. मिलरनेसुद्धा तो बघत होता ती फाईल बंद केली.

"त्या कसल्या आहेत?"

"त्यात गेल्या एकोणीस वर्षांमध्ये मी माझ्या पेपरला पाठवलेल्या. प्रत्येक बातमीची प्रत आहे. ती वरची रांग. खालच्या रांगेत त्याच पेपरात जर्मनी आणि ऑस्ट्रियाविषयी प्रसिद्ध झालेल्या बातम्या, लेख आणि माहिती आहे. अर्थातच वरच्या रांगेतल्या फायलींमध्ये बरेच लेख खालच्या फायलींमध्ये पुन्हा सापडतील. ते माझे छापून आलेले लेख आहेत. पण खालच्या फायलींमध्ये मी लिहिलेल्या लेखांव्यतिरिक्त इतरही लेख आहेत. कारण अखेरीस इतर लोकांनी लिहिलेलंसुद्धा पेपरात छापून आलंच आहे आणि मी पाठवलेल्या काही बातम्या छापून आल्या नव्हत्या.

"प्रत्येक वर्षाच्या कात्रणांचे सहा बॉक्सेस आहेत. म्हणजे खूपच काम आहे. सुदैवाने उद्या रविवार आहे. त्यामुळे आपल्याला पूर्ण दिवस मिळेल, तुमची इच्छा असेल तर."

"तुम्ही माझ्यासाठी इतकं करताय, तुमचे आभार कसे मानावे ते कळत नाही." मिलर म्हणाला.

कॅडबरीने खांदे उडवले. "ह्या वीकएंडला मला दुसरं काही काम नव्हतंच आणि बॉनमध्ये डिसेंबरच्या शेवटच्या वीकएंडलासुद्धा काही मजा नसते. बायकोसुद्धा उद्या संध्याकाळपर्यंत येणार नाहीये. उद्या साडेअकराला सर्कल फ्रान्समध्ये आपण भेटू या ड्रिंकसाठी."

अखेरीस रविवारी दुपारी त्यांना ते सापडले. अँथनी कॅडबरी त्याने पाठवलेल्या वृत्तांची 'नोव्हेंबर-डिसेंबर १९४७' असे लेबल असलेली बॉक्स फाईल संपवत आला होता. तो एकदम 'युरेका' म्हणून ओरडला. फाईलची स्प्रिंग क्लिप उघडून त्याने एक कागद काढला. टाईप केलेल्या त्या कागदाला पिवळी छटा आली होती. त्याच्यावर २३ डिसेंबर, १९४७ तारीख होती.

"ते पेपरात छापून आलं नाही यात आश्चर्य नाही." तो म्हणाला. "ख्रिसमस तोंडावर आलेला असताना एस.एस.च्या पकडलेल्या माणसाबद्दल वाचायला कोणालाही आवडलं नसतं आणि त्या काळात कागदाची टंचाई असल्यामुळे ख्रिसमसचे अंकसुद्धा जास्त पानांचे नसत."

त्याने तो कागद टेबलावर ठेवला आणि दिवा लावला. मिलर तो वाचण्यासाठी वाकला.

'ब्रिटिश मिलिटरी सरकार, हॅनोव्हर, २३ डिसेंबर –

ब्रिटिश लष्करी अधिकाऱ्यांनी ग्राझ, ऑस्ट्रियामध्ये कुप्रसिद्ध एस.एस.च्या एका माजी कॅप्टनला पकडण्यात आले असून पुढील चौकशीसाठी त्याला अटक करण्यात आले आहे, असे क्रि.मि.स.च्या प्रवक्त्याने आज इथे सांगितले.

त्याचे नाव एडवर्ड रोशमन असून पूर्वीच्या एका छळछावणीतील कैद्याने ऑस्ट्रियातील त्या गावातील रस्त्यावर त्याला ओळखले आणि तो लटवियातील एका छावणीचा प्रमुख होता, असे सांगितले. त्या माणसाने रोशमनच्या घरापर्यंत पाठलाग करून त्याच्या ओळखीबद्दल खातरी केल्यावर रोशमनला ग्राझमधील ब्रिटिश फील्ड सिक्युरिटी सर्व्हिसच्या लोकांनी अटक केली.

रिगा, लटवियामधील छळछावणीविषयी पॉट्सडॅम येथील सोव्हिएट भागाच्या मुख्यालयाला अधिक माहिती पुरवण्याची विनंती करण्यात आली आहे आणि आणखी साक्षीदारांचा शोध चालू आहे, असे प्रवक्ता म्हणाला. दरम्यान अटक केलेला इसम एडवर्ड रोशमनच आहे याची बर्लिन येथील अमेरिकन अधिकाऱ्यांकडे असलेल्या एस.एस. सूचीमधील व्यक्तिगत फाईलवरून खातरी करून घेण्यात आली आहे.'

मिलरने ते वृत्त चार-पाच वेळा वाचले.

"अरे देवा!" तो एक दीर्घ श्वास घेत म्हणाला. "तुम्हाला सापडला तो."

"मला वाटतं एक ड्रिंक घेऊन हे साजरं करू या."

वेअरवुल्फने मेमर्सला शुक्रवारी सकाळी फोन केला तेव्हा अठ्ठेचाळीस तासांनी रविवार असणार हे त्याच्या लक्षात आले नव्हते. तरीही जेव्हा बाड गोडेसबर्गला मिलर आणि कॅडबरीला रोशमनबद्दलची बातमी सापडली, त्याच वेळी वेअरवुल्फने घरून मेमर्सच्या ऑफिसात फोन केला. पण तो कोणी उचलला नाही.

पण मेमर्स दुसरे दिवशी सकाळी नऊ वाजता ऑफिसात हजर होता. वेअरवुल्फचा फोन साडेनऊला आला.

"तुम्ही फोन केला ते फार बरं झालं, कामेराड," मेमर्स म्हणाला. "मी काल रात्री उशिरा हॅम्बुर्गहून परत आलो."

"माहिती मिळाली?"

"हो. तुम्हाला लिहून घ्यायची असेल तर..."

"सांगा."

मेमर्सने घसा साफ केला आणि तो त्याचे टिपण वाचू लागला.

“त्या कारचा मालक एक मुक्त पत्रकार आहे. पीटर मिलर. वर्णन : वय एकोणतीस. सहा फुटाला किंचित कमी उंची, पिंगट केस, पिंगट डोळे. त्याची विधवा आई हॅम्बुर्गच्या बाहेर ओसडोर्फला राहते. तो स्वत: मध्य हॅम्बुर्गमध्ये स्टाइनडामच्या जवळ एका फ्लॅटमध्ये राहतो.”

मेमर्सने मिलरचा पत्ता आणि फोन नंबर वाचून दाखवला.

“तिथे तो मिस सिग्रिड रान नावाच्या एका मुलीबरोबर राहतो. ती स्ट्रिपटीज डान्सर आहे. तो मुख्यत: सचित्र मासिकांसाठी काम करतो. त्याचं फार चांगलं चाललं आहे असं दिसतं. शोधपत्रकारिता ही त्याची खासियत आहे. कामेराड, तुम्ही म्हणालात तसा हेरगिरी करणारा आहे.”

“तो आता जी चौकशी करतोय ते काम त्याला कोणी दिलंय, काही कल्पना?” वेअरवुल्फने विचारले.

“नाही. तीच गंमत आहे. तो सध्या काय करतोय हे कोणालाच माहीत नाहीये असं दिसतं. किंवा तो कोणासाठी काम करतो ते पण मी त्या मुलीकडे विचारायचा प्रयत्न केला; मी एका मोठ्या मासिकाच्या संपादकाच्या ऑफिसातून चौकशी करतोय, असं सांगितलं. फोनवरच बोललो, समजलं ना? ती म्हणाली, तो कुठे आहे ते तिला माहीत नाही; पण आज दुपारी ती कामावर जाण्याच्या आधी त्याचा फोन येईल, असं तिला वाटतं.”

“आणखी काही?”

“ती कार. ती डोळ्यात भरणारी आहे. काळी जग्वार, ब्रिटिश मॉडेल, बाजूला पिवळ्या रंगाचा पट्टा मारलेली. स्पोर्ट्स कार, दोन सीट्सची, पत्र्याचा टॉप, एक्स के १५०एस. मी त्याच्या गॅरेजमध्ये चौकशी केली.” वेअरवुल्फने ऐकून घेतले.

“तो आता कुठे आहे हे मला शोधून काढायचं आहे.” थोड्या वेळाने तो बोलला.

“तो आत्ता हॅम्बुर्गमध्ये नाहीये.” मेमर्स घाईने म्हणाला. “तो शुक्रवारी लंचच्या वेळी बाहेर गेला. मी तिथे पोहोचत होतो तेव्हाच. ख्रिसमसला तो तिथे होता. त्याआधी तो दुसरीकडे कुठेतरी होता.”

“मला माहीत आहे.” वेअरवुल्फ म्हणाला.

“तो कोणत्या प्रकरणाचा शोध घेतोय ते मला शोधून काढता येईल.” मेमर्स मदत करण्याच्या दृष्टीने म्हणाला. “मी फार जास्त चौकशी केली नाही कारण त्याला आपल्याविषयी कोणीतरी चौकशी करतंय हे समजता कामा नये, असं तुम्ही म्हणाला होता.”

“तो कोणत्या प्रकरणावर काम करतोय ते मला माहीत आहे. आपल्या एका कामेराडचा ‘पर्दाफाश’ करणे.”

वेअरवुल्फने क्षणभर विचार केला.

"तो आता कुठे आहे हे तुला शोधून काढता येईल?" त्याने विचारले.

"येईल असं वाटतं," मेमर्स म्हणाला. "मी त्या मुलीला पुन्हा दुपारी फोन करीन, मी एका मोठ्या मासिकाच्या ऑफिसमधून बोलतोय आणि मिलरशी तातडीने बोलायचं आहे असं सांगीन. फोनवरून ती साधी मुलगी वाटली."

"ठीक आहे. करा तसं," वेअरवुल्फ म्हणाला. "मी चार वाजता तुम्हाला फोन करीन."

सोमवारी सकाळी कॅडबरी एका मंत्र्याच्या पत्रकार परिषदेसाठी बॉनला होता. त्याने साडेदहा वाजता ड्रीसेन हॉटेलमधून मिलरला फोन केला.

"तुम्ही निघायच्या आधी सापडलात ते बरं झालं," तो मिलरला म्हणाला. "मला एक कल्पना सुचली आहे. कदाचित तुम्हाला मदत होईल. आज दुपारी चार वाजता सर्कल फ्रान्सेसमध्ये भेटा."

लंचच्या आधी मिलरने सिगीला फोन करून आपण ड्रीसेनला असल्याचे सांगितले.

मिलर आल्यावर कॅडबरीने चहा मागवला.

"सकाळी त्या बेकार परिषदेत बसलो होतो तेव्हा माझ्या डोक्यात एक कल्पना आली," तो मिलरला म्हणाला. "रोशमनला पकडल्यावर तो 'वॉंटेड' यादीतला गुन्हेगार आहे अशी ओळख पटली असेल, तर तो जर्मनीतल्या आमच्या अमलाखालच्या विभागातल्या ब्रिटिश अधिकाऱ्यांच्या नजरेत आला असेल. त्या काळात जर्मनी आणि ऑस्ट्रियातले ब्रिटिश, अमेरिकन आणि फ्रेंच अधिकारी आपल्याकडे असणाऱ्या सर्व फायलींच्या प्रती काढून एकमेकांना देत असत. तुम्ही लिव्हरपूलच्या लॉर्ड रसेलबद्दल कधी ऐकलंय?"

"नाही, कधीच नाही." मिलर म्हणाला.

"ब्रिटिशांचा जर्मनीतील भागावर ताबा असताना युद्धगुन्ह्याशी संबंधित सर्व खटल्यांमध्ये ते ब्रिटिश मिलिटरी गव्हर्नरचे सल्लागार होते. नंतर त्यांनी 'The Scourge of the Swastika' हे पुस्तक लिहिलं. ते कशाबद्दल असेल याची तुम्ही कल्पना करू शकाल. त्यामुळे ते जर्मनीत काही लोकांना आवडले नाहीत; पण त्या पुस्तकात अचूक माहिती होती. अत्याचारांबद्दल."

"ते वकील आहेत?" मिलरने विचारले.

"होते," कॅडबरी म्हणाला. "अतिशय हुशार. म्हणूनच त्यांची निवड झाली होती. आता ते निवृत्त झालेत. विंबल्डनला राहतात. त्यांना मी आठवेन की नाही ते सांगता येत नाही; पण त्यांना मी तुमची ओळख करून देणारं पत्र देऊ शकेन."

"त्यांना इतक्या वर्षांपूर्वीचं आठवेल?"

"शक्य आहे. आता ते तरुण नाहीत; पण ते त्यांच्या स्मरणशक्तीबद्दल प्रसिद्ध होते. जर रोशमनची केस खटला तयार करण्यासाठी त्यांना दिली असेल तर त्यांना त्यातलं सगळं काही आठवेल. मला खातरी आहे."

मिलरने मान डोलवली आणि चहाचा घोट घेतला.

"होय. मला त्यांना भेटायला लंडनला जाता येईल."

कॅडबरीने खिशात हात घालून एक कागदी पाकीट काढले.

"मी ते पत्र आधीच लिहून ठेवलं आहे." त्याने पत्र मिलरच्या स्वाधीन केले आणि तो उठला.

"गुड लक!"

वेअरवुल्फने चार वाजल्यानंतर थोड्याच वेळात फोन केला तेव्हा मेमर्स तयार होता.

"त्याच्या गर्लफ्रेंडला त्याचा फोन आला," मेमर्स म्हणाला, "तो बाड गोडेसबर्गला आहे, ड्रीसेन हॉटेलमध्ये."

वेअरवुल्फने फोन ठेवला आणि पत्त्यांच्या डायरीतील एक पान उघडले. त्यातील एक नाव त्याने निवडले आणि फोन उचलून बाड गोडेसबर्ग भागातील एक नंबर फिरवला.

दुसऱ्या दिवशीच्या – मंगळवार ३१ डिसेंबरच्या – लंडनच्या फ्लाइटवर जागा राखून ठेवण्यासाठी कोलोन एअरपोर्टला फोन करण्यासाठी मिलर हॉटेलला परतला. स्वागतकक्षातील मुलीने चमकदार स्मित केले आणि ऱ्हाईन नदीचे रम्य दर्शन घडवणाऱ्या बैठकीच्या मोकळ्या भागातील खिडकीजवळील कोचाकडे निर्देश केला.

"तुम्हाला भेटायला एक गृहस्थ आले आहेत, मिस्टर मिलर."

त्याने खिडकीजवळच्या खुर्च्यांकडे नजर टाकली. एका खुर्चीत काळा, लोकरीचा कोट घातलेला, हातात फेल्ट हॅट आणि गुंडाळलेली छत्री घेतलेला एक मध्यमवयीन माणूस बसला होता. आपण इथे आहोत हे माहीत असणारा हा माणूस कोण असू शकेल, असे कोडे पडून मिलर त्याच्याकडे गेला.

"आपण मला भेटायला आलात?" मिलरने विचारले.

तो माणूस उडी मारूनच उभा राहिला.

"हर मिलर?"

"हो."

"हर पीटर मिलर?"

"हो."

त्या माणसाने जुन्या जर्मन प्रथेनुसार झटका दिल्याप्रमाणे मान तुकवली.

"माझं नाव शिमट. डॉक्टर शिमट."

"काय काम आहे?"

हॉटेलच्या गच्चीवरील दिव्यांच्या उजेडात वाहणाऱ्या ऱ्हाईनच्या काळ्या प्रवाहाकडे खिडकीतून दृष्टी लावत डॉ. शिमटने जरा लीनपणे स्मित केले.

"तुम्ही पत्रकार आहात असं मला समजलं, खरं ना? मुक्त पत्रकार. उच्च दर्जाचे." त्याने चमकदार स्मित केले. "अतिशय चोख काम करणारे, चिकाटीने काम करणारे अशी तुमची प्रसिद्धी आहे."

तो मुद्द्यावर येण्याची वाट बघत मिलर ऐकत राहिला.

"माझ्या काही मित्रांना समजलं की, सध्या तुम्ही काही जुन्या घटनांचा – असं म्हणू या की खूप वर्षांपूर्वी घडलेल्या, फार पूर्वी घडलेल्या घटनांचा तपास करता आहात."

मिलर ताठ झाला. हे 'मित्र' कोण असावेत आणि त्यांना कोणी सांगितले असावे याचा मिलरचे मन वेगाने शोध घेऊ लागले. मग त्याच्या लक्षात आले की, आपण सगळीकडे रोशमनबद्दल प्रश्न विचारत फिरत होतो.

"एडवर्ड रोशमन नावाच्या माणसाबद्दल चौकशी करत होता."

"बरं, मग?" मिलर तुटकपणे म्हणाला.

"हां, कॅप्टन रोशमनबद्दल. मला असं वाटलं की, मी तुम्हाला मदत करू शकेन." त्या माणसाने त्याची नजर नदीवरून काढून मिलरवर रोखली. "कॅप्टन रोशमन आता या जगात नाहीये."

"असं?" मिलर म्हणाला. "मला माहीत नव्हतं."

डॉ. शिमटला आनंद झालेला दिसला.

"अर्थात, माहीत नसणारच. तुम्हाला माहीत असायचं कारणच नाही. पण तरी ते सत्य आहे. तुम्ही खरोखरी तुमचा वेळ फुकट घालवता आहात."

मिलर हिरमुसला झाल्यासारखा दिसत होता.

"तो केव्हा मेला ते सांगू शकाल?" त्याने विचारले.

"तो केव्हा मेला हे तुम्हाला कळलं नाही?" त्या माणसाने विचारले.

"नाही. त्याचा शेवटचा माग मला लागला तो एप्रिल १९४५ मध्ये. त्या वेळेस तो जिवंत असल्याचं दिसलं होतं."

"हो, अर्थात," डॉ. शिमटला माहिती देताना आनंद होत असल्याचे दिसत होते. "त्यानंतर थोड्याच दिवसांत तो मारला गेला. तो ऑस्ट्रियात परत गेला आणि

तिथे १९४५ मध्येच अमेरिकनांविरुद्ध लढताना मारला गेला. त्याला ओळखणाऱ्या अनेक जणांनी त्याची ओळख पटवली होती.''

''तो अतिशय असामान्य माणूस असला पाहिजे.'' मिलर म्हणाला.

डॉ. शिमटने मान डोलवून सहमती व्यक्त केली. ''हो. काही जणांचं तसं मत होतं. खरं आहे. आमचंही तसंच मत होतं.''

''मला असं म्हणायचं होतं,'' शिमटचं बोलणं न ऐकल्याप्रमाणे मिलर म्हणाला, ''असामान्य अशासाठी, की येशू ख्रिस्तानंतर, मरून पुन्हा जिवंत झालेला तो एकटाच असावा. त्याला ब्रिटिशांनी २० डिसेंबर, १९४७ ला ऑस्ट्रियात ग्राझला जिवंत पकडलं.''

खिडकीबाहेरील बर्फाचे प्रतिबिंब डॉ. शिमटच्या डोळ्यात दिसत होते.

''मिलर, तुम्ही फार वेडेपणा करता आहात. खरोखर वेडेपणा. एक वृद्ध, अनुभवी माणूस म्हणून तुमच्यासारख्या तरुणाला मला एक सल्ला द्यावासा वाटतो. तुमची चौकशी बंद करा.'' मिलर त्याच्याकडे बघत राहिला.

''मला वाटतं मी तुमचे आभार मानायला हवेत.'' कृतज्ञतेचा लवलेश नसलेल्या शब्दात मिलर म्हणाला.

''माझं ऐकाल तर चौकशी सोडून द्या.'' डॉक्टर म्हणाला.

''तुम्हाला पुन्हा माझं म्हणणं समजलं नाहीये,'' मिलर म्हणाला.

''रोशमन ह्याच वर्षी ऑक्टोबरमध्ये हॅम्बुर्गला जिवंत दिसला होता. ह्या त्याच्या दुसऱ्यांदा दिसण्याबद्दल खातरी नव्हती. पण आता झाली. तुम्ही त्याला आत्ताच दुजोरा दिला.''

''मी पुन्हा सांगतो, हा तपास तुम्ही थांबवला नाहीत तर ते अगदी वेडेपणाचं होईल.'' डॉक्टरचे डोळे निर्विकार होते; पण त्यात किंचित चिंतेची छटा जाणवली. एक काळ असा होता की त्याची आज्ञा न पाळण्याचे धारिष्ट्य कोणी केले नसते आणि त्या परिस्थितीत झालेला बदल त्याला अजून स्वीकारता आला नव्हता.

मिलरवर संतापाचा प्रभाव वाढू लागला आणि तो त्याच्या चेहऱ्यावर दिसू लागला.

''मला तुमची शिसारी येते डॉक्टर,'' तो म्हणाला. ''तुम्ही आणि तुमच्यासारखे लोक, तुमची सर्व घाणेरडी टोळी; तुमचा मुखवटा सभ्य आहे; पण तुम्ही माझ्या देशाच्या चेहऱ्यावरची घाण आहात. माझ्याबद्दल विचाराल तर तो सापडेपर्यंत मी त्याचा शोध घेत राहणार.''

तो जाण्यासाठी वळला; पण शिमटने त्याचा दंड धरला. ते दोन इंचांवरून एकमेकांच्या डोळ्यात बघत होते.

''तुम्ही ज्यू नाही आहात मिलर. तुम्ही आर्य आहात. तुम्ही आमच्यापैकीच

आहात. आम्ही तुमचं काय वाकडं केलंय.''

मिलरने झटका देऊन हात सोडवून घेतला.

''तुम्हाला ते अजून समजलं नसेल, डॉक्टर, तर कधीच समजणार नाही.''

''तुम्ही तरुण पिढीतले लोक, सगळे सारखेच आहात. तुम्हाला सांगितलेलं तुम्ही का ऐकत नाही?''

''कारण आम्ही तसेच आहोत. निदान मी तरी तसा आहे.''

शिमटने त्याच्याकडे बारीक डोळ्यांनी रोखून बघितले.

''मिलर, तुम्ही मूर्ख नाही. पण तसे असल्याप्रमाणे तुम्ही वागताय. हे जे मूर्ख प्राणी सतत, त्याला जे सदसद्विवेकबुद्धी म्हणतात, तिच्या सांगण्याप्रमाणे वागतात, त्यातले आहात तुम्ही. पण मला आता शंका यायला लागली आहे, ह्यात तुमचं काहीतरी व्यक्तिगत दिसतंय.''

मिलर जाण्यासाठी उठला.

''असेल कदाचित,'' असे म्हणून तो लॉबी पार करून गेला.

८

लंडनच्या विंबल्डन भागातील मुख्य रस्त्यापासून निघालेल्या एका छोट्या रस्त्यावरील शांत अशा निवासी भागात असलेले ते घर शोधून काढायला मिलरला काहीच अडचण आली नाही. बेल वाजवल्यावर लॉर्ड रसेलने स्वत:च दार उघडले. सत्तरीच्या जवळच्या, अंगात लोकरीचा स्वेटर आणि बो टाय लावलेल्या मिलरने स्वत:ची ओळख करून दिली.

"मी काल बॉनमध्ये होतो," मिलर म्हणाला. "अँथनी कॅडबरीबरोबर लंच घेत होतो. त्यांनी तुमचं नाव सांगितलं आणि एक ओळखपत्र दिलं. मला आपल्याशी जरा बोलायचं होतं."

लॉर्ड रसेलने पायरीवरून जरा गोंधळलेल्या दृष्टीने त्याला न्याहाळले.

"कॅडबरी? अँथनी कॅडबरी? आठवत नाही बुवा..."

"एका ब्रिटिश वृत्तपत्राचे वार्ताहर आहेत," मिलर म्हणाला. "युद्ध संपल्यावर ते जर्मनीत होते. तुम्ही डेप्युटी जज ॲडव्होकेट होतात. त्या युद्धगुन्ह्यांच्या खटल्यांचे वृत्त ते द्यायचे. बेलसेनचे जोसेफ क्रेमर आणि इतर. आठवतात ते खटले?"

"अर्थात, आठवतात ना. चांगले आठवतात. हो, कॅडबरी, हो, तो पेपरवाला! आता आठवला. अनेक वर्षांत भेटलेला नाही. बरं, तिथं उभं नका राहू. गारठा आहे आणि मी काही आता तरुण नाही. या, आत या. आत या."

उत्तराची वाट न बघता लॉर्ड रसेल वळून आत गेले.

१९६४ सालच्या पहिल्या दिवसाच्या थंड वाऱ्याला दार बंद करीत मिलर त्यांच्यामागोमाग आत गेला. लॉर्ड रसेलच्या सांगण्यावरून मिलरने त्याचा कोट हॉलमधील एका हुकला टांगला आणि त्यांच्यामागे घराच्या मागच्या भागात असलेल्या बैठकीच्या खोलीत गेला. तिथे सुखद अशी शेकोटी पेटवलेली होती.

मिलरने कॅडबरीचे पत्र पुढे केले. लॉर्ड रसेलने ते घेतले, झरझर वाचले आणि त्यांच्या भुवया उंचावल्या.

"हं. एका नाझीला शोधून काढायला मदत हवी आहे का? त्यासाठीच तुम्ही

आलात ना?'' त्याने मिलरकडे बघत प्रश्न केला आणि मिलरने उत्तर द्यायच्या आत त्याला बसायला सांगितले, "बसा, बसा. उगीच उभं कशाला राहता?''

शेकोटीच्या दोन्ही बाजूंना फुलांच्या डिझाइनच्या कापडाचे कव्हर असलेल्या खुर्च्यांत ते बसले.

"एक तरुण जर्मन वार्ताहर एका नाझीच्या मागं लागला आहे, हे कसं?'' लॉर्ड रसेलने प्रस्तावना न करता विचारले. त्यांच्या थेट प्रश्नाने मिलर जरा चपापला.

"मी प्रथमपासून सांगतो.'' मिलर म्हणाला.

"हो, तेच बरं होईल.'' हातातील पाईप शेकोटीच्या कडेवर आपटत रसेल म्हणाले. मिलर सांगत असताना त्यांनी पुन्हा पाईप भरला, तो पेटवला आणि मिलरचे बोलणे संपेपर्यंत ते तृप्तपणे पाईपचे झुरके घेत राहिले.

"माझं इंग्लिश फार वाईट नाही ना?'' त्या निवृत्त वकिलाकडून काहीच प्रतिक्रिया न आल्यामुळे मिलर म्हणाला.

लॉर्ड रसेल स्वप्नातून जागे झाल्याप्रमाणे वाटले.

"हो. हो. इतकी वर्षं राहून माझं जर्मन जसं होतं त्याच्यापेक्षा खूपच चांगलं. विसरायला होतं.''

"हे रोशमन प्रकरण...'' मिलर बोलू लागला.

"होय इंटरेस्टिंग. खूपच इंटरेस्टिंग आणि तुम्हाला त्याला शोधून काढायचं आहे. का?''

शेवटचा प्रश्न मिलरला उद्देशून होता. रसेल त्याच्याकडे रोखून पाहत होते.

"माझी काही कारणं आहेत.'' तो म्हणाला. "त्या माणसाला शोधून काढून त्याच्यावर खटला चालावा, असं मला वाटतं.'' मिलरने त्यांच्या प्रश्नाला सरळ उत्तर दिले.

"हं. आपल्याला सगळ्यांना वाटतं. पण प्रश्न असा आहे की, त्याच्यावर खटला होईल का? कधीतरी होईल का?''

मिलरने सरळ सरळ उत्तर दिले.

"मला सापडला तर मी करीन. त्याबद्दल खातरी बाळगा.''

रसेल फारसे प्रभावित झालेले दिसले नाहीत. त्यांच्या पाईपमधून धुराची वलये छताकडे जात राहिली. बराच वेळ गेला.

"लॉर्ड साहेब, प्रश्न असा आहे की, तुम्हाला तो आठवतो का?''

लॉर्ड रसेल जरा बिचकल्याप्रमाणे वाटले.

"आठवतो का? हो, आठवतो ना. निदान नाव तरी आठवतंय. त्याचा चेहरा डोळ्यांपुढे आला तर बरं होईल. वय होईल तशी स्मृती कमी होत जाते आणि त्या काळात ते इतके लोक होते...''

"तुमच्या मिलिटरी पोलिसांनी त्याला ग्राझमध्ये २० डिसेंबर, १९४७ ला अटक केली." मिलर त्याला म्हणाला. त्याने आतल्या खिशातून फोटोच्या दोन प्रती काढल्या आणि रसेलना दिल्या.

रसेलने समोरून आणि बाजूने घेतलेल्या त्या दोन फोटोंचे निरीक्षण केले आणि ते उठून विचारमग्न होऊन फेऱ्या मारू लागले.

"हो." अखेरीस ते म्हणाले. "मला आठवला तो. आता मला तो डोळ्यांपुढे दिसतोय. होय, ती फाईल ग्राझ फील्ड सिक्युरीटीने काही दिवसांनी माझ्याकडे हॅनोव्हरला पाठवली होती. तिथून कॅडबरीला बातमी मिळाली असणार. आमच्या हॅनोव्हरच्या ऑफिसातून."

ते थांबले आणि मिलरकडे वळले.

"तुमचं म्हणणं आहे की, ह्या तुमच्या टाउबरने त्याला ३ एप्रिल, १९४५ ला इतर काही लोकांबरोबर मॅगडेबर्गमधून पश्चिमेकडे ड्राइव्ह करत जाताना बघितलं?"

"तसं त्याने डायरीत म्हटलं आहे."

"हं. आम्हाला सापडायच्या आधी अडीच वर्षं आणि तो कुठे होता माहीत आहे?"

"नाही." मिलर म्हणाला.

"ब्रिटिश युद्धकैदी छावणीत. धाडसी. ठीक आहे. तरुण गृहस्था, मला शक्य ती माहिती मी देईन..."

एडवर्ड रोशमन आणि त्याच्या एस.एस.मधील सहकाऱ्यांना घेऊन जाणारी कार मॅगडेबर्गमधून जाऊन लगेचच दक्षिणेला बव्हेरिया आणि ऑस्ट्रियाच्या दिशेने वळली. एप्रिलच्या अखेरपर्यंत ते म्युनिकला पोहोचले आणि मग वेगवेगळ्या दिशांना गेले. आता रोशमन जर्मन सेनेतील कॉर्पोरलच्या गणवेशात होता. त्याच्याजवळची कागदपत्रं त्याच्याच नावाची होती; पण लष्करातील सैनिक म्हणून.

म्युनिकच्या दक्षिणेला अमेरिकन सैन्य बव्हेरियातून येत होते. त्यांना नागरी लोकांविषयी फार चिंता वाटत नव्हती – ती फक्त शासकीय डोकेदुखी होती – पण नाझी पक्षातील वरिष्ठ लोक, बर्कटेसगाडेन ह्या हिटलरच्या घराभोवती असलेल्या बव्हेरियातील आल्प्स पर्वतातील एका किल्ल्यात बंदोबस्तात राहणार आहेत, ह्या अफवेमुळे त्यांना चिंता वाटत होती. पॅटनचे सैन्य बव्हेरियातून पुढे जात असताना, इकडे तिकडे फिरणाऱ्या शेकडो शस्त्ररहित जर्मन सैनिकांकडे लक्ष देत नव्हते. रात्री प्रवास करत, दिवसा एखाद्या लाकूडतोड्याच्या झोपडीत किंवा गोठ्यात लपत रोशमनने ऑस्ट्रियन सीमा पार केली. १९३८ मध्ये हिटलरने ऑस्ट्रिया जर्मनीत विलीन केल्यानंतर ही सीमा अस्तित्वातच नव्हती. तिथून तो दक्षिणेला असलेल्या

ग्राझ या त्याच्या गावाकडे जाऊ लागला. त्याला आसरा देतील असे ग्राझमधील आणि त्याच्या परिसरातील काही लोक त्याला माहीत होते.

तो व्हिएन्नाला बगल देऊन ग्राझपाशी जवळ-जवळ पोहोचलाच होता. इतक्यात ६ मे रोजी एका ब्रिटिश गस्ती तुकडीने त्याला हटकले. त्याने पळून जायचा वेडेपणा केला. रस्त्याच्या कडेला असलेल्या झुडपांमध्ये उडी मारून लपण्याच्या प्रयत्नात असताना गोळीबार झाला आणि एक गोळी त्याची छाती भेदून फुप्फुसात रुतून बसली. अंधारात थोडी शोधाशोध करून ब्रिटिश सैनिक पुढे गेले. झुडपांमध्ये लपलेला, जखमी झालेला रोशमन त्यांना दिसला नाही. तिथून तो रांगत, सरपटत अर्ध्या मैलावर असलेल्या एका शेतकऱ्याच्या झोपडीत गेला.

तो अजून शुद्धीवर होता. त्याने शेतकऱ्याला ग्राझमधील एका ओळखीच्या डॉक्टरचे नाव सांगितले. रात्र आणि संचारबंदी असतानाही तो शेतकरी सायकलवर जाऊन डॉक्टरला घेऊन आला. त्याच्या मित्रांनी तीन महिने त्याची शुश्रूषा केली – प्रथम त्या शेतकऱ्याच्या झोपडीत आणि नंतर ग्राझमध्येच एका घरात. तो चालायला लागला, तेव्हा युद्ध संपून तीन महिने होऊन गेले होते आणि ऑस्ट्रियावर चार महासत्तांचा ताबा होता. ग्राझ ब्रिटिशांच्या ताब्यातील प्रदेशात होते.

सर्व जर्मन सैनिकांना दोन वर्षे युद्धकैदी छावणीत काढायची होती आणि तीच जागा सर्वांत सुरक्षित राहील, असा विचार करून रोशमनने शरणागती पत्करली. ऑगस्ट १९४५ ते ऑगस्ट १९४७ ह्या दोन वर्षांच्या काळात, जेव्हा सर्वांत वाईट अशा एस.एस. खुन्यांचा तपास चालू होता, तेव्हा रोशमन छावणीत निर्धास्तपणे राहत होता. त्याने शरण जाताना, उत्तर आफ्रिकेत मरण पावलेल्या दुसऱ्या एका मित्राचे नाव धारण केले.

त्या वेळी हजारो जर्मन सैनिक सर्वत्र भरकटत होते, त्यांच्याकडे कोणतीही ओळखपत्रे नव्हती. त्यामुळे ते जे नाव सांगायचे ते खरे असे गृहीत धरण्यात येत होते. सैन्यातील कॉर्पोरल पदावरील अधिकाऱ्यांचा खोल तपास करायला लागणारा वेळ आणि साधने त्यांच्याकडे नव्हती. १९४७ च्या उन्हाळ्यात रोशमनची छावणीतून सुटका झाली आणि आता आपण सुरक्षित आहोत, असे त्याला वाटले. पण ते चुकीचे होते.

रिगा छावणीतून वाचलेल्या व्हिएन्नाच्या एका माणसाने व्यक्तिगत कारणांसाठी रोशमनवर सूड उगवण्याची शपथ घेतली होती. १९३९ साली निरोप घेतलेले आई-वडील आणि १९४३ साली रजेवर येऊन जिच्याशी लग्न केले ती बायको यांना भेटायला रोशमन केव्हातरी घरी येईलच, ह्या अटकळीने तो माणूस ग्राझमधील त्याच्या आईवडिलांच्या आणि हेला रोशमन त्या त्याच्या पत्नीच्या घरांवर पाळत ठेवून होता.

युद्धकैदी छावणीतून सुटल्यावर रोशमन ग्राझजवळच्या खेड्यांमध्ये मजूर म्हणून काम करत राहिला. मग २० डिसेंबर, १९४७ ला आपल्या कुटुंबीयांबरोबर ख्रिसमस साजरा करण्यासाठी घरी गेला. तो माणूस त्याची वाटच बघत होता. रोशमनसारखाच उंच, सडपातळ माणूस, फिकट सोनेरी केस आणि थंड निळे डोळे असलेला असा दोन-तीनदा मागे-पुढे पाहत, दबकत त्याच्या बायकोच्या घराकडे गेला, त्याने दारावर टकटक केले आणि तो आत गेला, हे त्या माणसाने एका खांबाच्या मागे लपून बघितले.

तासाभरात, रिगा छळछावणीतील त्या माणसाबरोबर ब्रिटिश फील्ड सिक्युरिटी सर्व्हिसचे दोन दणकट सार्जंट जरा साशंकपणेच त्या घरापाशी गेले आणि त्यांनी दारावर टकटक केले. घराची झडती घेतली असता रोशमन एका पलंगाच्या खाली लपून बसलेला आढळला. त्याने धीटपणे आपल्याला ओळखण्यात काहीतरी गफलत होत आहे, असे दाखवले असते तर ब्रिटिश अधिकाऱ्यांनी, त्या रिगाच्या माणसाचीच काही चूक झाली असणार असे गृहीत धरून त्याला सोडले असते. पण पलंगाखाली लपल्यामुळे तो अडकला. त्याला चौकशीसाठी एस.एस.च्या मेजर हार्डीपुढे उभे करण्यात आले. त्याने त्याला ताबडतोब कोठडीत बंद करून बर्लिन आणि अमेरिकेच्या एस.एस. यादीकडे चौकशीचे पत्र पाठवले.

अठ्ठेचाळीस तासांच्या आता होकार आला आणि हवेत फुगा सोडला गेला. रिगाबद्दलचा पुरावा जमवण्यासाठी पॉट्सडॅम येथे रशियनांनासुद्धा विनंती पाठवण्यात आली. रिगा येथील छळछावण्यांमध्ये सहभाग असणाऱ्या काही एस एस अधिकाऱ्यांवर डाखाऊ येथे अमेरिकन अधिकारी खटला चालवत होते. त्यात साक्ष देण्यासाठी रोशमनला तात्पुरते म्युनिकला पाठवावे, अशी अमेरिकनांनी विनंती केली. ब्रिटिशांनी त्याला संमती दिली.

८ जानेवारी, १९४८ला सकाळी ६ वाजता रॉयल मिलिटरी पोलिसांचा एक सार्जंट आणि फील्ड सिक्युरिटीचा एक सार्जंट यांच्या पहाऱ्यात रोशमनची ग्राझहून साल्झबर्ग आणि म्युनिकला जाणाऱ्या ट्रेनने रवानगी करण्यात आली.

लॉर्ड रसेल फेऱ्या मारताना थांबले, शेकोटीपाशी गेले आणि तिथे त्यांनी त्यांचा पाईप आपटून रिकामा केला.

"मग काय झालं?" मिलरने विचारले.

"तो निसटला." लॉर्ड रसेल म्हणाले.

"काऽय?"

"तो पळाला. त्याने चालत्या गाडीतून संडासाच्या खिडकीतून उडी मारली. तुरुंगातल्या खाण्यामुळे आपलं पोट बिघडलं आहे, असं त्यांना सांगितलं. त्याच्याबरोबरच्या

दोघा शिपायांनी संडासाचा दरवाजा तोडेपर्यंत तो बाहेर बर्फात बेपत्ता झाला होता. तो कधीच सापडला नाही. अर्थात, त्याचा शोध घ्यायचा प्रयत्न केला गेला; पण तो हिमवादळात सटकला आणि त्यानी नाझींना पळून जाण्यात मदत करणाऱ्या एखाद्या संस्थेशी संपर्क साधला असणार. त्यानंतर सोळा महिन्यांनी, म्हणजे मे १९४९ मध्ये तुमचं नवं प्रजासत्ताक स्थापन झालं आणि आम्ही आमच्या सगळ्या फायली बॉनच्या हवाली केल्या.''

मिलरने लिहिणे थांबवले आणि वही खाली ठेवली.

''आता पुढे काय करता येईल?'' त्याने विचारले.

लॉर्ड रसेलने गाल फुगवले.

''आता तुमच्या लोकांनाच काहीतरी करायला लागणार. जन्मापासून ८ जानेवारी, १९४८ पर्यंतची रोशमनची फाईल तुमच्याकडे आहे. आता यापुढची कारवाई जर्मन अधिकाऱ्यांवर अवलंबून आहे.''

''कोणते अधिकारी?'' उत्तर काय असणार याची धास्ती वाटत असतानाही मिलरने विचारले.

''हे रिगाशी संबंधित आहे, त्यामुळे मला वाटतं, हॅम्बुर्ग ॲटर्नी जनरलचं ऑफिस.'' लॉर्ड रसेल म्हणाले.

''मी तिथं जाऊन आलो आहे.''

''त्यांनी फारशी मदत केली नाही?''

''अजिबात नाही.''

लॉर्ड रसेलने स्मित केले. ''आश्चर्य नाही. मुळीच आश्चर्य नाही. तुम्ही लुडविग्जबर्गला प्रयत्न केला?''

''हो. ते सौजन्यपूर्ण होते; पण त्यांचाही काही उपयोग झाला नाही. नियमांच्या विरुद्ध आहे, म्हणाले.'' मिलर म्हणाला.

''म्हणजे सरकारी यंत्रणा संपली. आणखी फक्त एक माणूस आहे. सायमन विझेंथालचं नाव तुम्ही ऐकलंय?''

''विझेंथाल? हो, पुसटसं आठवतं. पण निश्चित आठवत नाही.''

''तो व्हिएन्नाला राहतो. ज्युईश माणूस. मूळचा पोलंडमधील गॅलिशियाचा. चार वर्षं बारा वेगवेगळ्या छळ छावण्यांमध्ये होता. उरलेलं आयुष्य 'वॉटेड' नाझी गुन्हेगारांचा माग काढण्यात घालवायचा निश्चय केला. मारामारी वगैरे नाही. तो त्यांच्याबद्दल जी जी माहिती मिळेल ती गोळा करत राहतो आणि मग एखाद्या गुन्हेगाराचा ठावठिकाणी लागलाय अशी खातरी झाली की, पोलिसांना कळवतो. त्यांनी काही हालचाल केली नाही, तर एक पत्रकार परिषद घेऊन माहिती देतो. तो जर्मनी आणि ऑस्ट्रियातल्या अधिकाऱ्यांमध्ये फारसा लोकप्रिय नाही, हे सांगायलाच

नको. बेपत्ता असलेल्यांना शोधून काढणं तर सोडूनच द्या; पण माहीत असलेल्या नाझींवर कारवाई करण्यातही ते टाळाटाळ करतात. त्याच्या धाडसामुळे माजी एस.एस. लोक त्याचा द्वेष करतात. एकदोनदा त्याला मारायचे प्रयत्नसुद्धा झाले. हा उगीच आपल्याला त्रास देतोय, असं सरकारी अधिकाऱ्यांना वाटतं. पण इतर अनेक जणांना त्याचं कौतुक वाटतं आणि ते त्याला शक्य ती मदत करतात.''

''हो, आता ते नाव आठवलं. आइशमनला शोधून काढलं तोच ना हा माणूस?'' मिलरने विचारले.

लॉर्ड रसेलने मान डोलवली.

''त्याने त्याला ब्यूनोज आयर्सला राहणारा रिकार्डो क्लेमेंट म्हणून ओळखलं. तिथून पुढे इस्रायलींनी त्याचा ताबा घेतला. त्याने इतरही शेकडो नाझी गुन्हेगारांना शोधून काढलंय. तुमच्या एडवर्ड रोशमनबद्दल आणखी कोणाला माहिती असेल तर ती त्यालाच.''

''तुमची त्याची ओळख आहे?'' मिलरने विचारले.

लॉर्ड रसेलने मान डोलवली.

''मी तुम्हाला त्याच्यासाठी एक पत्र देतो. माहिती हवी असणारे खूप लोक त्याला भेटतात. पत्र दिलं तर उपयोग होईल.''

ते टेबलापाशी गेले. त्यांचे नाव असलेल्या कागदावर भराभर दोन-चार ओळी लिहिल्या. तो घडी करून एका पाकिटात घातला आणि ते चिकटवून बंद केले.

''गुड लक. तुम्हाला त्याची गरज भासणार आहे,'' असे म्हणत त्यांनी मिलरला निरोप दिला.

मिलर दुसरे दिवशी सकाळी बीईएच्या विमानाने कोलोनला परतला, त्याने त्याची कार घेतली आणि स्टुटगार्ट, म्युनिक, साल्झबुर्ग आणि लिंझमार्गे व्हिएन्ना अशा दोन दिवसांच्या प्रवासावर निघाला.

महामार्गावर बर्फाचा थर साठला होता, त्यामुळे आणि मध्येमध्ये बर्फ उकरणारी यंत्रे काम करत असल्यामुळे रस्त्यात एकच लेन चालू होती. त्यामुळे त्याला वेळ लागून तो रात्रीच्या मुक्कामासाठी म्युनिकला थांबला. दुसऱ्या दिवशी तो लवकर निघाला आणि दुपारच्या जेवणाच्या वेळेपर्यंत व्हिएन्नाला पोहोचलाही असता; पण म्युनिकच्या दक्षिणेलाच बाड टोल्झला त्याला बराच वेळ लागला.

महामार्ग पाईन वृक्षांच्या जंगलातून जात असताना 'सावकाश जा' अशा पाट्या येऊ लागल्या आणि रहदारी ठप्प झाली. डोक्यावर फिरता निळा दिवा असणारी पोलिसांची एक कार कडेला थांबली होती आणि पांढऱ्या कोटातील दोन पोलिसांनी रहदारी थांबवली होती. उत्तरेकडे जाणाऱ्या डावीकडच्या लेनमध्येसुद्धा तोच प्रकार

होता. महामार्गाच्या डाव्या आणि उजव्या बाजूला झाडे तोडून काटकोनात एक रस्ता केलेला होता. त्या दोन्ही बाजूंना हिवाळी गणवेशातील दोन सैनिक हातात चमकणारी दांडकी घेऊन उभे होते आणि जंगलात असलेल्या कशालातरी पुढे यायला सांगत होते.

थोड्या वेळाने अस्वस्थ होऊन मिलरने कारची काच खाली केली आणि पोलिसाला विचारले, ''काय झालंय? रहदारी का थांबवलीये?''

पोलीस सावकाश चालत त्याच्याकडे आला. ''सेना.'' तो म्हणाला. ''त्यांचा सराव चालू आहेत. मिनिटभरात तिकडून रणगाड्यांचा एक ताफा येईल.''

पंधरा मिनिटांनी पहिला रणगाडा दिसू लागला – पाईनच्या झाडीतून पुढे येणारी लांब तोफ, जणू काही एखादा हत्ती सोंडेने पुढील हवेचा अंदाज घेतोय अशी– मग खडखड आवाज करत तो झाडीतून बाहेर आला आणि उतरत्या डोंगरावरून रस्त्यावर आला.

टॉप सार्जंट उरलिच फ्रँक अगदी खुशीत होता. आपल्या स्वतःच्या ताब्यात रणगाडा असावा, त्याची महत्त्वाकांक्षा वयाच्या तिसाव्या वर्षी पुरी झाली होती. ज्या दिवशी ही महत्त्वाकांक्षा त्याच्या मनात निर्माण झाली तो दिवस त्याला अजून आठवत होता. तो होता १० जानेवारी, १९४५. त्या दिवशी लहान असलेल्या, त्याला मॅनहाइम शहरात सिनेमाला नेले होते. त्यात चालू घडामोडी दाखवताना अमेरिका आणि ब्रिटिश सैन्यावर चालून जाणाऱ्या हसो फोन मांटुफेलच्या 'किंग टायगर' रणगाड्यांनी पडदा भरून गेला होता.

पोलादी हेल्मेट, काळे गॉगल आणि कानांवर पॅड लावलेल्या, रणगाड्याच्या 'टरेट'मधून पुढे नजर लावलेल्या रणगाडा प्रमुखांची छबी बघून तो भारून गेला होता. त्या वेळी दहा वर्षांचा असलेल्या उलरिच फ्रँकसाठी तो परिवर्तन घडवणारा क्षण होता. तो चित्रपटगृहातून बाहेर पडला तो 'मी एके दिवशी रणगाडा चालवणारा प्रमुख होणार' अशी प्रतिज्ञा करूनच.

एकोणीस वर्षे लागली; पण त्याने प्रतिज्ञा पुरी केली. बाड टोल्झच्या भोवतीच्या जंगलात हिवाळ्यातील सराव करणाऱ्या चिलखती दलातील पहिला रणगाडा टॉप सार्जंट उलरिच फ्रँक याचा होता – अमेरिकन बनावटीचा 'एम-४८ पॅटन'.

पॅटन रणगाड्यावर हा त्यांचा शेवटचाच सराव असणार होता. छावणीत परतल्यावर सर्वांसाठी नव्या कोऱ्या एएमएक्स-१३ ह्या फ्रेंच रणगाड्यांची रांग तयार होती. हे रणगाडे जास्त वेगवान होते आणि त्यांच्यात पॅटनपेक्षा जास्त शस्त्रास्त्रे होती. त्यातील एक एएमएक्स एका आठवड्याच्या आत त्याच्या मालकीचा होणार होता.

नव्या जर्मन सेनेचे ओळखचिन्ह असलेला काळा क्रॉस आणि त्याच्या खाली

रणगाड्याचे नाव टरेटवर रंगवलेले होते. त्यांच्याकडे नजर टाकताच त्याच्या मनात किंचित खिन्न भाव उमटला. त्याने जरी त्या रणगाड्याचे अधिपत्य फक्त सहा महिनेच केले होते तरी तो नेहमीच त्याचा पहिला आणि आवडता रणगाडा राहणार होता. त्याने त्याचे नाव 'द्राकेनफेल्स' ठेवले होते. द्राकेनफेल्स म्हणजे 'ड्रॅगन खडक'. ऱ्हाईन नदीवरील ह्याच खडकावर मार्टिन ल्यूथर बायबलचे जर्मनमध्ये भाषांतर करत बसला असताना त्याला 'डेव्हिल' उर्फ दैत्य दिसला आणि त्याला त्याने त्याची शाईची दौत फेकून मारली होती. आता हे नवे एएमएक्स रणगाडे आल्यामुळे पॅटन रणगाडे मोडीत काढले जातील, असे त्याला वाटले.

महामार्गाच्या डाव्या बाजूला थोडे थांबून पॅटन आणि त्याचे चालक वर चढून येत महामार्ग ओलांडून उजव्या बाजूच्या जंगलात नाहीसे झाले.

मिलर अखेरीस ४ जानेवारीला दुपारी व्हिएन्नात पोहोचला. हॉटेलमध्ये न जाता तो सरळ शहराच्या मध्यभागी गेला. त्याने रुडॉल्फ चौकात जायचा रस्ता विचारला.

सात नंबरची इमारत त्याला सहज सापडली. त्याने तेथील रहिवाशांच्या यादीवरून नजर फिरवली. तिसऱ्या मजल्यापुढे 'डॉक्युमेंटेशन सेंटर' असे लेबल होते. वर जाऊन त्याने दुधी रंगाचा लाकडी दरवाजा ठोठावला. दरवाजातील छिद्रातून कोणीतरी नजर टाकली आणि दार उघडले. दरवाजात सोनेरी केसांची एक सुंदर तरुणी उभी होती.

"काय हवंय?"

"माझं नाव मिलर. पीटर मिलर. मला हर वीझेंथालशी बोलायचंय. माझ्याकडे एक ओळखपत्र आहे."

त्याने पत्र काढून मुलीला दिले. तिने किंचित गोंधळून त्याच्याकडे बघितले, स्मित केले आणि त्याला थांबायला सांगितले.

बऱ्याच मिनिटांनी ती दरवाजापासून आत जाणाऱ्या मार्गिकेच्या टोकाला आली आणि त्याला आत यायची खूण केली.

"या इकडे."

मिलरने आत येऊन दरवाजा बंद केला. तो तिच्या मागे जात, वळून दुसऱ्या एका मार्गिकेतून फ्लॅटच्या दुसऱ्या टोकाला पोहोचला. उजव्या बाजूला एक उघडा दरवाजा होता. आत गेल्यावर त्या खोलीतील माणसाने उठून त्याचे स्वागत केले.

"या आत." सायमन वीझेंथाल म्हणाला.

मिलरच्या अपेक्षेपेक्षा वीझेंथाल बराच थोराड होता. सहा फुटांवर उंची, अंगात जाड ट्वीडचा कोट आणि जणू काही नेहमी एखादा हरवलेला कागद शोधत असावा असे पाठीला पोक. त्याच्या हातात लॉर्ड रसेलचे पत्र होते.

ऑफिस अडचण वाटण्याइतके लहान होते. एक भिंत एका टोकापासून दुसऱ्या टोकापर्यंत आणि जमिनीपासून छतापर्यंत पुस्तकांच्या शेल्फने भरलेली होती. तिच्या समोरची भिंत, एस.एस.च्या छळाला बळी पडलेल्यांच्या संस्थांनी दिलेली गौरवपत्रे आणि हस्तलिखितांनी भरली होती. मागच्या भिंतीपाशी एक लांब सोफा होता आणि त्याच्यावरही पुस्तकांचे ढीग पडले होते आणि दाराच्या डाव्या बाजूला खालील पटांगणावर उघडणारी एक लहान खिडकी होती. टेबल खिडकीपासून दूर होते. मिलर टेबलासमोरील खुर्चीवर बसला. व्हिएन्नाचा तो नाझींचा 'शिकारी' टेबलाच्या मागे बसला आणि त्याने लॉर्ड रसेलच्या पत्रावरून पुन्हा एकदा नजर फिरवली.

"लॉर्ड रसेलनी म्हटलंय की, तुम्ही पूर्वीच्या एका एस.एस. मारेकऱ्याचा शोध घेताय." त्यांनी कोणतीही प्रस्तावना न करता विषयाला हात घातला.

"होय, ते खरं आहे."

"त्याचं नाव कळेल का?"

"रोशमन. कॅप्टन एडवर्ड रोशमन."

सायमन वीझेंथालने भुवया उंचावल्या आणि शीळ मारल्यासारखा आवाज करत श्वास सोडला.

"तुम्ही त्याच्याबद्दल ऐकलंय?" मिलरने विचारले.

"रिगाचा खाटिक? माझ्या वाँटेड लोकांच्या पहिल्या पन्नासात त्याचं नाव आहे." वीझेंथॉल म्हणाला. "तुम्हाला तो का हवाय ते सांगाल का?"

मिलरने थोडक्यात सांगायला सुरुवात केली.

"मला वाटतं तुम्ही पहिल्यापासून सांगा," विझेंथाल म्हणाला. "हे डायरी प्रकरण काय आहे?"

लुडविग्जबर्गचा माणूस, कॅडबरी आणि लॉर्ड रसेल यांच्यानंतर चौथ्यांदा मिलरला पूर्ण कथा सांगावी लागत होती. प्रत्येक वेळी रोशमनबद्दल नव्याने समजलेल्या माहितीची भर पडून ती जास्तच लांब होत होती. त्याने सांगायला सुरुवात केली आणि लॉर्ड रसेलशी झालेल्या भेटीविषयी सांगून तो थांबला.

"मला आता जी माहिती हवी आहे ती म्हणजे चालत्या ट्रेनमधून उडी मारल्यावर तो कुठे गेला?" मिलरने विचारले.

सायमन वीझेंथाल खिडकीच्या बाहेर इमारतींच्या मधल्या मोकळ्या जागेत पडणाऱ्या हिमकणांकडे बघत होता.

"ती डायरी तुमच्याकडे आहे?" बऱ्याच वेळाने त्याने विचारले. मिलरने वाकून त्याच्या बॅगेतून डायरी काढून ती टेबलावर ठेवली. वीझेंथालने कौतुकपूर्ण नजरेने तिचे निरीक्षण केले.

"विलक्षण," तो म्हणाला. वर बघत त्याने स्मित केले.

"ठीक आहे. मी तुमची कथा मान्य करतो." तो म्हणाला.

मिलरच्या भुवया उंचावल्या.

"काही शंका, संशय होता?"

सायमन वीझेंथालने त्याच्याकडे उत्कट नजरेने बघितले.

"मनात नेहमी थोडीशी शंका असते, हर मिलर." तो म्हणाला. "तुमची कथा फार चमत्कारिक आहे. रोशमनला शोधून काढण्यामागचा तुमचा हेतू अजून मी समजू शकत नाही."

मिलरने खांदे उडवले.

"मी पत्रकार आहे. ही कथा चांगली आहे."

"पण ती तुम्ही कोणत्याही वृत्तपत्राला कधीही विकू शकाल, असं मला वाटत नाही आणि तुम्ही आतापर्यंत वाचवलेला पैसा तिच्यावर खर्च करण्याजोगीही ती नाही. ह्याला काहीही व्यक्तिगत पैलू नाही हे नक्की?"

मिलरने प्रश्नाला थेट उत्तर द्यायचे टाळले.

"अशी शंका दाखवणारे तुम्ही दुसरे. कॉमेटचा हॉफमनसुद्धा तसंच म्हणाला. त्यात व्यक्तिगत काही असायची काय गरज आहे? मी फक्त एकोणतीस वर्षांचा आहे. हे सर्व माझ्या खूप आधी घडून गेलंय."

"अर्थात!" वीझेंथालने मनगटावरील घड्याळाकडे नजर टाकली आणि तो उठला. "पाच वाजले आहेत आणि ह्या हिवाळ्याच्या दिवसांत मला वेळेवर घरी बायकोकडे जायला आवडतं. ती डायरी आज रात्री वाचायला मला द्याल?"

"हो. अर्थात." मिलर म्हणाला.

"छान. मग सोमवारी सकाळी या आणि रोशमनच्या कथेबद्दल मला जी माहिती आहे ती मी देईन."

मिलर सोमवारी सकाळी बरोबर दहा वाजता पोहोचला तेव्हा वीझेंथाल पत्रांच्या ढिगाशी सामना करत होता. मिलर आत आल्यावर त्याने मान वर करून त्याच्याकडे एक दृष्टिक्षेप टाकला आणि हाताने खुर्चीकडे निर्देश केला. नाझींच्या त्या शिकाऱ्याने प्रत्येक पाकिटाची बाजू कातरीने व्यवस्थित कापून, आतील कागद बाहेर काढून त्यांचा व्यवस्थित ढीग करेपर्यंत नि:शब्द शांतता होती.

"मी स्टँप गोळा करतो," तो म्हणाला. "त्यामुळे मला पाकीट काळजीपूर्वक उघडावं लागतं."

तो आणखी काही मिनिटे काम करत राहिला.

"काल रात्री मी घरी डायरी वाचली. विलक्षण आहे."

"आश्चर्य वाटलं?" मिलरने विचारले.

"आश्चर्य? नाही, जे लिहिलंय त्याचं नाही. आम्ही सगळ्यांनी तशा प्रकारचा अनुभव घेतलाय. अर्थात, थोड्याफार फरकाने. पण तिच्यातील अचूकपणा. टाउबर आदर्श साक्षीदार झाला असता. त्याचं निरीक्षण फार चांगलं होतं, अगदी बारीकसारीक गोष्टींचंसुद्धा आणि ते त्याने त्याच वेळी लिहून ठेवलं. जर्मन आणि ऑस्ट्रियन कोर्टामध्ये गुन्हा सिद्ध होण्यासाठी ते फार महत्त्वाचं असतं आणि आता तो जिवंत नाही."

मिलरने थोडा वेळ विचार केला आणि वर बघितले. "हर वीझेंथाल, अशा भयंकर दिव्यातून गेलेल्या ज्यूंपैकी ज्याच्याबरोबर मी इतकं सविस्तर बोललो असे तुम्हीच पहिले. टाउबरने डायरीत लिहिलेल्या एका गोष्टीचं मला आश्चर्य वाटलं – त्याने म्हटलंय की सामूहिक अपराधीपणा असं काही नसतं. पण आम्हा जर्मन लोकांना गेली वीस वर्षं आम्ही सगळे अपराधी आहोत, असं सांगितलं जातंय. ते तुम्हाला पटतं?"

"नाही," वीझेंथाल ठामपणे म्हणाला, "टाउबरचं म्हणणं बरोबर आहे."

"पण आम्ही लाखो लोकांना मारलं हे लक्षात घेता असं कसं म्हणता येईल?"

"कारण तुम्ही स्वत: तेव्हा नव्हता. तुम्ही कोणाला मारलेलं नाहीये. टाउबर म्हणतो त्याप्रमाणे खेदाची गोष्ट ही आहे की, ज्या विशिष्ट व्यक्तींनी खून केले त्यांच्यावर कारवाई झालेली नाही."

"मग त्या लोकांना मारलं कोणी?" मिलरने प्रश्न केला. सायमन वीझेंथालने त्याच्याकडे रोखून बघितले.

"एस.एस.चे वेगवेगळे विभाग तुम्हाला माहीत आहेत? एस.एस.चे जे विभाग खरोखरी त्या लाखो लोकांना मारायला जबाबदार होते ते माहीत आहेत?" त्याने विचारले.

"नाही."

"मग मी ते तुम्हाला सांगितलेलं बरं. राष्ट्रीय आर्थिक प्रशासन प्रमुख कार्यालयाबद्दल (राईश इकॉनॉमिक ॲडमिनिस्ट्रेशन मेन ऑफिस) तुम्ही ऐकलंय? बळी लोक मरण्यापूर्वी त्यांचा वापर करून घेणं हे त्यांचं काम होतं."

"हो. मी त्याबद्दल काहीतरी वाचलंय खरं."

"एका दृष्टीने त्यांचं काम हे त्या संपूर्ण प्रक्रियेचा मधला भाग होतं." हर वीझेंथाल म्हणाले.

"आता उरलं ते म्हणजे सामान्य जनतेतून बळींची निवड करणं, त्यांना पकडून एकत्र करणं, त्यांना न्यायची व्यवस्था करणं आणि मग आर्थिक शोषण करून झाल्यावर त्यांचा निकाल लावणं.

"हे काम होतं RSHA चं – द राईश सिक्युरिटी मेन ऑफिस, म्हणजे राष्ट्रीय सुरक्षा प्रमुख कार्यालयाचं. त्यांनी मघाशी मी म्हटलं त्या लाखो लोकांना मारून टाकलं. ह्या विभागाच्या नावातील 'सुरक्षा' हा शब्द, ह्या लोकांपासून राष्ट्राला धोका आणि त्यामुळे त्यांच्यापासून राष्ट्राचं रक्षण करायला हवं ह्या विचित्र नाझी विचारसरणीतून आला. तसेच RSHA ची आणखी एक जबाबदारी होती, ती म्हणजे सामान्य नागरिकांव्यतिरिक्त कम्युनिस्ट, सोशल डेमोक्रॅट्स, उदारमतवादी, पत्रकार आणि धर्मगुरू यांच्यासारखे सरकारला गैरसोयीचे होईल असं मतप्रदर्शन करणारे लोक, जिंकलेल्या देशांमधील बंडखोर लोक आणि नंतर फील्ड मार्शल एर्विन रोमेल आणि ॲडमिरल विल्हेल्म कॅनॅरिस – ज्यांचा हिटलर विरोधी असल्याच्या संशयावरून खून करण्यात आला – अशा शत्रूसमान इतर लोकांना अटक करून, त्यांची चौकशी करून त्यांची छळ छावण्यांत रवानगी करणं.

"RSHAचे सहा विभाग होते, प्रत्येकाला 'आम्ट' म्हणजे उपविभाग म्हणत. उपविभाग एक हा प्रशासन आणि मनुष्यबळ यासाठी होता, उपविभाग दोन हा साधनसामग्री आणि वित्त यासाठी होता. उपविभाग तीन म्हणजे ज्याला सगळे घाबरून असत ते सुरक्षा दल आणि सुरक्षा पोलीस – त्यांचा पहिला प्रमुख राइनहार्ट हेरिश, ज्याचा प्रागमध्ये १९४२ मध्ये खून झाला आणि नंतर अर्न्स्ट काल्टेनब्रुनर, ज्याला दोस्त राष्ट्रांनी देहांताची शिक्षा दिली तो. जर्मनीतील आणि जिंकलेल्या परदेशातील संशयितांना बोलतं करण्यासाठी कसा छळ करावा याच्या कल्पना त्यांनी शोधून काढल्या.

"विभाग चार म्हणजे गेस्टापो. त्याचा प्रमुख हाइन्रिश मुलर (अजून बेपत्ता) होता आणि त्याच्या B.4 ह्या ज्यू विभागाचा प्रमुख होता ॲडॉल्फ आइशमन, ज्याला इस्राईलने अर्जेंटिनातून पळवून आणून जेरुसलेममध्ये मारून टाकला. विभाग पाच म्हणजे गुन्हे पोलीस आणि विभाग सहा परराष्ट्र हेर खातं. विभाग तीनचे दोघं प्रमुख हेड्रिश आणि काल्टेनब्रुनर हे पूर्ण RSHA चेसुद्धा प्रमुख होते आणि त्या दोघांच्याही कारकिर्दीत विभाग एकचा प्रमुख हा RSHA चा उपप्रमुख असायचा. तो होता एस.एस.चा तीन तारांकित जनरल ब्रूनो स्ट्रेकेनबाक. तो आज हॅम्बुर्गमध्ये एका मोठ्या डिपार्टमेंट स्टोअरमध्ये चांगल्या पगाराच्या नोकरीवर आहे आणि तो फोगेलवाइड इथे राहतो.

"जर गुन्ह्याचा ठपका ठेवायचाच झाला तर तो एस.एस.च्या ह्या दोन विभागांवर ठेवावा लागेल आणि ते हजारो लोक आहेत. आजच्या जर्मनीची लोकसंख्या कोटीत आहे. सहा कोटी जर्मन लोकसंख्येत अनेक कोटी लहान मुलं, स्त्रिया, वृद्ध पेन्शनर, सैनिक, बोटींवरील आणि विमानांमधील कर्मचारी असे लोक आहेत की, ज्यांचा ह्या वंशसंहाराशी संबंध नव्हता. सहा कोटी जर्मन लोकांचं सामूहिक अपराधित्व ही

संकल्पना मुळात दोस्त राष्ट्रांनी शोधून काढली; पण ती एस.एस.च्या माजी सभासदांना फार सोयीची झाली. ही कल्पना त्यांच्या विशेषच फायद्याची आहे, कारण त्यांच्या लक्षात आलं आणि सामान्य जर्मन माणसाच्या लक्षात आलं नाही ते म्हणजे, जोपर्यंत ह्या सामूहिक अपराधित्वाच्या कल्पनेच्या योग्यतेबद्दल कोणी प्रश्न उठवत नाही, तोपर्यंत कोणीही वैयक्तिकपणे खुन्यांचा, मारेकऱ्यांचा शोध घेणार नाही, निदान ते फार गंभीरपणे करणार नाही. त्यामुळे आजसुद्धा एस.एस.चे वैयक्तिक मारेकरी सामूहिक अपराधित्वाच्या कल्पनेच्या ढालीमागं लपत आहेत.''

वीझेंथालचे सर्व बोलणे मिलरने लक्षपूर्वक ऐकून घेतले. संख्या ऐकूनच तो आश्चर्यचकित झाला. चौदा दशलक्ष लोकांपैकी प्रत्येकाचा विचार करणे अशक्य होते. त्यामानाने हॅम्बुर्गच्या रस्त्यावर, पावसात, स्ट्रेचरवरील मेलेल्या एका माणसाचा विचार करणे जास्त सोपे होते.

''टाउबरनं आत्महत्या करण्यामागचं जे कारण आहे, ते तुम्हाला खरं वाटतं?'' मिलरने विचारले.

हर वीझेंथाल एका पाकिटावरील दोन सुंदर आफ्रिकन स्टॅंप्सचे निरीक्षण करत होते.

''आपण रोशमनला ऑपेराच्या पायरीवर पाहिलं असं सांगितलं, तर त्यावर कोणाचाही विश्वास बसणार नाही, असं जे त्याला वाटलं ते बरोबर होतं. असं त्याला वाटलं असेल तर ते योग्यच आहे.''

''पण तो पोलिसांकडेसुद्धा गेला नाही.'' मिलर म्हणाला.

सायमन वीझेंथालने आणखी एका पाकिटाचा कोपरा कातरीने उडवला आणि त्यातील पत्रावरून नजर फिरवली. थोड्या वेळाने ते म्हणाले,

''नाही. तांत्रिकदृष्ट्या त्यांनी जायला हवं होतं; पण त्याचा काही उपयोग झाला असता असं वाटत नाही. निदान हॅम्बुर्गमध्ये तरी नाही.''

''हॅम्बुर्गमध्ये काय विशेष?''

''तुम्ही तिथल्या सरकारी ॲटर्नी जनरलच्या ऑफिसात गेला होता?'' वीझेंथालने सौम्यपणे विचारले.

''हो, मी गेलो होतो. त्यांनी विशेष मदत केली नाही.'' वीझेंथालने वर बघितले.

''हॅम्बुर्गच्या अटर्नी जनरलच्या खात्याची आमच्या ऑफिसात काही विशेष प्रसिद्धी आहे,'' तो म्हणाला. ''उदाहरणार्थ, टाउबरच्या डायरीतला आणि ज्याचा मी नुकताच उल्लेख केला तो गेस्टापोचा प्रमुख आणि एस.एस. जनरल ब्रूनो स्ट्रेकेनबाक. आठवतंय नाव?''

''अर्थात,'' मिलर म्हणाला. ''त्याचं काय?''

उत्तरादखल सायमन विझेंथालने त्यांच्या टेबलावरील कागदांच्या ढिगातून

शोधून एक कागद काढला आणि तो न्याहाळला.

"हे बघा," तो म्हणाला. "पश्चिम जर्मनीच्या न्यायखात्याला दस्तऐवज १४१ जे एस ७४७/६१ म्हणून माहीत असलेला. ऐकायचंय त्याच्याबद्दल?"

"मला भरपूर वेळ आहे." मिलर म्हणाला.

"ठीक आहे. ऐका. युद्धापूर्वी हॅम्बुर्गमध्ये गेस्टापोचा प्रमुख. त्यानंतर भराभर वर जात RSHA च्या सुरक्षा दल आणि सुरक्षा पोलीस विभागाच्या प्रमुख पदापर्यंत. १९३९ मध्ये त्याने नाझींच्या ताब्यातील पोलंडमध्ये 'कत्तल पथकं' निर्माण केली. १९४० च्या अखेरीस तो पूर्ण पोलंडसाठी एस.एस.च्या एसडी आणि एसपी विभागांचा प्रमुख झाला – क्रॅकोमधून काम करणाऱ्या तथाकथित 'जनरल गव्हर्नमेंट'चा. त्या काळात एसडी आणि एसपी तुकड्यांनी पोलंडमध्ये 'मोहीम एबी' ह्या नावाखाली हजारो लोकांना मारून टाकलं.

"१९४१ च्या सुरुवातीला तो बर्लिनला परतला आणि त्याला एसडीच्या पर्सोनेल विभागाचा प्रमुख म्हणून पदोन्नती देण्यात आली. तो होता RSHA चा विभाग तीन. त्याचा वरिष्ठ होता राइनहार्ट हेड्रिच आणि त्याचा तो साहाय्यक झाला. रशियावरील आक्रमणाच्या थोडं आधी त्याने लष्कराच्या मागोमाग जाणारी कत्तल पथकं निर्माण करण्यात मदत केली. मानव संसाधन विभागाचा प्रमुख असल्यामुळे त्याने पथकांमधल्या माणसांची निवड स्वत: केली. ते सगळे एसडी विभागातले होते.

"मग त्याला पुन्हा पदोन्नती मिळाली. RSHA च्या सर्व सहाही विभागांच्या कर्मचारी खात्याचा प्रमुख म्हणून. त्यानंतर तो RSHA चा उपप्रमुख होता – प्रथम हेड्रिचच्या हाताखाली – त्याला १९४२ मध्ये झेक बंडखोरांनी प्रागमध्ये मारून टाकले. त्याच खुनावरून लिडिसला सूड उगवला गेला आणि मग अर्न्स्ट काल्टेन ब्रुनरचा साहाय्यक म्हणून फिरत्या कत्तल पथकांसाठी उमेदवार निवडण्याचे सर्वसमावेशक अधिकार त्याला होते. युद्ध संपेपर्यंत, नाझींनी व्यापलेल्या पूर्व युरोपातील एसडी विभागसुद्धा त्यानेच स्थापन केले."

"मग आता कुठं आहे तो?" मिलरने विचारले.

"हॅम्बुर्गमध्ये मुक्त संचार करतोय. हवेप्रमाणं मुक्त." वीझेंथाल म्हणाले.

मिलरला धक्काच बसला.

"त्याला पकडलं नाही त्यांनी?" त्याने विचारले.

"कोणी?"

"अर्थात, हॅम्बुर्गच्या पोलिसांनी."

उत्तर म्हणून सायमन वीझेंथालने त्यांच्या सचिवाला 'न्याय-हॅम्बुर्ग' असे लेबल असलेली एक जाडजूड फाईल आणायला सांगितली. तिच्यातून त्यांनी एक कागद

काढला. त्यांनी तो वरपासून खालपर्यंत मधोमध उभा दुमडला आणि कागदाची डावी बाजू दिसेल असा मिलरपुढे ठेवला.

"ती नावं ओळखू येतात?" त्यांनी विचारले.

मिलरने कपाळाला आठ्या आणून त्या दहा नावांच्या यादीवरून नजर टाकली.

"अर्थात. मी हॅम्बुर्गमध्ये अनेक वर्षं पोलीस वार्ताहर होतो. हे सगळं हॅम्बुर्गच्या पोलीस दलातील वरिष्ठ अधिकारी आहेत. का?"

"आता तो कागद उलगडा."

मिलरने तसे केले. पूर्ण पसरल्यावर त्याला खालील तक्ती दिसला –

नाव	नाझी पक्ष क्र.	एस.एस. क्र.	पद	पदोन्नतीची तारीख
A.	–	४५५,३३६	कॅप्टन	०१/०३/४३
B.	५४,५१,१९५	४२९,३३९	१ लेफ्टनंट	०९/११/४२
C.	–	३५३,००४	१ लेफ्टनंट	०१/११/४१
D.	७०,३९,५६४	४२१,१७६	कॅप्टन	२१/०६/४४
E.	–	४२१,४४५	१ लेफ्टनंट	०९/११/४२
F.	७०,४०,३०८	१७४,९०२	मेजर	२१/०६/४४
G.	–	४२६,५५३	कॅप्टन	०१/०९/४२
H.	३१,३८,७९८	३११,८७०	कॅप्टन	३०/०१/४२
I.	१८,६७,९७६	४२४,३६१	१ लेफ्टनंट	२०/०४/४४
J.	५०,६३,३३१	३०९,८२५	मेजर	०९/११/४३

मिलरने वर बघितले.

"अरे, देवा!" तो उद्गारला.

"आता, एस.एस.चा एक लेफ्टनंट जनरल आजही हॅम्बुर्गमध्ये मुक्तपणे कसा फिरतोय ते समजलं?"

मिलरने अविश्वासानेच त्या यादीकडे नजर टाकली.

"ब्रँट म्हणाला पूर्वीच्या एस.एस. लोकांची चौकशी हॅम्बुर्ग पोलिसांमध्ये फार प्रिय नाही ते यामुळेच असणार."

"कदाचित," वीझेंथाल म्हणाले. "आणि ॲटर्नी जनरलचं ऑफिससुद्धा जर्मनीतील फार उत्साही ऑफिस नाहीये. त्यांच्या कर्मचाऱ्यांमध्ये एक वकील आहे जो मन:पूर्वक काम करतोय. पण काही हितसंबंधी लोकांनी त्याला काढून टाकलं जावं म्हणून अनेकदा प्रयत्न केले."

सेक्रेटरी दरवाजातून डोकावली.

"चहा, कॉफी?'' तिने विचारले.

मिलर लंच ब्रेकनंतर ऑफिसात परतला.

सायमन वीझेंथाल रोशमनची ८ जानेवारी, १९४८ पासून पुढची कथा सांगू लागले.

ब्रिटिश आणि अमेरिकन अधिकाऱ्यांमध्ये असे ठरले होते की, रोशमनची डाखाऊला साक्ष देऊन झाली की त्याला जर्मनीच्या ब्रिटिश विभागात, बहुतेक हॅनोव्हरला, त्याच्या स्वत:वरच्या खटल्यासाठी हलवण्यात येईल आणि त्या खटल्यात त्याला फाशीची शिक्षा होईल हे जवळ-जवळ निश्चित होते. ग्राझला तुरुंगात असतानाच त्याने पळून जाण्याची योजना आखायला सुरुवात केली होती.

त्याने ऑस्ट्रियातील 'सिक्स पॉइंट स्टार' नावाच्या पळून जाण्यास मदत करणाऱ्या संस्थेशी संपर्क प्रस्थापित केला होता. (ह्या संस्थेच्या नावाचा आणि ज्यूंच्या सहा टोके असलेल्या ताऱ्याच्या चिन्हाचा काहीच संबंध नाही. त्या नाझी संस्थेच्या ऑस्ट्रियातील सहा प्रमुख शहरांमध्ये शाखा होत्या म्हणून त्यांनी हे नाव घेतले होते.)

८ तारखेला रोशमनला सकाळी ६ वाजता उठवून ग्राझ स्टेशनात थांबलेल्या ट्रेनमध्ये चढवण्यात आले. डब्यात बसल्यावर रोशमनबरोबरचा मिलिटरी पोलीस सार्जंट आणि फील्ड सिक्युरीटी सार्जंटमध्ये प्रवासात रोशमनच्या बेड्या ठेवाव्यात की काढाव्यात यावरून वाद झाला. मिलिटरी सार्जंटच्या मते बेड्या काढू नयेत असे होते, तर दुसऱ्या सार्जंटला त्या काढाव्यात असे होते.

रोशमनने, तुरुंगातील अन्नामुळे आपल्याला अतिसार झाला आहे असे सांगून संडासला जाण्याची परवानगी मागितली. ते त्याला संडासपाशी घेऊन गेले. एका सार्जंटने त्याच्या बेड्या काढल्या आणि रोशमन आत गेल्यावर त्याची वाट बघत तो दारापाशी उभा राहिला. त्या बर्फाच्छादित प्रदेशातून जात असताना रोशमनने तीनदा संडासात नेण्यास सांगितले. त्या तीन फेऱ्यांच्या वेळी त्याने संडासच्या खिडकीची काच ढिली करून नंतर केव्हाही सहज सरकवता येईल, अशी करून ठेवली असावी.

साल्झबर्गला अमेरिकन अधिकारी रोशमनचा ताबा घेऊन त्याला कारने त्यांच्या म्युनिक येथील त्यांच्या स्वत:च्या तुरुंगात हलवणार होते. प्रवासाचा तो शेवटचा टप्पा येण्यापूर्वी बाहेर पडणे आवश्यक आहे हे रोशमन जाणून होता; पण अनेक स्टेशने गेली तरी गाडी फारच वेगाने जात होती. ती हलाइनला थांबली आणि एक सार्जंट काहीतरी खाण्याचे घेण्यासाठी प्लॅटफॉर्मवर उतरला. रोशमनने पुन्हा संडासात

जायचे आहे, असे सांगितले. दोघांपैकी जरा बेफिकीर वृत्तीचा असा जो सार्जंट होता तो गाडीत होता. तो रोशमनला संडासकडे घेऊन गेला आणि त्याने रोशमनला गाडी स्टेशनात असेपर्यंत संडास वापरू नको म्हणून बजावले. ट्रेन स्टेशनातून बाहेर पडल्याबरोबर रोशमनने खिडकीतून बाहेर, बर्फ पडत होता त्यात उडी घेतली. सार्जंटने दार ठोठावेपर्यंत दहा मिनिटे होऊन गेली होती आणि तोपर्यंत गाडी वेगाने डोंगर उतरत साल्झबर्गच्या दिशेने जात होती.

नंतरच्या पोलीस चौकशीत असे समजले की, रोशमन हिमवर्षावातून धडपडत एका शेतकऱ्याच्या घरापर्यंत पोहोचला आणि तिथे त्याला आसरा मिळाला. दुसऱ्या दिवशी त्याने अपर ऑस्ट्रियाची सीमा ओलांडून साल्झबर्ग प्रांतात प्रवेश केला आणि सिक्स पॉइंट स्टार संस्थेशी संपर्क साधला. ते त्याला एका विटांच्या कारखान्यात घेऊन गेले, तिथे तो कामगार म्हणून राहिला आणि त्याला दक्षिण इटलीला घेऊन जाण्याची व्यवस्था करण्यासाठी त्यांनी ओडेसाशी संपर्क साधला.

त्या काळात ओडेसा फ्रेंच फॉरिन लीजनच्या भरती विभागाच्या घनिष्ठ संपर्कात होती. पूर्वीचे अनेक एस.एस. सैनिक लीजनमध्ये दाखल झाले होते. ओडेसाशी संपर्क साधल्यापासून चार दिवसांनी फ्रेंच नंबरप्लेट असलेली एक कार ओस्टर मीटिंग या खेड्याच्या बाहेर उभी होती. तिच्यात रोशमन आणि पळून जाणारे आणखी पाच नाझी बसले. कारच्या फॉरीन लीजन ड्रायव्हरकडे असणाऱ्या कागदपत्रांमुळे ती कार तपासाविना सीमा पार करू शकणार होती. ते सहा एस.एस. लोक इटलीची सीमा ओलांडून पेरानोला पोहोचले. ओडेसाच्या तिथल्या प्रतिनिधीने ड्रायव्हरला प्रत्येक माणसामागे भरपूर पैसे रोख देऊन ठेवले होते.

मेरानोहून रोशमनला रिमिनी येथील स्थानबद्धांच्या छावणीत नेण्यात आले. तिथल्या हॉस्पिटलमध्ये त्याच्या उजव्या पायाची पाचही बोटे कापण्यात आली. ट्रेनमधून उडी मारून पळाल्यावर बराच वेळ बर्फात चालल्यामुळे फ्रॉस्टबाइट होऊन ती सडली होती. तेव्हापासून त्याला खास बनवलेला बूट वापरायला लागत होता.

ग्राझमधील त्याच्या पत्नीला ऑक्टोबर १९४८ मध्ये त्याने रिमिनी छावणीतून पाठवलेले पत्र मिळाले. त्यात त्याला देण्यात आलेले नवे नाव त्याने प्रथम वापरले होते – फ्रिट्झ बर्नट वेगेनर.

त्यानंतर लवकरच त्याला रोममधील फ्रान्सिस्कन मठात पाठवण्यात आले आणि त्याची कागदपत्रे तयार झाल्यावर तो नेपल्स बंदरातून बोटीने ब्यूनोज आयर्सला रवाना झाला. व्हिया सिसिलिया येथील मठात एस.एस. आणि नाझी पार्टीचे इतरही अनेक लोक होते. बिशप ॲलॉय हुदालने त्यांची स्वत: देखभाल केली आणि त्यांना कसलीही उणीव भासू दिली नाही.

अर्जेंटिनात ओडेसाचा माणूस त्याला घ्यायला आला होता. तिथे त्याला कॉले

हिपोलितो इरिगोयेनमधील विडमार नावाच्या जर्मन कुटुंबात ठेवण्यात आले. तिथे एका सुसज्ज खोलीत तो अनेक महिने राहिला. १९४९ च्या सुरुवातीला त्याला बोरमन निधीतून ५०,००० अमेरिकन डॉलर देण्यात आले आणि तो दक्षिण अमेरिकेतील लाकूड पश्चिम युरोपला निर्यात करण्याचा धंदा करू लागला. त्याने त्याच्या कंपनीचे नाव 'स्टेमलर अँड वेगेनर' असे ठेवले, कारण रोम व्हॅटिकन येथून घेतलेल्या कागदपत्रांनुसार आता तो इटलीच्या दक्षिण टायरॉल प्रांतात जन्मलेला फ्रिट्झ बर्नट वेगेनर होता.

त्याने इर्मट्रॉट झिग्रिड मुलर नावाच्या जर्मन तरुणीची सचिव म्हणून नेमणूक केली आणि १९५५ च्या सुरुवातीला पहिली पत्नी हेला अजून ग्राझमध्ये असतानासुद्धा, तिच्याशी लग्न केले. १९५५ च्या उन्हाळ्यामध्ये, अर्जेंटिनाच्या हुकूमशहाची बायको आणि त्याच्या सिंहासनामागील खरी सूत्रधार इव्हा पेरॉन कर्करोगाने मरण पावली. पेरॉनच्या राजवटीचे भवितव्य स्पष्ट दिसत होते आणि ते रोशमनने बरोबर जाणले होते. पेरॉन जर सत्तेवरून गेला, तर पूर्वाश्रमीच्या नाझींना त्याने दिलेले संरक्षण नवे सत्ताधारी चालू ठेवणार नाहीत. रोशमन त्याच्या नव्या पत्नीबरोबर इजिप्तला गेला.

१९५५ च्या उन्हाळ्यात त्याने तिथे तीन महिने घालवले आणि मग हिवाळ्यामध्ये तो पश्चिम जर्मनीत आला. त्याच्याबद्दल कोणालाच काही कळले नसते; पण एका स्त्रीच्या संतापाने घात केला. त्याची पहिली पत्नी हेला रोशमन हिने ग्राझहून त्याला ब्यूनोज आयर्सच्या विडमार यांच्या पत्त्यावर त्या उन्हाळ्यात पत्र लिहिले. विडमारकडे त्याचा नवा पत्ता नसल्यामुळे ते ते पत्र पुढे पाठवू शकत नव्हते. त्यामुळे त्यांनी ते पत्र उघडले आणि रोशमनच्या पत्नीला पत्र लिहून, रोशमन जर्मनीला परत गेला असून त्याने त्याच्या सेक्रेटरीबरोबर लग्न केले असल्याचे कळवले.

त्याच्या पत्नीने पोलिसांना त्याच्या नव्या नावाची माहिती दिली. पोलिसांनी रोशमनचा, पहिली पत्नी असताना दुसरे लग्न केल्याच्या गुन्ह्यासाठी शोध सुरू केला. पश्चिम जर्मनीत स्वत:ला फ्रिट्झ बर्नट वेगेनर म्हणवणाऱ्या माणसाच्या शोधासाठी पत्रके लावली होती.

"तो सापडला का त्यांना?'' मिलरने विचारले.

वीझेंथालने वर बघितले आणि मान हलवली.

"नाही. तो पुन्हा परागंदा झाला. बहुतांशी नव्या खोट्या कागदपत्रांसह आणि बहुतेक नक्की जर्मनीतच. म्हणून टाउबरला तो दिसला हे खरं असणार, असं मला वाटलं. हातात असलेल्या इतर माहितीशी ते बरोबर जुळतं.''

"पहिली बायको, हेला रोशमन कुठं आहे?'' मिलरने विचारले.

"ती अजून ग्राझमध्येच राहते.''

"तिच्याशी संपर्क साधला तर काही उपयोग होईल?" वीझेंथालने मान हलवली.

"मला शंका आहे. एकदा गुपित फुटल्यावर तो त्याचा ठावठिकाणा तिला कळू देईल, असं मला वाटत नाही किंवा नवं नावसुद्धा. 'वेगेनर' नावाचं गुपित फुटलं हे त्याला अनपेक्षित असणार आणि त्यामुळे त्याने नवी कागदपत्रं भयंकर घाईगर्दीत मिळवली असणार."

"ती कागदपत्रं त्याला कोणी मिळवून दिली असतील?" मिलरने प्रश्न केला.

"ओडेसा. शंकाच नको."

"हे ओडेसा म्हणजे नक्की आहे तरी काय? रोशमनची कहाणी सांगताना तुम्ही तिचा अनेकदा उल्लेख केला."

"तुम्ही ओडेसाबद्दल कधीच ऐकलेलं नाही?" वीझेंथालने विचारले.

"नाही. आत्तापर्यंत कधीच नाही."

सायमन वीझेंथालने त्याच्या घड्याळाकडे बघितले.

"मग तुम्ही उद्या सकाळी आलात तर बरं. मी तुम्हाला त्याविषयी सर्व काही सांगीन."

९

पीटर मिलर सायमन वीझेंथॉलच्या कार्यालयात दुसरे दिवशी सकाळी हजर झाला.

"तुम्ही मला ओडेसाविषयी सांगायचं कबूल केलं होतं," तो म्हणाला. "काल रात्री मला एक गोष्ट आठवली जी तुम्हाला सांगायची राहून गेली होती."

त्याने ड्रीसेन हॉटेलमध्ये भेटलेल्या डॉ. श्मिटविषयी आणि त्याने रोशमनचा शोध थांबवण्याबद्दल दिलेला इशारा याबद्दल सांगितले.

विझेंथालने ओठ घट्ट दाबून धरले आणि मान डोलवली. "तुमचा त्यांच्याशी सामना सुरू झाला आहे," ते म्हणाले.

"एका पत्रकाराला अशा प्रकारे इशारा देणं आणि तेही इतक्या सुरुवातीलाच, हे खूपच अनपेक्षित आहे. रोशमन इतकं काय महत्त्वाचं करत असेल की, त्यांनी हे पाऊल उचललं असावं?"

नंतर दोन तास वीझेंथालने मिलरला ओडेसाबद्दल इत्थंभूत माहिती दिली – प्रथम एस.एस. गुन्हेगारांना सुरक्षित ठिकाणी आश्रय मिळवून देणे ह्या उद्दिष्टाने तिची स्थापना कशी झाली इथपासून नंतर काळी-रुपेरी कॉलरवाले अधिकारी, त्यांचे साहाय्यक आणि त्यांना मदत करणारे अशा सर्वांना सर्व प्रकारची मदत करण्यापर्यंत तिची व्याप्ती कशी वाढत गेली इथपर्यंत.

१९४५ पर्यंत जेव्हा दोस्त राष्ट्रे जर्मनीत घुसली आणि त्यांना छळ छावण्या आणि त्यातील भयानक कृत्यांची माहिती झाली, तेव्हा साहजिकच त्यांनी ह्या सर्व अत्याचारांना कोण जबाबदार आहे, असे जर्मन लोकांना विचारणे सुरू केले. तेव्हा 'एस.एस.' असे उत्तर आले. पण एस.एस.चा तर कुठेच मागमूस दिसला नाही.

मग ते गेले कुठे? एक तर ते जर्मनी आणि ऑस्ट्रियात भूमिगत झाले असावेत किंवा परदेशी पळून गेले असावेत. दोन्ही बाबतीत तसे अचानक घडणे शक्य नव्हते. प्रत्येकाने कसे अदृश्य व्हायचे याची योजना खूप आधीपासूनच पक्की केली होती, हे बऱ्याच उशिरापर्यंत दोस्तांच्या लक्षात आले नाही. अगदी हाइनरिश हिमलरपासून प्रत्येकाने जर्मन जनतेला भोगाव्या लागणाऱ्या परिणामांची जराही पर्वा

न करता स्वत:ची कातडी कशी वाचवली यावरून एस.एस.च्या देशभक्तीच्या दाव्याच्या फोलपणावर चांगलाच प्रकाश पडतो. हाइनरिश हिमलरने नोव्हेंबर १९४४ मध्येच स्वीडिश रेड क्रॉसच्या काउंट बर्नाडोटशी त्याच्या सुरक्षिततेची व्यवस्था करण्याबद्दल बोलणी करण्याचा प्रयत्न केला. दोस्त राष्ट्रांनी त्याला सोडायला नकार दिला. एका बाजूला नाझी आणि एस.एस. हे जर्मन जनतेला 'नवी आश्चर्यकारक अस्त्रे जवळ-जवळ तयार झाली आहेत. ती येईपर्यंत प्राणपणाने लढा.' असे सांगत होते आणि दुसऱ्या बाजूला स्वत: सुरक्षित आणि सुखासीन जीवन जगता यावे यासाठी तयारी करत होते. आश्चर्यकारक अस्त्रे वगैरे काही नाहीत आणि सरकारचा हिटलरचा संबंध असेल तर पूर्ण जर्मन राष्ट्राचा विनाश अटळ आहे, हे ते जाणून होते.

पूर्वेच्या आघाडीवर जर्मन सेनेला रशियावर आक्रमण करण्यासाठी जबरदस्तीने पाठवण्यात आले ते विजय मिळवण्यासाठी नव्हे, तर एस.एस.ला त्यांची पळून जाण्याची योजना तयार करायला वेळ मिळावा म्हणून. शत्रूकडून प्रचंड नुकसान होत असताना जर कोणी पाऊल मागे घेतले तर सेनेच्या मागून येणारे एस.एस.चे लोक गोळ्या घालून ठार करत किंवा फासावर चढवत. सेनेतील हजारो अधिकारी आणि जवान अशा रितीने एस.एस.च्या गोळ्यांना बळी पडले.

पराभव अटळ आहे हे निश्चितपणे समजून चुकल्यावरसुद्धा सहा महिने मोहीम पुढे रेटण्यात आली आणि अंतिम पराभवाचा क्षण आला, तेव्हा एस.एस.चे सर्व लोक गायब झालेले होते. देशाच्या एका टोकापासून दुसऱ्या टोकापर्यंत त्यांनी आपल्या जागा सोडल्या, गणवेश काढून नागरी कपडे घातले, सुंदरपणे आणि अधिकृतरीत्या बनवलेली खोटी कागदपत्र खिशात घातली आणि मे १९४५ च्या सुमारास जर्मनीत निर्माण झालेल्या प्रचंड गोंधळाच्या परिस्थितीत ते इतस्तत: फिरणाऱ्या लोकांच्या गर्दीत नाहीसे झाले. पुढे येणाऱ्या विजयी ब्रिटिश आणि अमेरिकन सेनेला छळ छावण्यांच्या दारांवर तोंड देण्याचे काम त्यांनी वृद्ध होमगार्डांवर सोडले, दीर्घ युद्ध करून थकलेल्या जर्मन सेनेला युद्धकैद्यांच्या छावणीत जाण्यासाठी वाऱ्यावर सोडले आणि स्त्रिया व मुलांना येऊ घातलेल्या कडाक्याच्या थंडीचा सामना करत जगण्या किंवा मरण्यासाठी सोडून ते परागंदा झाले.

प्रसिद्ध असल्यामुळे आपण ओळखले जाऊन पकडले जायला फार काळ लागणार नाही ही कल्पना असलेले लोक परदेशी पळाले आणि इथे ओडेसाची निर्मिती झाली. युद्ध संपण्याच्या थोडे आधी स्थापन झालेल्या ह्या संघटनेचे काम 'वाँटेड' यादीतील एस.एस. लोकांना जर्मनीच्या बाहेर सुरक्षित ठिकाणी नेणे हे होते. त्यांनी पेरॉनच्या अर्जेंटिनाबरोबर आधीच मैत्रीचे संबंध प्रस्थापित केले होते. अर्जेंटिनाने सात हजार कोरे पासपोर्ट त्यांना दिले, त्यात संबंधित व्यक्तीने आपले खोटे नाव,

पत्ता व इतर माहिती भरायची आणि आपला फोटो चिकटवायचा. त्यावर सतत तत्पर असलेल्या अर्जेंटिनाच्या राजदूताकडून शिक्के मारून घेऊन ब्यूनोज आयर्स किंवा मध्यपूर्वेला जाणाऱ्या बोटीवर चढायचे.

हजारो एस.एस. खुनी ऑस्ट्रेलियातून दक्षिणेकडे जाऊन इटलीच्या दक्षिण टायरॉल प्रांतात गेले. त्या मार्गात त्यांना एका सुरक्षित घरातून दुसऱ्या सुरक्षित घरात नेण्यात यायचे आणि शेवटी ते जिनोआ बंदराला किंवा आणखी दक्षिणेला रिमिनी आणि रोमला पोहोचले. अनेक संस्थांनी – त्यात निराश्रितांसाठी काम करतात असा समज असलेल्या काही संस्थाही होत्या – फक्त त्यांनाच माहीत असलेल्या कारणांवरून आणि त्यांनीच कल्पिलेल्या पुराव्यावरून असे ठरवले की, दोस्त राष्ट्रे एस.एस. निर्वासितांना अति कठोरपणे हाकलत आहेत.

ज्यांनी हजारो लोकांना गुप्तपणे सुरक्षित ठिकाणी पोहोचवले, त्यांच्यात प्रमुख होता रोमचा जर्मन बिशप अलॉय हुदाल. एस.एस. मारेकऱ्यांना लपवण्याचे प्रमुख ठिकाण होते ते म्हणजे रोममधील विस्तीर्ण फ्रान्सिस्कन मठ. त्यांचे कागदपत्र आणि दक्षिण अमेरिकेचे तिकीट तयार होईपर्यंत त्यांना तिथे ठेवण्यात येत असे. काही एस.एस. लोकांनी, चर्चच्या मध्यस्थीवरून रेड क्रॉसने दिलेल्या कागदपत्रांच्या आधारे प्रवास केला आणि बऱ्याच जणांच्या तिकिटाचा खर्च कारिटास ह्या धर्मादाय संस्थेने केला.

ही ओडेसाची पहिली कामगिरी होती आणि तिच्यात ती बहुतांशी यशस्वी झाली. नेमके किती हजार एस.एस. गुन्हेगार अशा रितीने सुरक्षित ठिकाणी गेले ते कधीच समजणार नाही. ते जर दोस्त राष्ट्रांच्या हातात सापडले असते, तर त्यांनी केलेल्या गुन्ह्यांबद्दल त्यांना मृत्यूचीच शिक्षा झाली असती; पण ज्यांना मृत्यूची शिक्षा व्हायला हवी होती त्यांच्यातील ऐंशी टक्क्यांपेक्षा बरेच जास्त लोक पळाले.

सामूहिक खुनांमधून मिळवलेल्या आणि स्विस बँकांमधून हस्तांतरित केलेल्या पैशांच्या मदतीने ओडेसाने आपले बस्तान चांगले बसवले आणि ते १९४५ मध्ये 'दोस्त' असलेल्या दोस्त राष्ट्रांमधील संबंध बिघडताना आनंदाने बघत बसले. सुरुवातीची, चौथे प्रजासत्ताक (फोर्थ राइश) स्थापन करण्याची कल्पना दक्षिण अमेरिकेतील ओडेसाच्या नेत्यांनी काही काळानंतर सोडून दिली. पण मे १९४९ मध्ये पश्चिम जर्मनीचे प्रजासत्ताक राज्य स्थापन झाल्यावर ओडेसाच्या त्या नेत्यांनी पाच नवी उद्दिष्टे स्वत:साठी निश्चित केली.

पहिले होते नव्या जर्मनीतील जीवनाच्या प्रत्येक अंगात पूर्वीच्या नाझींचा शिरकाव करणे. एकोणीसशे चाळीसच्या दशकाच्या शेवटी आणि पन्नासच्या दशकात माजी नाझी नागरी सेवेच्या प्रत्येक स्तरात शिरले– वकिलांची कार्यालये, न्यायालये, पोलीस दल, स्थानिक प्रशासन, दवाखाने अशा सर्व क्षेत्रांमध्ये. त्या

कार्यालयांमध्ये ते कितीही खालच्या स्तरावर असले तरी तिथून एकमेकांविरुद्धचा तपास आणि अटक टाळणे, परस्परांच्या सहकाऱ्यांविरुद्ध – त्यांना ते 'कामेराड' म्हणत – तपासाची किंवा इतर कारवाई टाळण्याचा प्रयत्न करणे आणि टाळता आली नाही तर ती शक्य तितकी लांबेल असे करणे.

दुसरे उद्दिष्ट होते ते म्हणजे राजकीय सत्तेच्या यंत्रणेत प्रवेश करणे. उच्च स्तर सोडून माजी नाझी सभासद सत्ताधारी पक्षाच्या खालच्या वॉर्ड आणि मतदारसंघ थरातील संघटनांमध्ये शिरले. शिवाय नाझी पक्षाच्या पूर्वीच्या सदस्याला कोणत्याही राजकीय पक्षात प्रवेश करायला प्रतिबंध करणारा कायदा नव्हता. हा कदाचित योगायोग असेल – तशी शक्यता कमीच आहे – पण नाझींच्या गुन्ह्यांची चौकशी आणि त्यांच्यावरील कायदेशीर कारवाई जास्त जोमाने व्हावी अशी मागणी करणारा एकही राजकारणी CDU किंवा CSU मध्ये राष्ट्रीय पातळीवर किंवा तितक्याच महत्त्वाच्या आणि प्रबळ अशा राज्य विधिमंडळांवर निवडून आलेला नाही. एका राजकारण्याने ही गोष्ट अगदी मार्मिकपणे व्यक्त केली; – 'त्याचा निवडणुकीच्या गणिताशी संबंध आहे. मेलेले साठ लाख ज्यू मतदान करणार नाहीयेत. पन्नास लाख माजी नाझी प्रत्येक निवडणुकीत मत देऊ शकतात आणि देतातही.'

वरील दोन्ही कार्यक्रमांचे प्रमुख उद्दिष्ट साधे होते. ते म्हणजे माजी नाझींचा तपास आणि त्यांच्याविरुद्धचे खटले टाळता आले नाहीत तरी निदान शक्य तितक्या धीम्या गतीने चालावेत. ह्या कामात ओडेसाला आणखी एका गोष्टीची चांगली मदत होती. ती म्हणजे पूर्वी जे होऊन गेले त्यात आपलाही थोडा का होईना; पण हातभार लागला होता किंवा जे चालेले होते ते माहीत असूनही आपण गप्प राहिलो, ही लाखो लोकांच्या मनात असलेली अपराधीपणाची भावना. अनेक वर्षे होऊन गेल्यावर आपल्या समाजात आणि व्यवसायात प्रतिष्ठा मिळवल्यावर पूर्वीच्या घटनांचा जोमदार तपास होणे किंवा कुठल्या तरी न्यायालयात नाझींवरील खटल्यात आपल्या नावाचा उल्लेख होणे, हे त्यांना रुचणारे नव्हते.

युद्धपश्चात जर्मनीत ओडेसाने स्वत:साठी ठेवलेले तिसरे उद्दिष्ट होते ते म्हणजे व्यापार, उद्योग, कारखाने यांत शिरकाव करून घेणे. हे साध्य करण्यासाठी १९५०च्या सुमारास काही माजी नाझींना स्वत:चा धंदा काढून देण्यात आला. त्यांना झुरिकला बँकांत असलेल्या पैशातून भांडवल पुरवण्यात आले. १९५०च्या दशकातील पैशाच्या मुबलक उपलब्धतेचा फायदा घेऊन स्थापन झालेला धंदा जर बऱ्यापैकी व्यवस्थितपणे चालवला तर पन्नास आणि साठच्या दशकांतील प्रचंड 'आर्थिक चमत्कारा'चा (economic miracle) फायदा आपोआप मिळून त्याचे भराभराटीत असलेल्या मोठ्या उद्योगात रूपांतर झालेच असते. हेतू हा होता की अशा उद्योगांतून निर्माण होणाऱ्या पैशातून वृत्तपत्रांना जाहिरातींचे मोठे उत्पन्न

मिळवून द्यायचे आणि ते प्रसिद्ध करत असलेल्या गुन्ह्यांविषयीच्या बातम्यांवर प्रभाव पाडायचा; युद्धानंतरच्या जर्मनीत स्थापन होऊन नंतर विलयाला गेलेल्या एस.एस.ला अनुकूल अशा पत्रिकांना पैसा पुरवणे; अति उजव्या विचारसरणीच्या प्रकाशन संस्था जिवंत ठेवणे आणि आता कठीण स्थितीत असलेल्या माजी नाझींना नोकऱ्या देणे.

चौथे उद्दिष्ट होते आणि जे अजूनही आहे, ते म्हणजे कोणाही नाझीवर खटला झाला तर त्याला उत्तम कायदेशीर मदत उपलब्ध करून देणे. काही काळानंतर एक तंत्र विकसित करण्यात आले ते असे– आरोपीने हुशार महागडा वकील लावायचा, त्याच्याबरोबर काही बैठका घ्यायच्या आणि मग 'मला हा वकील परवडत नाही' असे जाहीर करायचे. मग त्या वेळच्या कायद्याच्या मदतीशी संबंधित कायद्यानुसार त्याच वकिलाला कोर्ट आरोपीचा वकील म्हणून नेमून टाकत असे. पण १९५०-५५ च्या दरम्यान जेव्हा लाखो जर्मन युद्धकैदी रशियातून परत आले, तेव्हा माफी न झालेल्या एस.एस. गुन्हेगारांना वेगळे करून कॅम्प फ्रीडलँडमध्ये ठेवण्यात आले. तिथे काही मुलींनी त्यांच्यात फिरून प्रत्येकाला एक नाव लिहिलेले पांढरे कार्ड दिले. त्या कार्डावर त्या माणसासाठी नेमलेल्या वकिलाचे नाव असे.

पाचवे उद्दिष्ट होते प्रचार. याचे अनेक प्रकार होते. उजव्या विचारप्रणालीची पत्रके वाटण्याला उत्तेजन देण्यापासून नाझींवरील गुन्हा निश्चित करण्याच्या कायद्यात कालमर्यादेचे बंधन घालण्यासाठी प्रभाव पाडणे इथपर्यंत. मारल्या गेलेल्या ज्यू, रशियन, पोल लोकांची खरी संख्या ही दोस्त राष्ट्रे देत असलेल्या संख्येपेक्षा – एक लाख ज्यू मारले गेले हा आकडा नेहमी दिला जातो – खूपच कमी आहे असे आताच्या जर्मन जनतेला पटवण्याचा प्रयत्न केले जात आहेत आणि पश्चिमी राष्ट्रे आणि सोव्हिएट युनियन यांच्यात चाललेले शीतयुद्ध हे एक प्रकारे हिटलरचे म्हणणे बरोबर होते याचाच पुरावा आहे हे लोकांच्या मनावर बिंबवण्याचा प्रयत्न करणे. पण ओडेसाच्या प्रचाराचा मुख्य आधार, सध्याच्या पश्चिम जर्मन जनतेला हे पटवणे – ज्यात त्यांना मोठ्या प्रमाणात यश मिळाले – की एस.एस. हेसुद्धा लष्करातील सैनिकांप्रमाणेच देशभक्त होते आणि पूर्वीच्या सहकाऱ्यांमधील ऐक्य भावना स्पृहणीयच होती. प्रचार मोहिमेतील हा सर्वांत विचित्र असा धागा होता.

युद्ध चालू असताना लष्कर एस.एस.शी अंतर राखूनच होते आणि ते एस.एस.ला निषिद्ध मानत असत. एस.एस.सुद्धा लष्कराला तुच्छतेची वागणूक देत. युद्ध संपले तेव्हा लष्करातील लाखो तरुण सैनिक मृत्यूच्या तोंडी देण्यात आले किंवा युद्धकैदी म्हणून रशियाच्या हातात पडले, त्यांच्यापैकी फारच थोडे परत आले आणि हे सर्व झाले ते एस.एस.च्या लोकांना देशाबाहेर सुखासीन जीवन जगता यावे यासाठी. हजारो सैनिकांना एस.एस.ने गोळ्या घातल्या. एप्रिल १९४४ मध्ये सुमारे पन्नास जणांनी हिटलरला मारायचा कट केला होता, त्या कारणावरून जवळ-जवळ

५००० सैनिकांना गोळ्या घालण्यात आल्या.

जर्मन सेना, नौदल आणि हवाई दल यांच्यातील पूर्वीचे लोक, माजी एस.एस. लोक कायदेशीर कारवाईपासून संरक्षणासाठी तर सोडाच, पण नुसत्या 'कामेराड' ह्या बिरुदालासुद्धा लायक आहेत असे कसे समजतात हे एक गूढ आहे. तरीही त्यातच एस.एस.चे खरे यश आहे.

एस.एस. खुन्यांना शोधून काढून त्यांच्यावर खटले भरण्याच्या पश्चिम जर्मनीच्या प्रयत्नांमध्ये अडथळे आणण्यात ओडेसा बऱ्यापैकी यशस्वी झाली आहे. ती यशस्वी होण्याची अनेक कारणे आहेत. एखादा एस.एस. गुन्हेगार पूर्ण कबुलीजबाब द्यायला तयार होण्याची शक्यता आहे असे दिसले, तर प्रसंगी धाकदपटशाचा वापर करून त्याला तसे करण्यापासून परावृत्त करणे; दोस्त राष्ट्रांनी १९४५ ते १९४९ दरम्यान केलेल्या चुका; शीतयुद्ध आणि एखादे लष्करी उद्दिष्ट साध्य करण्यात किंवा युद्धानंतरच्या जर्मनीची पुन्हा उभारणी करण्यासारख्या कामात जर्मन लोक जे धारिष्ट्य दाखवतात त्याच्या तुलनेत नैतिक समस्या हाताळण्यात जर्मन लोकांचा दिसणारा भ्याडपणा.

सायमन वीझेंथालचे बोलणे संपले तेव्हा मिलरने लिहिणे बंद केले आणि पेन्सिल खाली ठेवून तो मागे सरकून बसला.

"ह्या सगळ्याची मला जरासुद्धा कल्पना नव्हती." तो म्हणाला.

"फार थोड्या जर्मन लोकांना आहे," वीझेंथाल म्हणाला. "खरं म्हणजे ओडेसाबद्दल फारच थोड्या लोकांना माहिती आहे. जर्मनीत तो शब्द क्वचितच उच्चारला जातो आणि अमेरिकेतील गुन्हेगारी जगतातील काही लोक माफियाचे अस्तित्व ठामपणे नाकारतात तसंच एस.एस.चे पूर्वीचं अनेक सभासद ओडेसाचं अस्तित्व नकारतात. खरं सांगायचं तर ते नाव पूर्वीइतकं आता ऐकू येत नाही. नवा शब्द आहे 'दि कॉम्रेडशिप' – मैत्री – जसं अमेरिकेतील माफियाला आता 'कोसा नोस्ट्रा' म्हणतात तसं. पण नावात काय आहे? ओडेसा ही संघटना अजून आहेच आणि जोपर्यंत रक्षण करण्यासाठी एक तरी एस.एस. गुन्हेगार असेल तोपर्यंत ती राहणार."

"आणि ह्या लोकांशी मला सामना करावा लागणार आहे, असं तुम्ही म्हणता?" मिलरने विचारले.

"माझी अगदी खातरी आहे. तुम्हाला बाड गोडेसबर्गला जो इशारा दिला गेला तो दुसऱ्या कोणाकडूनही आला नसणार. काळजी घ्या, हे लोक धोकेबाज आहेत."

मिलरच्या मनात दुसरेच विचार होते.

"१९५५ मध्ये जेव्हा रोशमन गायब झाला तेव्हा त्याला नवा पासपोर्ट लागणार, असं तुम्ही म्हणालात ना?"

“हो, निश्चितच.”

“पासपोर्टच का?”

सायमन वीझेंथाल खुर्चीत मागे टेकून बसला. त्याने मान डोलवली.

“त्याचं तुम्हाला इतकं कोडं का वाटतंय ते मला समजत नाही. मी समजावून सांगतो. युद्ध संपल्यावर जर्मनीत आणि इथे ऑस्ट्रियात हजारो लोक ओळख पटवणाऱ्या कोणत्याही कागदपत्रांशिवाय हिंडत होते. काही जणांची कागदपत्रं खरोखरीच हरवली होती तर काही जणांनी काही कारणाकरता ती टाकून दिली होती.

“नवीन कागदपत्रं मिळवण्यासाठी सहसा जन्माचा दाखला लागला असता. पण रशियानं पादाक्रांत केलेल्या पूर्वीच्या जर्मन प्रदेशातून लाखो लोक पळून गेले होते. त्यामुळे एखादा माणूस आता पोलादी पडद्याच्या मागं असलेल्या गावी जन्मला होता असं कोण सांगणार? इतर काहींच्या बाबतीत ज्या इमारतींमध्ये हे दाखले ठेवले होते त्या बॉम्बहल्ल्यात उद्‌ध्वस्त झाल्या होत्या.

“त्यामुळे पद्धत अगदी सोपी होती. हा माणूस तोच आहे असे शपथेवर सांगणारी दोन माणसं असतील तर त्याला नवं ओळखपत्र दिलं जायचं. युद्धकैद्यांच्या बाबतीत, त्यांच्याकडेसुद्धा बहुधा ओळखीची कागदपत्रं नसत. त्यांना युद्धकैदी छावणीतून सोडताना छावणीतले ब्रिटिश अमेरिकन अधिकारी ‘कॉर्पोरल जोहान शूमनला युद्धकैदी छावणीतून सोडून देण्यात आलं आहे’ असं सर्टिफिकेट देत. ते घेऊन ते लोक नागरी अधिकाऱ्याकडे जायचं आणि ते त्यांना त्याच नावाचे ओळखपत्र द्यायचे. पण बरेचदा त्या माणसानं छावणी अधिकाऱ्यांना ‘माझे नाव जोहान शूमन’ असं सांगितलं असलं तरी खरं नाव दुसरंच असण्याची शक्यता होती. ते कोणी तपासून बघत नव्हतं आणि अशा प्रकारे त्याची नवी ओळख तयार व्हायची.

“युद्ध संपल्यावरच्या थोड्या काळात ते समजण्यासारखं होतं आणि तेव्हाच बहुसंख्य एस.एस. गुन्हेगार स्वत:ची नवी ओळखपत्रं घेत होते. पण रोशमनप्रमाणे ज्या माणसाचा मुखवटा १९५५ मध्ये फाडण्यात आला त्याचं काय? त्याला काही अधिकाऱ्यांकडे जाऊन माझी कागदपत्रं युद्धात हरवली, असं सांगता आलं नसतं. नंतरच्या दहा वर्षांमध्ये त्याने काय केलं असं त्यांनी विचारलं असतं. म्हणून त्याला पासपोर्टची गरज होती.”

“इथपर्यंत मला समजलं.” मिलर म्हणाला. “पण पासपोर्टच का? ड्रायव्हिंग लायसेन्स किंवा ओळखपत्र का नाही?”

“कारण जर्मन प्रजासत्ताक अस्तित्वात आल्यावर सरकारच्या लक्षात आलं की, शेकडो किंवा हजारो लोक खोट्या नावानं वावरत असतील. काळजीपूर्वक चौकशी करून मगच दिलं जाईल, अशा एका डॉक्युमेंटची गरज होती. इतर कागदपत्रं मग

त्या डॉक्युमेंटच्या आधाराने करता आली असती. पासपोर्ट हा तसा डॉक्युमेंट करावा, असं त्यांना वाटलं. जर्मनीत तुम्हाला पासपोर्ट घ्यायचा असेल, तर तुम्हाला जन्माचा दाखला, दोन-चार लोकांची ओळख आणि इतरही अनेक कागदपत्रं द्यावी लागतात. त्यांची पूर्णपणे तपासणी करून मगच पासपोर्ट दिला जातो.

"त्याउलट, एकदा तुमच्याकडे पासपोर्ट असला तर त्याच्या आधारावर तुम्ही इतर कोणतीही कागदपत्रं मिळवू शकता. अशी आहे नोकरशाही. पासपोर्ट असला की, तो देताना सर्व गोष्टींची सखोल चौकशी केली गेली असणारच, त्यामुळे आपण आणखी चौकशी करण्याची गरज नाही, असं इतर अधिकारी धरून चालतात. नवा पासपोर्ट मिळाल्यावर रोशमननं ताबडतोब इतर कागदपत्रं – म्हणजे ड्रायव्हिंग लायसेन्स, बँकेतील खातं, क्रेडिट कार्ड – हे सगळं करून घेतलं असेल. आजच्या जर्मनीत पासपोर्ट हा इतर आवश्यक कागदपत्रांसाठी गुरुकिल्लीसारखा आहे."

"पासपोर्ट येतो कुठून?"

"ओडेसाकडून. त्यांच्याकडे बनावट पासपोर्ट बनवण्यातला वाकबगार माणूस असला पाहिजे." वीझेंथालने अंदाज व्यक्त केला.

मिलरने थोडा वेळ विचार केला.

"बनावट पासपोर्ट बनवणारा जर सापडला तर कदाचित रोशमनला ओळखणारा माणूससुद्धा सापडू शकेल, नाही का?" तो म्हणाला.

वीझेंथालने खांदे उडवले.

"कदाचित. पण शक्यता कमी आणि ते करण्यासाठी ओडेसात शिरकाव करून घ्यावा लागेल. ते फक्त एखादा माजी एस.एस.वालाच करू शकेल."

"मग आता पुढे मी काय करावं?" मिलरने प्रश्न केला.

"मला असं वाटतं की तुम्ही रिगातून वाचलेल्या लोकांचा शोध घ्यावा. त्यांची किती मदत होईल हे सांगता येत नाही; पण ते मदत करायला तयार नक्कीच होतील. आपण सर्व जण रोशमनच्या शोधात आहोत. हे पाहा..."

त्यांनी त्यांच्या टेबलावरची डायरी उघडली.

"इथं म्युनिकच्या ऑली ॲडलर नावाच्या बाईचं नाव लिहिलेलं आहे. युद्धकाळात ती रोशमनच्या कंपनीत होती. कदाचित ती वाचली असेल आणि म्युनिकला घरी परत गेली असण्याची शक्यता आहे."

मिलरने मान डोलवली.

"जर ती गेली असेल, तर स्वत:ची नोंद कुठे केली असेल?"

"ज्युइश कम्युनिटी सेंटरमध्ये. ते अजून आहे. त्यांच्याकडे म्युनिकच्या ज्यू समाजाची नोंद असते, म्हणजे युद्धानंतरच्या. बाकी सगळं नष्ट झालं. तिथे प्रयत्न करून पाहा."

"पत्ता आहे तुमच्याकडे?"

सायमन वीझेंथालने एका डायरीत शोधले.

"राइशेनबाक रस्ता, नंबर सत्तावीस, म्युनिक." ते म्हणाले. "मला वाटतं तुम्हाला सालोमन टाउबरची डायरी परत पाहिजे असेल ना?"

"होय."

"मला ती ठेवायला आवडली असती. छान आहे ती." त्यांनी उठून मिलरला दारापर्यंत सोडले.

"गुड लक," ते म्हणाला. "आणि पुढे काय होतं ते कळवा." संध्याकाळी मिलरने 'हाऊस ऑफ द गोल्डन ड्रॅगन'मध्ये जेवण घेतले. ते १५६६ पासून स्टाइंटेलगासेमध्ये बिअर हाऊस आणि रेस्टॉरंट म्हणून चालू होते. त्याने वीझेंथालने दिलेल्या सल्ल्यावर विचार केला. जर्मनी आणि ऑस्ट्रियात आता रिगातून वाचलेले असे अगदी थोडेच लोक असतील आणि त्यातलेही अगदी मोजकेच रोशमनचा नोव्हेंबर १९५५ च्या पुढचा ठावठिकाणा सांगू शकतील, असे त्याला वाटले.

दुसरे दिवशी सकाळी तो कारने म्युनिकला जाण्यासाठी निघाला.

१०

मिलर ८ जानेवारीला सकाळी म्युनिकला पोहोचला आणि म्युनिकमध्ये शिरताना एका दुकानात घेतलेल्या नकाशावरून त्याने २७, राइशेनबाक रस्ता शोधून काढला. गाडी रस्त्यावर पार्क करून त्याने ज्युईश कम्युनिटी सेंटरच्या इमारतीत प्रवेश करण्यापूर्वी तिचे निरीक्षण केले. ती एक पुढील बाजू सपाट असलेली पाच मजली इमारत होती. तळमजल्यावरील प्रवेशद्वाराचा समोरचा भाग चिरेबंदी होता, तर वरचा भाग विटा आणि सिमेंटचा होता. सर्वांत वरच्या पाचव्या मजल्यावर लाल कौलांच्या उतरत्या छतामध्ये खिडक्यांची ओळ बसवलेली होती. तळमजल्यावर अगदी डाव्या बाजूला काचेचा दुहेरी दरवाजा होता.

इमारतीत तळमजल्यावर म्युनिकमधले एकमेव कोशर उपाहारगृह होते आणि त्याच्या वरच्या मजल्यावर वृद्धांसाठी विश्राम कक्ष होता. तिसऱ्या मजल्यावर प्रशासन आणि दस्तऐवज विभाग आणि वरच्या दोन मजल्यांवर पाहुण्यांसाठी खोल्या आणि वृद्धांच्या राहण्याच्या खोल्या होत्या. मागच्या बाजूला एक सिनॅगॉग (ज्यूंचे प्रार्थनास्थळ) होते.

शुक्रवार, १५ फेब्रुवारी, १९७० ला रात्री कोणीतरी छतातून पेट्रोल ओतून ती पूर्ण इमारत नष्ट केली होती. सात जण धुरात गुदमरल्यामुळे मरण पावले होते. सिनॅगॉगच्या भिंतीवर स्वस्तिक चिन्हे रंगवली होती. तो तिसऱ्या मजल्यावरील चौकशी काउंटरवर गेला. तिथे उभा असताना त्याने खोलीत सभोवर नजर टाकली. पुस्तकांच्या रांगा होत्या आणि सर्व पुस्तके नवी कोरी दिसत होती. कारण मूळचे ग्रंथालय पूर्वीच नाझींनी जाळून टाकले होते. पुस्तकांच्या शेल्फांच्या मधल्या जागेत शेकडो वर्षांपूर्वीच्या ज्यू समाजाचे नेते, रब्बी, शिक्षक यांची विशाल दाढीवरून चित्राच्या चौकटीतून बाहेर बघत आहेत, असे वाटणारी चित्रे लावलेली होती. ती बघून त्याला शाळेत असतानाच्या धार्मिक पुस्तकांतील धर्मगुरूंच्या चित्रांची आठवण आली. काहींच्या कपाळावर पवित्र पिशव्या बांधलेल्या होत्या आणि प्रत्येकाने हॅट घातलेली होती.

एका रॅकमध्ये वर्तमानपत्रे होती, त्यातील काही जर्मन आणि काही हिब्रू दिसत होती. हिब्रू वर्तमानपत्रे इस्राईलहून विमानाने येत असणार असे त्याने गृहीत धरले. एक काळा, बुटका माणूस एका हिब्रू वृत्तपत्राचे मुखपृष्ठ वाचत होता.

"काय हवंय आपल्याला?"

त्याने चौकशी काउंटरकडे नजर वळवली. तिथे आता चाळिशीतली, काळ्या डोळ्यांची एक महिला आलेली होती. केसांची एक बट सारखी तिच्या डोळ्यांवर येत होती. कितीही मागे सारली तरी ती पुन्हा डोळ्यांवर यायची.

मिलरने आपले काम सांगितले : ऑली ॲडलर नावाची महिला युद्धानंतर म्युनिकला आली असण्याची शक्यता होती, असल्यास तिचा काही ठावठिकाणा कळेल का?

"ती कुठून आली असेल?" काउंटरवरील महिलेने विचारले.

"मॅगडेबर्गहून. त्या आधी ती स्टुटहोफला होती आणि त्याच्या आधी रिगाला."

"अरे देवा, रिगा!" ती महिला उद्गारली. "रिगाहून परतलेले कोणी आमच्या यादीत आहेत, असं मला वाटत नाही. ते सगळे नाहीसे झाले ना! पण तरी मी बघते."

ती मागच्या खोलीत गेली आणि ती बऱ्याच याद्यांमधून शोधताना मिलरला दिसत होती. याद्या फार मोठ्या नसाव्यात. ती पाच मिनिटांनी परतली.

"आय ॲम सॉरी. युद्धानंतर त्या नावाची कोणी व्यक्ती इथे परतली नाहीये. हे नाव अनेकींचं असतं. पण यादीत त्या नावाचं कोणी नाहीये."

मिलरने मान डोलवली.

"बऽऽरं. असं आहे का? तुम्हाला तसदी दिली त्याबद्दल माफ करा."

"तुम्ही आंतरराष्ट्रीय शोध सेवेत विचारून बघा." महिला म्हणाली. "बेपत्ता झालेल्यांना शोधणं हे खरं त्यांचं काम असतं. त्यांच्याकडे पूर्ण जर्मनीतल्या लोकांची यादी असते. आमच्याकडे फक्त मूळच्या म्युनिकच्या परत आलेल्या लोकांचीच यादी आहे."

"त्यांचं ऑफिस कुठे आहे?" मिलरने विचारले.

"ते अरोल्सन-इन-वाल्डेकला आहे. ते लोअर सॅक्सनीत हॅनोवरच्या अगदी जवळच आहे. खरं म्हणजे ते केंद्र रेडक्रॉस चालवतात."

मिलरने थोडा विचार केला.

"रिगाला असलेला पण अजून आहे असा म्युनिकमध्ये कोणी असेल का? मी ज्याला शोधतोय तो खरं म्हणजे रिगाला कमांडंट होता."

खोली एकदम शांत झाली. वर्तमानपत्राच्या रॅकजवळचा माणूस वळून आपल्याकडे बघतोय असे मिलरला जाणवले. काउंटरवरील महिला स्तब्ध झाल्यासारखी वाटली.

'ती शक्यता आहे. रिगाचे काही जण वाचले त्यातले काही आता म्युनिकमध्ये राहात असण्याची शक्यता आहे. दहा टक्के लोक परत आले. आता आम्ही पुन्हा जवळ-जवळ ५००० लोक आहोत. त्यातले अर्धे १९४५ नंतर जन्मलेली मुले आहेत. मी रिगाला असलेला कोणीतरी कदाचित शोधू शकेन. पण मला वाचलेल्यांची पूर्ण यादी बघावी लागेल. प्रत्येकाच्या नावापुढे तो किंवा ती कोणकोणत्या छावण्यांमध्ये होता त्यांची नावे आहेत. तुम्ही उद्या याल का?"

मिलरने क्षणभर विचार केला. ही मोहीम सोडून आता घरीच जावे की काय असा त्याला प्रश्न पडला. कारण आता काहीच प्रगती होत नव्हती.

"बऽरं," अखेरीस तो म्हणाला. "मी उद्या येईन. धन्यवाद."

तो रस्त्यावर येऊन खिशातील कारची चावी काढत होता. इतक्यात मागे कोणीतरी असल्याची चाहूल लागली.

"माफ करा," आवाज आला. तो वळला. वर जो माणूस वर्तमानपत्र वाचत होता तोच होता.

"तुम्ही रिगाबद्दल चौकशी करताय?" त्या माणसाने विचारले. "रिगाच्या कमांडंटबद्दल? म्हणजे कॅप्टन रोशमनबद्दल का?"

"हो, त्याच्याबद्दलच" मिलर म्हणाला. "का?"

"मी रिगाला होतो," तो माणूस म्हणाला. "मी रोशमनला ओळखत होतो. कदाचित मी तुम्हाला मदत करू शकेन."

तो माणूस बुटका आणि सडपातळ होता, चाळिशीत असावा, चमकदार पिंगट डोळे आणि भिजलेल्या चिमणीच्या पिसांसारखे कुरळे केस.

"माझं नाव मोर्देचाय," तो म्हणाला. "पण लोक मला मोत्ती म्हणतात. आपण कॉफी घेता-घेता बोलू या का?"

ते जवळच्याच एका कॅफेमध्ये गेले. त्या माणसाने देऊ केलेल्या मदतीमुळे प्रभावित होऊन मिलरने त्याला अल्टोनातील गल्लीपासून म्युनिकच्या कम्युनिटी सेंटरपर्यंतच्या शोधाची हकिगत सांगितली. त्या माणसाने मधून मधून मान डोलवत, ती शांतपणे ऐकून घेतली.

"हं, बराच मोठा प्रवास झाला. पण मला एक सांगा, तुम्ही जर्मन असूनही रोशमनचा शोध का घेताय?"

"त्याचा काय संबंध? मला हा प्रश्न इतक्या वेळा विचारला गेला आहे की मला अगदी कंटाळा आलाय त्याचा. अनेक वर्षांपूर्वी जे अत्याचार केले गेले त्याचा एखाद्या जर्मन माणसाला राग आला तर त्यात एवढं आश्चर्य काय?"

मोत्तीने खांदे उडवले. "काहीच नाही;" तो म्हणाला. "कोणीही इतके प्रयत्न करावेत हे जरा वेगळं वाटलं म्हणून. दुसरं काही नाही. आता रोशमन १९५५ मध्ये

गायब झाला त्याबद्दल. त्याला नवा पासपोर्ट ओडेसानेच दिला असेल, असं तुम्हाला खरंच वाटतं?''

''तसं मला सांगण्यात आलं,'' मिलर म्हणाला. ''आणि तो बनावट पासपोर्ट ज्याने तयार केला तो सापडण्याचा एकच मार्ग म्हणजे ओडेसात शिरकाव करून घेणं.''

मोत्तीने त्याच्यासमोर बसलेल्या जर्मन तरुणाचे थोडा वेळ निरीक्षण केले.

''तुम्ही कोणत्या हॉटेलात उतरलात?'' त्याने विचारले. अजून दुपारच आहे, त्यामुळे आपण कोणत्याच हॉटेलमध्ये अजून उतरलेलो नाही असे मिलरने सांगितले. पण पूर्वी एकदा तो एका हॉटेलमध्ये उतरला होता ते त्याला माहीत होते. मोत्तीने सुचवल्यावरून तो कॉफी शॉपमधील फोनपाशी गेला आणि त्याने त्या हॉटेलला खोलीकरता फोन केला. तो टेबलापाशी परतला तेव्हा मोत्ती गेलेला होता. कॉफीच्या कपाखाली एक चिठ्ठी ठेवलेली होती. तुम्हाला तिथे खोली मिळो वा न मिळो, आज रात्री आठ वाजता हॉटेलच्या लॉबीत या. मिलरने कॉफीचे बिल दिले आणि तो निघाला.

त्याच दिवशी दुपारी वेअरवुल्फ त्याच्या ऑफिसात बॉनमधील त्याच्या सहकाऱ्याने – ज्याने आठवड्यापूर्वी मिलरला भेटून स्वत:ची डॉ. श्मिट म्हणून ओळख करून दिली होती – पाठवलेला लेखी अहवाल वाचत होता.

तो अहवाल वेअरवुल्फकडे पाच दिवसांपूर्वीच आला होता; पण त्याच्या नैसर्गिक सावधपणामुळे प्रत्यक्ष कृती करण्यापूर्वी तो थांबला होता.

त्याचा वरिष्ठ जनरल ग्लुक्सने नोव्हेंबरच्या अखेरच्या भेटीत माद्रिदला त्याला जे सांगितले होते त्यामुळे त्याचे कृती करायचे स्वातंत्र्य काढून घेतल्यासारखेच झाले होते; पण टेबलावर काम करणाऱ्या बहुतेक लोकांप्रमाणे त्याने जे अपरिहार्य होते ते टाळण्याचा आतापर्यंत प्रयत्न केला होता. 'कायमचा उपाय' असे त्याला मिळालेल्या आदेशात म्हटले होते, आणि त्याचा अर्थ काय हे त्याला माहीत होते. तसेच 'डॉ. श्मिट'ने पाठवलेल्या अहवालातील भाषेवरूनसुद्धा त्याला फार काही करायला वाव उरला नव्हता.

'एक हट्टी तरुण, जरा हिंसक आणि हेकेखोर, बहुतेक अतिरेकी आणि संबंधित कामेराड एडवर्ड रोशमनविषयी खरा आणि व्यक्तिगत द्वेष असणारा – ज्याचे काही कारण दिसत नाही. स्वत:ला धोका होण्याची शक्यता माहीत असूनसुद्धा योग्य सल्ला न मानण्याची शक्यता...'

वेअरवुल्फने डॉक्टरने पाठवलेल्या अहवालावरून पुन्हा एकदा नजर फिरवली आणि एक नि:श्वास सोडला. त्याने फोन उचलला आणि सेक्रेटरी हिल्डाला बाहेरची

लाईन द्यायला सांगितली. ती मिळाल्यावर त्याने ड्युसेलडॉर्फचा एक नंबर फिरवला.

बरेचदा बेल वाजल्यावर तो उचलला गेला आणि फोनवर फक्त 'कोण?' एवढाच शब्द आला.

"हर मॅकेनसनसाठी फोन आहे," वेअरवुल्फ म्हणाला.

"कोणाला बोलायचंय?" पलीकडला आवाज बोलला.

त्या प्रश्नाला सरळ उत्तर देण्याऐवजी वेअरवुल्फने सांकेतिक प्रश्नाचा पहिला भाग सांगितला.

"फ्रेडरिक द ग्रेटपेक्षा कोण मोठा होता?"

पलीकडील माणसाने उत्तर दिले :

"बार्बारोसा." मग थोडे थांबून : "मी मॅकेनसन बोलतोय." तो आवाज म्हणाला.

"वेअरवुल्फ." ओडेसाचा प्रमुख बोलला. "सुटी संपली असं वाटतंय. एक काम करायचंय. उद्या संध्याकाळपर्यंत इथे पोहोच."

"किती वाजता?" मॅकेनसनने विचारले.

"दहा वाजता ये." वेअरवुल्फ म्हणाला. "तुझं नाव केलर आहे, असं माझ्या सेक्रेटरीला सांग. त्या नावाची व्यक्ती त्या वेळी येणार अशी तिच्याकडे नोंद असेल."

त्याने फोन ठेवला. तिकडे ड्युसेलडॉर्फमध्ये मॅकेनसन उठून दाढी आणि स्नान करण्यासाठी बाथरूममध्ये गेला. धिप्पाड आणि शक्तिशाली मॅकेनसन एस.एस.च्या 'दास राइश' डिव्हिजनमध्ये पूर्वी सार्जंट होता. १९४४ मध्ये टूले आणि लिमोगे येथे ओलीस ठेवलेल्या फ्रेंच लोकांना फाशी देत तो मारण्याची 'कला' शिकला.

युद्धानंतर ओडेसासाठी तो माणसांना ट्रकने जर्मनी आणि ऑस्ट्रियातून दक्षिणेला इटलीच्या दक्षिण टायरॉल प्रांतात घेऊन जायचा. १९४६ मध्ये संशयावरून एका अमेरिकन लष्करी पथकाने त्याला हटकल्यावर त्याने जीपमधील चारही सैनिकांना मारून टाकले – दोघांना तर नुसते हाताने – तेव्हापासून तोसुद्धा परागंदा झाला होता.

नंतर त्याची ओडेसाच्या वरिष्ठ अधिकाऱ्यांचा अंगरक्षक म्हणून नेमणूक करण्यात आली आणि तो 'सुरेवाला मॅक' म्हणून ओळखला जाऊ लागला – खरे तर त्याने सुऱ्याचा वापर कधीच केला नाही, आपले प्रचंड ताकदवान बाहू वापरूनच तो बळीची मान मोडत असे किंवा दाबत असे.

वरिष्ठांमधील त्याच्याबद्दलच्या वाढत्या आदरामुळे १९५० च्या दशकात तो ओडेसाचा मारेकरी बनला – जो कोणी संघटनेच्या वरिष्ठांच्या फार जवळ पोहोचू पाहत असेल त्याचा किंवा संघटनेमधील एखादा माणूस आपल्या सहकाऱ्यांबद्दल

बाहेर माहिती देत असेल तर त्याचा गुपचूप आणि सफाईदारपणे 'निकाल लावण्या'साठी विश्वास ठेवावा असा. जानेवारी १९६४ पर्यंत त्याने अशा बारा 'कामगिऱ्या' पार पाडल्या होत्या.

बरोबर आठ वाजता तो फोन आला. तो हॉटेलच्या स्वागतकक्षातील माणसाने घेतला, त्याने लॉबीत मिलर टीव्ही बघत बसला होता, तिकडे मान वळवून बघितले.

मिलरने फोनवरचा आवाज ओळखला.

"हर मिलर? मी बोलतोय, मोत्ती. मला तुम्हाला मदत करता येईल असं वाटतं, म्हणजे माझे काही मित्र मदत करू शकतील. तुम्हाला त्यांना भेटायचंय?"

"मला मदत करू शकेल अशा कोणालाही भेटायला मी तयार आहे." मिलर म्हणाला. ज्या पद्धतीने तो माणूस हे सर्व करत होता ते त्याला जरा विचित्र वाटले.

"छान," मोत्ती म्हणाला. "हॉटेलातून बाहेर पडलात की डावीकडे वळा– शिलर स्ट्रासवर. दोन चौक गेले की, त्याच बाजूला एक केक आणि कॉफी शॉप आहे – लिंडेमान नावाचं. तिथे या."

"केव्हा? आत्ता?" मिलरने विचारले.

"हो. आत्ता. मी हॉटेलात आलो असतो; पण मी माझ्या मित्रांबरोबर आहे. लगेच या."

त्याने फोन ठेवला. मिलरने कोट घेतला आणि तो दारातून बाहेर पडला. डावीकडे वळून तो फुटपाथवरून चालू लागला. थोडेसेच अंतर गेल्यावर त्याच्या बरगड्यांमध्ये मागून एखादी टणक वस्तू टोचली गेल्याचं त्याला जाणवलं आणि एक कार त्याच्या बाजूला येऊन थांबली.

"हर मिलर, मागे बसा." कारमधून आवाज आला. कारचा मागचा दरवाजा उघडला आणि पुन्हा कोणीतरी बरगडीत ढोसल्यावर मिलर मान वाकवून गाडीत बसला. पुढे ड्रायव्हर होता. मागच्या सीटवरचा माणूस मिलरला जागा करण्यासाठी म्हणून बाजूला सरकला. त्याच्यानंतर त्याच्या मागचा माणूससुद्धा आत शिरून मिलरच्या बाजूला बसला, गाडीचे दार बंद झाले आणि ती चालू लागली.

मिलरचे हृदय धडधडत होते. त्याने कारमधील तीन माणसांकडे नजर टाकली; पण तो कोणालाही ओळखू शकला नाही. त्याच्या उजवीकडे बसलेला माणूस, ज्याने दार उघडून त्याला आत घेतले होते, तो प्रथम बोलला.

"मी तुझे डोळे बांधणार आहे." एवढेच तो म्हणाला. "आपण कुठे जात आहोत हे तुला समजायला नकोय."

मिलरच्या डोक्यावरून एक काळा मोजा घालून तो नाकापर्यंत खाली ओढण्यात

आला. त्याला ड्रीसेन हॉटेलमध्ये भेटलेल्या माणसाचे निळे डोळे आठवले आणि व्हिएन्नातल्या माणसाने दिलेला इशाराही आठवला. ''काळजी घ्या. ओडेसाची माणसं फार धोक्याची असतात.'' मग त्याला मोत्तीची आठवण झाली आणि त्यांच्यापैकी कोणी ज्युइश कम्युनिटी सेंटरमध्ये हिब्रू वर्तमानपत्र कसा काय वाचू शकतो, असा त्याला प्रश्न पडला.

अंदाजे पंचवीस मिनिटांनंतर कारचा वेग कमी झाला आणि ती थांबली. एखादे मोठे गेट उघडल्यासारखा आवाज झाला, कार पुढे निघाली आणि थोड्याच वेळात थांबली. मिलरला खाली उतरवण्यात आले आणि दोन्ही बाजूंना असलेल्या माणसांनी त्याला पटांगण पार करून नेले. त्याला क्षणभर चेहऱ्यावर थंड मोकळी हवा जाणवली आणि मग तो पुन्हा आत आला. त्याच्यामागे गाडीचा दरवाजा बंद झाला, त्याला काही पायऱ्या उतरून खाली नेण्यात आले – ते बहुतेक तळघर असावे, असा त्याने अंदाज केला. पण हवा उबदार होती आणि त्याला बसायला दिलेली खुर्ची गुबगुबीत होती.

त्याला एक आवाज ऐकून आला, ''बँडेज काढून टाका.'' त्याच्या डोक्यावर घालण्यात आलेला मोजा काढण्यात आला. त्याचे डोळे उघडझाप करत उजेडाला सरावले.

तो जिथे होता ती जागा जमिनीखाली असावी, कारण तिला एकही खिडकी नव्हती. पण भिंतीवर उंच ठिकाणी वायुवीजन करणारा एक पंखा होता. खोली चांगल्यापैकी सजवलेली आणि आरामशीर होती. ती बहुतेक बैठकीची खोली असावी, कारण तिथे एक लांबट टेबल आणि त्याच्या पलीकडच्या बाजूला भिंतीला लागून आठ खुर्च्या होत्या. खोलीचा उरलेला भाग मोकळा होता, त्यात पाच आरामखुर्च्या होत्या. मधोमध एक गालिचा आणि कॉफी टेबल होते.

मोत्ती शांतपणे, स्मित करत – दिलगिरीदर्शक वाटावे असे – मोठ्या टेबलापाशी उभा होता. मिलरला जे घेऊन आले ते दोघे मध्यमवयीन तगडे तरुण, त्याच्या दोन्ही बाजूंच्या आरामखुर्च्यांच्या हातांवर टेकले होते. त्याच्या बरोबर समोर कॉफी टेबलाच्या पलीकडे चौथा माणूस होता. कारचा ड्रायव्हर बहुतेक दारे बंद करण्यासाठी वर राहिला असावा, असे मिलर धरून चालला.

तो चौथा माणूस प्रमुख असावा असे दिसले. तो त्याच्या खुर्चीत आरामात बसला होता, तर इतर तिघे त्याच्याभोवती उभे होते किंवा नुसतेच टेकलेले होते. सडपातळ बांधा, जरा खोलगट गाल, बाकदार नाक; साधारण साठीचा असावा, असे मिलरला वाटले. त्याच्या डोळ्यांमुळे मिलरला जरा चिंता वाटली. ते बदामी आणि खोल; पण चमकदार आणि भेदक होते – एखाद्या अतिरेक्यासारखे. तो बोलू लागला :

"हर मिलर, तुझं स्वागत आहे. तुला ज्या जरा विचित्र पद्धतीने माझ्या घरी आणण्यात आलं त्याबद्दल मी दिलगिरी व्यक्त करतो. त्याचं कारण असं होतं की, माझा प्रस्ताव अमान्य करायची तुझी इच्छा आहे असं तू ठरवलंस तर तुला पुन्हा तुझ्या हॉटेलात सोडण्यात येईल आणि मग आमच्यापैकी कोणाचंही दर्शन तुला पुन्हा घडणार नाही.

"माझा हा मित्र," मोत्तीकडे हात दाखवत तो म्हणाला, "म्हणतो की तुझ्या स्वत:च्या काही कारणांसाठी तू एडवर्ड रोशमन नावाच्या एका माणसाचा शोध घेत आहेस आणि त्याच्याजवळ पोहोचण्यासाठी तुझी ओडेसामध्ये शिरकाव करण्याचा प्रयत्न करायची तयारी आहे. तसं करायला तुला मदत लागेल. बरीच मदत लागेल; पण तुझं ओडेसात असणं आमच्या पथ्यावर पडणार आहे. म्हणून आम्ही कदाचित तुला मदत करायला तयार होऊ. समजतंय तुला?"

मिलर त्याच्याकडे आश्चर्याने बघत राहिला.

"एक गोष्ट जरा स्पष्ट करा." थोड्या वेळाने तो बोलला. "तुम्ही ओडेसामधले नाहीत, असं तुम्हाला म्हणायचंय?"

त्या माणसाने भुवया उंचावल्या. "अरे देवा! तुझा फारच मोठा गैरसमज झालेला दिसतोय." तो पुढे झुकला आणि त्याने डाव्या मनगटावरील बाही मागे सारली. त्याच्या मनगटावर निळ्या शाईने एक आकडा गोंदलेला होता.

"आउश्विट्झ," तो म्हणाला. त्याने मिलरच्या दोन्ही बाजूला बसलेल्या माणसांकडे बोट दाखवले. "बुकेनवाल्ड आणि डाखाऊ." त्याने मोत्तीकडे बोट दाखवले. "रिगा आणि ट्रेब्लिंका." त्याने आपली बाही मागे ओढली.

"हर मिलर, आपल्या लोकांच्या खुन्यांवर खटले झालेच पाहिजेत, असं वाटणारे काही लोक आहेत. आम्ही त्यांच्याशी सहमत नाही. युद्ध संपल्यावर मी एका ब्रिटिश अधिकाऱ्याशी बोलत होतो. तेव्हापासून त्याने मला जे सांगितले ते माझ्या जीवनाचे मार्गदर्शक तत्त्व झाले आहे. तो मला म्हणाला, 'त्यांनी जर आमचे साठ लाख मारले असते, तर मीसुद्धा त्यांच्या कवट्यांचा डोंगर उभा करीन. छळ छावण्यांमध्ये मेले त्यांच्या कवट्यांचा नाही, ज्यांनी त्यांना तिथे घातले त्यांच्या.' साधा हिशोब, हर मिलर, पण पटण्यासारखा. मी आणि माझ्या गटाने १९४५ नंतर जर्मनीतच मागे राहायचं ठरवलं ते एकच उद्दिष्ट डोळ्यांपुढे ठेवून. सूड, सूड, साधी गोष्ट. आम्ही त्यांना अटक नाही करत, हर मिलर, आम्ही त्यांना मारून टाकतो. त्या डुकरांना तेच योग्य. माझं नाव लिओ."

लिओने मिलरची चार तास उलटतपासणी घेतल्यावर त्याची मिलरच्या खरेपणाबद्दल खातरी पटली. त्याच्या आधीच्या माणसांप्रमाणेच त्यालाही मिलरच्या हेतूबद्दल कोडे वाटले होते; पण एस.एस.च्या लोकांनी युद्धकाळात जे काही केले त्यामुळे संतापून

मिलरने ही मोहीम हाती घेतली असण्याची शक्यता आहे, हे त्याला पटले. मिलरची उलटतपासणी संपवल्यावर लिओ खुर्चीत मागे टेकला आणि बराच वेळ त्याचे निरीक्षण करत राहिला.

"ओडेसात शिरकाव करण्याचा प्रयत्न करणे किती धोक्याचे आहे याची तुला कल्पना आहे, हर मिलर?" त्याने प्रश्न केला.

"मी कल्पना करू शकतो." मिलर म्हणाला, "एक म्हणजे मी फार तरुण आहे."

लिओने मान हलवली.

"तू तुझ्या स्वतःच्या खऱ्या नावाचा वापर करून एस.एस.च्या लोकांना आपणही त्यांच्यापैकी एक आहोत, असं पटवण्याचा प्रश्नच नाही. एक म्हणजे त्यांच्याकडे पूर्वीच्या एस.एस.च्या लोकांच्या याद्या आहेत आणि त्यात पीटर मिलर हे नाव नसणार. दुसरी गोष्ट म्हणजे तू आहेस त्यापेक्षा दहा वर्षं मोठा दिसशील, असं करावं लागेल. ते करता येईल; पण त्यासाठी तुझी नवी ओळख तयार करावी लागेल आणि तीसुद्धा खरी असावी लागेल. त्या एकाच कामासाठी आम्हाला खूप शोध घ्यावा लागेल, बराच वेळ लागेल आणि बरीच दगदग करावी लागेल."

"असा एखादा माणूस मिळेल, असं तुम्हाला वाटतं?" मिलरने विचारले. लिओने खांदे उडवले.

"तो असा माणूस असावा लागेल की, ज्याचा मृत्यू तपासता येणार नाही." तो म्हणाला. "ओडेसा कोणालाही स्वीकारण्यापूर्वी त्याची पूर्ण शहानिशा करतात. तुम्हाला सगळ्या चाचण्यांत पास व्हावं लागतं. याचा अर्थ तुला एखाद्या खऱ्या माजी एस.एस. माणसाबरोबर पाच-सहा आठवडे राहावं लागेल. तो माणूस तुला जुन्या कथा, तांत्रिक शब्द, त्यांचे वाक्प्रचार, वागण्याची पद्धत हे शिकवेल. सुदैवाने आम्हाला तसा एक माणूस माहीत आहे."

मिलर आश्चर्यचकित झाला.

"तो का असं करेल?"

"मी म्हणालो तो माणूस जरा वेगळा आहे. तो खरोखर एस.एस. कॅप्टन होता आणि जे घडलं त्याचं त्याला प्रामाणिकपणे वाईट वाटतंय. त्याला टोचणी लागली होती. तो नंतर ओडेसामध्ये होता आणि तिथून तो सरकारी अधिकाऱ्यांना 'वाँटेड' यादीतल्या नाझींबद्दल माहिती पुरवायचा. तो ते अजून करत राहिला असता; पण पकडला गेला आणि नशीब चांगलं म्हणून जिवंतपणी पळू शकला. आता तो नव्या नावाने बैरुतच्या बाहेर एका घरात राहतो."

"आणखी काय शिकावं लागेल मला?"

"तुझ्या नव्या नावाशी संबंधित सगळं काही. तो कुठं जन्मला, त्याची जन्मतारीख,

तो एस.एस.मध्ये कसा आला, त्याला प्रशिक्षण कुठं मिळालं, त्याने नोकरी कुठं कुठं केली, त्याचं युनिट, त्याचा कमांडिंग ऑफिसर, युद्धानंतरचा त्याचा संपूर्ण इतिहास. तुझ्याबद्दल हमी देणाराही कोणीतरी लागेल. तो मिळवणं सोपं नाही. तुझ्यावर खूप वेळ आणि श्रम घालावे लागणार आहेत, हर मिलर. आणि एकदा आत गेलास की, मागे फिरता येणार नाही.''

''यात तुमचा काय फायदा?'' मिलरने संशयाने विचारले.

लिओ उठला आणि गालिच्यावर फेऱ्या मारू लागला.

''सूड,'' तो सरळ म्हणाला. ''तुझ्याप्रमाणेच आम्हाला रोशमन हवा आहे; पण आणखीही बरेच हवे आहेत. एस.एस.चे सर्वांत वाईट असे मारेकरी खोट्या नावांनी राहत आहेत. आम्हाला ती नावं हवी आहेत. त्यासाठी आम्ही हे करत आहोत. आणखी एक गोष्ट. नासरची क्षेपणास्त्रं बनवण्यासाठी जे जर्मन शास्त्रज्ञ इजिप्तला पाठवण्यात येत आहेत त्यांची निवड करणारा ओडेसातील नवा माणूस कोण आहे तेही आम्हाला हवं आहे. त्याच्या आधीच्या ब्रँडनरने, त्याचा साहाय्यक हाइंझ क्रुग याची आम्ही 'व्यवस्था' केल्यावर, गेल्या वर्षी राजीनामा दिला आणि तो आता बेपत्ता आहे. त्याच्या जागी आता कोणी नवीन आला आहे.''

''ही म्हणजे इस्रायली हेर खात्याला उपयोगी पडेल अशी माहिती दिसतेय,'' मिलर म्हणाला. लिओने धूर्तपणे त्याच्याकडे नजर टाकली.

''ती आहेच,'' तो तुटकपणे म्हणाला. ''आम्ही त्यांचे बांधील नाही; पण कधी-कधी आम्ही त्यांना सहकार्य करतो.''

''तुम्ही तुमची स्वतःची माणसं ओडेसात घुसवायचा प्रयत्न केलाय?'' मिलरने विचारले.

लिओने होकारार्थी मान डोलवली.

''दोनदा.'' तो म्हणाला.

''मग काय झालं?''

''पहिला माणूस एका कालव्यात तरंगताना आढळला. त्याची नखं उपटलेली होती. दुसरा बेपत्ता झाला. त्याचा काहीही माग नाही. तरीही तुझी पुढं जायची तयारी आहे?''

मिलरने प्रश्नाकडे दुर्लक्ष केले.

''तुमची पद्धत जर इतकी उत्तम असेल, तर ते का पकडले गेले?''

''ते दोघंही ज्यू होते.'' लिओ म्हणाला. ''आम्ही त्यांच्या हातावर गोंदलेले छळछावणीतले नंबर काढून टाकायचा खूप प्रयत्न केला; पण त्याचे वण राहिले. शिवाय त्या दोघांचीही सुंता केलेली होती. म्हणूनच मोत्तीने जेव्हा एस.एस.च्या विरुद्ध खुन्नस असलेल्या एका खऱ्या आर्य वंशीय जर्मन माणसाबद्दल मला सांगितलं तेव्हा आम्हाला रस वाटला. अं, तुझी सुंता केलेली आहे का?''

"त्याचा काही संबंध आहे?" मिलरने विचारले.

"अर्थात. एखाद्याने सुंता केलेली नसेल तर तो ज्यूच आहे, असं सिद्ध होत नाही. अनेक जर्मन माणसांची सुंता केलेली असते. पण केलेली नसेल तर तो ज्यू नाही हे जवळ-जवळ निश्चित होतं."

"माझी केलेली नाही." मिलर म्हणाला.

लिओने एक दीर्घ नि:श्वास सोडला.

"मग या वेळी आम्ही यशस्वी होऊ, असं दिसतं." तो म्हणाला.

मध्यरात्र होऊन बराच वेळ झाला होता. लिओने त्याच्या घड्याळाकडे नजर टाकली.

"तू काही खाल्लंय?" त्याने मिलरला विचारले.

मिलरने मान हलवली.

"मोत्ती, आपल्या पाहुण्यासाठी थोडं खायला?" मोत्तीने स्मित केले आणि मान डोलवली. तो तळघराच्या दारातून अदृश्य झाला आणि वर घरात गेला.

"तुला ही रात्र इथेच काढावी लागेल," लिओ मिलरला म्हणाला. "तुला गादी पाठवू खाली. इथून जायचा प्रयत्न करू नकोस, प्लीज. दरवाजाला तीन कुलपं आहेत आणि तीही बाहेरून. मला तुझ्या कारच्या चाव्या दे. म्हणजे तुझी कार इथे आणण्याची व्यवस्था करता येईल. पुढचे काही आठवडे ती कोणाला न दिसलेली बरी. तुझं हॉटेलचं बिल भरण्यात येईल आणि तुझं सामानही इथे आणलं जाईल. सकाळी तू तुझ्या आईला आणि गर्लफ्रेंडला पत्र लिहून तू काही आठवडे किंवा कदाचित काही महिनेसुद्धा संपर्कात राहणार नाहीस, असं कळवायचं, समजलं?"

मिलरने मान डोलवली आणि कारची चावी त्याला दिली. ती लिओने त्या दुसऱ्या दोन माणसांपैकी एकाला दिली आणि ती घेऊन तो माणूस निघून गेला.

"सकाळी आम्ही तुला बेरुथला घेऊन जाऊ. तिथे तुझी आमच्या एस.एस. अधिकाऱ्याशी भेट होईल. त्याचं नाव आल्फ्रेड ओस्टर. तू ज्याच्याबरोबर काही दिवस राहायचं आहे, तो हाच माणूस. मी त्याची व्यवस्था करीन. मी आता निघतो. मला तुझ्यासाठी नवं नाव आणि नवी ओळख शोधावी लागणार आहे."

तो उठला आणि निघून गेला. थोड्याच वेळात मोत्ती एक ताट भरून खाद्यपदार्थ आणि पाच-सहा ब्लँकेट घेऊन आला. कोल्ड चिकन आणि बटाट्याचे सॅलड खाताना आपण स्वत:ला कशात गुंतवत आहोत, असा विचार मिलरच्या मनात आला.

दूर उत्तरेला, ब्रेमेनच्या जनरल हॉस्पिटलमध्ये पहाटेच्या वेळी एक वॉर्डबॉय त्याच्या वॉर्डात फेऱ्या मारत होता. खोलीतील शेवटच्या बेडभोवती एक मोठा पडदा

उभारलेला होता. ज्यामुळे तो बेड वॉर्डातील इतर बेड्सवरील रुग्णांना दिसत नव्हता. हार्टस्टाइनने – तो मध्यमवयीन वॉर्डबॉय – पडद्याच्या पलिकडून आतील बेडवरील माणसाकडे नजर टाकली. तो अगदी निश्चल पडला होता. त्याच्या डोक्यावर रात्रभर एक बारीक दिवा लावलेला होता. वॉर्डबॉयने पडद्यांच्या आत जाऊन रुग्णाची नाडी बघितली. ती बंद पडलेली होती.

त्याने त्या कर्करोगग्रस्त रुग्णाच्या चेहऱ्याकडे बघितले. तीन दिवसांपूर्वी शुद्धीत नसताना तो रुग्ण जे बोलला होता त्यावरून वॉर्डबॉयने त्याचा डावा हात ब्लँकेटच्या बाहेर काढून उचलला. त्या माणसाच्या काखेच्या आत एक आकडा गोंदलेला होता. तो त्या माणसाचा रक्तगट होता. तो माणूस केव्हातरी एस.एस.मध्ये असल्याची ती निश्चित खूण होती. त्या वेळच्या जर्मन 'राइश'मध्ये एस.एस. लोक आम जनतेपेक्षा जास्त मौल्यवान समजले जात, त्यामुळे ते जखमी झाले आणि त्यांना रक्त देण्याची वेळ आली तर इतर रुग्णांपेक्षा त्यांना प्राधान्य दिले जायचे. त्यासाठी रक्तगट गोंदलेला असे.

हार्टस्टाईनने मृताच्या चेहऱ्यावर ब्लँकेट ओढले आणि बेडच्या शेजारी असलेल्या छोट्या कपाटातील ड्रॉवरची तपासणी केली. रस्त्यात कोसळल्यामुळे त्या माणसाला इथे दाखल करण्यात आले होते. त्याच्या वैयक्तिक वस्तू ड्रॉवरमध्ये होत्या. त्यातील ड्रायव्हिंग लायसेन्स हार्टस्टाईनने काढून घेतले. त्यातील नोंदीवरून त्या माणसाचे वय ३९ होते, जन्मतारीख १८ जून, १९२५, नाव रोल्फ गुंथर कोल्ब.

हार्टस्टाईनने ड्रायव्हिंग लायसेन्स स्वत:च्या पांढऱ्या कोटाच्या खिशात घातले आणि तो रुग्ण मृत झाल्याची माहिती रात्रपाळीच्या डॉक्टरना देण्यासाठी गेला.

११

पीटर मिलरने सकाळीच मोत्तीच्या देखरेखीखाली आईला आणि सिगीला पत्रे लिहिणे संपवले. हॉटेलातून त्याचे सामान आणले गेले होते आणि हॉटलचे बिल भरण्यात आले होते. दुपारी बारा वाजण्यापूर्वीच आदल्या रात्रीच्याच ड्रायव्हरबरोबर ते दोघे बेरुथच्या दिशेने निघाले. आदल्या दिवशीच्या मर्सिडीसच्या जागी आलेल्या निळ्या 'ओपेल'चा नंबर त्याच्या पत्रकाराच्या नजरेने टिपला होता. मोत्तीच्या ते लक्षात आले आणि त्याने स्मित केले.

"उपयोग नाही. ती कार भाड्याने घेतली आहे, खोट्या नावावर."

"मी सराईत लोकांच्या सहवासात आहे, हे जाणून बरं वाटलं." मिलर म्हणाला.

मोत्तीने खांदे उडवले.

"आम्हाला तसं असावंच लागतं. ओडेसाबरोबर सामना करत असताना जिवंत राहण्याचा तो एकच मार्ग आहे."

त्या गॅरेजमध्ये दोन जागा होत्या. दुसऱ्या जागेत त्याला त्याची जग्वार दिसली. तिच्यावर आदल्या दिवशी साठलेला बर्फ अर्धवट वितळून चाकांच्या खाली पाण्याचे थारोळे साठले होते. कारची डौलदार काळी बॉडी दिव्याच्या उजेडात चमकत होती.

ओपेलमध्ये बसल्यावर त्याचा चेहरा पुन्हा मोजा ओढून झाकण्यात आला आणि त्याचे डोके खाली दाबण्यात आले. कार गॅरेजमधून बाहेर येऊन, फाटकातून बाहेर पडून रस्त्यावर आली. म्युनिकमधून बाहेर पडून महामार्ग ई-६ वर येऊन न्युरेंबर्ग आणि बेरुथच्या दिशेने जायला लागल्यावर मोत्तीने त्याच्या डोक्यावरील आवरण काढले.

मिलरच्या डोक्यावरचा मोजा काढला गेल्यावर त्याने बाहेर नजर टाकली, तेव्हा आदल्या रात्री बराच हिमवर्षाव होऊन गेल्याचे त्याच्या लक्षात आले. बव्हेरियातून फ्रँकोनियात प्रवेश करताना सभोवारच्या विस्तीर्ण जंगलातील जमीन शुभ्र बर्फाची दुलई पांघरल्याप्रमाणे दिसत होती. फांद्या व पानांवर बर्फ साठून झाडांच्या आकाराला

गोलाई आली होती. ड्रायव्हर सावधपणे सावकाश जात होता. पुढच्या काचेवरील वायपर सतत काम करत काचेवर पडणारे बर्फ आणि बाजूने जाणाऱ्या ट्रकांनी उडवलेला चिखल दूर करत होते. वाटेत इंगोलस्टाटला त्यांनी रस्त्यावरील उपाहारगृहात जेवण केले आणि पूर्वेकडील न्युरेंबर्गला वळसा घालून तासाभराने बेरुथला पोहोचले.

जर्मनीतील अतिशय सुंदर प्रदेशांपैकी एकात वसलेले आणि 'बव्हेरियन स्वित्झर्लंड' असे सार्थपणे ओळखले जाणारे बेरुथ हे छोटे गाव एकाच गोष्टीकरता प्रसिद्ध होते. ती म्हणजे तिथला वार्षिक वॅग्नर संगीत उत्सव. ॲडॉल्फ हिटलर हा नॉर्डिक पुराणातील नायकांना आपल्या साहित्यकृतीने अमर करणाऱ्या संगीतकाराचा चाहता असल्यामुळे पूर्वी संपूर्ण नाझी प्रभावळ ह्या ठिकाणी येत असे आणि बेरुथ मोठ्या अभिमानाने त्यांची सरबराई करत असे.

पण जानेवारीत ते बर्फाचे पांघरूण घेतलेले शांत गाव होते. गावातील व्यवस्थित ठेवलेल्या घरांच्या दारांवरून ख्रिसमसमध्ये टांगलेल्या हॉलीच्या पानांची चक्रे नुकतीच काढलेली होती. गावाच्या मैलभर पलीकडे एका शांत गल्लीत असलेले आल्फ्रेड ओस्टरचे घर त्यांनी शोधून काढले. घरापुढील रस्त्यावर दुसरी एकही कार नव्हती.

तो माजी एस.एस. अधिकारी त्यांची वाटच बघत होता. धिप्पाड बांधा, निळे डोळे, भुरकट कुरळे केस. हिवाळ्याचा मोसम असूनसुद्धा त्याच्या चेहऱ्यावर डोंगरातील वारा, ऊन आणि शुद्ध हवेत वाढलेल्या माणसांप्रमाणे बदामी छटा होती.

मोत्तीने सर्वांची ओळख करून दिली आणि लिओने दिलेले पत्र ओस्टरच्या हातात दिले. ओस्टरने ते वाचून मिलरकडे भेदक नजरेने बघितले.

"ठीक आहे. प्रयत्न करायला हरकत नाही." तो म्हणाला. "तो माझ्याकडे किती दिवस राहू शकेल?"

"त्याची आम्हाला अजून कल्पना नाही," मोत्ती म्हणाला. "अर्थात, त्याची तयारी होईपर्यंत तर राहीलच. शिवाय त्याची नवी ओळखही तयार करावी लागेल. आम्ही कळवू तुम्हाला."

थोड्याच वेळात तो निघून गेला.

ओस्टर मिलरला बसायच्या खोलीत घेऊन गेला आणि पडदे ओढून त्याने दिवे लावले.

"म्हणजे तुला माजी एस.एस. वाला बनायचं आहे तर?" त्याने विचारले.

मिलरने मान डोलवली.

"होय," तो म्हणाला.

ओस्टर त्यांच्याकडे वळला.

"बऽरं. आपण प्रथम काही मूलभूत गोष्टींची माहिती करून घेऊ या. तू लष्करी

सेवा कुठं केलीस ते मला माहीत नाही; पण ती बहुतेक स्वत:ला नवी जर्मन सेना म्हणवणाऱ्या बेशिस्त, लोकशाहीवादी गर्दीत असणार. पहिली गोष्ट ही की गेल्या महायुद्धामध्ये ही नवी जर्मन सेना ब्रिटिश, अमेरिकन किंवा रशियन सैन्याच्या कोणत्याही रेजिमेंटपुढे मोजून दहा सेकंद टिकली असती. त्या तुलनेत गेल्या युद्धातील प्रत्येक वाफेन एस.एस. जवानानं दोस्त राष्ट्रांच्या पाच सैनिकांना गारद केलं असतं.

"दुसरी गोष्ट– वाफेन एस.एस. सेना ही ह्या जगाच्या इतिहासातील युद्धावर गेलेल्या सैन्यांमध्ये सर्वांत कणखर, उत्तम प्रशिक्षण मिळालेली, शिस्तबद्ध, हुशार आणि तगडी सेना होती. त्यांनी जे काही केलं त्याने त्यात काहीही फरक पडणार नाही. म्हणून मिलर, स्मार्ट हो. तू जोपर्यंत ह्या घरात असशील तोपर्यंत पद्धत अशी–

"मी केव्हाही खोलीत आलो की, तू उडी मारून 'सावधान' पवित्र्यात उभं राहायचं आणि उडी मारूनच. जेव्हा जेव्हा मी तुझ्या समोरून जाईन तेव्हा तेव्हा प्रत्येक वेळी तू खाडकन टाचा आपटायच्या आणि मी तुझ्या पलीकडे पाच पावलं जाईपर्यंत 'सावधान'मध्ये राहायचं. मी तुला काहीही विचारलं तर तू असं उत्तर द्यायचं :

"यावोल, हर हाउप्टस्टुर्मफ्युरर."

"आणि मी कोणतीही सूचना किंवा आज्ञा दिली की, तू असे उत्तर द्यायचे :

"झु बेफेल, हर हाउप्टस्टुर्मफ्युरर.

"समजलं नीट?"

मिलरने आश्चर्यचकित होत मान डोलवली.

"टाचा जुळव," ओस्टर ओरडला. "बुटांचा खाडकन आवाज आला पाहिजे. ठीक आहे. आपल्याला कदाचित पुरेसा वेळ मिळणार नाही, त्यामुळे आज रात्रीपासूनच सुरू करू. जेवायच्या आधी आपण जवान ते जनरलपर्यंतचे सर्व हुद्दे शिकून घेऊ. एस.एस.मधील जो जो हुद्दा अस्तित्वात होता त्यापैकी प्रत्येकाचं नाव, त्याचं संबोधन, म्हणजे त्याच्याशी बोलायची पद्धत आणि कॉलरवरील चिन्हं यांची माहिती करून घेऊ. त्यानंतर आपण वापरात असलेले वेगवेगळ्या प्रकारचे गणवेश, एस.एस.च्या वेगवेगळ्या शाखा आणि त्यांची चिन्हं, तसंच हलका गणवेश, पूर्ण गणवेश, बाहेर वापरायचा गणवेश, युद्धातील गणवेश आणि एरवीचा पोशाख यांची ओळख करून घेऊ.

"त्यानंतर, तू डाखाऊ या एस.एस. ट्रेनिंग कॅम्पमध्ये असतास तर तुला कोणतं राजकीय – ध्येयवादी शिक्षण घ्यावं लागलं असतं, ते पूर्ण शिक्षण मी देईन. त्यानंतर तू संचलनाच्या वेळी म्हणायची गाणी, मदिरापान करताना म्हणायची गाणी

आणि वेगवेगळ्या तुकड्यांची गाणी शिकशील.

"प्रशिक्षण शिबिरातून पहिलं पोस्टिंग होईपर्यंतचं सर्व शिक्षण मी तुला देईन. त्यानंतर तुझी नेमणूक कोणत्या तुकडीत असणार ते लिओने मला कळवावं लागेल – तू कुठे कुठे काम केलं, कोणकोणत्या अधिकाऱ्यांच्या हाताखाली, युद्ध संपलं तेव्हा तुझं काय झालं, १९४५ नंतर तू काय केलं वगैरे सर्व कळावं लागेल. पण ह्या प्रशिक्षणाच्या पहिल्या भागाला दोन ते तीन आठवडे लागतील, तेसुद्धा घाई करून.

"आणि मी जे काही म्हणालो ती मस्करी होती, असं समजू नकोस. एकदा का तू ओडेसात शिरलास आणि एखादी जरी चूक केलीस तर ओडेसातले वरिष्ठ कोण आणि कसे आहेत ते मला माहीत आहे. तुझा देह एखाद्या कालव्यात मिळेल. लक्षात घे, मी कोणी लेचापेचा माणूस नाही, तरीही ओडेसाला दगा दिल्यापासून मीसुद्धा जीव मुठीत धरून आहे आणि म्हणूनच मी इथे नव्या नावाने राहतोय."

एडवर्ड रोशमनच्या शोधाचे काम एकट्याने हाती घेतल्यानंतर प्रथमच 'आपण जरा जास्तच धाडस तर केले नाही ना?' असा विचार मिलरच्या मनात येऊन गेला.

बरोबर दहा वाजता मॅकेनसन वेअरवुल्फच्या ऑफिसात हजर झाला. हिल्डा बसायची त्या भागाचा दरवाजा नीट बंद झाला आहे, अशी खातरी झाल्यावर वेअरवुल्फने त्या मारेकऱ्याला टेबलासमोरील खुर्चीत बसायची खूण केली आणि सिगार पेटवला.

"एका वर्तमानपत्राचा वार्ताहर आपल्या एका सहकाऱ्याची सध्याची ओळख आणि ठावठिकाणा यांचा शोध घेत आहे." तो बोलू लागला. मारेकऱ्याने 'समजले' ह्या अर्थी मान डोलवली. ह्यापूर्वी अनेक वेळा त्याला देण्यात येणाऱ्या कामगिऱ्यांच्या माहितीची सुरुवात अशाच प्रकारे करण्यात आली होती.

"आपल्याला हवी असलेली माहिती मिळवण्याच्या प्रयत्नांना यश येत नाहीये असे दिसल्यावर त्या पत्रकाराने प्रयत्न सोडून दिले," वेअरवुल्फ बोलू लागला, "किंवा तो ज्याची माहिती काढायचा प्रयत्न करतोय तो आपला सहकारी, जास्त खर्चिक किंवा धोक्याचे उपाय करण्याच्या पात्रतेचा नाही, असं वाटलं तर आपण सहसा कोणतीही कारवाई करत नाही."

"पण ह्या बाबतीत वेगळं आहे, असंच ना?" मॅकेनसनचे दबलेल्या आवाजात विचारले. वेअरवुल्फने दु:ख होत असल्याचे दाखवत मान डोलवली.

"होय. त्या पत्रकाराने कदाचित अजाणतेपणे, आपल्या वर्माला हात घातला असल्यामुळे त्याला जीव गमवावा लागणार आहे आणि आपल्याला अशी अडचणीची आणि जोखमीची कृती करावी लागणार आहे, हे त्याचं आणि आपलं दुर्दैव आहे.

एक म्हणजे तो ज्या माणसाचा शोध घेतोय तो आपल्यासाठी आणि आपल्या दीर्घकालीन नियोजनाच्या दृष्टीने महत्त्वाचा, अतिशय महत्त्वाचा माणूस आहे. दुसरं म्हणजे हा पत्रकार जरा विचित्र माणूस दिसतोय – हुशार, चिकाटीचा, कल्पक आणि व्यक्तिगत कारणासाठी त्याला आपल्या कामेराडवर सूड उगवायची इच्छा असणारा असा.''

''याच्यामागे काही कारण?'' मॅकेनसनने प्रश्न केला. वेअरवुल्फचा गोंधळ त्याच्या चेहऱ्यावर दिसत होता. उत्तर देण्यापूर्वी त्याने सिगारची राख झटकली.

''कारण काय असावं, हे समजत नाहीये. पण असणार तर खरंच.'' तो पुटपुटला. ''तो ज्या माणसाचा शोध घेतोय त्याची पार्श्वभूमी अशी आहे की, ज्यू आणि त्यांचे मित्र अशा लोकांच्या मनात त्याच्याबद्दल द्वेष निर्माण होणार याबद्दल शंकाच नाही. तो पूर्वेकडील प्रदेशात एका छावणीचा कमांडंट होता. तिथे जे काही केलं गेलं त्याबद्दलचं आमचं समर्थन काही लोकांना, विशेषत: परदेशी लोकांना, मान्य नाही. ह्या अहवालातील कोड्यात टाकणारी गोष्ट ही आहे की, हा माणूस परदेशी नाही, ज्यू नाही, डाव्या विचारसरणीचाही नाही किंवा काही सदसद्‌बुद्धीवालाही नाही – आणि काहीही झालं तरी त्यांची उडी थोडी बडबड करण्याइतकीच असते.

''पण हा माणूस वेगळा दिसतोय. तो एक जर्मन तरुण आहे, आर्यवंशीय. युद्धात पराक्रम गाजवलेल्या वीराचा मुलगा आहे, आपल्याविषयी द्वेष वाटावा असं किंवा ह्या गोष्टीपासून दूर राहा असा सज्जड इशारा देऊनसुद्धा आपल्या एका कॉम्रेडचा शोध घेणं त्याने सोडू नये असं त्याच्या पार्श्वभूमीत काहीही नाही. त्याला मारण्याचा आदेश देताना मला जरा दु:खच होतंय. पण त्याने कोणताच पर्याय ठेवलेला नाही. मला ते केलंच पाहिजे.''

''त्याला ठार करायचं?'' सुरेबाज मॅकने प्रश्न केला.

''ठार मारायचं.'' वेअरवुल्फने पुष्टी दिली.

''त्याचा ठावठिकाणा?''

''माहीत नाही.'' वेअरवुल्फने टाईप केलेले दोन कागद त्याला दिले.

''हा तो माणूस. पीटर मिलर, वार्ताहर आणि तपास करणारा. तो शेवटी बाड गोडेसबर्गला ड्रीसन हॉटेलात दिसला होता. आता तो तिथून निश्चितच गेला असणार. पण सुरुवात करायला एवढं पुरेसं व्हावं. दुसरी जागा म्हणजे त्याचा फ्लॅट. जिथे त्याची गर्लफ्रेंड त्याच्याबरोबर राहते. तो नेहमी ज्या मासिकांसाठी काम करतो त्यांनी पाठवलंय असं सांग. म्हणजे मग त्याची मैत्रीण तुला सांगेल – जर तो कुठे आहे हे तिला माहीत असेल तर. त्याची कार डोळ्यांत भरण्यासारखी आहे. तिची सर्व माहिती त्यात आहे.''

''मला पैसे लागतील.'' मॅकेनसन म्हणाला. वेअरवुल्फने ती अपेक्षा ठेवली

होतीच. त्याने दहा हजार मार्कचे एक बंडल त्याच्याकडे सरकवले.

"आणि आदेश काय आहे?" मारेकऱ्याने विचारले.

"त्याला शोधून त्याचा निकाल लावणे."

ब्रेमेनमध्ये पाच दिवसांपूर्वी रोल्फ गुंथर कोल्बचे निधन झाल्याची बातमी लिओला म्युनिकमध्ये १३ जानेवारीला समजली. उत्तर जर्मनीतील त्याच्या माणसाने ती कळवण्यासाठी लिहिलेल्या पत्रासोबत कोल्बचे ड्रायव्हिंग लायसेन्सही पाठवले होते.

लिओने त्याच्याकडे असलेल्या माजी एस.एस. लोकांच्या यादीवरून त्या माणसाचे पद आणि नंबर तपासला. पश्चिम जर्मनीची 'वाँटेड' यादी बघून तिच्यात कोल्बचे नाव नसल्याची खातरी केली, ड्रायव्हिंग लायसेन्सवरील कोल्बच्या फोटोचे थोडा वेळ निरीक्षण केले आणि त्याने निर्णय घेतला.

त्याने मोत्तीला बोलावले. तो त्याच्या नोकरीच्या ठिकाणी – टेलिफोन एक्सचेंजमध्ये होता. त्याची पाळी संपताच तो लिओकडे आला. लिओने कोल्बचे ड्रायव्हिंग लायसेन्स त्याच्यासमोर ठेवले.

"आपल्याला हवा असलेला माणूस," तो म्हणाला. "हा एकोणिसाव्या वर्षी स्टाफ सार्जंट होता आणि युद्ध संपायच्या थोडं आधी त्याला पदोन्नती मिळाली होती. त्या वेळी माणसांचा बराच तुटवडा असणार. मिलरचा चेहरा जरा बदलला – जे मला अजिबात आवडत नाही – तरी त्याच्यात आणि कोल्बच्या चेहऱ्यात खूप फरक आहे. जवळून बघितलं की, ओळखू येईल. पण उंची आणि बांधा मिलरसारखा आहे. त्यामुळे आपल्याला नवा फोटो लागेल. तो नंतर करता येईल. फोटोवर मारण्यासाठी आपल्याला ब्रेमेनच्या ट्रॅफिक पोलीस खात्याचा ठसा लागेल. तशी व्यवस्था कर."

मोत्ती गेल्यावर लिओने ब्रेमेनमधील एक फोन नंबर फिरवला आणि पुढील सूचना दिल्या.

"ठीक आहे." आल्फ्रेड ओस्टर त्याच्या शिष्याला म्हणाला.

"आता आपण गाण्यांकडे वळू या. होर्स्ट वेसेल गीत तुला माहीत आहे?"

"अर्थात," मिलर म्हणाला. "ते नाझींचं संचलनगीत होतं."

ओस्टर पहिले काही स्वर गुणगुणला.

"हो. आता मला आठवतं ते ऐकल्याचं. पण त्याचे शब्द माझ्या लक्षात नाहीत."

"ठीक आहे," ओस्टर म्हणाला. "मला तुला दहा-बारा गाणी शिकवावी लागतील– तुला त्याबद्दल कोणी प्रश्न केला तर. पण हे गीत सर्वांत महत्त्वाचं. तू

जेव्हा कामेराडांमध्ये असशील तेव्हा कदाचित ते सगळ्यांबरोबर म्हणावं सुद्धा लागेल. ते माहीत नसणं म्हणजे हमखास मृत्यूच. आता म्हण माझ्या मागून...''

"द फ्लॅग्स आर हाय
द रँक्स आर टाइटली क्लोज्ड...''

त्या दिवशी तारीख होती १८ जानेवारी.

म्युनिकच्या श्वायझर होफ हॉटेलच्या बारमध्ये बसून कॉकटेलचा आस्वाद घेत असताना मॅकेनसन मनात मिलरबाबत विचार करत होता. मिलरची वैयक्तिक माहिती आणि चेहरा आता त्याच्या मनावर कोरलेला होता. हातातील काम उत्तम प्रकारे करण्याची सवय असलेल्या मॅकेनसनने जिचा शोध घ्यायचा आहे ती कार अचूक ओळखता यावी यासाठी जग्वारच्या जर्मनीतील प्रमुख विक्रेत्याशी संपर्क साधून जग्वार एक्स के १५० एस स्पोर्ट्स कारचे प्रसिद्धीसाठीचे सर्व फोटो मागवून घेतले.

मिलरचा बाड गोडेसबर्गला माग काढत असताना तो कोलोन विमानतळावर गेला, तिथून विमानाने लंडनला जाऊन नव्या वर्षादिनी, छत्तीस तासांच्या आत परतला हे स्पष्ट झाले. त्यानंतर मात्र तो आणि त्याची कार गायब झाले होते.

त्याच्या फ्लॅटमध्ये चौकशी करण्यासाठी गेले असता त्याचे मिलरच्या सुंदर आणि हसतमुख मैत्रिणीशी बोलणे झाले; पण तिने त्याला म्युनिकचा शिक्का असलेले पोस्टाने आलेले पत्र दाखवले, त्यात 'मी काही दिवस म्युनिकलाच राहणार आहे' असे म्हटले होते.

म्युनिकमध्ये आठवडाभर शोध घेऊनही काहीच उपयोग झाला नव्हता. मॅकेनसनने तिथल्या प्रत्येक हॉटेलात, सार्वजनिक आणि खासगी पार्किंगमध्ये, कार सर्व्हिसिंग करणाऱ्या गॅरेजेसमध्ये आणि पेट्रोल पंपांवर कसून चौकशी केली; पण काहीही निष्पन्न झाले नाही. जणू काही तो शोधत असलेला माणूस पृथ्वीच्या पाठीवरून अदृश्यच झाला होता.

हातातील ग्लास रिकामा करून मॅकेनसन स्टुलावरून उतरला आणि वेअरवुल्फला माहिती देण्यासाठी फोनकडे गेला. दोन्ही बाजूंना पिवळी पट्टी रंगवलेली मिलरची काळी जग्वार, आपण उभे आहोत तेथून केवळ बाराशे मीटर अंतरावर, जिथून लिओ त्याच्या अतिरेकी संघटनेचे काम चालवायचा, त्या त्याच्या घराच्या आणि अँटिक दुकानाच्या भिंतींनी बंदिस्त कंपाऊंडमध्ये आहे याची मॅकेनसनला अर्थातच जाणीव नव्हती.

ब्रेमेनच्या जनरल हॉस्पिटलमध्ये पांढरा कोट घातलेला एक माणूस रजिस्ट्रारच्या ऑफिसमध्ये आला. नव्या इंटर्नची खूण असलेला स्टेथोस्कोप त्याच्या गळ्याभोवती होता.

"आपला एक रुग्ण रोल्फ गुंथर कोल्ब याची मेडिकल फाईल मला जरा बघायची आहे," तो रिसेप्शनिस्ट आणि फाइलिंग क्लार्कला म्हणाला.

ऑफिसमधील मुलीने त्याला ओळखले नाही; पण त्याचे तिला आश्चर्य वाटले नाही. हॉस्पिटलमध्ये ढीगभर इंटर्न होते. तिने फाइलिंग कॅबिनेटमधून कोल्बच्या नावाचे फोल्डर काढून इंटर्नला दिले. तेवढ्यात फोन वाजला आणि ती तो घ्यायला गेली.

इंटर्न एका खुर्चीत बसून फाइलमध्ये कागद बघू लागला. त्यावरून एवढेच स्पष्ट झाले की कोल्ब रस्त्यात पडला होता आणि त्याला ॲम्ब्युलन्सने इथे आणून सोडले होते. त्याची तपासणी केल्यावर त्याला पोटात शेवटच्या दशेतला कर्करोग असल्याचे निदान झाले होते. नंतर त्याच्यावर शस्त्रक्रिया न करण्याचा निर्णय घेण्यात आला होता. रुग्णाला औषधे देण्यात येत होती आणि नंतर वेदनाशामक औषधे देण्यात येत होती. फाईलमधील शेवटच्या कागदावर एवढेच लिहिले होते–

'रुग्ण ८/९ जानेवारीच्या रात्री मरण पावला. मृत्यूचे कारण : मोठ्या आतड्याचा कर्करोग. नातेवाईक नाहीत. १० जानेवारीला म्युनिसिपल शवागाराला प्रमाणपत्र देण्यात आले.' त्याखाली प्रमुख डॉक्टरांची सही होती.

नव्या इंटर्नने फाईलमधून तो शेवटचा कागद काढून घेतला आणि त्याच्या जागी खिशातून काढलेला कागद घातला. त्यावर असे लिहिलेले होते–

'हॉस्पिटलमध्ये दाखल करताना रुग्णाची स्थिती गंभीर असूनही दिलेल्या औषधांना कर्करोगाने चांगला प्रतिसाद दिला आणि तो ओसरू लागला. १६ जानेवारीला रुग्ण दुसरीकडे हलवण्याच्या स्थितीत असल्याचे दिसले आणि रुग्णाच्या विनंतीवरून प्रकृती सुधारण्यासाठी त्याला ॲम्ब्युलन्सने डेल्मेनहोर्स्टच्या अर्काडिया क्लिनिकमध्ये हलवण्यात आले.'

त्याखालची स्वाक्षरी वाचता येत नव्हती.

इंटर्नने फाईल क्लार्कला परत दिली आणि तिचे सस्मित आभार मानून तो निघून गेला. त्या दिवशी तारीख २२ जानेवारी होती.

तीन दिवसांनंतर लिओला काही माहिती मिळाली आणि तिच्यामुळे त्याच्या स्वतःच्या जिगसॉ कोड्यातील शेवटचा तुकडा बसून चित्र पूर्ण झाले. उत्तर जर्मनीतील एका प्रवास कंपनीतील कर्मचाऱ्याने संदेश पाठवून ब्रेमेरहॅवन येथील एका बेकरीच्या मालकाने स्वतः आणि पत्नीसाठी हिवाळी क्रूझची तिकिटे घेतली असल्याचे कळवले होते. ते जोडपे कॅरिबियन सागरात चार आठवडे बोटीने विहार करणार होते.

ते ब्रेमेरहॅवनहून १६ फेब्रुवारीला, रविवारी निघणार होते. तो माणूस युद्धकाळात एस.एस.मध्ये कर्नल होता, नंतर ओडेसाचा सभासद होता हे लिओला माहीत होते. त्याने मोत्तीला ब्रेड बनवण्याच्या कलेची माहिती देणारे पुस्तक विकत आणायला सांगितले.

वेअरवुल्फ कोड्यात पडला होता. गेले तीन आठवडे त्याने जर्मनीतील वेगवेगळ्या शहरातील त्याच्या माणसांना मिलर नावाचा माणूस आणि एक काळी जग्वार स्पोर्ट्स कार यांचा शोध घ्यायला सांगितले होते. हॅम्बुर्गमधील त्याच्या फ्लॅटवर आणि गॅरेजवरसुद्धा पाळत ठेवण्यात आली होती. ओसडोर्फला राहणाऱ्या एका मध्यमवयीन महिलेकडे चौकशी करण्यात आली; पण तिलाही तिच्या मुलाचा ठावठिकाणा माहीत नसल्याचे तिने सांगितले. एका मोठ्या चित्रमासिकाच्या संपादकाच्या नावाने सिगी नावाच्या एका मुलीला, मिलरला भरमसाठ पगाराची नोकरी देऊ करण्यात येत असून त्वरीत निर्णय घ्यायचा आहे असे सांगितले; पण आपला बॉयफ्रेंड सध्या कुठे आहे हे तिलाही माहीत नव्हते.

मिलरचे हॅम्बुर्गला ज्या बँकेत खाते होते तिथेही चौकशी करण्यात आली; पण त्याने नोव्हेंबरनंतर पैसे काढलेले नाहीत असे समजले. थोडक्यात म्हणजे तो बेपत्ता झाला होता. आता जानेवारीची २८ तारीख उजाडली होती आणि इच्छा नसतानाही वेअरवुल्फला एक फोन करणे भाग पडत होते. त्याने बळेच फोन उचलला आणि नंबर फिरवला.

दूरवर डोंगरामध्ये अर्ध्या तासानंतर एका माणसाने फोन ठेवला आणि बराच वेळ तो पुटपुटत शिव्या देत राहिला. ती शुक्रवारची संध्याकाळ होती, वीकएंडला दोन दिवस विश्रांतीसाठी म्हणून तो त्याच्या ह्या डोंगरातील बंगल्यात पोहोचला आणि तेवढ्यात तो फोन आला होता.

तो त्याच्या सुंदरपणे सजवलेल्या अभ्यासिकेच्या खिडकीपाशी गेला आणि त्याने बाहेर नजर टाकली. खोलीतील दिव्याचा खिडकीतून बाहेर पडणारा उजेड लॉनवरील बर्फाच्या जाड रजईवरून पलिकडील पाईनच्या झाडीपर्यंत पोहोचत होता.

त्याला नेहमीच असे जीवन जगायचे होते – डोंगरात, स्वत:च्या विस्तीर्ण जमिनीवरील सुंदर घरात – कारण लहान असताना ख्रिसमसच्या सुटीत ग्राझच्या भोवती डोंगरात असणारी श्रीमंत लोकांची घरे तो बघायचा. आता त्याचे तसे घर होते आणि ते त्याला फार आवडायचे.

ज्या घरात तो लहानाचा मोठा झाला होता ते घर बिअरच्या कारखान्यात काम करणाऱ्या त्याच्या वडिलांच्या घरापेक्षा फारच छान होते, तो जिथे चाळीस वर्षे

राहिला होता, त्या रिगातील घरापेक्षासुद्धा चांगले होते, ब्युनोज आयर्समधील सुसज्ज खोलीपेक्षा आणि कैरोतील हॉटेलच्या खोलीपेक्षासुद्धा चांगले होते. त्याला नेहमी असेच घर हवे होते.

त्याला आलेल्या फोनमुळे तो विचलित झाला होता. आपल्या घराजवळ किंवा कारखान्याच्या आसपास कोणीही घुटमळताना किंवा प्रश्न विचारताना दिसलेला नाही, असे त्याने फोन करणाऱ्याला सांगितले होते. पण त्याला चिंता वाटू लागली होती. मिलर? कोण हा मिलर? त्या माणसाचा बंदोबस्त केला जाईल असे फोन करणाऱ्याने जरी आश्वासन दिले होते, तरी त्याची काळजी पूर्णपणे गेली नव्हती. 'उद्याच आम्ही तुमच्यासाठी एक अंगरक्षक पाठवत आहोत, पुढील सूचना मिळेपर्यंत तो तुमचा ड्रायव्हर म्हणून राहील' ह्या त्यांच्या निर्णयावरून मिलरपासून त्याला असलेल्या धोक्याची बाब फोन करणाऱ्याने आणि त्याच्या सहकाऱ्यांनी किती गंभीरपणे घेतली होती, हे स्पष्ट होत होते.

त्याने अभ्यासिकेच्या खिडकीचा पडदा ओढल्यावर बाहेरचे हिवाळी दृश्य दिसेनासे झाले. जाड दरवाजा बंद केल्यावर घराच्या इतर भागातील आवाज बंद झाले. आता फक्त एकच आवाज येत होता, तो म्हणजे हे घर घेतल्यावर त्याचे नूतनीकरण करताना शेकोटीसाठी बसवलेल्या कास्ट आयर्नच्या जाळीवर जळणाऱ्या ताज्या पाईनच्या ओंडक्यांतून मधून-मधून येणारा फटाक्यांसारखा आवाज.

दार उघडले आणि त्याची बायको डोकावली.

"जेवण तयार आहे," ती म्हणाली.

"आलोच, डियर," एडवर्ड रोशमन म्हणाला.

दुसऱ्या दिवशी – शनिवारी – सकाळी ओस्टर आणि मिलरच्या कार्यक्रमात म्युनिकडून आलेल्या काही लोकांमुळे खंड पडला. कारने आलेल्या लोकांमध्ये लिओ आणि मोत्ती, ड्रायव्हर आणि काळी बॅग घेतलेला एक माणूस होता. ते आत दिवाणखान्यात येऊन पोहोचताच लिओ बॅगवाल्या माणसाला म्हणाला, "तू बाथरूममध्ये जाऊन तुझं साहित्य लावून ठेवलेलं बरं."

त्या माणसाने मान डोलवली आणि तो वरच्या मजल्यावर गेला. ड्रायव्हर कारमध्येच बसला होता.

लिओने टेबलापाशी बसून ओस्टर आणि मिलरलापण बसायची खूण केली. मोत्ती दरवाजापाशीच उभा होता. त्याच्या हातात फ्लॅशवाला कॅमेरा होता.

लिओने एक ड्रायव्हिंग लायसेन्स मिलरकडे सरकवले. त्यातील फोटोची जागा रिकामी होती.

"तू आता हा बनणार आहेस." लिओ म्हणाला. "रोल्फ गुंथर कोल्ब. जन्म

१८ जून, १९२५. म्हणजे युद्ध संपले तेव्हा तुझे वय १९ किंवा २० होते आणि आता अडतीस. तुझा जन्म आणि बालपण ब्रेमेनमध्ये गेले. तू १९३५ मध्ये 'हिटलर यूथ'चा सभासद झालास आणि जानेवारी १९४४ मध्ये अठरा वर्षांचा असताना एस.एस.मध्ये दाखल झालास. तुझी आई आणि वडील दोघंही आता हयात नाहीत. ब्रेमेनच्या बोट धक्क्यावर १९४४ मध्ये झालेल्या विमान हल्ल्यामध्ये दोघंही मारले गेले.''

मिलर हातातील ड्रायव्हिंग लायसेन्सकडे बघत राहिला.

''एस.एस.मधील करिअरचं काय?'' ओस्टरने प्रश्न केला. ''आता आम्हाला पुढे जाता येत नाहीये.''

''आतापर्यंत प्रगती कशी आहे?'' लिओने विचारले. मिलर स्तब्ध बसून ऐकत होता.

''चांगली आहे,'' ओस्टर म्हणाला. ''मी काल त्याची दोन तास उलट तपासणी घेतली आणि तीत तो यशस्वी झाला. पण त्याच्या करिअरसंबंधी बारीकसारीक माहिती विचारू लागलं की, त्याला उत्तर देता येत नाही.''

लिओने बॅगेतून काढलेले काही कागद बघत मान डोलवली.

''कोल्बच्या एस.एस.मधल्या करिअरबद्दल आपल्याला माहिती नाहीये,'' तो म्हणाला. ''आणि एक प्रकारे ते बरंच होईल, कारण बहुतेक ओडेसाने त्याच्याबद्दल आतापर्यंत कधी काही ऐकलंही नसेल. पण एक उणीव अशी आहे की त्याचा कोणीतरी शोध घेतंय असं होईपर्यंत त्याला ओडेसाचा आश्रय घेऊन मदत मागायचं कारण राहत नाही. म्हणून आम्हीच त्याची करिअर तयार केली आहे. ही बघा ती.''

त्याने काही कागद ओस्टरकडे सरकवले. ओस्टर ते वाचू लागला. वाचणे संपल्यावर त्याने मान डोलवली.

''छान आहे,'' तो म्हणाला. ''उपलब्ध असलेल्या माहितीशी जुळणारं आहे आणि ह्याच्या आधारे त्याचा कोणी पर्दाफाश केला तर तो अटकेला पात्र ठरेल.'' लिओने समाधानाने हुंकार दिला.

''ते आता तुम्हाला त्याला शिकवावं लागेल आणि आम्हाला त्याच्यासाठी जामीनदारसुद्धा मिळालाय. ब्रेमरहॅवनमधील एक पूर्वीचा एस.एस. कर्नल फेब्रुवारी १६ ला क्रूझला जातोय. तो आता एका बेकरीचा मालक आहे. मिलर जेव्हा त्यांच्याकडे जाईल – ते १६ फेब्रुवारी नंतरच असावं लागेल – तेव्हा त्याच्याकडे ह्या एस.एस. माणसाचं ओडेसाला लिहिलेलं पत्र असेल. त्यात 'हा माणूस माझा कर्मचारी असून पूर्वीचा एस.एस.वाला आहे आणि तो खरोखरीच संकटात आहे' असं म्हटलेलं असेल. तोपर्यंत तो बेकरीचा मालक समुद्रावर पोहोचलेला असेल आणि त्याच्याशी संपर्क साधणं शक्य होणार नाही. आणि हो,'' तो मिलरकडे

वळला आणि त्याने एक पुस्तक त्याच्याकडे सरकवले, ''तू बेकरीचाही अभ्यास कर. तू १९४५ पासून बेकरीत काम करतोयस.''

बेकरीचा मालक चार आठवड्यांसाठीच बाहेर असणार आहे आणि त्यानंतर मिलरच्या जिवाची शाश्वती नाही, हे तो बोलला नाही.

''आता माझा न्हावी मित्र तुझ्या रूपात जरा बदल करेल,'' लिओ मिलरला म्हणाला. ''त्यानंतर ड्रायव्हिंग लायसेन्ससाठी तुझा नवा फोटो घेऊ.''

वरच्या मजल्यावरील बाथरूममध्ये न्हाव्याने मिलरचे केस अगदी बारीक कापले. केस कापणे संपल्यावर बारीक केसांमधून मिलरचे डोके चमकत होते. चेहऱ्यावरील सुरकुत्या गेल्या होत्या; पण तो जरा जास्त वयाचाही दिसत होता. डोक्यावर बारीक केसांमध्ये, डाव्या बाजूला भांगाची रेष कोरण्यात आली. त्याच्या भुवया जवळ-जवळ दिसेनाशा होईपर्यंत उपटण्यात आल्या.

''भुवया नसल्या म्हणजे माणूस जास्त वयाचा दिसतो असं नाही,'' न्हावी म्हणाला, ''पण त्यामुळे त्याच्या वयाचा अंदाज सहा-सात वर्षांनी इकडेतिकडे होऊ शकतो. आणखी एक गोष्ट, शेवटची, तुम्ही मिशा वाढवायच्या. बारीक लाइन. तोंडाच्याच रुंदीच्या. त्याने वय जास्त दिसतं. तीन आठवड्यात होईल?''

आपले केस आणि मिशा कशा भराभर वाढतात हे मिलरला माहीत होते.

''नक्कीच,'' तो म्हणाला. त्याने आरशातील आपल्या प्रतिमेकडे बघितले. मिशा वाढल्या की, वय आणखी चार वर्षे जास्त वाटेल.

खाली आल्यावर मिलरला एका पांढऱ्या चादरीपुढे उभे करण्यात आले. आणि मोत्तीने त्याचे अनेक फोटो काढले.

''एवढे बस झाले,'' तो म्हणाला. ''मी तीन दिवसात ड्रायव्हिंग लायसेन्स तयार ठेवतो.''

आलेले सर्व जण परत गेले आणि ओस्टर मिलरकडे वळला. ''बऽरं, कोल्ब,'' तो आता त्याला त्याच नावाचे हाक मारणार होता, ''तुझं प्रशिक्षण डाखाऊ एस.एस. ट्रेनिंग कॅम्पमध्ये झालं, मग तुला जुलै १९४४ मध्ये फ्लॉसेनबर्ग छळछावणीत पाठवण्यात आलं आणि एप्रिल १९४५ मध्ये ज्या पथकाने आबवेरचा प्रमुख ॲडमिरल कॅनॅरिसला गोळ्या घातल्या त्याचं तू नेतृत्व केलं. हिटलरचा खून करण्याच्या जुलै १९४४ च्या कटात सहभाग असल्याचा गेस्टापोंचा ज्यांच्यावर संशय होता अशा इतरही अनेक सेना अधिकाऱ्यांना गोळ्या घालून मारण्यात मदत केलीस. त्यामुळे आताच्या सरकारला तुला अटक करायची आहे, यात आश्चर्य नाही. ॲडमिरल कॅनॅरिस आणि त्याचे साथीदार ज्यू नव्हते, हे कोणी विसरणार नाही. ठीक आहे, स्टाफ सार्जंट, आपण कामाला लागू या.''

मोस्सादची साप्ताहिक बैठक संपतच आली होती, एवढ्यात जनरल अमितने हात वर केला आणि तो म्हणाला, "एक शेवटचं प्रकरण आहे. माझ्या मते ते तेवढं महत्त्वाचं नाही; पण तरीही... लिओने म्युनिकहून कळवलं आहे की, तो गेले काही दिवस एका आर्यवंशीय जर्मन तरुणाला प्रशिक्षण देत आहे. त्याच्या काही व्यक्तिगत कारणांवरून त्याचा एस.एस.वर राग आहे आणि त्याला ओडेसात घुसवण्याच्या दृष्टीने प्रशिक्षण देण्यात येत आहे."

"त्याचा उद्देश?" एकाने संशयाने विचारले.

जनरल अमितने खांदे उडवले.

"त्याच्या स्वत:च्या काही कारणांवरून त्याला रोशमन नावाच्या पूर्वीच्या एस.एस. कॅप्टनला शोधून काढायचं आहे."

पूर्वी ज्यांच्यावर जुलूम केला गेला अशा देशांच्या खात्याचा प्रमुख आणि पूर्वीचा पोलंडमधला ज्यू असणाऱ्याने खटकन मान वर केली.

"एडवर्ड रोशमन? रिगाचा खाटिक?"

"होय. तोच."

"तो जर सापडला तर पूर्वीचा मोठा हिशेब चुकता करता येईल."

जनरल अमितने मान हलवली.

"मी तुम्हाला आधी पण सांगितलेलं आहे. इस्राईल आता सुडाच्या राजकारणात नाहीये. माझा आदेश अंतिम आहे. जरी त्या माणसाने रोशमनला शोधून काढलं तरी त्याला मारायचं नाही. बेन गॅल प्रकरण झाल्यावर असं झालं तर ती ॲडेनावच्या पाठीवरची शेवटची काडी ठरेल. आता परिस्थिती अशी आहे की, जर्मनीत कोणीही माजी नाझी मेला तर इस्राईलच्या लोकांना जबाबदार धरलं जातं."

"मग त्या तरुणाबद्दल काय?" शबाक प्रमुखाने विचारले.

"शक्य झाल्यास, ह्या वर्षी जे नाझी शास्त्रज्ञ कैरोला पाठवले जातील त्यांना शोधून काढण्यासाठी त्याचा उपयोग मला करायचा आहे. आपल्या दृष्टीने ते सर्वांत महत्त्वाचं. त्या माणसावर लक्ष ठेवण्यासाठी एक एजंट जर्मनीला पाठवावा, असा माझा विचार आहे. नुसतं त्याच्यावर लक्ष ठेवायला, दुसरं काही नाही."

"त्यासाठी कोणी माणूस तुमच्या डोळ्यांपुढे आहे?"

"होय," जनरल अमित म्हणाला. "चांगला माणूस आहे. भरवशाचा आहे. तो फक्त ह्या जर्मन माणसावर पाळत ठेवेल आणि थेट मला अहवाल देत राहील. तो जर्मन म्हणून खपेल असा आहे. त्याचं नाव येके. तो कार्ल्सचा आहे."

"मग लिओचं काय?" दुसऱ्या एकाने विचारले. "तो परस्पर आपणहून रोशमनचा निकाल लावणार नाही?"

"लिओ त्याला जे सांगितलं असेल तेच करेल." जनरल अमित रागाने

म्हणाला. ''आता कोणाचेही सूड वगैरे घ्यायचे नाहीयेत.''

त्या दिवशी सकाळी बेरुथला आल्फ्रेड ओस्टर मिलरची परीक्षा घेत होता.

''बऽरं,'' ओस्टर म्हणाला. ''एस.एस. सुऱ्याच्या मुठीवर कोणते शब्द कोरलेले असतात?''

''रक्त आणि सन्मान.'' मिलर उत्तरला.

''बरोबर. एस.एस. माणसाला सुरा केव्हा देतात?''

''प्रशिक्षण शिबिरातून उत्तीर्ण होतानाच्या संचलनाच्या वेळी.'' मिलरने उत्तर दिले.

''बरोबर. ॲडॉल्फ हिटलरशी एकनिष्ठ असल्याची शपथ म्हणून दाखव.''

मिलरने ती शब्दश: अचूकपणे म्हणून दाखवली.

''एस.एस.ची रक्ताची शपथ म्हणून दाखव.'' मिलरने ती म्हणून दाखवली.

''मृत्यूच्या मस्तकचिन्हाचा अर्थ काय?'' मिलरने डोळे मिटून त्याला शिकवलेले अचूक सांगितले.

''मृत्यूच्या मस्तकाचं चिन्ह हे जर्मन पुराणांमधून आले आहे. ज्या टॉयटन योद्ध्यांनी आपला नेता आणि आपले सहकारी यांच्याशी आजन्म आणि त्यानंतर वलहल्लापर्यंतही एकनिष्ठ राहण्याची शपथ घेतली, त्यांच्या गटाचं चिन्ह आहे. कवटी आणि फुलीच्या स्थितीतील दोन हाडं म्हणजे मृत्यूपश्चातचं जीवन.''

''बरोबर. प्रत्येक एस.एस.वाला आपोआप 'डेथ्स हेड' पथकाचा सभासद होत असे?''

''नाही. पण शपथ सर्वांसाठी तीच होती.''

ओस्टर उठला आणि त्याने अंग ताणले.

''वाईट नाही,'' तो म्हणाला. ''तुला सामान्य ज्ञान म्हणून दुसरं काही विचारतील, असं मला वाटत नाही. आता आपण बारकाव्यांकडे वळू. तुझी पहिली आणि एकमेव नेमणूक झालेल्या फ्लॉसेनबर्ग छळछावणीबद्दल तुला काय माहिती असायला हवी ते बघू या.''

अथेन्सहून म्युनिकला जाणाऱ्या ऑलिंपिक एअरवेजच्या विमानात खिडकीजवळच्या खुर्चीत बसलेला माणूस शांत आणि विरक्त वाटत होता.

त्याच्या शेजारचा जर्मन उद्योगपती, त्याच्याशी संभाषण करायचे अनेक प्रयत्न असफल झाल्यावर काय ते समजला आणि 'प्लेबॉय' वाचण्यात व्यस्त झाला. त्याच्या पुढचा माणूस खिडकीतून बाहेर बघण्यात गुंतला होता. पूर्व भूमध्य सागरातील प्रकाशमय आणि उबदार वातावरण मागे टाकत विमान डोलोमाइट्स

आणि बव्हेरियन आल्प्स पर्वतराजीतील बर्फाचे मुकुट घातलेल्या शिखरांकडे जात होते.

मात्र, उद्योगपती त्या माणसाकडून एक माहिती काढून घेण्यात यशस्वी झाला होता. खिडकीपाशी बसलेला प्रवासी नि:संशय जर्मनच होता, त्याचे बोलणे अस्खलित होते, जर्मनीबद्दलचे त्याचे ज्ञानसुद्धा अफाट होते. ग्रीसच्या राजधानीतले काम उरकून घरी परत चाललेल्या त्या उद्योगपतीला आपण आपल्याच एका देशबांधवाजवळ बसलेलो आहेत, याबद्दल शंका राहिली नव्हती.

त्याची समजूत चुकीची होती. त्याच्या शेजारचा माणूस तेहतीस वर्षांपूर्वी जर्मनीत, जोसेफ कापलान या नावाने जन्मला होता आणि तो कार्ल्सरूमधील एका शिंप्याचा मुलगा होता. तो तीन वर्षांचा असताना हिटलर सत्तेवर आला, सात वर्षांचा असताना त्याच्या आई-वडिलांना एका काळ्या व्हॅनमध्ये घालून नेण्यात आले, त्याला स्वत:ला तीन वर्षे माळ्यावर लपवून ठेवले होते आणि मग १९४० मध्ये १० वर्षांचा असताना त्यालासुद्धा काळ्या व्हॅनमधून घेऊन गेले होते. त्यानंतरची १९४५ पर्यंतची वर्षे त्याने वेगवेगळ्या छळछावण्यांमध्ये आपल्या हिमतीच्या जोरावर टिकून राहत काढली.

दोन वर्षांनी, म्हणजे वयाच्या सतराव्या वर्षी, जरा धट्टाकट्टा झालेला, उंदराप्रमाणे भुकेला आणि त्या प्राण्याप्रमाणेच प्रत्येक माणसाविषयी, प्रत्येक गोष्टीविषयी वाटणारा संशय डोळ्यांमध्ये असणारा तो 'प्रेसिडेंट वॉरफील्ड' उर्फ 'एक्झोडस' नावाच्या बोटीने कार्ल्सरू आणि डाखाऊपासून दूर अंतरावरील एका किनाऱ्यावर उतरला होता. जसा काळ गेला तसा त्याचा स्वभाव जरा नरम झाला, त्याला थोडी परिपक्वता आली. तो अनेक धडे शिकला, त्याने लग्न केले, त्याला दोन मुले झाली, तो सेनेत भरती झाला; पण आज तो ज्या देशाला चालला होता त्या देशाबद्दलचा त्याच्या मनातील द्वेष जराही कमी झाला नव्हता. परंतु आपल्या भावना बाजूला ठेवून, मनमिळाऊपणा आणि मैत्रीचा मुखवटा घेऊन तो नमुनेदार जर्मन बनला होता. गेल्या दहा वर्षांत त्याने असे दोनदा केले होते.

त्याला लागणाऱ्या इतर गोष्टी, तो ज्यांच्या सेवेत होता त्यांनी पुरवल्या होत्या. कोटाच्या आतल्या खिशात असलेला पासपोर्ट, पत्रे, कार्डे, पश्चिम युरोपीय देशांच्या नागरिकांकडे सहसा असणाऱ्या गोष्टी, आतले कपडे, शूज, सूट आणि जर्मन व्यावसायिकाकडे असणारे कपडे आणि इतर सामान.

विमान युरोपच्या जड आणि गोठवणाऱ्या ढगांमधून जात असताना, किबुट्झमधल्या मृदुभाषी कर्नलने अनेक दिवस आणि रात्री खर्च करून त्याला समजावलेल्या त्याच्या कामगिरीबद्दल विचार करण्यात तो गढला होता. (त्या किबुट्झने फळांपेक्षा इस्रायली एजंटच जास्त निर्माण केले होते.) त्याच्यापेक्षा चार वर्षांनी तरुण

असलेल्या एका जर्मन माणसाचा पाठलाग करून त्याच्यावर सतत पाळत ठेवायची कामगिरी त्याच्यावर सोपवण्यात आली होती. आतापर्यंत जे करायचा अनेकांनी प्रयत्न केला; पण जे अजून कोणालाच जमले नव्हते, ते तो माणूस करणार होता – ओडेसामध्ये शिरकाव करणे. त्याच्यावर लक्ष ठेवणे, त्याच्या यशाचे मूल्यमापन करणे, त्याने कोणाशी संपर्क साधला, त्याला काय सापडले असेल ते शोधणे, क्षेपणास्त्रांवर काम करण्यासाठी इजिप्तला जाणाऱ्या जर्मन माणसांची लाट आली आहे. त्यांना भरती करणाऱ्याला त्याने शोधून काढले का, वगैरे. स्वत:चा ठावठिकाणा, ओळख कधीही लागू न देणे, कधीही सूत्रे आपल्या हातात न घेणे आणि त्या जर्मन तरुणाचा पर्दाफाश होईपर्यंत किंवा त्याचा 'निकाल' लागेपर्यंत – यापैकी एक निश्चित होणारच – त्याने काय काय शोधून काढले ते कळवणे. तो हे करणार होता, ते करताना त्याला आनंद होणे आवश्यक नव्हते. सुदैवाने त्याला पुन्हा जर्मन होणे आवडावे, अशी कोणाची अट नव्हती. त्यांच्यात मिसळताना, त्यांची भाषा बोलताना, त्यांच्याबरोबर हसताना, विनोद करताना ते सर्व आवडले पाहिजे, असे त्याला कोणी सांगितले नव्हते. तशी अट घातली असती तर त्याने नकार दिला असता. कारण त्याला त्या जर्मन पत्रकारासकट सर्वांचा द्वेष वाटत होता. काहीही झाले तरी यात बदल होणार नाही, याबद्दल त्याची खातरी होती.

दुसऱ्या दिवशी लिओ, ओस्टर आणि मिलर यांना शेवटचे भेटण्यासाठी आला. या वेळी लिओ आणि मोत्तीखेरीज त्यांच्यापेक्षा बराच तरुण, तगडा आणि उन्हात करपलेला असा एक नवा माणूसही आला होता. तो साधारण पस्तिशीचा असावा, असे मिलरला वाटले. त्याची फक्त 'जोसेफ' एवढीच ओळख करून देण्यात आली. तो संपूर्ण भेटीत एक शब्दही बोलला नाही.

"आणि हो," मोत्ती मिलरला म्हणाला, "मी आज तुझी गाडी इथे आणली आहे. मार्केट चौकातल्या सार्वजनिक पार्किंग लॉटमध्ये ती ठेवली आहे."

त्याने कारच्या चाव्या हलकेच मिलरकडे फेकल्या. "तू जेव्हा ओडेसाला भेटायला जाशील तेव्हा ती नेऊ नकोस. कारण एक म्हणजे ती कोणाच्याही डोळ्यात भरेल अशी आहे आणि दुसरं असं की तू बेकरीतला कामगार आहेस आणि पूर्वीचा छावणीमधला गार्ड म्हणून ओळखला गेल्यामुळे तू पळून जात आहेस. अशा माणसाकडे जग्वार असणार नाही. तुला जेव्हा कुठं जायचं असेल तेव्हा रेल्वेनं जा."

मिलरने मान डोलवली; पण मनातल्या मनात त्याच्या आवडत्या गाडीच्या वियोगामुळे त्याला वाईट वाटत होते. "बऽरं. हे तुझं ड्रायव्हिंग लायसेन्स. तू आता जसा दिसतोस तसा फोटो त्याच्यावर आहे. कोणी विचारलं तर 'मी फोक्सवॅगन

चालवतो; पण ती ब्रेमेनला ठेवली आहे. तिच्या नंबरवरून पोलीस ती ओळखू शकतील' असं सांग.''

मिलरने ड्रायव्हिंग लायसेन्सवर एक नजर टाकली. फोटोत त्याचे बारीक केस होते; पण मिशा नव्हत्या. ''आताच्या मिशांबद्दल कोणी विचारलं तर मला ओळखलं आहे त्यामुळे सावधगिरी म्हणून मी आता वाढवल्या आहेत असं सांगायचं.

''तुला न जाणता जामीन म्हणून राहिलेला माणूस आज सकाळी ब्रेमरहॅवनहून क्रूजवर गेला आहे. तो पूर्वी एस.एस. कर्नल होता, आता बेकरीचा मालक आहे. त्याचं नाव जोकिम एबरहार्ट. तू ज्याला भेटणार आहेस त्याच्यासाठी त्याने दिलेलं हे पत्र. पत्राचा कागद त्याच्या ऑफिसातलाच आहे. सही अगदी हुबेहूब; पण बनावट आहे. त्या पत्रात म्हटलं आहे की, तू पूर्वीचा एक चांगला एस.एस.वाला आहेस, आता संकटात आहेस आणि तुला नवी ओळख आणि नवी कागदपत्र, द्यावीत.''

लिओने ते पत्र मिलरला दिले. ते त्याने वाचून पुन्हा पाकिटात ठेवले.

''आता ते सील कर,'' लिओ म्हणाला. मिलरने त्याप्रमाणे केले.

''मी कोणाला भेटायचं?'' त्याने प्रश्न केला.

लिओने एक नाव आणि पत्ता असलेला कागद काढला.

''हा तो माणूस,'' तो म्हणाला. ''तो न्युरेंबर्गला राहतो. युद्धात तो कोण होता ते निश्चितपणे आम्हाला माहीत नाही, कारण त्याचं आताचं नाव जवळ-जवळ निश्चितपणे बदललेलं असणार. पण एका गोष्टीबद्दल आमची पक्की खातरी आहे. तो ओडेसात खूप वरच्या जागेवर आहे. एबरहार्ट हा ओडेसाचा उत्तर जर्मनीतील सर्वांत मोठा माणूस, त्याची आणि त्याची बहुतेक भेट झाली असावी, हा बेकरीच्या मालकाचा – एबरहार्टचा – फोटो. तो नीट बघून ठेव. तू ज्याला भेटशील तो कदाचित त्याचं वर्णन करायला सांगेल. समजलं?''

मिलरने एबरहार्टच्या फोटोचे निरीक्षण केले आणि मान डोलवली.

''तू जेव्हा तयार होशील,'' तो म्हणाला, ''त्यानंतर एबरहार्टची बोट रेडिओ टेलिफोन संपर्क कक्षेच्या बाहेर जाण्यासाठी काही दिवस थांब. बोट जर्मनीच्या किनाऱ्याजवळ असेल, तर तू ज्याला भेटशील तो माणूस एबरहार्टशी बोटीवर संपर्क साधू शकेल. त्यामुळे बोट अ‍ॅटलांटिकच्या मध्यावर जाईपर्यंत थांब. मला वाटतं तू पुढल्या गुरुवारी सकाळी जावं.''

मिलरने मान डोलवली.

''ठीक आहे. गुरुवारी जाईन.''

''आणि शेवटच्या दोन गोष्टी,'' लिओ म्हणाला. ''तुझ्या इच्छेप्रमाणे रोशमनला शोधू काढण्याव्यतिरिक्त आम्हालासुद्धा काही माहिती हवी आहे. नासरच्या क्षेपणास्त्रांचा विकास करण्यासाठी इजिप्तला पाठवण्यासाठी इकडच्या शास्त्रज्ञांची भरती कोण

करत आहे, ते आम्हाला हवं आहे. ही भरती ओडेसा करीत आहे, इथे जर्मनीत. भरती करणाऱ्यांचा प्रमुख अधिकारी कोण आहे हे आम्हाला हवं आहे. दुसरं म्हणजे संपर्कात राहा. पब्लिक टेलिफोन वापर आणि ह्या नंबरला फोन करत जा.''

त्याने मिलरला एक कागद दिला.

''ह्या नंबरवर नेहमी कोणीतरी असेल, मी नसलो तरी. जेव्हा काही माहिती मिळेल तेव्हा फोन कर.''

आलेले लोक वीस मिनिटांनी परत गेले.

म्युनिकला परत जाताना कारमध्ये मागच्या सीटवर लिओ आणि इस्रायली एजंट जोसेफ त्यांच्या कोपऱ्यात काहीही न बोलता बसले होते. बेरुथचे चमचमणारे दिवे मागे पडल्यावर लिओने जोसेफला कोपराने हलकेच ढोसले.

''इतका उदास का आहेस?'' त्याने विचारले. ''सगळं ठीक चाललंय.''

जोसेफने त्याच्याकडे दृष्टिक्षेप केला.

''हा माणूस, मिलर, तुम्हाला कितपत भरवशाचा वाटतो?'' त्याने प्रश्न केला.

''भरवशाचा? ओडेसामध्ये शिरकाव करायचा ही आतापर्यंत आलेली सर्वांत चांगली संधी आहे. ओस्टर काय म्हणाला ते तू ऐकलंस. डोकं वापरलं तर तो माजी एस.एस. म्हणून कोणातही खपून जाईल.''

जोसेफला अजूनही तेवढा विश्वास वाटत नव्हता.

''मला त्याच्यावर चोवीस तास पाळत ठेवायला सांगितलेलं आहे,'' तो कुरकुरला. ''तो जाईल तिथे त्याच्या मागे जायचं, त्याच्यावर नजर ठेवायची, तो कोणाला भेटतो त्यांची नावं आणि त्यांचा ओडेसातील हुद्दा कळवायचा. मला वाटतं त्याला मोकळं सोडून फक्त त्याच्या फोनवर अवलंबून राहायला मी संमती द्यायला नको होती. त्यात, फोन केव्हा करायचा ते तो ठरवणार. समजा त्यानी फोन केलाच नाही तर?''

लिओला त्याचा राग आवरणे कठीण जात होते. ह्या मुद्द्यावर त्यांची आधी चर्चा झालेली होती, हे स्पष्ट दिसत होते.

''पुन्हा एकदा ऐक. ह्या माणसाला मी शोधून काढलाय. त्याला ओडेसात घुसवण्याची कल्पना माझी होती. तो माझा एजंट आहे. मी त्याच्यासारखा कोणी – ज्यू नसलेला – मिळण्यासाठी अनेक वर्षं थांबलो होतो. त्याच्या मागे कोणी जाण्यामुळे तो सापडावा, हे मला नकोय.''

''तो नवखा आहे. मी व्यावसायिक आहे.'' जोसेफ गुरगुरला.

''तोसुद्धा आर्यन आहे,'' लिओ बोलला. ''त्याची उपयुक्तता संपेपर्यंत त्याच्याकडून ओडेसाच्या जर्मनीतल्या महत्त्वाच्या दहा जणांची नावं मिळतील, असं मला वाटतं.

मग आपण त्यापैकी एकेकाला बघून घेऊ. त्यांच्यापैकी एक जण क्षेपणास्त्र शास्त्रज्ञांची भरती करणारा असणार. त्याला आम्ही शोधून काढू आणि ज्या शास्त्रज्ञांना तो कैरोला पाठवणार आहे त्यांची नावंसुद्धा.''

तिकडे बैरुतमध्ये मिलर खिडकीतून बाहेर, होत असलेल्या हिमपाताकडे बघत होता. त्याला स्वत:ला फोन करण्यात अजिबात रस नव्हता, कारण इजिप्तला पाठवण्यासाठी निवडलेल्या क्षेपणास्त्र तज्ज्ञांमध्ये त्याला रस नव्हता. अजून त्याचे एकच उद्दिष्ट होते – एडवर्ड रोशमन.

१२

मिलरने प्रत्यक्षात, बुधवार १९ फेब्रुवारीला संध्याकाळी आल्फ्रेड ओस्टरचा निरोप घेऊन त्याची बेरुथची कॉटेज सोडली आणि तो न्यूरेंबर्गला निघाला. त्या माजी एस.एस. अधिकाऱ्याने पायरीवर हस्तांदोलन करून त्याला निरोप दिला.

"बेस्ट ऑफ लक, कोल्ब. मला माहीत असलेलं सगळं काही मी तुला शिकवलंय. तुला एक शेवटचा सल्ला देतो. तुझं गुपित किती दिवस उघडकीला येणार नाही ते मला माहीत नाही. कदाचित फार दिवस नाही. आपलं सोंग कोणी ओळखलंय असं तुला दिसलं तर त्याच्याशी वाद घालू नकोस. बाहेर पड आणि खऱ्या नावानं वावरायला लाग."

मिलर बाहेर पडत असताना ओस्टर स्वत:शीच पुटपुटला, "अशी चमत्कारिक कल्पना अजून बघितली नव्हती." त्याने दार बंद केले आणि तो शेकोटीकडे वळला.

मिलरने उतारावरून खाली उतरत, सार्वजनिक कारपार्कवरून पुढे जात रेल्वे स्टेशनपर्यंतचे मैलभर अंतर पायी तोडले. बव्हेरियन वास्तुकलेनुसार बांधलेल्या त्या छोट्या स्टेशनामध्ये त्याने न्युरेंबर्गचे तिकीट काढले. प्लॅटफॉर्मवर वाऱ्यात प्रवेश केल्यावर तिकीट तपासनीस त्याला म्हणाला, "सर, तुम्हाला बराच वेळ थांबावं लागेल असं वाटतं, कारण न्युरेंबर्गची गाडी आज लेट आहे."

मिलरला आश्चर्य वाटले. गाड्या वेळेवर धावणे ही जर्मन रेल्वे आपल्या इज्जतीची बाब मानते.

"का? काय झालंय?" त्याने विचारले. तपासनिसाने मानेनेच दूरवर टेकड्यांमध्ये नुकत्याच पडलेल्या बर्फात दिसेनाशा होणाऱ्या रुळांकडे निर्देश केला.

"रेल्वेमार्गावर खूप बर्फ पडलाय आणि आताच कळलं की, बर्फ काढणारा फाळ बिघडलाय. इंजिनिअर त्याच्यावर काम करताहेत."

पत्रकारितेत काढलेल्या अनेक वर्षांमुळे मिलरच्या मनात प्रतीक्षाकक्ष ह्या गोष्टीबद्दल तिटकारा निर्माण झाला होता. गारठलेल्या, थकलेल्या स्थितीत त्याने बराच काळ प्रतीक्षाकक्षात घालवला होता. प्लॅटफॉर्मवरच्या छोटेखानी रेस्टॉरंटमध्ये तो कॉफी

घेत त्याच्या तिकिटाकडे बघू लागला. ते आधीच पंच केलेले होते. गावातील कारपार्कमध्ये पार्क केलेल्या त्याच्या कारचा विचार त्याच्या मनात आला.

आपल्याला ज्या पत्त्यावर जायचे आहे, त्याच्या विरुद्ध बाजूला बऱ्याच अंतरावर कार उभी केली तर...? त्या माणसाची भेट झाल्यावर त्यांनी त्याला दुसरीकडे कुठे दुसऱ्या गाडीने पाठवले तर आपण जग्वार म्युनिकमध्ये ठेवू. ती दिसणार नाही अशी एखाद्या गॅरेजमध्येसुद्धा ठेवता येईल. ती कोणालाही सापडणार नाही. निदान आपले काम संपेपर्यंत तरी नक्कीच नाही. शिवाय काही कठीण प्रसंग ओढवला तर पटकन बाहेर पडायला ती फारच उपयोगी पडेल. बव्हेरियामध्ये आपण आणि आपल्या कारबद्दल कोणालाही माहिती असण्याचेही काही कारण नाही.

कार चटकन लक्ष जाण्यासारखी आहे हा मोत्तीचा इशाला त्याला आठवला; पण त्याचबरोबर तासाभरापूर्वीच ओस्टरने दिलेला, अचानक पळायचे असेल तर काय कर हा सल्लाही आठवला. ती कार वापरणे धोक्याचे होतेच; पण पायी चालणेसुद्धा तसेच होते. त्याने आणखी पाच मिनिटे विचार केला, कॉफी सोडली आणि तो स्टेशनच्या बाहेर पडला. दहा मिनिटांत तो जग्वारमधून गावाच्या बाहेर पडत होता.

न्युरेंबर्गला पोहोचायला फार वेळ लागला नाही. तिथे पोहोचल्यावर त्याने मुख्य स्टेशनच्या जवळ असलेल्या एका छोट्या हॉटेलात खोली घेतली, दोन चौक पलीकडे, बाजूच्या एका गल्लीत कार पार्क केली आणि किंग्स गेटमधून चालत तो आल्ब्रेख्स ड्यूररच्या मध्ययुगीन गावात आला.

अंधार पडला होता; पण रस्त्यावरच्या दिव्यांच्या आणि खिडक्यांमधून येणाऱ्या प्रकाशात इमारतींची टोकदार छपरे आणि सुशोभित भिंती अंधूकपणे दिसत होत्या. जुन्या जर्मन राज्यांपैकी सर्वांत श्रीमंत अशा राज्यांपैकी एक आणि फ्रँकोनियाच्या राजांच्या सत्तेखाली असलेल्या मध्ययुगीन काळातील न्यूरेंबर्गमध्येच आहोत की काय असा एखाद्याला भास झाल्यास आश्चर्य वाटले नसते. १९४३ मधील दोस्त राष्ट्रांच्या बॉम्ब हल्ल्यामुळे उद्ध्वस्त झालेली लाकडी घरे आणि दगडी रस्ते १९४५ नंतर स्थापत्य शास्त्रज्ञांनी बनवलेल्या मूळ आराखड्यांनुसारच पुन्हा बांधण्यात आले होते.

त्याला हवे असलेले घर मुख्य बाजाराच्या दोन गल्ल्या पुढे, सेंट सेबाल्ड्स चर्चच्या दोन मनोऱ्यांच्या जवळ-जवळ खालीच सापडले. दरवाजावरील पाटीवरचे नाव पत्राच्या पाकिटावरील नावाशी जुळत होते. पाकिटात ब्रेमेनचा माजी एस.एस. कर्नल जोएकिम एबरहार्ट याचे खोटे ओळखपत्र होते. तो स्वत: एबरहार्टला कधीच भेटलेला नव्हता, त्यामुळे ह्या घरातील माणूससुद्धा एबरहार्टला ओळखत नसेल अशी त्याला आशा होती.

तो चालत पुन्हा मार्केट चौकात गेला आणि जेवण कुठे करावे यासाठी

आजूबाजूच्या रेस्टॉरंट्सची टेहळणी करू लागला. दोन-तीन पारंपरिक फ्रँकोनियन रेस्टॉरंट्सवरून गेल्यावर सेंट सेबाल्डच्या दरवाजासमोरच्या चौकातील कोपऱ्यावर असलेल्या छोट्या 'सॉसेज हाऊस'च्या लाल कौलांच्या छपरातून निघून रात्रीच्या बर्फाळ हवेत जाणारी धुराची वलये, त्याच्या नजरेत भरली. ते एक सुबक आणि टुमदार रेस्टॉरंट होते. पुढे व्हरांडा, त्याच्याभोवती जांभळ्या फुलांच्या कुंड्या. झुडपांवरील बर्फ काळजीपूर्वक काढून टाकलेला.

आत गेल्यावर तिथल्या उबदार आणि आनंदी वातावरणाची लाटच अंगावर आली. सर्व टेबले भरलेली होती; पण कोपऱ्यातील एक जोडपे निघायच्या तयारीत दिसत होते. बाहेर पडणाऱ्या त्या जोडप्याला त्याने मान डोलवत स्मित करून अभिवादन केले आणि त्यांची जागा घेतली. त्याने त्या रेस्टॉरंटची खास डिश – डझनभर छोटी, मसालेदार न्युरेंबर्ग सॉसेजेस आणि स्थानिक वाइनची बाटली मागवली.

खाणे झाल्यावर तो आरामात मागे टेकून आणि ब्रँडी चॉकोलेटबरोबर कॉफीचे घुटके घेत बसला. अजून त्याला झोप आली नव्हती. शेकोटीत पेटलेले लाकडाचे ओंडके बघत आणि पलिकडल्या कोपऱ्यात एकमेकांच्या बाहूत बाहू घालून, एक जुने फ्रँकोनियन गाणे मोठ्याने म्हणत, त्याच्या तालावर डावी-उजवीकडे झुलत आणि प्रत्येक कडव्याच्या शेवटी वाइनचे ग्लास उंचावत आनंदात मग्न असलेल्या टोळक्याकडे तो कौतुकाने बघत बसला.

वीस वर्षांपूर्वी केलेल्या गुन्ह्यांसाठी कोण्या गुन्हेगाराला शोधण्याकरता आपण आपला जीव का धोक्यात घालतोय यावर त्याने बराच वेळ विचार केला. हे सगळे सोडून देऊन, मिशा काढून टाकून आणि केस पुन्हा वाढवून सिगीची ऊब असलेल्या बिछान्यात लोळायला हॅम्बुर्गला जावे, हा विचार त्याने जवळ-जवळ पक्काच केला. वेटर येऊन कमरेत वाकून टेबलावर बिल ठेवून गेला.

त्याने पाकीट काढण्यासाठी खिशात हात घातला आणि त्याच्या बोटांना एक फोटो लागला. तो त्याने बाहेर काढला आणि त्याच्याकडे बराच वेळ बघत राहिला– लालसर वर्तुळातील निस्तेज डोळे आणि उंदराच्या पिंजऱ्यासारखे तोंड, विजेचे चिन्ह असलेली काळी फीत लावलेल्या कॉलरमधून त्याच्याकडे बघत होते. थोड्या वेळाने त्याने एक शिवी हसडली आणि फोटोचा कोपरा टेबलावरील मेणबत्तीवर धरला. फोटो पूर्णपणे जळाल्यावर त्याने त्याची राख ॲशट्रेमध्ये टाकली. तो फोटो त्याला पुन्हा लागणार नव्हता. तो चेहरा दिसताच तो ओळखू शकणार होता.

पीटर मिलरने बिलाचे पैसे ठेवले, कोटाची बटणे लावली आणि तो चालत हॉटेलला परतला.

जवळ-जवळ त्याच वेळी मॅकेनसन संतापलेल्या आणि गोंधळलेल्या वेअरवुल्फच्यासमोर बसला होता.

"असा कसा तो बेपत्ता होईल?" ओडेसाचा तो प्रमुख त्याला उद्देशून बोलला. "तो असा पृथ्वीच्या पाठीवरून अदृश्य होऊ शकत नाही, हवेत विरू शकत नाही. त्याची कार पूर्ण जर्मनीत मैलभर दुरूनसुद्धा ओळखू येईल अशी आहे. सहा आठवडे शोधून तो कुठेच दिसला नाही, असं तू मला सांगतोय?"

वेअरवुल्फचा राग कमी होईपर्यंत मॅकेनसन थांबला.

"होय, कारण ते खरं आहे," तो म्हणाला. "मी त्याचा हॅम्बुर्गमधला फ्लॅटपासून शोध घेतला, मिलरचा मित्र आहे असं सांगून त्याच्या आई आणि मैत्रिणीकडेसुद्धा चौकशी केली, त्याच्या सहकाऱ्यांना विचारलं. त्यापैकी कोणालाही माहीत नाही. ह्या सर्व काळात त्याची कार एखाद्या गॅराजमध्ये ठेवलेली असेल आणि तो लपून बसला असेल. लंडनहून परत आल्यावर कोलोन विमानतळाच्या कारपार्कपासून तो दक्षिणेकडे ड्राइव्ह करत गेला ती शेवटची माहिती. त्यानंतर तो नाहीसा झाला."

"त्याला शोधून काढलंच पाहिजे." वेअरवुल्फ पुन्हा म्हणाला. "तो ह्या कॉमेराडच्या जवळपास पोहोचता कामा नये. तसं झालं तर अनर्थ होईल."

"तो केव्हा तरी दिसेलच," मॅकेन्सन विश्वासपूर्वक म्हणाला. "केव्हातरी त्याला बाहेर यावंच लागेल. मग तो आपल्या तावडीत सापडेलच."

त्या सराईत शिकाऱ्याची चिकाटी आणि तर्क यांचा वेअरवुल्फने विचार केला आणि सावकाश मान डोलवली. "ठीक आहे. मग तू इथे जवळच कुठे तरी राहा. इथेच एखाद्या हॉटेलात राहा आणि आपण वाट बघू. तू जवळपास असलास की तुला पटकन बोलवता येईल."

"ठीक आहे, सर. मी इथेच हॉटेलात राहतो आणि तुम्हाला कळवतो. मला केव्हाही बोलवा."

वरिष्ठाचा निरोप घेऊन तो बाहेर पडला.

दुसरे दिवशी मिलरने जेव्हा त्या घराची चकचकीत पॉलीश केलेली बेल दाबली तेव्हा नऊ वाजत होते. त्याला तो माणूस कामावर जायच्या आधी त्याला गाठायचे होते. मोलकरणीने दरवाजा उघडला, त्याला हॉलमध्ये बसवले आणि ती मालकाला वर्दी द्यायला गेली.

दहा मिनिटांनी हॉलमध्ये आलेला माणूस सुमारे पंचावन्न वर्षे वयाचा, पिंगट केस, दोन्ही कानशिलांवर थोडे पांढरे केस, स्वतःवर नियंत्रण असलेला आणि रुबाबदार होता. खोलीतील फर्निचर आणि सजावटसुद्धा चोखंदळपणे केलेली आणि ऐश्वर्य दाखवणारी होती.

त्याने त्या अनपेक्षित पाहुण्याकडे अनुत्सुकपणे बघितले. साधी पँट आणि कोट यावरून पाहुणा कामगारवर्गातील असावा, असा त्याने अंदाज केला.

"काय काम आहे?" त्याने शांतपणे विचारले.

हॉलमधील श्रीमंती वातावरणात पाहुणा दबून गेला होता.

"अं, हर डॉक्टर, आपण मला मदत करू शकाल, अशी मला आशा होती."

"हे पाहा," तो ओडेसाचा माणूस म्हणाला, "माझं ऑफिस इथून जवळच आहे हे तुम्हाला माहीत असेलच. तिथे जाऊन माझ्या सेक्रेटरीला भेटा आणि भेटीची वेळ ठरवून घ्या."

"अं, खरं म्हणजे मला कामात मदत नकोय," मिलर म्हणाला. तो हॅम्बुर्ग आणि ब्रेमेन भागातील कामगारांच्या भाषेत बोलला. साहजिकच तो ओशाळला होता. पुढे बोलणे न सुचल्यामुळे त्याने आपल्या खिशातून एक पत्र काढून त्याच्या पुढे धरले.

"सर, मला ज्यांनी आपल्याला भेटायला सांगितलं त्या माणसाचं माझी ओळख सांगणारं पत्र मी आणलं आहे."

ओडेसाच्या माणसाने काहीही न बोलता ते पत्र घेतले, पाकीट उघडले आणि त्यावरून भरभर नजर फिरवली. तो जरा ताठ झाला आणि त्याने पत्रावरून बारीक नजरेने मिलरकडे बघितले.

"ठीक आहे हर कोल्ब. बसा."

त्याने एका सरळ पाठीच्या साध्या खुर्चीकडे निर्देश केला आणि स्वत: एका आरामखुर्चीत बसला. त्याने बराच वेळ गंभीर चेहऱ्याने त्याच्या पाहुण्याचे निरीक्षण केले आणि एकदम प्रश्न केला.

"तुझं नाव काय म्हणालास?"

"कोल्ब, सर."

"पहिलं नाव?"

"रोल्फ गुंथर, सर."

"तुझ्याकडे काही ओळख दाखवणारं आहे?"

मिलर स्तंभित झाल्याप्रमाणे दिसला.

"फक्त माझं ड्रायव्हिंग लायसेन्स आहे."

"बघू या ते."

वकिलाने – कारण तोच त्याचा व्यवसाय होता – हात पुढे केला. मिलरला लायसेन्स त्याच्या हातात देण्यासाठी उभे राहावे लागले. त्या माणसाने ते घेतले, उघडले आणि आतील माहिती वाचली. त्याने मिलरकडे दृष्टी टाकून त्याची फोटोशी तुलना केली. दोन्ही सारखेच होते.

“तुझी जन्मतारीख?” एकाएकी त्याने प्रश्न केला.

“माझी जन्मतारीख? ओह्, अं... १८ जून, सर.”

“वर्ष कोणतं, कोल्ब?”

“एकोणीसशे पंचवीस, सर.”

वकीलसाहेबांनी लायसेन्सचे आणखी पाच मिनिटे निरीक्षण केले.

“थांब इथेच,” असे म्हणून ते एकदम उठले आणि आत गेले.

ते त्या खोलीतून आतल्या भागातून, अगदी मागच्या खोलीत गेले. ही खोली म्हणजे त्यांचे ऑफिस होते आणि त्याचे एक दार मागे, दुसऱ्या रस्त्यावर होते, जे अशील वापरत असत. ते सरळ त्या खोलीतील भिंतीत असलेल्या तिजोरीकडे गेले. तिच्यातून त्यांनी एक जाडजूड पुस्तक काढले आणि त्याची पाने उलटू लागले. योगायोगाने त्यांना जोएकिम एबरहार्ट हे नाव माहीत होते. पण त्या माणसाला ते कधी भेटले नव्हते. त्यांना एबरहार्टचा एस.एस.मधील शेवटच्या हुद्दा निश्चितपणे माहीत नव्हता. पण पुस्तकात बघितल्यावर पत्रातील पद बरोबर निघाले. जोएकिम एबरहार्ट, १० जानेवारी, १९४५ ला वाफेन – एस.एस.मध्ये कर्नल म्हणून पदोन्नती. पुढची बरीच पाने उलटून त्यांनी कोल्ब हे नाव तपासले. त्यात सात जणांची नावे होती; पण कोल्ब गुंथर नावाचा एकच होता. एप्रिल १९४५ पासून स्टाफ सार्जंट. जन्मतारीख १८-६-२५. त्यांनी पुस्तक बंद करून तिजोरीत ठेवले आणि तिला कुलूप लावले. मग घरातून ते पुढल्या हॉलमध्ये आले. त्यांचा पाहुणा अजून खुर्चीत ताठ बसून होता.

ते आरामखुर्चीत बसले.

“मला तुला मदत करता येईलच असं नाही याची तुला जाणीव असेलच.”

मिलरने ओठ चावला आणि मान डोलवली.

“सर, मला दुसऱ्या कोणाकडेच जाता येणार नाही. त्यांनी माझा शोध सुरू केल्यावर मी हर एबरहार्टकडे मदतीसाठी गेलो. त्यांनी ते पत्र दिलं आणि आपल्याला भेटायला सांगितलं. ते म्हणाले, तुमच्याशिवाय दुसरा कोणीच मदत करू शकणार नाही.”

वकीलसाहेब आरामखुर्चीत मागे टेकून बसले आणि त्यांनी छताकडे नजर लावली.

“त्यांनी मला फोन कसा नाही केला, याचं मला आश्चर्य वाटतं.” ते स्वत:शीच बोलले. पण पाहुणा काहीतरी उत्तर देईल अशी त्यांची अपेक्षा असावी.

“कदाचित त्यांना फोनवर बोलायचं नसेल – अशा गोष्टीबद्दल.” मिलर म्हणाला.

वकीलसाहेबांनी त्याच्याकडे तुच्छतेने बघितले.

“ती शक्यता आहे.” ते म्हणाले. “ह्या सगळ्यात तू सापडलास कसा ते आधी सांग.”

"काय झालं, सर, की मला त्या माणसाने ओळखलं आणि मग ते म्हणाले तुला अटक करणार. म्हणून मी पळालो. दुसरा उपायच नव्हता."

वकीलसाहेबांनी एक सुस्कारा सोडला.

"सुरुवातीपासून सांग," ते जरा वैतागून म्हणाले. "तुला कोणी ओळखलं आणि काय म्हणून?"

मिलरने एक दीर्घ श्वास घेतला.

"काय झालं सर, की मी ब्रेमेनला होतो. मी तिथे राहतो आणि काम करतो. म्हणजे हे झालं तोपर्यंत करत होतो... हर एबरहार्टकडे, बेकरीत. चार महिन्यांपूर्वी मी एकदा रस्त्यातून चाललो होतो आणि मला कसंसंच वाटू लागलं. पोटात दुखू लागलं आणि रस्त्यात बेशुद्ध पडलो असणार. म्हणून त्यांनी मला हॉस्पिटलमध्ये नेलं."

"कोणतं हॉस्पिटल?"

"ब्रेमेन जनरल, सर. त्यांनी काही तपासण्या केल्या आणि कॅन्सर आहे म्हणाले पोटात. मी म्हणालो नशीब माझं."

"हो, असतं एकेकाचं नशीब." वकील कोरडेपणाने म्हणाले.

"हो, सर, तसंच वाटलं मला. नशीब एवढंच की तो सुरुवातीच्या स्टेजमध्येच होता. तर त्यांनी शस्त्रक्रिया करण्याऐवजी मला औषधं सुरू केली आणि काही दिवसांनी कॅन्सर कमी होऊ लागला."

"तू नशीबवान आहेस असं दिसतं. पण हे तुला ओळखलं ते कोणी, कसं?"

"हं, तर तो हॉस्पिटलमधला वॉर्डबॉय! तो ज्यू होता आणि तो सारखा माझ्याकडे टक लावून बघायचा. त्याची दृष्टी वेगळीच होती. मला जरा काळजी वाटायला लागली, तो ज्या प्रकारे माझ्याकडे बघायचा त्यावरून. मी तुला ओळखलंय हे त्याच्या चेहऱ्यावर दिसायचं. मी त्याला ओळखलं नाही. पण त्यानी मला ओळखलं, असं मला पक्कं वाटलं."

"मग पुढे?" वकीलसाहेबांना जरा उत्सुकता वाटू लागली.

"मग साधारण एक महिन्यापूर्वी ते म्हणाले की, मला आता दुसरीकडे पाठवणार. आणि मग मला एका दुसऱ्या इस्पितळात नेऊन सोडलं. बेकरीतल्या कामगार विमा योजनेनी पैसे भरले. तर ब्रेमेन जनरलमधून निघायच्या आधी मला तो आठवला. म्हणजे तो ज्यू माणूस. बरेच दिवस लागले आठवायला. पण मग एकदम आठवलं. तो फ्लॉसेनबर्गच्या छावणीत होता."

वकीलसाहेब एकाएकी ताठ बसले.

"तू फ्लॉसेनबर्गला होतास?"

"हो, मी तिकडे येतच होतो आणि तो वॉर्डबॉय तिथे होता हे आठवलं. ब्रेमेन

हॉस्पिटलमधून मी त्याचं नाव शोधून काढलं. फ्युररच्या खुनाच्या कटात असल्याबद्दल ॲडमिरल कॅनॅरिस आणि इतर अधिकाऱ्यांना आम्ही गोळ्या घातल्या होत्या. त्यांची प्रेतं जाळायला आम्ही छावणीतल्या ज्यू कैद्यांना वापरलं होतं, त्यांच्यात तो होता.''

वकीलसाहेबांनी त्याच्याकडे पुन्हा निरखून बघितले.

''कॅनॅरिस आणि इतरांना गोळ्या घालणारांमध्ये तू होतास?'' त्यांनी प्रश्न केला.

मिलरने खांदे उडवले.

''त्यांना मारणाऱ्या पथकाचा प्रमुख मीच होतो.'' तो म्हणाला. ''ते देशद्रोही होते, नाही का? त्यांनी फ्युररला मारायचा प्रयत्न केला.''

वकीलसाहेबांनी स्मित केले.

''मित्रा, मी तुला दोष देत नव्हतो. अर्थात ते देशद्रोही होते. कॅनॅरीस तर दोस्त राष्ट्रांना माहिती पुरवत होता. ते सगळे देशद्रोहीच आहेत, ते लष्करातले डुक्कर, अगदी जनरलपासून खालपर्यंत. त्यांना मारणाऱ्या माणसाची भेट होईल, असं माझ्या स्वप्नातही आलं नव्हतं.''

मिलरने लाचार स्मित केले.

''आताचे लोक मला पकडतील. म्हणजे काय आहे की ज्यूंना मारणं वेगळं पण ते म्हणतात कॅनॅरिस आणि त्याचे साक्षीदार हिरो होते.''

वकीलसाहेबांनी मान डोलवली.

''होय, ह्यामुळे जर्मनीच्या आताच्या सरकारकडून तू संकटात येऊ शकतोस. बऽरं पुढे?''

''मला त्या नव्या हॉस्पिटलमध्ये पाठवलं आणि त्यानंतर मला तो ज्यू वॉर्डबॉय पुन्हा दिसला नाही. मग गेल्या शुक्रवारी मला हॉस्पिटलमध्ये एक फोन आला. मला वाटलं बेकरीतून असणार. पण त्या माणसाने नाव सांगितलं नाही. तो एवढंच म्हणाला की त्याला काय चाललंय ते समजतं आणि एक माणूस आला होता आणि त्याने त्या लुडविग्जबर्गच्या डुकरांना माझ्याविषयी सांगितलं आहे आणि मला अटक करण्यासाठी वॉरंट काढण्यात येत आहे. तो माणूस कोण असेल मला माहीत नाही; पण त्याच्या बोलण्यावरून त्याला माहिती असावी असं वाटतं. एखाद्या अधिकाऱ्यासारखी बोलायची पद्धत आणि आवाज होता. समजलं ना सर?''

वकिलाने मान डोलवली.

''कदाचित ब्रेमेन पोलीस दलातला आपला मित्र असेल. मग तू काय केलं?''

मिलरला आश्चर्य वाटल्यासारखे दिसले.

''मी पळालो, नाही का? मी हॉस्पिटलमधून डिस्चार्ज घेतला. काय करावं कळत नव्हतं. मी घरी गेलो नाही, कारण वाटलं कदाचित ते तिथे माझी वाट बघत असतील. मी माझी फोक्सवॅगन घ्यायलासुद्धा गेलो नाही. ती माझ्या घराच्या समोर

पार्क केली होती. मी शुक्रवारी रात्र कुठेतरी काढली आणि मग शनिवारी मला एक गोष्ट सुचली. मी माझा मालक, हर एबरहार्टला भेटायला त्यांच्या घरी गेलो. त्यांचं नाव टेलिफोन डिरेक्टरीत होतं. त्यांनी मला फार चांगलं वागवलं. ते म्हणाले की मी उद्या सकाळी श्रीमती एबरहार्टबरोबर समुद्र सफरीवर निघणार आहे; पण तुझी काय व्यवस्था करता येईल ते बघतो. म्हणून त्यांनी हे पत्र दिलं आणि आपल्याला भेटायला सांगितलं.''

''हर एबरहार्ट मदत करतील, असं तुला कशावरून वाटलं?''

''हां, त्याचं काय आहे, ते युद्धात काय करत होते ते मला माहीत नव्हतं; पण ते मला बेकरीत फार चांगलं वागवायचे. मग दोन वर्षांपूर्वी आमची एकदा स्टाफ पार्टी होती. आम्ही सगळ्यांनी जरा जास्तच घेतली होती आणि मी टॉयलेटमध्ये गेलो. तिथे हर एबरहार्ट हात धुवत होते आणि गाणं गुणगुणत होते. ते होर्स्ट वेस्सेल गीत म्हणत होते. मीसुद्धा त्यांच्याबरोबर म्हणायला लागलो. असं आम्ही दोघंही टॉयलेटमध्ये गात होतो. मग त्यांनी माझ्या पाठीवर थाप मारली आणि म्हणाले, 'कोल्ब, कुणाला सांगायचं नाही हं.' आणि ते बाहेर पडले. ते आता हे संकट येईपर्यंत मी विसरलोच होतो. मग माझ्या मनात विचार आला की, माझ्याप्रमाणेच तेसुद्धा पूर्वी एस.एस.मध्ये असावेत. म्हणून मी मदतीसाठी त्यांच्याकडे गेलो.''

''आणि त्यांनी तुला माझ्याकडे पाठवलं?''

मिलरने मान डोलवली.

''त्या ज्यू वॉर्डबॉयचं नाव काय होतं?''

''हार्टस्टाईन, सर.''

''आणि त्या दुसऱ्या हॉस्पिटलचं?''

''अर्कांडिया क्लिनिक. डेल्मेनहोर्स्टला आहे, ब्रेमेनच्या सीमेवरच.''

वकीलसाहेबांनी मान डोलवली, टेबलावरून एक कागद घेऊन त्याच्यावर काही लिहिले आणि ते उठले.

''इथेच थांब.'' असे म्हणून ते गेले.

ते पॅसेजमधून त्यांच्या अभ्यासिकेत गेले. टेलिफोन डिरेक्टरी चौकशीला फोन करून त्यांनी एबरहार्ट बेकरी, ब्रेमेन जनरल हॉस्पिटल आणि अर्कांडिया क्लिनिकचे फोन नंबर घेतले. प्रथम त्यांनी बेकरीला फोन लावला. एबरहार्टच्या सेक्रेटरीने चांगली मदत केली.

''हर एबरहार्ट सुटीवर गेले आहेत. नाही, त्यांच्याशी संपर्क साधणं शक्य नाही. ते नेहमीप्रमाणे श्रीमती एबरहार्टबरोबर हिवाळी सुटीसाठी कॅरिबियन क्रूजला गेले आहेत. ते चार आठवड्यांनी परत येतील. मी आपल्याला काही मदत करू शकते का?''

वकीलसाहेबांनी तिचे आभार मानून फोन ठेवला.

नंतर त्यांनी ब्रेमेन जनरल हॉस्पिटलला फोन लावला आणि कर्मचारी विभाग जोडून द्यायची विनंती केली.

"मी सोशल सिक्युरिटी खात्याच्या पेन्शन विभागातून बोलतोय," ते सफाईदारपणे बोलले. "तुमच्याकडे हार्टस्टाईन नावाचा वॉर्डबॉय आहे का एवढंच मला विचारायचं होतं."

दुसऱ्या टोकाची मुलगी फाईल बघेपर्यंत फोनवर शांतता होती.

"होय, आहे," ती म्हणाली. "डेव्हिड हार्टस्टाईन."

"थँक यू," म्हणून त्यांनी न्युरेंबर्गमध्ये फोन ठेवला. त्यांनी पुन्हा तोच नंबर फिरवला आणि रजिस्ट्रारचा विभाग मागितला.

"मी एबरहार्ट बेकिंग कंपनीचा सेक्रेटरी बोलतोय," ते म्हणाले. "आमचा एक कर्मचारी पोटातील ट्यूमरच्या उपचारासाठी तुमच्या हॉस्पिटलमध्ये आहे. त्याच्या तब्येतीविषयी विचारायचं होतं. रोल्फ गुंथर कोल्ब त्याचं नाव. कशी आहे सुधारणा त्याच्या तब्येतीत ते जरा सांगाल?"

थोडा वेळा फोनवर शांतता. फायलिंग क्लार्क मुलीने रोल्फ गुंथर कोल्बची फाईल काढून शेवटचे पान बघितले.

"त्यांना डिस्चार्ज दिला," ती म्हणाली. "त्यांची तब्येत सुधारली आणि त्यांना सॅनेटोरियमला पाठवण्यात आलं."

"वा, फारच छान." वकील म्हणाले. "मी माझ्या वार्षिक रजेवर गेलो होतो, स्किईंगसाठी, त्यामुळे त्याचं आता कसं आहे ते जाणून घ्यायचं होतं. आता तो कुठल्या हॉस्पिटलात आहे त्याचं नाव सांगता?"

"द अर्कािडया, डेल्मेनहोर्स्टला." मुलगी उतरली.

वकिलाने फोन ठेवला आणि अर्कािडयाचा नंबर लावला. तो एका मुलीने उचलला. वकिलांची विनंती ऐकल्यावर ती शेजारीच बसलेल्या डॉक्टरांकडे वळली. तिने फोनची बोलण्याची बाजू झाकली.

"तुम्ही ज्याच्याबद्दल बोललात त्या माणसाबद्दल – कोल्बबद्दल कोणी तरी चौकशी करतंय." ती म्हणाली.

डॉक्टरांनी फोन घेतला.

"हॅलो," ते फोनवर बोललो, "मी इथला प्रमुख आहे. डॉ. ब्राऊन. काय हवंय आपल्याला?"

त्यांनी 'ब्राऊन' नाव सांगितल्यावर सेक्रेटरीने त्यांच्याकडे प्रश्नार्थक दृष्टीने बघितले. त्यांनी डोळ्यांची पापणीसुद्धा न हलवता सर्व बोलणे ऐकून घेतले आणि म्हणाले, "हर कोल्बनी गेल्या शुक्रवारी संध्याकाळी आपणहून हॉस्पिटल सोडलं.

ते अगदी नियमाविरुद्ध होतं; पण मी त्यांना थांबवू शकत नव्हतो. हो, बरोबर आहे. ते ब्रेमेन जनरलमधून इथे आले होते. पोटातली गाठ बऱ्या व्हायच्या मार्गावर होती.''

त्यांनी थोडा वेळ फोनवरील बोलणे ऐकले आणि म्हणाले, ''नाही, नाही, काही हरकत नाही. तुम्हाला हवी ती माहिती देता आली, याचा मला आनंद झाला.''

खरे नाव रोजमेयर असलेल्या त्या डॉक्टरांनी म्युनिकचा एक नंबर फिरवला. कोणतीही प्रस्तावना न करता ते म्हणाले, ''कोल्बबद्दल फोनवर कोणीतरी चौकशी केली. तपास सुरू झालाय.''

इकडे न्युरेंबर्गमध्ये वकीलसाहेबांनी फोन ठेवला आणि ते हॉलमध्ये परतले.

''बऽरं, कोल्ब, तू जे सांगितलंस तो आहेस असं दिसतं.'' मिलर त्यांच्याकडे आश्चर्याने बघत राहिला.

''तरीही तुझी हरकत नसेल तर मला तुला आणखी थोडे प्रश्न विचारायचे आहेत. हरकत नाही ना?''

अजून आश्चर्यचकित असलेल्या पाहुण्याने मान हलवली.

''नाही, सर.''

''छान. तुझी सुंता झालीये?''

मिलर भकास नजरेने बघत राहिला.

''नाही. नाही झालीये.'' तो निमूटपणे बोलला.

''दाखव.'' वकील शांतपणे म्हणाले. मिलर खुर्चीत बसून बघत राहिला.

''दाखव मला, स्टाफ सार्जंट.'' वकील ओरडले.

मिलर खुर्चीतून ताडकन उठला आणि ताठ उभा राहिला.

''यस, सर!'' तो 'सावधान'मध्ये उभा राहत बोलला. तीन सेकंद तो पँटच्या शिवणीवर अंगठे चिकटवून उभा राहिला आणि मग त्याने विजारीची झिप उघडली. वकिलाने क्षणभर नजर टाकली आणि मान डोलवून झिप लावायची परवानगी दिली.

''ठीक आहे. निदान तू ज्यू नाहीस हे सिद्ध झालं.'' ते मैत्रीपूर्ण आवाजात म्हणाले.

मिलर खुर्चीत बसला आणि डोळे विस्फारून त्यांच्याकडे बघू लागला.

''अर्थातच, मी ज्यू नाहीये.'' तो बोलला.

वकिलांनी स्मित केले.

''तरीही काही ज्यू लोकांनी आपण कामेराड असल्याची बतावणी केल्याची उदाहरणं आहेत. पण ते फार काळ लपू शकत नाही. आता तू मला तुझी पूर्ण कथा सांग आणि मी तुला काही प्रश्न विचारीन, खातरी करण्यासाठी. तुझा जन्म कुठला?''

''ब्रेमेन, सर.''

“बरोबर. एस.एस. रेकॉर्डमध्ये तुझे जन्मठिकाण आहे. मी नुसते पडताळून पाहिले. तू ‘हिटलर यूथ’मध्ये होतास?”

“होय, सर. १९३५ मध्ये १० वर्षांचा असताना दाखल झालो, सर.”

“तुझे आईवडील चांगले ‘नॅशनल सोशलिस्ट’ होते?”

“होय, सर. दोघेही.”

“त्यांचे काय झाले?”

“ते ब्रेमेनवरच्या बॉम्ब हल्ल्यात मारले गेले.”

“तुला एस.एस.मध्ये प्रवेश केव्हा मिळाला?”

“१९४४ मध्ये, सर. मी अठरा वर्षांचा असताना.”

“तुला प्रशिक्षण कुठे मिळालं?”

“डाखाऊ एस.एस. प्रशिक्षण शिबिरात, सर.”

“तुझ्या उजव्या काखेत तुझा रक्तगट गोंदलेला आहे?”

“नाही, सर आणि तो डाव्या काखेत गोंदवला असता, सर.”

“तुला गोंदवलं का नाही?”

“त्याचं असं झालं, सर, की आम्ही ऑगस्ट १९४४ मध्ये ट्रेनिंग कॅम्पमधून पास होऊन बाहेर पडून वाफ्फेन एस.एस.च्या पहिल्या तुकडीत जाणार होतो. पण जुलैमध्ये फ्युररविरुद्धच्या कटात भाग घेतलेल्या लष्करी अधिकाऱ्यांच्या एका मोठ्या गटाला फ्लॉसेनबर्ग छावणीत पाठवलं गेलं. मग फ्लॉसेनबर्गच्या अधिकाऱ्यांनी डाखाऊ ट्रेनिंग कॅम्पच्या लोकांना ताबडतोब कुमक पाठवा म्हणून सांगितलं. मी आणि आणखी दहा-बारा जणांची विशेष निवड करून आम्हाला सरळ त्यांच्या बंदोबस्तावर पाठवलं. त्यामुळे आमचं गोंदणं आणि पासिंग आऊट परेड दोन्ही राहून गेलं. कमांडंट म्हणाला की, आम्हाला काही आघाडीवर पाठवणार नाहीत, त्यामुळे रक्तगटाची गरज नाही.”

वकीलसाहेबांनी मान डोलवली. जुलै १९४४ मध्ये दोस्त राष्ट्रांचे सैन्य फ्रान्समध्ये पुढेपर्यंत आले होते. त्यामुळे युद्ध लवकरच संपणार याची कमांडंटला कल्पना असणारच.

“तुला कट्यार मिळाली?”

“हो, सर. कमांडंटच्या हस्ते मिळाली.”

“तिच्यावर कोणते शब्द होते?”

“रक्त आणि सन्मान, सर.”

“डाखाऊला तुला कोणतं शिक्षण मिळालं?”

“सगळं लष्करी शिक्षण, सर आणि हिटलर यूथमधल्या शिक्षणाच्या पुढचं राजकीय आणि तात्त्विक शिक्षण.”

“तू गाणी शिकलास?”

"होय, सर."

"होर्स्ट वेस्सेल गाणं ज्याच्यातून घेतलं ते संचलन गीतांचं पुस्तक कोणतं?"

" 'टाईम ऑफ स्ट्रगल फॉर द नेशन' हा अल्बम, सर."

"डाखाऊ ट्रेनिंग कॅम्प कुठे होता?"

"म्युनिकच्या उत्तरेला दहा मैलांवर, सर. डाखाऊ छळछावणीपासून तीन मैलांवर."

"तुझा गणवेश काय होता?"

"राखी-हिरवा शर्ट-पँट, जॅकबूट, कॉलरवर काळ्या फिती, डाव्या बाजूच्या फितीवर हुद्दा, काळा चामडी पट्टा आणि गनमेटलचं बकल."

"बकलवर काय लिहिलेलं होतं?"

"मधोमध स्वस्तिक चिन्ह आणि त्याच्याभोवती वर्तुळात 'एकनिष्ठ हीच माझी इज्जत' हे शब्द."

वकीलसाहेब उठून उभे राहिले आणि त्यांनी आळस दिला. एक सिगार पेटवून ते खिडकीपाशी गेले.

"स्टाफ सार्जंट कोल्ब, आता मला फ्लॉसेनबर्ग छावणीबद्दल सांग. ती कुठे होती?"

"बव्हेरिया आणि थुरिंगियाच्या सीमेवर, सर."

"ती केव्हा सुरू झाली?"

"१९३४ मध्ये, सर. फ्युररला विरोध करणाऱ्या डुकरांसाठी ज्या छावण्या उघडल्या त्यातली सर्वांत आधीच्यांपैकी एक."

"ती किती मोठी होती?"

"मी जेव्हा तिथे होतो, सर, तेव्हा साधारण ३०० मीटर बाय ३०० मीटर. तिच्याभोवती १९ टेहळणी टॉवर होते. त्यांच्यावर हेवी आणि लाइट मशीनगन असायच्या. साधारण १२० मीटर बाय १४० मीटरचा एक हजेरी चौक होता. आम्ही तिथे कैद्यांना नाचवायचो..."

"मुद्द्याचं सोडून बोलू नको," वकिलांनी फटकारले. "राहायची व्यवस्था कशी होती?"

"चोवीस बराकी, कैद्यांसाठी एक भटारखाना, एक धुलाई कक्ष, एक रुग्णविभाग आणि वेगवेगळे कारखाने."

"आणि एस.एस. गार्डांसाठी?"

"दोन बराकी. एक दुकान आणि एक कुंटणखाना."

"कोणी मेलं तर त्यांच्या प्रेतांची विल्हेवाट कशी लावायचे?"

"कंपाउंडच्या बाहेर एक छोटं स्मशान होतं. तिथे कंपाउंडमधून जाण्यासाठी एक भुयारी रस्ता होता."

"काम जास्त करून कोणत्या प्रकारचं असायचं?"

"खाणीतला दगड फोडणं, सर. खाणसुद्धा कंपाउंडच्या बाहेर होती, तिच्याभोवतीसुद्धा काटेरी तारेचं कुंपण होतं आणि पहारेकऱ्यांचे मनोरे होते."

"१९४४ मध्ये किती लोक होते?"

"ओह. जवळ-जवळ सोळा हजार कैदी होते, सर."

"कमांडंटचं ऑफिस कुठे होतं?"

"कंपाउंडच्या बाहेर होतं, सर. छावणीच्या बाहेर जो चढ होता त्याच्यावर थोड्या अंतरावर."

"कमांडंट कोण कोण होते?"

"मी तिथे जायच्या आधी दोघं होते. पहिला होता एस.एस. मेजर कार्ल कुन्स्लर. त्याच्या नंतर एस.एस. कॅप्टन कार्ल फ्रिश. शेवटी होता एस.एस. लेफ्टनंट कर्नल मॅक्स कोगेल."

"राजकीय खात्याचा क्रमांक किती होता?"

"खातं नंबर दोन, सर."

"ते कुठं होतं?"

"कमांडंटच्या इमारतीत."

"त्यांचं काम काय होतं?"

"काही कैद्यांना वेगळी 'वागणूक' द्यावी, असा बर्लिनहून हुकूम आला की त्याप्रमाणे करायचं."

"कॅनॅरिस आणि इतर कारस्थान करणाऱ्यांच्या बाबतीत तसा हुकूम आला होता?"

"होय, सर. त्या सर्वांना विशेष 'वागणूक' द्यावी, असी हुकूम आला होता."

"त्याची अंमलबजावणी केव्हा केली गेली?"

"२० एप्रिल, १९४५ ला, सर. अमेरिकन सेना बव्हेरियातून वर येत होती. त्यामुळे त्यांना मारून टाकायचा आदेश आला. मी तिथे गेलो तेव्हा साधा जवान होतो. पण मला स्टाफ सार्जंट म्हणून प्रमोशन मिळालं. कॅनॅरिस आणि आणखी पाच जणांची विल्हेवाट लावणाऱ्या पथकाचा मी प्रमुख होतो. मग एका ज्यू पथकाकडून आम्ही त्यांना पुरलं. त्यांच्यात हार्टस्टाईन होता. जळली त्याची नजर! त्यानंतर आम्ही छावणीतील कागदपत्रं जाळून टाकली. त्यानंतर दोन दिवसांनी आम्हाला कैद्यांना उत्तरेकडे चालत नेण्याचा हुकूम आला. वाटेत फ्युररनी आत्महत्या केल्याचं आम्हाला कळलं. मग, सर, अधिकारी आम्हाला सोडून निघून गेले. कैदी जंगलात पळून जाऊ लागले. काही जणांना आम्ही सार्जंटांनी गोळ्या घातल्या. पण पुढे जाण्यात अर्थ नव्हता. म्हणजे, सगळीकडे अमेरिकन सैनिक होते."

"छावणीबद्दल एक शेवटचा प्रश्न, स्टाफ सार्जंट. कॅम्पमधून कुठूनही वर बघितलं तर काय दिसायचं?"

मिलर गोंधळल्यासारखा दिसला.

"आकाश," तो म्हणाला.

"मूर्ख! क्षितिजावर काय दिसायचं?"

"हां, म्हणजे ती टेकडी आणि तिच्यावरचा पडका किल्ला?"

वकीलसाहेबांनी मान डोलवली आणि स्मित केले.

"चौदाव्या शतकातला किल्ला, खरं म्हणजे." ते म्हणाले.

"ठीक आहे, कोल्ब. तू फ्लॉसेनबर्गला होतास. आता, तू निसटलास कसा?"

"काय झालं, सर, आम्ही सगळे चाललो होतो. आम्ही फुटून वेगवेगळ्या दिशांना गेलो. मला एक लष्करातला सैनिक भेटला. मी त्याच्या डोक्यात फटका मारला आणि त्याचा गणवेश घेतला. त्यानंतर दोन दिवसांनी मला यांकींनी पकडलं. मी दोन वर्षं युद्धकैद्यांच्या छावणीत होतो. मी सेनेत जवान आहे म्हणून त्यांना सांगितलं. एस.एस.च्या लोकांना यांकी सरळ गोळ्या घालतात असं ऐकलं होतं, सर. म्हणून मी सेनेतला आहे, असं सांगितलं."

वकीलसाहेबांनी सिगारच्या धुराचा लोट बाहेर सोडला.

"तसं करणारा तू एकटाच नव्हतास. तू तुझं नाव बदललं?"

"नाही, सर. मी माझी कागदपत्रं टाकून दिलं कारण त्यांच्यावरून मी एस.एस.चा आहे, हे कळलं असतं. पण नाव बदलायचं मला सुचलं नाही. एका स्टाफ सार्जंटची एवढी खोलात कोणी तपासणी करेल, असं मला वाटलं नाही. त्या वेळी कॅनॅरिसच्या प्रकरणाला एवढं महत्त्व नव्हतं. त्यानंतर बऱ्याच दिवसांनी लोक त्या सेना अधिकाऱ्यांचं स्तोम माजवू लागले आणि बर्लिनमध्ये त्यांचं एक देऊळ बनवलं. पण माझ्याकडे कोल्ब नावाने फेडरल रिपब्लिकचे कागद होते. तरी त्या वॉर्डबॉयने मला ओळखलं नसतं तर काहीही झालं नसतं आणि त्यानंतर मी कोणतंही नाव घेतलं असतं तरी काही फरक पडला नसता."

"खरंय. बऽरं, आता आपण तुला ज्या काही बारीकसारीक गोष्टी शिकवल्या असतील त्यांच्याकडे वळू. आधी फ्युररशी एकनिष्ठतेची शपथ म्हणून दाखव." वकीलसाहेब म्हणाले.

अशी परीक्षा आणखी तीन तास चालली. मिलरला घाम फुटला होता; पण आपण पूर्ण बरे झाले नसताना हॉस्पिटलमधून बाहेर पडलो आणि शिवाय दिवसभरात काहीही खाल्लेले नाही, असे सांगून त्याने वेळ मारून नेली. अखेरीस जेवणाची वेळ होऊन गेली, तेव्हा वकीलसाहेबांनी त्यांचे समाधान झाल्याचे जाहीर केले.

"तुला नक्की काय हवं आहे?" त्यांनी मिलरला विचारले.

“अं, काय आहे, सर, की ते आता माझा शोध घेत आहेत. त्यामुळे मी रोल्फ गुंथर कोल्ब नाही हे दाखवणारी कागदपत्रं मिळाली तर बरं होईल. मी माझं रूप बदलू शकतो, केस वाढवीन, मिशा आणखी वाढवीन आणि बव्हेरियात नाही तर दुसरीकडे कुठेतरी नोकरी घेईन. म्हणजे, मी बेकरीच्या कामात निष्णात आहे आणि लोकांना ब्रेड लागतो, नाही का?”

त्याची चौकशी करत असताना प्रथमच वकीलसाहेब मागे झुकून खळखळून हसले.

“होय, कोल्ब मित्रा, लोकांना ब्रेड लागतो. ठीक आहे. ऐक. तुझ्या दर्जाच्या लोकांवर सहसा कोणी इतका मूल्यवान वेळ खर्च करत नाही आणि त्रास घेत नाही. पण तुझा स्वत:चा दोष नसताना तू संकटात आहेस, असं दिसतंय आणि तू एक चांगला आणि एकनिष्ठ जर्मन आहेस, म्हणून मला जे काही शक्य आहे ते मी करीन. तुला नुसतं नवं ड्रायव्हिंग लायसेन्स देऊन काम होणार नाही. ते असलं तरी सोशल सिक्युरिटी मिळवण्यासाठी तुला जन्माचा दाखला लागेल आणि तो तुझ्याकडे नाहीये. पण नवा पासपोर्ट असला की ते काही लागणार नाही. तुझ्याकडे पैसे आहेत?”

“नाही, सर. मी अगदी कफल्लक झालोय. गेले तीन दिवस मी कोणा कोणाकडून लिफ्ट घेत इथपर्यंत आलो आहे.” वकिलसाहेबांनी त्याला शंभर मार्कची एक नोट दिली. “तू इथे राहता कामा नये आणि तुझा नवा पासपोर्ट यायला आठवडा तरी लागेल. मी तुला माझ्या एका मित्राकडे पाठवतो, तो तुझ्या पासपोर्टची व्यवस्था करेल. तो स्टुटगार्टला असतो. तू एखाद्या हॉटेलात उतर आणि त्याला भेटायला जा. तू येशील म्हणून मी त्याला सांगून ठेवीन, तो तुझी वाट बघेल.”

वकीलसाहेबांनी एका कागदावर लिहिले.

“त्याचं नाव आहे फ्रांझ बायर आणि हा त्याचा पत्ता. तू ट्रेनने स्टुटगार्टला जा. हॉटेलात उतर आणि लगेच त्याला भेटायला जा. तुला आणखी थोडे पैसे लागले तर तो देईल. पण वाटेल तसा खर्च करू नकोस. लपून राहा आणि बायर तुझ्या पासपोर्टची व्यवस्था करेपर्यंत थांब. त्यानंतर आम्ही तुला दक्षिणेत नोकरी देऊ, म्हणजे तू कोणाला सापडणार नाहीस.”

मिलरने शंभर मार्कची नोट आणि बायरचा पत्ता घेतला आणि ओशाळेपणे वकिलांचे आभार मानले.

“धन्यवाद, वकीलसाहेब. तुम्ही मला फार मदत केलीत.”

वकिलांच्या मोलकरणीने त्याला बाहेर सोडले. तो चालत स्टेशन, हॉटेल आणि त्याच्या कारकडे गेला. एक तासानंतर तो कारने स्टुटगार्टकडे भरधाव जाऊ लागला. इकडे वकील साहेबांनी बायरला फोन करून रोल्फ गुंथर कोल्ब नावाचा

पोलिसांपासून लपलेला निर्वासित संध्याकाळी त्याला भेटायला येईल, असे त्याला सांगितले.

त्या काळात न्युरेंबर्ग आणि स्टुटगार्टमध्ये महामार्ग नव्हता. दुपारच्या उन्हात फ्रँकोनियाच्या हिरव्यागार पठारावरून आणि वुर्टेम्बर्गच्या दाट झाडी असलेल्या डोंगरातून आणि दऱ्याखोऱ्यातून जाणारा तो रस्ता अतिशय रम्य वाटला असता. पण फेब्रुवारीतील दुपारी, रस्त्याच्या कडेला चमकणारे बर्फ आणि धुक्याने भरलेल्या दऱ्यांमधून वळणे घेत रिबिनीप्रमाणे जाणारा आन्सबाक आणि क्रेलशाइम यांच्यामधला रस्ता म्हणजे मृत्यूचा सापळाच होता. दोनदा ती अवजड जग्वार घसरून खड्ड्यात जाणार होती आणि आपल्याला कसलीही घाई नाहीये असे मिलर स्वत:ला बजवावे लागले होते. पासपोर्टची व्यवस्था करणारा बायर कुठं पळून जाणार नव्हता.

तो पोहोचला तेव्हा अंधार पडलेला होता. उपनगरातील एक लहान हॉटेल त्याने शोधून काढले. रात्रपाळीचा नोकर होता. कार पार्क करण्यासाठी हॉटेलच्या मागच्या बाजूला जागा होती. हॉटेलातील माणसाकडून त्याने गावाचा नकाशा मागून घेतला आणि ओस्थाइम ह्या उपनगरात असलेल्या बायरच्या घराचा रस्ता बघून ठेवला. जेथील बागांमध्ये वुटरबर्गचे राजकुमार आणि त्यांच्या मैत्रिणींनी पूर्वी एकदा उन्हाळ्यातील रात्री मजा मारली होती, त्या व्हिला बर्गपासून तो सुबकपणे वसलेला भाग जवळच होता. नकाशात दाखवल्याप्रमाणे जात, स्टुटगार्टच्या मध्यभागी टेकड्यांच्या मधोमध असलेल्या घळीत तो पोहोचला आणि बायरच्या घरापासून पाव मैलावर त्याने त्याची कार पार्क केली. कारमधून बाहेर पडून कारचा वाकून कारचा दरवाजा तो लॉक करत असताना जवळच असलेल्या व्हिला हॉस्पिटलमधून हॉस्पिटलला भेट देणाऱ्यांची साप्ताहिक बैठक आटोपून घरी येत असलेल्या एका मध्यमयीन स्त्रीकडे त्याचे लक्ष गेले नाही.

रात्रीचे आठ वाजले होते. कोल्ब सुरक्षितपणे पोहोचला की नाही याची खातरी करून घेण्यासाठी न्युरेंबर्गमधील वकिलांनी बायरच्या घरी फोन केला. फोनवर बायरची पत्नी होती.

"हो, हो, तो तरुण ना? तो आणि माझा नवरा जेवायला गेलेत."

"तो सुरक्षितपणे पोहोचला की नाही हे बघायला म्हणून मी फोन केला." वकीलसाहेब म्हणाले.

"इतका चांगला माणूस आहे तो," श्रीमती बायर उत्साहाने म्हणाली, "तो त्याची कार पार्क करत असताना मी त्याच्या तिथून गेले. हॉस्पिटलच्या मीटिंगहून मी घरी येत होते. पण घरापासून खूप दूर होती ती जागा. तो बहुतेक रस्ता चुकला असावा. स्टुटगार्टमध्ये रस्ता चुकणं फार सोपं आहे... इतकी वळणं आणि एक दिशा रस्ते आहेत..."

“माफ करा मिसेस बायर,” वकीलसाहेब मध्येच बोलले, “त्या माणसाकडे त्याची फोक्सवॅगन नव्हती. तो ट्रेनने येणार होता.”

“नाही, नाही.” श्रीमती बायर म्हणाल्या. आपल्याला जास्त अचूक माहिती आहे हे दाखवायला त्या आतुर होत्या. “तो कारने आला. इतका छान मुलगा आणि इतकी सुंदर कार! अनेक मुली त्याच्यामागे लागत असणार...”

“मिसेस बायर, मी काय बोलतोय ते लक्षपूर्वक ऐका. ती कार कशी होती?”

“अं, कोणत्या बनावटीची होती ते मला सांगता येणार नाही. पण ती स्पोर्ट्स कार होती. काळी, लंबुळकी, बाजूला पिवळी पट्टी होती...”

वकिलाने धाडकन फोन ठेवला, पुन्हा उचलला आणि न्युरेंबर्गमधील एका हॉटेलचा नंबर फिरवला. त्यांच्या कपाळावर घाम जमा होत होता. फोन लागल्यावर त्यांनी एक खोली नंबर सांगितला. खोलीतील फोन उचलला गेला आणि ‘हॅलो’ असा ओळखीचा आवाज आला.

“मॅकेनसन,” वेअरवुल्फ ओरडला, “ताबडतोब इथे ये. मिलर सापडलाय.”

१३

फ्रांझ बायर त्याच्या बायकोइतकाच लठ्ठ व गोलमटोल आणि आनंदी वृत्तीचा होता. पोलीस मागावर असलेला कोल्ब तुझ्याकडे येत आहे अशी वेअरवुल्फने त्याला सूचना देऊन ठेवली होती. त्यामुळे रात्री आठच्या सुमारास मिलर त्याच्याकडे गेल्यावर बायरने त्याचे स्वागत केले.

बायरने मिलरची बायकोशी हॉलमध्ये थोडक्यात ओळख करून दिल्यावर ती स्वयंपाकघरात निघून गेली.

"बऽरं, मला सांग, कोल्ब, तू वुर्टेम्बर्गला पूर्वी कधी आला होतास?"

"नाही, कधीच नाही."

"हां. आता आम्हा इथल्या लोकांना, आमच्या पाहुणचाराचा खूप अभिमान आहे. तुला नक्कीच भूक लागली असणार. तू आज काही खाल्लं आहेस का?" मिलरने त्याला आपण दुपारभर ट्रेनमध्येच असल्याने काहीच खाल्लेले नाही, असे सांगितले. बायरला वाईट वाटल्याचे दिसले.

"अरे देवा! भयंकर. तू काहीतरी खाल्लं पाहिजे. मी काय म्हणतो, आपण गावात जाऊ आणि छानपैकी जेवण करू, काय? अरे, कमीत कमी एवढं तरी मला तुझ्यासाठी केलंच पाहिजे."

आपण पाहुण्याबरोबर जेवण्यासाठी गावात जात आहोत हे बायकोला सांगण्यासाठी तो आत गेला. दहा मिनिटांत ते बायरच्या कारने शहराच्या मध्यभागाकडे रवाना झाले.

जास्तीत जास्त वेगाने झाले तरी ई-१२ महामार्गाने न्यूरेंबर्गहून स्टुटगार्टला पोहोचायला कमीतकमी दोन तास लागणारच. मॅकेनसन शक्य तेवढ्या वेगाने जात होता. वेअरवुल्फचा फोन आल्यावर अर्ध्या तासाच्या आत, सगळी माहिती घेऊन आणि बायरचा पत्ता घेऊन तो महामार्गावर होता. तो साडेदहा वाजता स्टुटगार्टला पोहोचला आणि थेट बायरच्या घरी गेला.

वेअरवुल्फने बायरच्या घरी पुन्हा फोन करून, स्वत:ला कोल्ब म्हणवणारा माणूस बहुतेक दुसराच कोणी आहे आणि पोलिसांचा हेर असण्याची शक्यता आहे, असे बायरच्या पत्नीला कळवले होते. त्यामुळे मॅकेनसन पोहोचला तेव्हा ती थरथर कापत भेदरलेल्या स्थितीत होती. मॅकेनसनच्या तुटक वागण्यामुळे त्यात भरच पडली.

"केव्हा गेले ते?"

"सव्वाआठच्या सुमाराला." तिचा आवाज कापत होता.

"कुठे जाणार ते त्यांनी सांगितलं?"

"नाही. फ्रांझ एवढंच म्हणाला की, पाहुण्याने दिवसभरात काही खाल्लेलं नाही आणि मी त्याला गावात एखाद्या रेस्टॉरंटमध्ये जेवायला घेऊन जातोय. मी म्हटलं मी इथे घरीच काहीतरी बनवते; पण फ्रांझला बाहेर जेवायला फार आवडतं. कोणतंही कारण पुरतं..."

"हा कोल्ब, तुम्ही म्हणालात की तुम्ही त्याला कार पार्क करताना बघितलं. कुठे बघितलं?"

तिने जग्वार पार्क केली होती त्या रस्त्याचे नाव आणि इथून तिथे कसे जायचे ते सांगितले. मॅकेनसनने काही क्षण खोल विचार केला.

"तुमचे पती त्याला कोणत्या रेस्टॉरंटमध्ये घेऊन गेले असतील, काही कल्पना आहे तुम्हाला?"

तिने थोडा विचार केला.

"फ्रीडरीक स्ट्रासवरचं थ्री मूर्स रेस्टॉरंट त्याचं आवडतं ठिकाण आहे," ती म्हणाली. "सहसा तो तिथे जागा आहे का ते आधी बघतो."

मॅकेनसन तिथून निघाला आणि कारने जग्वार जिथे पार्क केलेली होती तिथे गेला. ती कुठेही दिसली तरी ओळखता यावी या दृष्टीने त्याने तिचे बारकाईने निरीक्षण केले. तिथेच थांबून मिलर परत येण्याची वाट बघावी की, काय करावे याचा तो विचार करू लागला. पण वेअरवुल्फचा आदेश होता की, प्रथम मिलर आणि बायरला शोधून काढ, बायरला सावध करून घरी पाठव आणि मग मिलरचा निकाल लाव. म्हणूनच त्याने थ्री मूर्समध्ये फोन केला नव्हता. पण बायरला आता सावध करण्याने मिलरही सावध झाला असता आणि पुन्हा गायब झाला असता.

मॅकेनसनने घड्याळाकडे बघितले. अकराला दहा मिनिटे. तो त्याच्या मर्सिडिसमध्ये बसला आणि गावाच्या मधल्या भागाकडे जाऊ लागला.

म्युनिकमधील एका गल्लीतील एका छोट्या आणि साध्या हॉटेलमध्ये जोसेफ बिछान्यात जागाच होता एवढ्यात त्याला 'तुमच्यासाठी केबल आली आहे' असे सांगणारा फोन स्वागतकक्षातून आला. तो खाली गेला आणि केबल घेऊन खोलीत परतला.

डगमगत्या टेबलापाशी बसून त्याने पाकीट उघडले आणि त्या बऱ्याच दीर्घ मजकुरावर त्याने नजर टाकली. त्यात म्हटले होते :

'ग्राहकाला हव्या असलेल्या वस्तूंच्या आपल्याला मान्य होतील अशा किमती खाली दिल्या आहेत :

सेलरी : ४८१ मार्क ५३ फेनिंग
खरबुज : ३६२ मार्क १७ फेनिंग
संत्री : ६२७ मार्क २४ फेनिंग
द्राक्षे : ३१३ मार्क ८८ फेनिंग...,

फळांचा आणि भाज्यांची यादी लांब होती आणि ती सहसा इस्त्राईलमधून निर्यात होणाऱ्या गोष्टींची होती. केबलमधील मजकुरावरून ती निर्यात करणाऱ्या कंपनीच्या जर्मनीमधील प्रतिनिधीने केलेल्या चौकशीला उत्तर म्हणून पाठवली असावी, असे दिसत होते. केबलचे सार्वजनिक जाळे वापरणे सुरक्षित नव्हते; पण दिवसभरात पश्चिम युरोपातून इतक्या केबल जात-येत असत की त्या सर्वांची छाननी करायची म्हटले तर माणसांची मोठी फौजच लागली असती. शब्दांकडे दुर्लक्ष करून जोसेफने केबलमधील आकडे कागदावर एकापुढे एक लिहिले. मार्क आणि फेनिगचे पाच आकड्यांचे गट नाहीसे झाले. ते एका ओळीत मांडल्यावर त्याने त्यांचे सहा आकड्यांचे गट केले. त्या प्रत्येक संख्येतून त्याने त्या दिवशीची तारीख २० फेब्रुवारी १९६४ ही २०२६४ अशी लिहून वजा केली. त्यातून नव्या सहा आकडी संख्या निर्माण झाल्या.

ती, न्यू यॉर्कच्या पॉप्युलर लायब्ररीने प्रकाशित केलेल्या वेबस्टरच्या 'न्यू वर्ल्ड डिक्शनरी'च्या पेपरबॅक आवृत्तीवर आधारीत साधी सांकेतिक भाषा होती. सहा आकडी संख्येतील पहिले तीन आकडे म्हणजे डिक्शनरीतील पानाचा क्रमांक, चौथा आकडा हा एक ते नऊ पैकी कोणताही अंक, सम अंक म्हणजे डिक्शनरीच्या पानावरील दुसरा कॉलम आणि विषम अंक म्हणजे पहिला कॉलम. शेवटचे दोन आकडे म्हणजे वरून कितवा शब्द. त्याने अर्धा तास चिकाटीने काम करून तो संदेश तयार केला. तो सावकाश वाचला आणि तो डोके हातात धरून बसला.

अर्ध्या तासाने तो लिओच्या घरी पोहोचला. बदला गटाच्या त्या नेत्याने संदेश वाचला आणि एक शिवी हासडली.

"मला वाईट वाटतं." अखेरीस तो म्हणाला. "मला माहीत असणं शक्य नव्हतं."

दोघांच्याही नकळत माहितीचे तीन वेगवेगळे लहान तुकडे गेल्या सहा दिवसांत

मोस्सादच्या हातात आले होते. एक होता ब्यूनोज आयर्समधील स्थानिक इस्त्रायली हस्तकाकडून आलेला. त्यात म्हटले होते की, व्हल्कन नावाच्या माणसाला 'त्याच्या संशोधन प्रकल्पाचा पुढचा टप्पा पुरा करण्यासाठी' दहा लाख जर्मन मार्कचा निधी कोणीतरी मंजूर केला आहे.

दुसरी बातमी होती– पश्चिम युरोपातील ओडेसाच्या माणसांना नाझी गुप्त निधीतून पैसे हस्तांतरित करण्याचे काम नेहमी करणाऱ्या स्विस बँकेच्या एका ज्यू कर्मचाऱ्याने पाठवलेली. तीत म्हटले होते की बँकेत बेरुथहून दहा लाख मार्क आले आहेत आणि ते फ्रिट्झ वेगेनर नावाच्या गेली दहा वर्षे बँकेत खाते असलेल्या माणसाने रोख काढले.

तिसरी बातमी होती ती 'फॅक्टरी ३३३' भोवतीच्या सुरक्षा व्यवस्थेतील वरिष्ठ पदावर असलेल्या एका इजिप्शियन कर्नलकडून मिळाली होती. निवृत्तीनंतर सुखासीन जीवन जगता यावे म्हणून त्याला मिळालेल्या मोठ्या रकमेच्या बदल्यात तो मोस्सादच्या माणसाबरोबर रोममधील एका हॉटेलात बरेच तास बोलला होता. त्याच्याकडून मिळालेल्या माहितीनुसार क्षेपणास्त्र प्रकल्पामध्ये फक्त भरवशाच्या अशा मौखिक मार्गदर्शक प्रणालीचीच (टेले गायडन्स सिस्टिम) उणीव होती; तिच्यावर पश्चिम जर्मनीतील एका कारखान्यात संशोधन आणि बांधणीचे काम चालू आहे आणि त्या प्रकल्पासाठी ओडेसाला लक्षावधी मार्कचा खर्च येत आहे.

माहितीचे हे तीन तुकडे आणि इतरही हजारो तुकडे प्राध्यापक युवेल नीमन ह्यांच्या कॉम्प्युटरमध्ये घालण्यात आले. प्रा. नीमन हे एक बुद्धिमान इस्त्रायली शास्त्रज्ञ होते, त्यांनी हेरगिरीसाठी आलेल्या माहितीचे विश्लेषण करण्यासाठी कॉम्प्युटरचा वापर करण्याची पद्धत विकसित केली होती आणि तेच नंतर इस्त्राईली अणुबॉम्बचे जनक झाले. जिथे मनुष्याची बुद्धी चालली नसती तिथे कॉम्प्युटरने त्या तीनही बातम्या एकत्रित केल्या. त्यात, १९५५ मध्ये, रोशमनचा त्याच्या बायकोने पर्दाफाश करेपर्यंत तो 'फ्रिट्झ वेगेनर' या नावाने वावरत होता, ह्या 'स्मृती'त साठवलेल्या माहितीला जोड देऊन आपला अहवाल दिला.

जोसेफ लिओच्या तळघरातील मुख्य केंद्रात आला.

"मी आता इथेच राहणार. त्या फोनपासून लांब जाणार नाही. मला एक शक्तिशाली मोटरसायकल आणि एक चिलखती जॅकेट आणून द्या. दोन्ही गोष्टी एका तासाच्या आत हजर करा. तुमच्या मिलरने कधी फोन केलाच तर मला ताबडतोब त्याच्यापर्यंत पोहोचता आलं पाहिजे."

लिओ तळघरातून वर गेला. जोसेफने तेल अवीवहून आलेल्या केबलच्या मजकुरावरून पुन्हा नजर फिरवली. तो असा होता :

> 'रेड अलर्ट. नव्या माहितीवरून तुझ्या भागात जर्मन उद्योगपती महत्त्वाचे क्षेपणास्त्र यशस्वी करत आहे. सांकेतिक नाव व्हल्कन. कदाचित रोशमन. ताबडतोब मिलरचा वापर करा. शोधा आणि नष्ट करा. कॉरमोरंट.'

जोसेफ टेबलापाशी बसून त्याचे वॉल्थर पीपीके स्वयंचलित रिव्हॉल्वर साफ करू लागला. मधून-मधून त्याची नजर त्या न वाजणाऱ्या फोनवर जात होती.

जेवताना बायर म्हणजे आदर्श यजमानच होता. स्वत:चे आवडते विनोद सांगत तो मोठ्याने हसत होता. मिलरने त्यांच्या गप्पा नव्या पासपोर्टच्या कामाकडे वळवण्याचा अनेकदा प्रयत्न केला.

प्रत्येक वेळी बायर त्याच्या पाठीवर थाप मारून 'काळजी करू नकोस' म्हणून सांगायचा आणि 'ते माझ्यावर सोड, यार. ह्या फ्रांझ बायरवर सोड.' अशी पुस्ती जोडायचा.

तो हाताच्या तर्जनीने उजव्या नाकपुडीला स्पर्श करायचा, डोळा मारायचा आणि हास्यकल्लोळात बुडायचा.

आठ वर्षे पत्रकार म्हणून काम करून मिलरने एक गोष्ट साध्य केली होती, ती म्हणजे भरपूर मद्यपान करूनसुद्धा शुद्धीवर राहणे. आजच्या जेवणाबरोबर भरपूर घेतलेल्या व्हाइट व्हाइनची त्याला सवय नव्हती; पण समोरचा माणूस आपल्याला नशा चढवायचा प्रयत्न करत असेल, तर व्हाइट वाइनच्या बाबतीत एक गोष्ट चांगली असते. ती ही की थंड राहावी म्हणून ती बर्फ आणि थंड पाण्याच्या बादलीत घालून देतात. मिलरने बायरचे लक्ष नसल्याची संधी साधून तीनदा त्याचा ग्लास बर्फात रिकामा केला.

भोजन संपून डेझर्टची फेरी येईपर्यंत त्यांनी वाइनच्या दोन बाटल्या रिचवल्या होत्या. घट्ट बसणाऱ्या जॅकेटमधील बायर घामाने थबथबत होता. त्याचा परिणाम त्याला तहान लागण्यात झाला आणि त्याने वाइनची तिसरी बाटली मागवली.

आपल्यासाठी नवा पासपोर्ट मिळवणे जवळ-जवळ अशक्य आहे आणि त्यामुळे १९४५ साली फ्लॉसेनबर्गला घडलेल्या घटनांमधील आपल्या सहभागाबद्दल आपल्याला अटक होणार, अशी भीती वाटत असल्याचे मिलर नाटक करत होता.

"तुम्हाला माझे फोटो लागतील ना?" त्याने काळजीच्या सुरात विचारले.

बायरने फुत्कार केला.

"हो, दोन फोटो लागतील. काळजी करू नकोस. तुला स्टेशनवरच्या एखाद्या स्वयंचलित यंत्रापुढे काढता येतील. पण केस जरा वाढू दे, मिशा थोड्या लांब होऊ

देत, मग तुला कोणी ओळखणार नाही.''

''आणि त्याच्यानंतर?'' मिलरने विचारले.

बायर त्याच्याकडे झुकला आणि त्याने त्याचा गुबगुबीत हात मिलरच्या खांद्याभोवती टाकला. तो मिलरच्या कानात कुजबुजत असताना मिलरला त्याच्या तोंडातून येणारा वाइनच्या वासाचा भपकारा जाणवला.

''मग ते मी माझ्या एका मित्राकडे पाठवीन आणि आठवडाभरात तुझा पासपोर्ट येईल. पासपोर्ट आला की, त्यावरून तुझं ड्रायव्हिंग लायसेन्स मिळेल – अर्थात, तुला ड्रायव्हिंगची चाचणी द्यावी लागेल आणि सोशल सिक्युरिटी कार्ड मिळेल. सरकारच्या दप्तरात तू पंधरा वर्षं परदेशात राहिल्यानंतर परत आला, असं असणार. काही अडचण नाही, मित्रा, अजिबात काळजी करू नकोस.''

बायरला दारू चढत असली तरी त्याच्या बोलण्यावर परिणाम झाला नव्हता. त्याने आणखी काही बोलायचे नाकारले. फार चौकशी केली तर ह्याला आपल्याबद्दल शंका येऊन तो बोलणेच बंद करेल, असा विचार करून मिलरने पुढे प्रश्न विचारले नाहीत.

मिलरला कॉफी घ्यायची जोरदार इच्छा होत होती; पण कॉफी घेतली की फ्रांझ बायरची नशा उतरेल अशा विचाराने ती मागवली नाही. बायरने त्याच्या जाडजूड पाकिटातून पैसे काढून बिल भरले आणि ते कोट ठेवलेल्या काउंटरकडे गेले. साडेदहा वाजले होते.

''छान गेली संध्याकाळ, हर बायर. थँक्यू व्हेरी मच.''

''बायर नाही, फ्रांझ , फ्रांझ ,'' बायर कोट चढवण्याचा प्रयास करत म्हणाला.

''मला वाटतं स्टुटगार्टचं नाइट लाइफ एवढंच ना?'' मिलर त्याचा कोट घालता घालता म्हणाला.

''ओह, अजिबात नाही. तू फक्त एवढंच बघितलंस. हे शहर मस्त आहे, माहीत आहे? अर्धा डझन कॅबरे. जायचंय एखाद्यात?''

''म्हणजे स्ट्रिपटीज वगैरेसकट कॅबरे आहेत?'' मिलर डोळे विस्फारत म्हणाला.

बायर खो खो हसला.

''तुला वाटलं काय? त्या छोट्या मुलींना कपडे काढून टाकताना बघायच्या कल्पनेला हरकत नाही माझी.''

बायरने कोट काउंटरवरील मुलीला घसघशीत टीप दिली.

''स्टुटगार्टमध्ये कोणते नाइट क्लब आहेत?'' मिलरने भाबडेपणे चौकशी केली.

''अं, आता बघ. एक मूलँ रूज आहे, बाल्झॅक आहे. इंपिरियल आहे आणि सायोनारा आहे. त्यानंतर मॅडेलीन आहे एबरहार्ट स्ट्रासवर...''

"एबरहार्ट? अरे देवा! काय योगायोग पाहा. तो ब्रेमेनला माझा बॉस होता. ज्याने मला ह्या लफड्यातून वाचवलं आणि त्या न्यूरेंबर्गच्या वकीलसाहेबांकडे पाठवलं तो!" मिलर आश्चर्याने बोलला.

"छान. छान. फारच छान. मग आपण तिथेच जाऊ या," बायर म्हणाला आणि ते कारकडे जाऊ लागले.

मॅकेनसन 'थ्री मूर्स'ला सव्वा अकरा वाजता पोहोचला. शेवटच्या गिऱ्हाइकांना निरोप देत असलेल्या मुख्य वेटरकडे त्याने चौकशी केली.

"हर बायर? हो, ते आज इथे आले होते. अर्ध्या तासापूर्वी गेले."

"त्यांच्याबरोबर कोणी पाहुणा होता? उंच, भुरकट रंगाचे बारीक केस, मिशा असा?"

"हो, बरोबर. मला आठवतं. त्या कोपऱ्यातल्या टेबलावर बसले होते."

मॅकेनसनने त्याच्या हातात वीस मार्कची नोट सहजपणे सरकवली.

"मला ते सापडणं अतिशय महत्त्वाचं आहे. इमर्जन्सी आहे. त्यांची पत्नी एकदम बेशुद्ध झाली..."

मुख्य वेटरचा चेहरा काळजीने गंभीर झाला.

"अरेरे, भयंकर!!"

"ते इथून कुठे गेले माहीत आहे?"

"मला तर माहीत नाही." मुख्य वेटर म्हणाला. त्याने दुसऱ्या एका वेटरला बोलावले. "हान्स, तू हर बायर आणि त्यांच्या पाहुण्याला कोपऱ्यातल्या टेबलावर सर्व्ह केलं ना? ते इथून कुठे गेले असं काही म्हणाले?"

"नाही," हान्स म्हणाला. "ते कुठे जात असल्याबद्दल बोलल्याचं मला ऐकू नाही आलं."

"त्या हॅट काउंटरवरच्या मुलीला विचारून बघा." मुख्य वेटरने सुचवले. "तिनी कदाचित ऐकलं असेल."

मॅकेनसनने त्या मुलीला विचारले. मग त्याने स्टुटगार्टमधील रोजच्या कार्यक्रमांची माहिती देणाऱ्या पत्रकाची चौकशी केली. त्यात 'कॅबरे' सदरात सहा नावे होती. त्या पुस्तिकेच्या मधल्या पानावर शहराच्या मध्य भागाचा नकाशा होता. तो त्याच्या कारकडे गेला आणि यादीतील पहिल्या कॅबेरेच्या दिशेने निघाला.

मिलर आणि बायर मॅडेलीन नाइट क्लबमध्ये एका दोन जणांच्या टेबलापाशी बसले. व्हिस्कीच्या दुसऱ्या मोठ्या ग्लासचा आस्वाद घेत बायर, मधल्या रिंगणात एक 'बाळसेदार' तरुणी कंबर हलवत 'ब्रा'चे हूक काढत होती, तिकडे डोळे

विस्फारून एकटक बघत होता. ब्रा निघाल्याबरोबर त्याने मिलरला एक कोपरखळी मारली.

"काय जोडी आहे, बघ!" तो उद्‌गारला. त्याला आनंदाच्या उकळ्या फुटत होत्या.

मध्यरात्र होऊन गेली होती आणि बायरला नशा चढत होती.

"हे बघा, हर बायर, मला काळजी वाटते." मिलर कुजबुजला. "म्हणजे काय आहे की ते माझ्या मागे लागलेत. तुम्ही माझा पासपोर्ट लवकरात लवकर केव्हा बनवू शकाल?"

बायरने त्याचा हात मिलरच्या खांद्याभोवती टाकला. "हे बघ, रोल्फ, मित्रा, मी तुला सांगितलं ना? तू कशाला काळजी करतोस? ते माझ्यावर सोड." त्याने डोळा मारला. "आणि पासपोर्ट मी नाही बनवत. मी फक्त तो बनवणाराकडे फोटो पाठवतो आणि आठवडाभरात तो येतो. काहीच अडचण नाही. आता, फ्रांझबरोबर तुझ्या जुन्या मित्राबरोबर एक ड्रिंक घे."

त्याने त्याचा गुबगुबीत हात वर केला आणि ओरडला, "वेटर, आणखी एक फेरी."

मिलर मागे टेकून विचार करू लागला. पासपोर्टच्या फोटोसाठी केस वाढवायचे म्हणजे बरेच दिवस जातील. पासपोर्ट बनवणाऱ्या ओडेसाच्या माणसाचे नाव आणि पत्ता बायरकडून गोडीगुलाबीत किंवा फसवून मिळण्याचीसुद्धा शक्यता दिसत नव्हती. तो नशेत असला तरी त्या भरातसुद्धा पासपोर्ट बनवणाऱ्याची माहिती बोलून जाण्याची शक्यताही दिसत नव्हती.

मुलींचा पहिला नाच संपायच्या आधी ओडेसाच्या त्या लठ्ठ माणसाला तिथून बाहेर काढण्याची शक्यता दिसत नव्हती. अखेरीस ते जेव्हा तिथून निघून बाहेरच्या थंडगार हवेत आले तेव्हा रात्रीचा एक वाजून गेला होता. बायरच्या झोकांड्या जात होत्या. मिलरच्या खांद्यावर हात टाकून बाहेर पडल्यावर, अचानक आलेल्या थंड हवेच्या धक्क्यामुळे त्याची स्थिती आणखीच खराब झाली.

"मला वाटतं मी तुम्हाला कारने घरी सोडलेलं बरं." रस्त्याच्या कडेला पार्क केलेल्या कारकडे जाताना मिलर बायरला म्हणाला. त्याने बायरच्या कोटाच्या खिशातून कारच्या चाव्या काढल्या आणि त्या लठ्ठ माणसाला पॅसेंजरच्या सीटमध्ये बसवले. त्याच्या बाजूचे दार जोरात बंद करून गाडीच्या पुढून ड्रायव्हरच्या बाजूला येत तो कारमध्ये बसला. त्याच वेळी एक राखी रंगाची मर्सिडीस त्यांच्या मागच्या वळणावरून त्यांच्या रस्त्यावर आली आणि एकदम ब्रेक मारून त्यांच्यामागे वीस-एक यार्डांवर थांबली.

पाच नाइटक्लबात तपास करून आलेला मॅकेनसन मॅडेलीनसमोरून निघणाऱ्या कारच्या नंबर प्लेटकडे बघत राहिला. श्रीमती बायरने त्याला हाच नंबर दिला होता.

तिच्या नवऱ्याचीच कार. तो त्या कारच्या मागून जाऊ लागला.

मिलर, मद्यपानामुळे येणारी झापड रोखत काळजीपूर्वक जाऊ लागला. पोलिसांच्या गस्त घालणाऱ्या गाडीने त्याला थांबवून त्याच्या श्वासाची चाचणी घेतली असती तर मोठेच संकट ओढवले असते. बायरच्या घराकडे न जाता तो उतरला होता त्या हॉटेलकडे गेला. बायरला झोप लागून त्याचे डोके छातीकडे झुकले होते. त्याच्या लठ्ठ गळ्यावरील चरबीच्या वळ्या टायच्या गाठीवरून खाली ओघळल्या होत्या.

हॉटेलपाशी आल्यावर मिलरने बायरला हलवून जागे केले. ''चल,'' तो म्हणाला, ''चल फ्रांझ, झोपायला जाऊ या.''

बायरने त्याच्याकडे शून्य दृष्टीने आजूबाजूला बघितले. ''घरी गेलं पाहिजे,'' तो बरळला. ''बायको वाट बघत असेल.''

''चल रे. एक शेवटचं ड्रिंक घेऊ. माझ्या खोलीत बसू. जुन्या आठवणी काढू.''

बायरने नशेत स्मित केले.

''हो, जुन्या आठवणी काढू. काय छान होते ते दिवस, रोल्फ.''

मिलर खाली उतरून बायरला उतरायला मदत करण्यासाठी पॅसेंजरकडच्या बाजूला गेला.

''छान होते ते दिवस.'' बायरला आधार देत हॉटेलच्या दरवाजातून आत नेत मिलर बोलला. ''ये. आपण जुन्या आठवणींबद्दल बोलू.''

त्यांच्या मागे काही अंतरावर थांबलेल्या मर्सिडीसचे सर्व दिवे विझले. अंधारात तिचे अस्तित्व जाणवत नव्हते. मिलरच्या खोलीची चावी त्याच्या खिशात होती. रात्रपाळीवरचा हॉटेलातील माणूस काउंटरच्या मागे डुलक्या घेत होता. बायर काहीतरी बरळायला लागला.

''शूऽऽ.'' मिलर म्हणाला. ''आवाज नाही करायचा.''

''आवाज नाही करायचा,'' बायर पुटपुटला आणि हत्तीप्रमाणे दबकत जिन्याकडे जाऊ लागला. स्वतःच्या अभिनयाला तो हसला. मिलरच्या सुदैवाने त्याची खोली पहिल्याच मजल्यावर होती, नाहीतर बायर काही पोहोचला नसता. त्याने हळूच दार उघडले, दिवा लावला आणि बायरला खोलीतल्या एकमेव आरामखुर्चीत बसवले.

बाहेर रस्त्यावर मॅकेनसन हॉटेलच्या पलिकडल्या बाजूला उभा होता. पहाटे दोन वाजता हॉटेलात कोणत्याही खोलीत दिवा दिसत नव्हता. जेव्हा मिलरने दिवा लावला तेव्हा तो पहिल्या बाजूला, समोरून बघितले असता उजव्या बाजूला असल्याचे त्याने लक्षात ठेवले.

आताच सरळ वर जाऊन मिलरने दार उघडले की त्याला मारावे असा एक

विचार त्याच्या मनात आला. पण दोन गोष्टींमुळे त्याने तो सोडून दिला. लॉबीच्या काचेच्या दरवाजातून बायरच्या वर जाण्यामुळे जागा झालेला रात्रपाळीचा माणूस लॉबीत फेऱ्या मारत होता. बाहेरचा माणूस रात्री दोन हॉटेलात येऊन वर गेल्यास ते त्याच्या नक्की लक्षात येणार आणि तो पोलिसांना त्याचे वर्णन देऊ शकेल. दुसरी गोष्ट, जिच्यामुळे त्याने तो विचार सोडून दिला, ती म्हणजे बायरची स्थिती. त्या लठ्ठ माणसाला मिलर आधार देऊन हॉटेलात घेऊन जाताना त्याने बघितले होते. मिलरला मारल्यावर त्याला हॉटेलातून बाहेर काढणे जवळ-जवळ अशक्य झाले असते. बायर पोलिसांच्या हातात पडला तर ते वेअरवुल्फला चालणार नाही. बायर कसाही दिसला तरी तो त्याच्या खऱ्या नावाने 'वाँटेड' यादीत वरच्या जागेवर होता आणि ओडेसात महत्त्वाचा माणूस होता.

आणखी एका कारणामुळे मॅकेनसनने खिडकीतून गोळी झाडायचा पर्याय निवडला. हॉटेलच्या समोर रस्त्याच्या पलीकडे एक अर्धवट बांधकाम झालेली इमारत होती. तिचा सांगाडा, स्लॅब आणि जिना झालेले होते. तो वाट बघू शकणार होता. मिलर कुठे जाणार नव्हता. मॅकेनसन त्याच्या कारकडे गेला आणि डिकीत ठेवलेली शिकारीची बंदूक त्याने काढली.

बायरच्या डोक्यावर फटला बसला, तेव्हा तो पूर्णपणे बेसावध होता. दारूच्या नशेमुळे त्याने प्रतिकार करण्याचा प्रश्नच नव्हता. व्हिस्कीची बाटली शोधण्याच्या मिशाने मिलरने कपाट उघडले आणि त्याचा दुसरा टाय काढला. एक टाय त्याच्या गळ्यात होता. तोही त्याने काढला.

दहा वर्षांपूर्वी तो लष्करात नुकताच भरती झाला असताना त्या वेळी प्रशिक्षण शिबिरात सराव केलेल्या मुष्टिप्रहारांचा त्याला नंतर कधी उपयोग करावा लागला नव्हता. 'जुन्या आठवणी, जुन्या आठवणी' असे पुटपुटत खुर्चीत पाठमोऱ्या बसलेल्या बायरची गुलाबी मान मागून डोंगरासारखी दिसत होती. मिलरने सर्व शक्ती एकवटून फटका मारला.

त्याच्या हाताची कड मऊ होती आणि त्याला सराव राहिला नव्हता आणि शिवाय बायरच्या मानेवर चरबीचे थर होते. पण जो काही परिणाम झाला तो पुरेसा होता. त्याला थोडी शुद्ध येईपर्यंत मिलरने त्याचे दोन्ही हात खुर्चीच्या हातांना बांधून टाकले होते.

"हे काय चाललंय..." बायर जड आवाजात बरळला आणि त्याने डोके हलवून नशा घालवायचा प्रयत्न केला. त्याच्या स्वत:च्या टायने त्याचा डावा पाय खुर्चीच्या पायाला बांधला गेला आणि उपटून काढलेल्या टेलिफोनच्या वायरने उजवा पाय बांधला गेला.

काय घडतेय याची थोडी कल्पना त्याला येऊ लागली. त्याच्यासारख्या इतरांप्रमाणेच बायरला एक भीती वाटायची, जी तो कधीही घालवू शकला नव्हता.

"तुला मला इथून कुठेही नेता येणार नाही," तो बोलला. "तू मला कधीही तेल अवीवला नेऊ शकणार नाही. तुला काहीही सिद्ध करता येणार नाही. मी तुम्हा लोकांवर कधीही हात टाकला नाही..."

पायमोज्यांचे बोळे तोंडात कोंबल्यामुळे आणि आईने मिलरला भेट दिलेल्या मफलरने तोंड बांधल्यामुळे त्याचे बोलणे बंद झाले. मफलरच्या कडेवरून त्याचे डोळे तिरस्कारयुक्त नजरेने बघत होते.

मिलरने खोलीतील दुसरी खुर्ची ओढली तिची पाठ समोर करून तो तिच्यावर बसला. त्याचा चेहरा त्याच्या बंदिवानच्या चेहऱ्यापासून दोन फुटांवर होता. "लठ्ठ डुकरा, ऐक. एक म्हणजे मी इस्राईलचा एजंट नाहीये. दुसरं म्हणजे तुला मी कुठेही नेणार नाहीये. तू इथेच राहणार आहेस आणि इथेच बोलणार आहेस, समजलं?"

उत्तर म्हणून लुडविग बायर स्कार्फच्या कडेवरून फक्त बघू शकत होता. ते डोळे आता मौजेने चमकत नव्हते. झुडपात सापडलेल्या संतापलेल्या रानडुकराप्रमाणे त्यांच्यात लाल छटा आली होती.

"मला जे हवं आहे आणि जे मी आजची रात्र संपण्यापूर्वी मिळवणारच, ते म्हणजे ओडेसाकरता पासपोर्ट बनवणाऱ्या माणसाचं नाव आणि पत्ता."

त्याने सभोवार नजर फिरवली. बिछान्याजवळच्या टेबलावरील टेबललँप त्याला दिसला. भिंतीतील सॉकेटमधून त्याने दिव्याची वायर काढली आणि तो तिथे आणला.

"आता, बायर किंवा जे काही तुझं नाव असेल ते, मी तुझ्या तोंडातला बोळा काढणार आहे. तू बोलणार आहेस. ओरडायचा प्रयत्न केलास तर तुला डोक्यावर याचा फटका बसेल. तुझं डोकं फुटलं तरी मला पर्वा नाही, समजलं?"

मिलर खरे सांगत नव्हता. त्याने आतापर्यंत कधीच कोणालाही जीवे मारले नव्हते आणि आताही मारायचा त्याचा इरादा नव्हता.

टेबल लँप उजव्या हातात बायरच्या डोक्यावर मारण्याच्या पवित्र्यात ठेवून डाव्या हाताने त्याने बायरच्या तोंडावर बांधलेला मफलर सावकाश सोडला.

"डुकरा," बायर दबलेल्या आवाजात बोलला. "तू हेर आहेस. तुला माझ्याकडून काहीही मिळणार नाही."

त्याने वरील शब्द उच्चारताच त्याच्या तोंडात पुन्हा मोज्यांचे बोळे कोंबले गेले. स्कार्फ पुन्हा बांधला गेला.

"नाही?" मिलर म्हणाला. "बघू या आपण. मी तुझ्या बोटांपासून सुरुवात करतो आणि ते तुला कसं वाटतं ते बघू या."

त्याने बायरच्या डाव्या हाताची करंगळी आणि तिच्या जवळचे बोट पकडले आणि ती मागे वाकवत जवळ-जवळ उभी केली.

बायर खुर्चीत वाकडातिकडा झाला आणि खुर्ची जवळ-जवळ पडतच होती. मिलरने ती सरळ केली. बोटांवरचा दाब कमी केला.

त्याने बायरच्या तोंडावरचा मफलर आणि तोंडातले बोळे पुन्हा काढले.

"मी तुझ्या दोन्ही हातांची सगळी बोटं मोडू शकतो, बायर," तो कुजबुजला. "आणि त्यानंतर मी ह्या टेबल लँपचा दिवा काढीन, तो ऑन करीन आणि तुझं इंद्रिय त्यात घालीन."

बायरने डोळे मिटले आणि त्याच्या कपाळावरून घामाच्या धारा वाहू लागल्या.

"नको, नको, इलेक्ट्रोड नको. इलेक्ट्रोड नको. तिथे नको." तो हळू आवाजात बोलला.

"त्याने काय होतं आणि कसं वाटतं तुला माहीत आहे ना?" मिलर त्याच्या कानात बोलला.

बायरने डोळे मिटले आणि हलकेच रडू लागला. त्याला त्याचा अनुभव होता. वीस वर्षांपूर्वी विंग कमांडर यो-थॉमस उर्फ 'पांढऱ्या सशा'चा पॅरिसमध्ये फ्रेस्ने तुरुंगाच्या तळघरात 'लगदा' करणाऱ्यांमध्ये तोही होता. त्यामुळे तसे केले की काय होते हे तो चांगलेच जाणून होता; पण त्याला दुसऱ्या बाजूचा अनुभव नव्हता.

"बोल," मिलर फुत्कारला. "पासपोर्ट बनवणाऱ्याचं नाव आणि पत्ता."

बायरने सावकाश मान हलवली.

"मला नाही सांगता येणार. ते मला मारून टाकतील."

मिलरने पुन्हा तोंडात बोळा कोंबला. त्याने बायरची करंगळी धरली, डोळे मिटले आणि एक झटका दिला. करंगळीच्या तळाचे हाड तुटले. बायर खुर्चीत उसळला आणि बंद तोंडात ओकला.

तो त्याच्या ओकारीत गुदमरायच्या आत मिलरने बोळा काढला. बायरचे डोके पुढे झुकले आणि संध्याकाळचे महागडे जेवण, वाइनच्या दोन बाटल्या आणि स्कॉचचे अनेक डबल पेग त्याच्या छातीवरून त्याच्या मांडीत धबधब्याप्रमाणे कोसळले.

"बोल," मिलर म्हणाला, "अजून सात बोटं आहेत."

बायरने डोळे मिटले आणि आवंढा गिळला.

"विंझर." तो म्हणाला.

"कोण?"

"विंझर. क्लाउस विंझर. तो पासपोर्ट बनवतो."

"तो धंदेवाईक 'फोर्जर' आहे?"

"तो छापणारा आहे."
"कुठे? कुठल्या गावाला?"
"ते मला मारून टाकतील."
"सांगितलं नाहीस तर मीच तुला मारीन. कोणतं गाव?"
"ओस्नाब्रुक." बायर पुटपुटला.

मिलरने बायरच्या तोंडावर मफलर बांधला आणि विचार केला. क्लाउस विंझर, ओस्नाब्रुकचा छपाईवाला. तो त्याच्या बॅगेकडे गेला. बॅगेत सॉलोमन टाउबरची डायरी आणि वेगवेगळे नकाशे होते. त्यातील जर्मनीतील रस्त्यांचा नकाशा त्याने काढले.

दूर उत्तरेला उत्तर ऱ्हाईन/वेस्टफालिया असलेल्या ओस्नाब्रुकला जाणारा महामार्ग मानहाईम, फ्रॅंकफर्ट, दोर्टमंड आणि मुन्स्टरवरून जात होता. २१ फेब्रुवारीचे पहाटेचे तीन वाजत आले होते.

रस्त्याच्या पलीकडे, त्या अर्धवट बांधलेल्या इमारतीच्या दुसऱ्या मजल्यावर पाळतीवर बसलेला मॅकेनसन थंडीत कुडकुडत बसला होता. रस्त्यापलिकडच्या हॉटेलमधील पहिल्या मजल्यावरच्या खोलीतील दिवा अजून जळत होता. तो ती खिडकी आणि हॉटेलचे प्रवेशद्वार या दोन्हींवर नजर ठेवून होता. बायर बाहेर पडला तर मिलर एकटा सापडेल किंवा मिलर बाहेर पडला तर त्याला खाली रस्त्यावर टिपता येईल किंवा त्यांच्यापैकी कोणी ताज्या हवेसाठी थोडा वेळ जरी खिडकी उघडली तरी काम होईल. तो पुन्हा कुडकुडला आणि त्याने त्याच्या जड रेमिंग्टन ७.३०० रायफलवरील पकड पुन्हा घट्ट केली. ह्या बंदुकीने तीस यार्डांवरचे लक्ष्य सहज टिपता आले असते. मॅकेनसन वाट बघणार होता. तो फार चिकाटीचा माणूस होता. मिलरने खोलीतील त्याचे सामान आवरले. बायरने त्याच स्थितीत किमान सहा तास तरी राहायला हवे. पासपोर्ट बनवणाऱ्याची गुप्त माहिती दिली हे तो कदाचित भीतीमुळे त्याच्या वरच्या लोकांना सांगणार नाही. पण ती शक्यता गृहीत धरून चालणार नाही.

शेवटी मिलरने बायरच्या हातापायांना बांधलेल्या टायच्या आणि तोंडावरील मफलरच्या गाठी तपासून आणखी घट्ट केल्या, बायरने खुर्ची मागे-पुढे हलवत पाडून त्या आवाजाने कोणाचे लक्ष वेधून घेऊ नये म्हणून त्याने त्याची खुर्ची हलकेच एका बाजूवर पाडली. टेलिफोनची वायर आधीच काढलेली होती. त्याने खोलीत सर्वत्र एकदा शेवटची नजर फिरवली आणि बाहेर पडून त्याने दरवाजा लॉक केला.

खाली जाण्यासाठी तो जिन्यापर्यंत पोहोचतच होता, इतक्यात त्याच्या मनात एक विचार आला. लॉबीतील रात्रपाळीच्या माणसाने आम्हाला दोघांना वर जाताना

बघितले असणार. त्यापैकी एकच जण खाली येऊन बिल देऊन बाहेर पडला, तर त्याच्या मनात काय विचार येईल? मिलर परत फिरला आणि हॉटेलच्या मागच्या बाजूकडे गेला. कॉरिडॉरच्या टोकाला बाहेर असलेल्या आगीच्या जिन्यावर उघडणारी खिडकी होती. तिची कडी काढून तो जिन्यावर आला. काही सेकंदांत तो गॅरेज जिथे होते त्या मागच्या प्रांगणात पोहोचला. मागील बाजूला एक लहान फाटक होते त्यातून तो हॉटेलच्या मागच्या गल्लीत आला.

दोन मिनिटांनी, तिथून तीन मैलांवर आणि बायरच्या घरापासून एक मैलावर जिथे त्याने त्याची कार पार्क केली होती त्या दिशेने तो झपाझप चालू लागला. दिवसभरात केलेली धावपळ आणि दारूचा परिणाम यामुळे तो थकला होता. त्याला झोपेचीसुद्धा अत्यंत गरज होती; पण सगळा प्रकार उघडकीला यायच्या आत त्याला विंझरपर्यंत पोहोचायचे होते.

तो जग्वारमध्ये बसला तेव्हा पहाटेचे जवळ-जवळ चार वाजले होते. अर्ध्या तासात तो महामार्गावर पोहोचला आणि उत्तरेला हाइल ब्रोन आणि मानहाइमकडे जाऊ लागला.

मिलर गेल्याबरोबर, आता नशा उतरलेल्या बायरने सुटकेची धडपड सुरू केली. त्याने डोके खाली वाकवून तोंड टायपर्यंत नेण्याचा प्रयत्न केला; पण एक तर त्याच्या लठ्ठपणामुळे मान फार खाली जात नव्हती आणि तोंडात बोळे कोंबलेले होते. दर दोन-तीन मिनिटांनी त्याला दम घ्यायला थांबायला लागत होते.

त्याने पाय ओढून वाकडे करून बघितले; पण ते फारच घट्ट बांधलेले होते. अखेरीस करंगळी मोडलेली आणि सुजलेली असूनसुद्धा तो मनगटे सोडवण्याचा प्रयत्न करू लागला. जेव्हा त्याचाही उपयोग झाला नाही तेव्हा त्याला जमिनीवर पडलेला टेबल लॅंप दिसला. त्यात अजून दिवा होता. तो फोडला तर टाय कापण्यासाठी काचेचे बरेच तुकडे मिळणार होते.

आडवी केलेली खुर्ची अंगाला हिसके देत सरकवत लॅंपपाशी पोहोचायला एक तास लागला.

काचेच्या तुकड्याने टाय कापणे वाटते तेवढे प्रत्यक्षात सोपे नसते. एक थर कापायला अनेक तास लागतात. बायरच्या मनगटावरून ओघळणाऱ्या घामामुळे भिजून त्याच्या जाडजूड मनगटाभोवतीची टायची गाठ आणखीनच घट्ट झाली. डाव्या मनगटावरील टायच्या गाठीचा पहिला पदर तुटेपर्यंत सकाळचे सात वाजून गेले. डावे मनगट पूर्ण मोकळे होईपर्यंत आठ वाजले.

तोपर्यंत मिलरची जग्वार कोलोन वर्तुळावरून शहराच्या पूर्वेला ओस्नाब्रुकपासून शंभर मैलांवर पोहोचली होती. पाऊस पडू लागला होता आणि पुढच्या काचेवर आदळणाऱ्या सरीच्या एकसुरी आवाजाने त्याला झोप लागण्याच्या बेतात होती.

घसरून रस्त्यावरून खाली शेतात जाण्यापेक्षा तो ताशी ८० मैल वेगाने संथपणे जाऊ लागला.

डाव हात मोकळा झाल्यावर तोंडावरील मफलर आणि तोंडातील बोळे काढायला बायरला फार वेळ लागला नाही. तोंड मोकळे झाल्यावर बराच वेळ तो धापा टाकत आणि लांब श्वास घेत पडून राहिला. खोलीत घाम, भीती, ओकारी आणि व्हिस्की यांची मिश्र अशी भयंकर दुर्गंधी पसरली होती. त्याने उजव्या मनगटावरील टायची गाठ सोडली. मोडलेल्या करंगळीच्या वेदना त्याच्या मेंदूपर्यंत जाऊन तो कळवळला. पण थोड्याच वेळात त्याने पाय सोडवून घेतले.

बाहेर पडण्यासाठी तो दरवाजाकडे गेला, पण तो कुलूपबंद होता. बराच वेळ घट्ट बांधलेली असल्याने त्याची पावले बधीर झाली होती. पावले घसरत तो फोनपाशी गेला, पण तो अर्थातच बंद होता. अखेरीस तो खिडकीपाशी गेला, पडदे दूर केले आणि खिडकी आत उघडली.

रस्त्याच्या पलीकडे, समोरच्या इमारतीत, थंडी असूनसुद्धा मॅकेनसनला डुलकी लागणार होती. इतक्यात त्याने मिलरच्या खिडकीचे पडदे उघडलेले बघितले. पटकन त्याची रेमिंग्टन वर करून तो नेम घेण्याच्या तयारीत राहिला. पडद्यामागील व्यक्तीने खिडकीचे दार उघडताच त्याने त्या व्यक्तीच्या चेहऱ्यावर गोळी झाडली.

गोळी बायरच्या घशाच्या तळापाशी लागली आणि मागे कोसळण्यापूर्वीच तो मृत झाला. बंदुकीचा जो आवाज झाला तो कारचा बॅकफायर म्हणून समजला गेला असता – पण काही मिनिटेच. कोणीतरी कुठून कसला आवाज झाला म्हणून बघण्याची शक्यता होतीच.

रस्त्यापलिकडच्या खोलीकडे पुन्हा बघण्यासाठी न थांबता मॅकेनसन दुसऱ्या मजल्यावरून निघून जिना धावत उतरून खाली पोहोचला. इमारतीच्या मागच्या बाजूने दोन सिमेंट मिक्सर आणि वाळूचा एक ढीग चुकवत तो बाहेर पडला. गोळी झाडल्यापासून साठ सेकंदांत तो कारपाशी पोहोचला. त्याने बंदूक डिकीत ठेवली आणि कारमध्ये बसून तो निघाला.

कारमध्ये बसून इग्निशनमध्ये चावी घालताना काहीतरी बरोबर झाले नाही, अशी जाणीव त्याला झाली. बहुतेक आपल्या हातून चूक झाली, असे त्याला वाटले. वेअरवुल्फने ज्या माणसाला मारायला सांगितले होते तो उंच आणि सडपातळ आहे, असे तो म्हणाला होता. खिडकीत दिसलेल्या माणसाची त्याच्या मन:पटलावर जी प्रतिमा राहिली होती, तिच्यावरून खिडकीतला माणूस लठ्ठ होता. आदल्या दिवशी संध्याकाळी त्याला जे दिसले होते त्यावरून आपण ज्याच्यावर गोळी झाडली तो बायरच होता, असे त्याला खातरीने वाटले.

ही काही फार गंभीर समस्या होती, असे नव्हे. बायर मरून पडला आहे हे बघून मिलर शक्य तितक्या घाईने तिथून पळणार हे निश्चित आणि तो तीन मैलांवर पार्क केलेल्या त्याच्या जग्वारकडे जाणार, हेही नक्की. मॅकेनसन मर्सिडीस घेऊन मिलरने जिथे कार ठेवली होती, त्या दिशेने जाऊ लागला. आदल्या दिवशी रात्री ओपेल आणि बेंझ ट्रक यांच्या मध्ये जिथे जग्वार उभी होती ती जागा रिकामी बघितल्यावर मात्र त्याला काळजी वाटू लागली.

इतक्या सहजपणे घाबरणाऱ्या लोकांपैकी असता, तर मॅकेनसन ओडेसाचा प्रमुख मारेकरी झाला नसता. तो पूर्वी अनेकदा असा अडचणीत सापडलेला होता. मिलर आता शेकडो मैल दूर असेल, ह्या शक्यतेचा विचार करत तो बरीच मिनिटे कारमध्ये बसून राहिला.

मिलरने बायरला जिवंत सोडले याचा अर्थ त्याला त्याच्याकडून काहीही मिळाले नसणार किंवा काहीतरी मिळाले असणार. पहिली शक्यता खरी असेल तर काहीही नुकसान नव्हते, कारण तो मिलरला नंतर कधीतरी गाठू शकणार होता. घाईचे कारण नव्हते. मिलरला बायरकडून काही मिळाले असेल तर ते म्हणजे माहिती. मिलरला कोणत्या प्रकारची माहिती हवी होती जी बायर देऊ शकला असेल, हे फक्त वेअरवुल्फलाच माहीत असणार. त्यामुळे वेअरवुल्फच्या संतापाची भीती वाटत असूनसुद्धा त्याने त्याला फोन करायचे ठरवले.

सार्वजनिक फोन शोधायला त्याला वीस मिनिटे लागली. लांब अंतराचे फोन करण्यासाठी म्हणून तो नेहमी खिसा भरून एक मार्कची नाणी ठेवायचा.

न्यूरेंबर्गमध्ये फोन घेतल्यावर आणि मॅकेनसनने दिलेला वृत्तांत ऐकल्यावर वेअरवुल्फ भयंकर संतापला आणि त्याने त्याच्या भाडोत्री मारेकऱ्यावर शिव्यांचा वर्षाव केला. त्याला शांत व्हायला अनेक सेकंदे लागली.

"तू त्याला शोधून काढ, गाढवा आणि तेही लवकरात लवकर. आता तो कुठे गेला असेल, देव जाणे."

बायरने मरण्यापूर्वी मिलरला कोणत्या प्रकारची माहिती दिली असेल हे समजणे आवश्यक आहे, हे मॅकेनसनने वेअरवुल्फला समजावण्याचा प्रयत्न केला.

वेअरवुल्फने थोडा विचार केला.

"अरे देवा," त्याने श्वास घेतला. "छपाई करणारा. त्याला छपाई करणाऱ्याचं नाव मिळालं असणार."

"कोण छपाई करणारा, सर?" मॅकेनसनने प्रश्न केला. वेअरवुल्फ भानावर आला.

"मी त्या माणसाला फोन करून सावध करतो," तो म्हणाला. "तिथेच गेला असणार मिलर."

त्याने मॅकेनसनला पत्ता सांगितला आणि म्हणाला, ''लवकरात लवकर तू ओस्नाब्रुकला पोहोच. तुला मिलर त्या पत्त्यावर भेटेल किंवा त्या गावात कुठेतरी असेल. त्या पत्त्यावर नसला तर गावात त्याच्या जग्वारचा शोध घे आणि ह्या वेळी जग्वारपासून हलू नकोस. तो नेहमी कारकडे परततो.''

त्याने फोन दणकन खाली ठेवला, पुन्हा उचलला आणि फोन चौकशीला जोडून द्यायला सांगितले. त्याला हवा तो नंबर मिळाल्यावर त्याने ओस्नाब्रुकचा तो नंबर फिरवला.

स्टुटगार्टमध्ये मॅकेनसनने फोन बंद झाल्याचे ऐकले आणि तो कारकडे वळला. त्याला पुन्हा लांब अंतर ड्राइव्ह करून जावे लागणार होते आणि तिथे दुसरे 'काम' करावे लागणार होते. ओस्नाब्रुकपासून वीस मैलांवर पोहोचलेल्या मिलरइतकाच तोही थकला होता. ते दोघेही गेल्या चोवीस तासात झोपले नव्हते आणि मॅकेनसनने तर काल दुपारच्या जेवणानंतर काही खाल्लेही नव्हते.

रात्रभर थंडीत पहारा देत बसल्यामुळे गारठलेल्या मॅकेनसनला गरमागरम कॉफी आणि तिच्याबरोबर स्टाइनहेगर घेण्यासाठी थांबायचा खूप मोह होत होता; पण तो मर्सिडीसमध्ये बसला आणि उत्तरेला वेस्टफालियाच्या दिशेने वेगात जाऊ लागला.

१४

क्लाऊस विंझरकडे बघितले तर हा माणूस एके काळी एस.एस.मध्ये होता यावर विश्वास बसला नसता. एक कारण म्हणजे त्याची उंची एस.एस.ला लागायची त्या सहा फुटांपेक्षा बरीच कमी होती आणि दुसरे म्हणजे त्याला दूरचे नीट दिसत नसे. आता वयाच्या चाळिसाव्या वर्षी तो स्थूल आणि निस्तेज होता, विस्कटलेले सोनेरी केस आणि जरा भितरट वागणे.

खरे म्हणजे एस.एस.चा गणवेश घातलेल्या कोणाही माणसापेक्षा त्याची करिअर अगदी वेगळीच होती. त्याचा जन्म १९२४ मधला. जोहान विंझर ह्या विस्बाडेन येथील खाटकाचा तो मुलगा. वडील धिप्पाड आणि आनंदी होते आणि ॲडॉल्फ हिटलर आणि नाझी पक्षाचे एकनिष्ठ पाईक. क्लाउस लहान असताना, अनेकदा वडील साम्यवादी आणि समाजवादी लोकांशी रस्त्यात मारामारी करून घरी आलेले त्याला आठवते.

क्लाउस त्याच्या आईवर गेला होता. लहान चणीचा, अशक्त, दृष्टिदोष असलेला आणि अगदी शांत असा होता, त्यामुळे वडील त्याचा जरा तिरस्कारच करत असत. त्याला मारामाऱ्या, खेळ आणि हिटलर यूथ अजिबात आवडत नसत. एक गोष्टीची मात्र त्याला लहानपणापासून फार आवड होती आणि तिच्यात तो अतिशय निष्णात होता, ती म्हणजे हस्ताक्षरकला आणि चमकदार हस्तलिखिते बनवणे. त्याच्या वडिलांच्या मते ह्या गोष्टी बायकी होत्या.

नाझी सत्तेवर आल्यावर खाटकाचा धंदा एकदम वधारला. जोहान विंझरने पक्षाच्या पूर्वी केलेल्या सेवेचे पारितोषिक म्हणून स्थानिक एस.एस. छावणीला मांस पुरवण्याचे कंत्राट त्यालाच दिले गेले. रुबाबात चालणाऱ्या एस.एस. तरुणांचे त्याला फार कौतुक वाटायचे आणि एक दिवस आपला मुलगासुद्धा काळ्या आणि रुपेरी 'शुट्झ स्टाफेल'मध्ये दिसेल, अशी त्याला फार आशा होती.

क्लाउसला तसे काही नको होते. तो त्याच्या हस्तलिखितांमध्येच रमून रंगीत शाई आणि वेगवेगळ्या वळणाच्या अक्षरांमध्ये गुंतलेला असे.

महायुद्ध सुरू झाले आणि १९४२ च्या वसंत ऋतूत क्लाउस अठरा वर्षांचा झाला. आता त्याला सैन्यात दाखल व्हावे लागणार होते. धिप्पाड, भांडकुदळ आणि ज्यूंचा द्वेष करणाऱ्या त्याच्या वडिलांच्या तुलनेत तो लहान बांध्याचा, निस्तेज आणि बुजरा होता. लष्करातील ऑफिसमधील कामासाठी लागणाऱ्या वैद्यकीय चाचणीतसुद्धा तो उत्तीर्ण झाला नाही आणि त्याला घरी पाठवण्यात आले. त्याच्या वडिलांसाठी ती शेवटची काडी होती.

जोहान विंझर रस्त्यात मारामाऱ्या करण्याच्या काळातील एका जुन्या मित्राला भेटण्यासाठी ट्रेनने बर्लिनला गेला. तो मित्र आता एस.एस.मध्ये मोठ्या अधिकारपदावर होता आणि त्याच्या मध्यस्थीने 'राइश'च्या सेवेत कोणत्या तरी खात्यात आपल्या मुलाला प्रवेश मिळेल, अशी त्याला आशा होती. त्या मित्राने प्रयत्न केला; पण त्याचा काही उपयोग झाला नाही. अशी एखादी गोष्ट आहे का की, ज्यात क्लाउस निष्णात आहे, असे मित्राने विचारले असता तो चमकदार हस्तलिखिते लिहू शकतो असे त्याच्या वडिलांनी खालच्या मानेनेच सांगितले.

त्या मित्राने मी प्रयत्न करीत राहीन, असे आश्वासन दिले आणि सुरुवात म्हणून एस.एस.मधील एक अधिकारी मेजर फ्रिट्झ सूरेन यांच्या सन्मानार्थ द्यायचे मानपत्र पातळ कागदावर लिहू शकेल का असे विचारले.

विस्बाडेनला क्लाउसने त्याला सांगितलेले काम केले आणि आठवड्यानंतर बर्लिनला एका समारंभात मेजर सूरेनला त्याच्या सहकाऱ्यांनी क्लाउसने लिहिलेले मानपत्र सादर केले. सूरेन त्या वेळी साक्सेनहाउसेन छावणीचा कमांडंट होता आणि त्याहूनही कुप्रसिद्ध अशा रावेन्सब्रुक छावणीचा ताबा घेणार होता.

सूरेनची फ्रेंचांनी १९४५ मध्ये हत्या केली.

बर्लिनच्या RSHA च्या मुख्यालयातील हस्तांतरण समारंभात सर्वांनी आणि विशेषत: एस.एस. लेफ्टनंट आल्फ्रेड नॉजोक्स याने मानपत्राचे फार कौतुक केले. हा तोच माणूस ज्याने जर्मन-पोलिश सीमेवरच्या ग्लायविट्झ रेडिओ स्टेशनवर ऑगस्ट १९३९ मध्ये लुटुपुटुचा हल्ला करून, तिथे छळछावणीतल्या लोकांचे जर्मन लष्करी गणवेश घातलेले मृतदेह टाकले; जर्मनीवर पोलिश हल्ला झाल्याचा पुरावा म्हणून. ज्याचे निमित्त करून पुढच्याच आठवड्यात हिटलरने पोलंडवर हल्ला केला.

नॉजोक्सने मानपत्र कोणी लिहिले याची चौकशी केली आणि क्लाउसचे नाव कळल्यावर त्याला बर्लिनला पाठवण्याची विनंती केली.

काय होत आहे ते समजायच्या आत क्लाउस विंझरला औपचारिक प्रशिक्षणसुद्धा न देता एकनिष्ठतेची एक शपथ आणि गुप्ततेची एक शपथ देऊन एस.एस.मध्ये दाखल करून घेण्यात आले आणि तुला देशाच्या एका अति गोपनीय अशा

प्रकल्पात काम देण्यात आले आहे असे सांगण्यात आले. विस्बाडेनच्या त्या खाटकाला स्वर्गात पोहोचल्याचा आनंद झाला.

प्रकल्पाचे काम आर एस एच ए, विभाग सहा, भाग एकसाठी होते आणि ते बर्लिनमध्ये डेलब्रुक रस्त्यावरील एका वर्कशॉपमध्ये चालले होते. तसे बघता ते अगदी साधे होते. ब्रिटनच्या पाच पाउंडाच्या आणि अमेरिकेच्या शंभर डॉलरच्या खोट्या नोटा छापण्याचा एस.एस. प्रयत्न करत होते. बर्लिनच्या बाहेरच असलेल्या स्पेकथाउसेनच्या नोटांचा कागद बनवण्याच्या सरकारी कारखान्यात त्या नोटांसाठी कागद बनवण्यात येत होता आणि नोटांसाठी वॉटरमार्क बनवण्याची जबाबदारी डेलब्रुक रस्त्यावरच्या वर्कशॉपवर सोपवण्यात आली होती. क्लाउस विंझरच्या कागद आणि शाईच्या ज्ञानामुळे त्यांना त्याची गरज होती.

प्रचंड प्रमाणावर खोट्या नोटा ब्रिटन आणि अमेरिकेत घुसवून दोन्ही देशांची अर्थव्यवस्था उद्ध्वस्त करायची, अशी यामागची कल्पना होती. १९४३ च्या सुरुवातीला ब्रिटिश पाच पौंडच्या नोटेवरील वॉटरमार्क चांगल्या प्रकारे तयार झाला आणि त्याच्या छपाईच्या प्लेट बनवण्याचे काम साक्सेन हॉयसेन येथील छळछावणीला देण्यात आले. ह्या छावणीत ज्यू आणि इतर ग्राफॉलॉजिस्ट आणि ग्राफिक आर्टिस्ट एस.एस.च्या देखरेखीखाली काम करीत होते. हे कैदी काम करताना मुद्दाम चूक करतील अशा संशयामुळे एस.एस.चा त्यांच्यावर विश्वास नव्हता, त्यामुळे त्यांच्या कामाचा दर्जा तपासण्याचे काम विंझरला देण्यात आले.

दोन वर्षांत क्लाउस विंझरने त्याच्या हाताखालच्या शास्त्रज्ञांकडून सर्व ज्ञान आत्मसात केले आणि तो खोट्या नोटा बनवण्याच्या कामात अतिशय वाकबगार झाला. १९४४ च्या अखेरीस, जर्मनीचा पाडाव झाल्यावर, एस.एस. अधिकाऱ्यांना लागणारी खोटी ओळखकार्डे बनवण्यासाठी ह्या प्रकल्पाचा वापर करण्यात येऊ लागला. १९४५ मध्ये जर्मनीची युद्धात वाताहत होत असताना आत्ममग्न असणारे हे लहानसे खासगी जग संपुष्टात आले.

बर्नहार्ट क्रूगर नावाच्या एका एस.एस. कॅप्टनच्या नेतृत्वाखाली चाललेल्या ह्या प्रकल्पाला, साक्सेन हॉयसेन सोडून देऊन ऑस्ट्रियातील दूरवरच्या डोंगरांमध्ये स्थलांतरीत होऊन तिथे त्यांचे चांगले काम चालू ठेवण्यास सांगण्यात आले. दक्षिणेला जाऊन अप्पर ऑस्ट्रियातील रेड्ल-झिप येथील एका बंद पडलेल्या ब्रुअरीमध्ये त्यांनी बस्तान बसवले. युद्ध संपण्याच्या काही दिवस आधी क्लाउस विंझरच्या कलेचे प्रतीक असलेल्या लाखो पौंडांच्या आणि कोट्यवधी डॉलरच्या नोटा एका सरोवरात बुडवण्यात येताना निराश झालेला विंझर किनाऱ्यावर उभा राहून अश्रू ढाळीत होता.

तो विस्बाडेनला घरी परतला. एस.एस.मध्ये असल्यामुळे आतापर्यंत कसलीही

ददात नसलेल्या विंझरला, १९४५ च्या उन्हाळ्यात सामान्य जर्मन नागरिकांची उपासमार होत असल्याचे पाहून आश्चर्याचा धक्काच बसला. आता विस्बाडेन अमेरिकेने व्यापले होते आणि त्यांना जरी खाण्यापिण्याची रेलचेल होती तरी जर्मन जनतेची मात्र उपासमार होत होती. आता नाझी द्वेष्टे झालेल्या त्याच्या वडिलांची स्थिती हलाखीची झाली होती. एके काळी जिथे त्यांचे दुकान हॅमने भरलेले असायचे तिथे चमकणाऱ्या लोखंडी आकड्यांमध्ये एखादीच सॉसेजची माळ दिसत होती.

क्लाउसच्या आईने त्याला सांगितले की, कोणतेही पदार्थ फक्त अमेरिकनांनी दिलेल्या रेशन कार्डावरच मिळत होते. क्लाउसने रेशन कार्डांचे निरीक्षण केले आणि ती स्वस्तातल्या कागदावर तिथेच छापली असल्याचे बघून त्याला आश्चर्य वाटले. तीन-चार कार्डे घेऊन त्याने त्याच्या खोलीत त्यांच्यावर काम केले. खोलीतून बाहेर पडल्यावर त्याने सहा महिने सर्वांना भरपूर खातापिता येईल इतक्या रेशन कार्डांचा एक गठ्ठाच आश्चर्यचकित झालेल्या त्याच्या आईच्या हातात ठेवला.

"पण ही कार्डे बनावट आहेत." त्याची आई म्हणाली.

ही कार्डे बनावट नाहीत, फक्त वेगळ्या यंत्रावर छापली आहेत असे सांगून त्याने आईचे समाधान केले आणि तो स्वत:सुद्धा आता प्रामाणिकपणे तसेच समजून होता. त्याच्या वडिलांनी त्याचे समर्थन केले.

"आपल्या मुलाची रेशनकार्डे अमेरिकनांच्या कार्डांपेक्षा कमी प्रतीची आहेत असं तुला म्हणायचं आहे का, वेडाबाई?"

त्यावर आणि विशेषत: बरेच दिवसांनी मिळालेल्या रात्रीच्या भरपेट जेवणानंतर ती निरुत्तर झाली.

काही दिवसांनी क्लाउस विंझरची काळ्या बाजाराचा राजा समजला जाणाऱ्या धडाकेबाज ओटो क्लॉप्सशी भेट झाली आणि त्यांनी धंदाच सुरू केला. विंझर हवी तितकी रेशन कार्डे, पेट्रोलची कुपने, देशांतर्गत प्रवासाचे पास, ड्रायव्हिंग लायसेन्स, अमेरिकन मिलिटरी पास, पीएक्स कार्ड वगैरे बनवून द्यायचा आणि क्लॉप्स ती वापरून खाद्यपदार्थ, पेट्रोल, ट्रकचे टायर, नायलॉनचे पायमोजे, साबण, सौंदर्य प्रसाधने, कपडे वगैरे विकत घ्यायचा; त्याचा काही भाग आरामात राहण्यासाठी तो आणि विंझर घ्यायचे आणि बाकीचा माल काळ्या बाजारात विकून टाकायचा. अडीच वर्षांत, १९४८ चा उन्हाळा सुरू होईपर्यंत क्लाउस विंझर श्रीमंत झाला. त्याच्या बँकेतील खात्यात पन्नास लाख राईश मार्क साठले.

त्याच्या भयंकर धास्तावलेल्या आईची तो अशी समजूत घालायचा– 'कोणताही दस्तऐवज खरा किंवा खोटा नसतो, तो चांगला असू शकतो किंवा असमाधानकारक असू शकतो. समजा तुमच्याकडे सीमापार जाण्यासाठी लागणारा पास आहे आणि तो वापरून तुम्ही सीमेच्या पलीकडे जाऊ शकलात, तर तो पास खरा आहे.'

ऑक्टोबर १९४८ मध्ये नियतीने क्लाउस विंझरला एक धक्का दिला. सरकारने चलन बदलले, जुन्या राईश मार्कच्या जागी डॉइश मार्क हे नवे चलन आणले. पण जुन्या मार्कच्या बदल्यात नवे मार्क देण्याऐवजी त्यांनी जुना राईश मार्क रद्दच केला आणि त्याऐवजी प्रत्येकाला सरसकट १००० नवे मार्क दिले. विंझर कफल्लक बनला. पुन्हा एकदा त्याची संपत्ती मातीमोल झाली होती.

खुल्या बाजारात वस्तू मिळायला लागल्यामुळे लोकांना काळा बाजार करणाऱ्यांची गरज उरली नाही. त्यांनी क्लॉप्सचा धिक्कार केला आणि विंझरला पळून जावे लागले. सीमापार जाण्याचा स्वत:च बनवलेला पास घेऊन विंझर ब्रिटिश विभागाच्या हॅनोवर येथील मुख्य कार्यालयात गेला आणि त्याने ब्रिटिश सरकारच्या लष्करी पासपोर्ट ऑफिसात नोकरीसाठी अर्ज केला.

अमेरिकन हवाई दलाच्या एका कर्नलने विंझरला दिलेले शिफारसपत्र उत्तम होते – ते तसे असणारच होते, कारण ते त्याने स्वत:च लिहिले होते. त्याची मुलाखत घेणाऱ्या ब्रिटिश मेजरने चहाचा कप खाली ठेवला आणि तो त्याला म्हणाला :

''प्रत्येकाकडे योग्य ते कागदपत्र नेहमी असण्याचं महत्त्व तुम्ही जाणतच असाल, अशी मला आशा आहे.''

विंझरने अगदी प्रामाणिकपणे त्याला होकारार्थी उत्तर दिले. दोन महिन्यांनी त्याचे नशीब उघडले. तो बिअर हॉलमध्ये एकटाच बिअर पीत बसला असताना एक माणूस त्याच्याशी गप्पा मारू लागला. त्या माणसाचे नाव होते हर्बर्ट मोल्डर्स. त्याने विंझरला त्याचे गुपित सांगितले : युद्धात गुन्हे केल्याबद्दल ब्रिटिश अधिकारी त्याचा शोध घेत असल्याने त्याला जर्मनीतून बाहेर पडायचे होते. पण जर्मन लोकांना फक्त ब्रिटिशच पासपोर्ट देऊ शकत होते. त्यामुळे अर्ज करायचा धीर त्याला होत नव्हता. विंझरने, त्याची व्यवस्था करता येईल; पण त्याला खर्च करावा लागेल, असे खालच्या आवाजात सांगितले.

आश्चर्य म्हणजे मोल्डर्सने ताबडतोब त्याला एक हिऱ्यांचा कंठा दाखवला. तो म्हणाला की तो एका छळछावणीत सुरक्षा अधिकारी असताना एका ज्यू कैद्याने त्याला पळून जाऊ देण्याबद्दल त्याच्या कुटुंबाचे दागिने देऊ केले होते. मोल्डर्सने दागिने घेतले, गॅस चेंबरला पाठवल्या जाणाऱ्या पहिल्या तुकडीत तो माणूस जाईल अशी व्यवस्था केली आणि नियमाविरुद्ध दागिने ठेवून घेतले.

विंझरने आठवडाभरात मोल्डर्सच्या फोटोच्या साहाय्याने पासपोर्ट बनवला. त्याने तो बनावटसुद्धा केला नाही. तसे करण्याची गरजच पडली नाही.

पासपोर्ट ऑफिसातील पद्धत अगदी साधी होती. विभाग एकमध्ये सर्व अर्जदार आपले कागदपत्र घेऊन येत आणि अर्ज भरून ते निघून जात. विभाग दोनमध्ये

जन्मतारखेचा दाखला, ओळखपत्र, ड्रायव्हिंग लायसेन्स वगैरेंची ती बनावट नाहीत ना याची खातरी करण्याच्या दृष्टीने छाननी केली जाई. अर्जदाराचे युद्ध गुन्हेगारांच्या यादीत नाव नाही ना याची तपासणी केली जाऊन सर्व ठाकठीक असेल तर अर्ज आणि कागदपत्रांना विभाग दोनच्या प्रमुखाच्या सहीचे 'ना हरकत' पत्र जोडले जाऊन ते विभाग तीनच्या प्रमुखांकडे पाठवण्यात येत. विभाग तीनमध्ये विभाग दोनच्या प्रमुखांचे 'ना हरकत' पत्र मिळाल्यावर तिजोरीतून एक कोरा पासपोर्ट काढून त्यावर अर्जदाराचा फोटो चिकटवीत, त्याची माहिती भरत आणि अर्जदार आठ दिवसांनी आला की, तयार पासपोर्ट त्याला देऊन टाकत.

विंझरने आपली बदली विभाग तीनमध्ये करून घेतली. त्याने मोल्डरचा अर्ज नव्या नावाने भरला, विभाग दोनच्या प्रमुखाचे 'ना हरकत' पत्र स्वतःच केले आणि त्यावर त्या विभागाच्या प्रमुखाची सही ठोकली.

तो विभाग दोनमध्ये गेला, एकोणीस अर्ज व 'ना हरकत' पत्रं गोळा केली, त्यात मोल्डर्सचा अर्ज आणि 'ना हरकत' पत्र घातले आणि तो वीस अर्जांचा गठ्ठा विभाग तीनचा प्रमुख मेजर जॉनस्टन याच्याकडे घेऊन गेला. जॉनस्टनने वीस 'ना हरकत' पत्रे बघून वीस कोरे पासपोर्ट विंझरला दिले. विंझरने ते पासपोर्ट भरले, त्यांच्यावर ऑफिसचे शिक्के मारले, एकोणीस पासपोर्ट ते घ्यायला आलेल्या आनंदात असलेल्या अर्जदारांना दिले. विसावा पासपोर्ट त्याच्या खिशात गेला. दिलेल्या वीस पासपोर्टच्या जागी वीस अर्ज दाखल झाले.

संध्याकाळी त्याने मोल्डर्सला त्याचा नवा पासपोर्ट दिला आणि त्याच्याकडून हिऱ्याचा कंठा घेतला. त्याला त्याचा नवा 'व्यवसाय' सापडला होता.

मे १९४९ मध्ये पश्चिम जर्मनीची स्थापना झाली आणि पासपोर्ट ऑफिस हॅनोव्हर राजधानी असलेल्या लोअर सॅक्सनी राज्य सरकारकडे हस्तांतरित करण्यात आले. विंझरने नोकरी चालू ठेवली. त्याच्याकडे आणखी 'गिऱ्हाइके' आली नाहीत. त्यांची त्याला गरजही नव्हती. दर आठवड्याला तो एका फोटोग्राफरकडून एखाद्या सामान्य माणसाचा फोटो विकत घ्यायचा, पासपोर्टचा अर्ज भरायचा, विभाग दोनच्या प्रमुखाची सही करून 'ना हरकत' पत्र बनवावयचा. मग अर्ज आणि 'ना हरकत' पत्रांचा गठ्ठा घेऊन विभाग तीनच्या प्रमुखाकडे (तो आता जर्मन होता) जायचा. संख्या जुळली की त्याला कोऱ्या पासपोर्टांचा गठ्ठा मिळायचा. त्यातील एक सोडून इतर पासपोर्ट खऱ्या अर्जदारांना दिले जायचे आणि शेवटचा एक विंझरच्या खिशात जायचा. ह्याशिवाय, त्याला फक्त सरकारी शिक्क्याची गरज होती. तो चोरला असता तर कोणाला संशय आला असता. विंझर शिक्का एका रात्रीपुरता घरी घेऊन गेला आणि सकाळपर्यंत त्याने लोअर सॅक्सनी राज्य सरकारच्या पासपोर्ट कार्यालयाच्या शिक्क्याचा साचा तयार केला.

साठ आठवड्यांत त्याच्याकडे साठ कोरे पासपोर्ट जमा झाले. त्याने नोकरीचा राजीनामा दिला, काळजीपूर्वक आणि काटेकोरपणे काम करणारा कर्मचारी अशा त्याच्या वरिष्ठांनी केलेल्या गौरवाचा सविनय स्वीकार केला, हॅनोव्हर सोडले, हिऱ्याचा कंठा अँटवर्पला विकून टाकला. सोने आणि डॉलर्सच्या बदल्यात बाजारात कोणतीही वस्तू कमी दरात मिळणाऱ्या त्या काळात ओस्नाब्रुक येथे त्याने छपाईचा व्यवसाय सुरू केला.

मोल्डर्सने तोंड बंद ठेवले असते तर विंझर ओडेसाच्या फंदात पडलाच नसता. पण माद्रिदला गेल्यावर मोल्डर्सने पश्चिम जर्मनीचा खोट्या नावाने अस्सल पासपोर्ट कोणालाही देणारा माणूस मला माहीत आहे अशी बढाई मारायला सुरुवात केली. १९५० च्या अखेरीस, एक 'मित्र' विंझरला भेटायला आला. विंझरने ओस्नाब्रुकमध्ये नुकताच छपाईचा व्यवसाय सुरू केला होता. विंझरला होकार देण्यावाचून दुसरा पर्यायच नव्हता. तेव्हापासून जेव्हा कधी ओडेसाचा माणूस संकटात असेल तेव्हा विंझर त्याला नवा पासपोर्ट देत असे.

पद्धत अगदी सुरक्षित होती. विंझरला त्या माणसाला फक्त फोटो आणि वय एवढेच लागायचे. प्रत्येक अर्जात भरलेल्या सर्व माहितीची एक प्रत तो हॅनोव्हरला एका फाईलमध्ये ठेवत असे. तो एक कोरा पासपोर्ट घ्यायचा आणि १९४९ मध्ये भरलेल्या अर्जातील माहिती त्यात भरायचा. नाव साधारणपणे जास्तीत जास्त प्रचलित असे, जन्मठिकाण म्हणून पोलादी पडद्यामागे गेलेले एखादे गाव – जिथे तपास करणे आता शक्य नव्हते – जन्म तारीख : एस.एस. अर्जदाराच्या वयाला अनुरूप अशी; हे भरल्यावर त्यावर लोअर सॅक्सनीचा शिक्का मारायचा. अर्जदार स्वत:च्या हस्ताक्षरात पासपोर्टवर नव्या नावाची सही करायचा.

पासपोर्टचे नूतनीकरण सोपे होते. पाच वर्षे झाली की 'वाँटेड' यादीतील तो पासपोर्टधारक लोअर सॅक्सनी सोडून इतर कोणत्याही राज्याच्या राजधानीतील पासपोर्ट कार्यालयात नूतनीकरणासाठी अर्ज करायचा. उदाहरणार्थ, बव्हेरियातील कर्मचारी हॅनोव्हरच्या कार्यालयात चौकशी करायचा– 'वॉल्टर शूमन नावाच्या माणसाला, जन्म ठिकाण अमुक, जन्म तारीख तमुक यांना तुम्ही १९५० मध्ये अमुक अमुक क्रमांकाचा पासपोर्ट दिला होता का?' हॅनोव्हरमधला कर्मचारी तेथील फायलीतील माहिती तपासून 'होय' म्हणायचा. हॅनोव्हरच्या कार्यालयाने दिलेला मूळ पासपोर्ट खरा आहे, असे समाधान होऊन बव्हेरियातील कर्मचारी बव्हेरियाचा शिक्का मारून नवा पासपोर्ट देऊन टाकायचा.

जोपर्यंत हॅनोव्हरमधील अर्जावरील फोटो आणि म्युनिकमध्ये दिलेल्या पासपोर्टवरील फोटो यांची तुलना होणार नाही, तोपर्यंत कोणतीच अडचण येऊ शकत नव्हती; पण फोटोंची तपासणी कधीच होत नसे. कर्मचारी सहसा अर्ज नीट भरला आहे की

नाही, तो योग्य प्रकारे अधिकृत झाला आहे की नाही, त्याचा क्रमांक बरोबर आहे की नाही अशा गोष्टीच बघतात, फोटो नव्हे.

फक्त १९५५ नंतर, म्हणजे मूळ पासपोर्ट हॅनोव्हरहून दिला गेल्यावर पाच वर्षांनी, 'विंझर पासपोर्ट'धारकाने ताबडतोब नूतनीकरण करून घेणे आवश्यक होते. एकदा नवा पासपोर्ट मिळाला की, त्याच्या आधाराने एस.एस.चा माणूस ड्रायव्हिंग लायसेन्स, सोशल सिक्युरिटी कार्ड, बँक अकाउंट, क्रेडिट कार्ड – थोडक्यात म्हणजे पूर्णपणे नवी ओळख सहज मिळवू शकत असे.

१९६४ पर्यंत विंझरने त्याच्याकडील साठ कोऱ्या पासपोर्टपैकी बेचाळीस पासपोर्ट 'वितरित' केले होते.

पण त्या धूर्त अशा लहान माणसाने एक सावधगिरी बाळगली होती. केव्हातरी ओडेसाला आपली गरज लागणार नाही आणि ते आपला निकाल लावतील, अशी भीती त्याला वाटली. म्हणून त्याने नोंद ठेवली. त्याला त्याच्या ग्राहकांची खरी नावे कधीच माहीत होत नसत, कारण बनावट पासपोर्ट नव्या नावानेच करायचा असल्यामुळे त्याची गरजच नव्हती. पण त्याला पाठवण्यात येणाऱ्या प्रत्येक फोटोची तो प्रत काढायचा, मूळ फोटो पासपोर्टात चिकटवायचा आणि प्रत स्वत:कडे ठेवून द्यायचा. प्रत्येक फोटो तो एका जाड कागदावर चिकटवायचा आणि त्याच्या शेजारी फोटोतील माणसाचे नवे नाव, पत्ता (जर्मन पासपोर्टसाठी पत्ता द्यावा लागतो) आणि नवा पासपोर्ट क्रमांक लिहून ठेवायचा.

हे कागद तो एका फाईलमध्ये ठेवायचा. ती फाईल म्हणजे त्याच्या जगण्याची हमी होती. एक फाईल त्याने घरी ठेवली होती आणि एक झूरिकला एका वकिलाकडे. ओडेसाने त्याला कधीही धमकावले तर त्यांना त्या फाईलबद्दल माहिती देऊन 'मला काहीही इजा झाली तर झुरीकचा वकील ती फाईल जर्मन अधिकाऱ्यांकडे पाठवेल' असे तो सांगणार होता.

तो फोटो पश्चिम जर्मन सरकारच्या अधिकाऱ्यांच्या हातात पडला की, ते त्यांच्या नाझी लोकांच्या 'वाँटेड' यादीतील फोटोंबरोबर पडताळणी करू शकणार होते. सोळा राज्यांच्या राजधान्यांबरोबर नुसता पासपोर्ट क्रमांक जरी तपासून घेतला असता, तरी त्या व्यक्तीचा पत्ता मिळाला असता. मग त्या माणसाला शोधून काढणे काही दिवसांचेच काम होते. क्लाउस विंझर जिवंत आणि सुस्थितीत राहण्याची हमी देणारी ही उत्कृष्ट योजना होती.

तर असा हा माणूस त्या शुक्रवारी सकाळी टोस्ट, जॅम, कॉफी यांचा आस्वाद घेत, ओस्नाब्रुक दैनिकाच्या मुखपृष्ठावर नजर टाकत बसला असताना त्याचा फोन वाजला. पलीकडचा आवाज प्रथम तुटक पण नंतर आश्वासक वाटला. "तुला आमच्याकडून त्रास होण्याचा प्रश्नच नाही." वेअरवुल्फने त्याला दिलासा दिला.

"फक्त ह्या पत्रकाराने जरा अडचणीत टाकलं आहे. तो तुला भेटायला येतोय, असं आम्हाला समजलं आहे. त्यात काळजी करण्यासारखं काही नाही, कारण आमचा एक माणूस त्याच्या मागे आहे आणि तो एका दिवसाच्या आत सर्व काही ठीक करेल. पण तू दहा मिनिटांच्या आत तिथून बाहेर पडलं पाहिजे. तू आता असं कर..."

तीस मिनिटांमध्ये गोंधळलेल्या स्थितीतील क्लाउस विंझरने एक बॅग भरली, गुप्त फाईल जिच्यात ठेवली होती त्या तिजोरीकडे त्याने एकदा नजर टाकली आणि ती फाईल बरोबर घेण्याची आवश्यकता नाही असे ठरवले. त्याच्या घरात काम करणाऱ्या बार्बाराला, आपण आज छापखान्यात जाणार नाही, त्याऐवजी छोट्या सुटीसाठी ऑस्ट्रियन आल्प्समध्ये तिथल्या ताज्या हवेचा आनंद घ्यायला जात आहोत, असे सांगितले.

विंझरची 'काडेट' पोर्चमधून जोरात मागे जाऊन कॉलनीतील रस्त्यावर वळली आणि दिसेनाशी झाली. बार्बारा 'आ' वासलेल्या स्थितीत घराच्या पायरीवरून बघतच राहिली. नऊ वाजून दहा मिनिटांनी तो महामार्गावर नेणाऱ्या रस्त्यावर चढत होता. त्याची 'काडेट' चढ चढत असतानाच रस्त्याच्या विरुद्ध बाजूला एक काळी जग्वार ओस्नाब्रुकच्या दिशेने उतरत होती.

मिलरला शहरात पश्चिमेकडून आत येणाऱ्या रस्त्यावर सा प्लाट्झ येथे एक पेट्रोल पंप दिसला. त्याने कार पंपाजवळ उभी केली आणि थकलाभागला तो खाली उतरला. त्याचे अंग दुखत होते आणि मान दगडाप्रमाणे कडक झाली होती. आदल्या दिवशी संध्याकाळी घेतलेल्या वाइनमुळे त्याच्या जिभेवर पोपटाच्या विष्ठेची चव आली होती.

"टाकी भर," तो पंपावरील कर्मचाऱ्याला म्हणाला. "इथे सार्वजनिक फोन आहे का?"

"तिकडे, त्या कोपऱ्यात." कर्मचारी म्हणाला.

फोनकडे जाताना मिलरला कॉफीचे यंत्र दिसले. वाफाळलेल्या कॉफीचा कप घेऊन तो फोनबूथमध्ये गेला. टेलिफोन सूचीत त्याने ओस्नाब्रुकचे पान काढले. त्यात विंझर अनेक होते; पण क्लाउस विंझर एकच होता. ते नाव दोनदा आले होते. पहिल्या ओळीत नावापुढे 'प्रिंटर' असे विशेषण व पुढे नंबर होता. दुसऱ्या ओळीत 'निवास' असे होते. सकाळचे ९.२० वाजले होते. म्हणजे कामाची वेळ. त्याने छापखान्याचा नंबर फिरवला.

फोन उचलणारा बहुतेक तिथला फोरमन असावा. "सॉरी, ते अजून आलेले नाहीत," तो म्हणाला. "नेहमी ते बरोबर नऊ वाजता इथे असतात. आता येतच

असतील. अर्ध्या तासाने फोन करून पाहा.''

मिलरने त्याचे आभार मानले आणि घरी फोन करावा का असा विचार केला. न केलेला बरा. मिलरला त्याला प्रत्यक्ष भेटायचे होते. मिलरने त्याचा पत्ता लिहून घेतला आणि तो बूथमधून बाहेर पडला.

''वेस्टरबर्ग कुठे आहे?'' त्याने पंपावरील माणसाला पैसे देत असताना विचारले. आता आपल्याकडे पन्नास मार्कच उरले असल्याचे त्याच्या लक्षात आले. माणसाने मानेनेच रस्त्याच्या उत्तर दिशेकडे निर्देश केला.

''ते तिकडे दिसत आहे ते. पॉश वस्ती आहे. सगळे पैसेवाले लोक राहतात तिथे.''

मिलरने गावाचा नकाशा विकत घेतला आणि त्यात हवा असलेला रस्ता बघितला. फार तर दहा मिनिटांचे अंतर होते.

घर अर्थातच श्रीमंती थाटाचे होते आणि श्रीमंत व्यावसायिकांची आलिशान वस्ती असल्याचे दिसत होते. त्याने गाडी घराच्या परिसरात जाणाऱ्या रस्त्याच्या टोकाला पार्क केली आणि तो चालत घराच्या मुख्य दारापाशी गेला.

दार उघडणारी कामवाली मुलगी विशीतली आणि सुस्वरूप होती. तिने त्याच्याकडे बघत प्रसन्न स्मित केले. ''गुड मॉर्निंग. मी हर विंझरना भेटायला आलो आहे.'' तो तिला म्हणाला.

''ओह! ते आताच गेले, सर. तुमची वीस मिनिटांनी चुकामूक झाली.''

मिलर सावरला. नक्कीच विंझर छापखान्याच्या वाटेवर असेल आणि वाटेत अडकला असणार.

''अरेरे, ते कामावर जायला निघण्यापूर्वी भेटावं म्हणून मी इथे आलो होतो.'' तो म्हणाला.

''ते कामावर नाही गेलेत, सर. आज नाही. ते सुटीवर गेलेत.'' मुलगी म्हणाली.

मिलरच्या पोटात गोळा येण्याच्या बेतात होता.

''सुटीवर? आता ह्या दिवसात सुटीवर म्हणजे जरा विचित्र आहे. शिवाय–'' त्याला पटकन थाप सुचली, ''आमचं आज, आत्ता भेटायचं ठरलं होतं. त्यांनीच मला मुद्दाम इथे यायला सांगितलं होतं.''

''अरेरे! काय म्हणावं याला,'' दुःख वाटून मुलगी म्हणाली. ''आणि ते इतके अचानक गेले. त्यांना वाचायच्या खोलीत तो फोन आला आणि ते वर गेले. मला म्हणाले, 'बार्बारा,' –ते माझं नाव आहे ना? – 'बार्बारा, मी सुटीसाठी ऑस्ट्रियात जातोय. आठवडाभर.' ते म्हणाले. मी काही त्यांना 'सुटीवर जाणार' असं बोलताना ऐकलं नव्हतं. मला म्हणाले छापखान्यात फोन कर आणि मी आठवडाभर येणार

नाही म्हणून सांग, आणि गेले निघून. हर विंझर कधीच असं वागायचे नाहीत. इतके शांत असतात ते!''

मिलरच्या मनातली आशा मावळू लागली.

''ते कुठे जाणार आहेत ते सांगितलं?'' त्याने विचारले.

''नाही. काहीच म्हणाले नाहीत. मी ऑस्ट्रियात आल्प्समध्ये जात आहे एवढंच म्हणाले.''

''पत्र कुठे पाठवायची तो पत्ता? त्यांच्याशी संपर्क कसा साधता येईल?''

''नाही ना. तेच तर चमत्कारिक आहे. मी म्हणते छापखान्याचं काय? मी त्यांना आताच तुम्ही यायच्या आधी फोन केला. त्यांनाही फार आश्चर्य वाटलं. इतक्या ऑर्डरी पुऱ्या करायच्या आहेत.''

मिलरने पटकन गणित केले. आपण पोहोचायच्या अर्धा तास आधी विंझर गेला. ८० मैल वेगाने तो ४० मैलांवर असेल. आपण १०० मैल वेगाने गेलो तर २० मैल अंतर कमी होईल. म्हणजे विंझरच्या कारला गाठायला दोन तास लागणार. फारच वेळ. तेवढ्यात तो कुठेही जाऊ शकेल. शिवाय तो दक्षिणेला ऑस्ट्रियाकडेच जात असेल हे कशावरून?

''मग मला श्रीमती विंझरशी बोलता येईल का?'' त्याने विचारले.

बार्बारा खिदळली आणि तिने त्याच्याकडे तिरकसपणे बघितले.

''श्रीमती विंझर असं कोणी नाहीये,'' ती म्हणाली. ''तुम्हाला हर विंझरची काहीच माहिती नाही का?''

''नाही. मी त्यांना कधीच भेटलेलो नाही.''

''असं आहे की ते लग्न करणारातले नाहीत. म्हणजे ते फार चांगले आहेत पण बायकांमध्ये रस नसलेले. कळलं का तुम्हाला, मला काय म्हणायचंय ते?''

''मग ते इथे एकटेच राहतात का?''

''अं, हो, म्हणजे माझ्याशिवाय एकटेच. म्हणजे मी इथेच राहते. म्हणजे तसा काही धोका नसतो. त्या अर्थाने.'' ती खिदळत बोलली.

''ओ, असं का? बऽरं. थँक्यू!'' असे बोलून मिलर जाण्यासाठी वळला.

''तुमचं स्वागत आहे,'' त्याला कारकडे जाताना न्याहाळत बार्बारा म्हणाली. त्याच्या कारने आधीच तिचे लक्ष वेधून घेतले होते. नाही तरी हर विंझर बाहेरगावी गेले होते, ते परतायच्या आता एखाद्या अशा तरुणाला एखाद्या रात्रीपुरते बोलवावे का असा विचार तिच्या मनात आला. मोठा आवाज करत बाहेर पडणाऱ्या जग्वारकडे बघत, तिने एक निःश्वास सोडला आणि दार लावून घेतले.

मिलरला थकवा जाणवू लागला होता आणि त्यात ह्या आताच्या, आणि त्याच्या मते शेवटच्या, निराशेची भर पडली होती. त्याने अंदाज केला की बहुतेक

बायरने स्वत:ला सोडवून घेऊन हॉटेलातील फोनवरून विंझरला सावध केले असणार. तो इतक्या जवळ पोहोचला होता, लक्ष्यापासून पंधरा मिनिटांच्या अंतरावर आणि जवळ-जवळ पोहोचलाच होता. आता मात्र त्याला झोप अनावर झाली.

तो जुन्या शहराच्या मध्ययुगीन तटबंदीवरून पुढे जात, नकाशातील दिशा बघत, थिओडोर हॉइस प्लाट्झला पोहोचला. स्टेशनच्या समोर जग्वार पार्क केली आणि चौकात पलीकडे असलेल्या होहेंझोलर्न हॉटेलमध्ये मुक्कामाला गेला.

त्याचे नशीब चांगले होते, एक खोली रिकामी होती. तो जिन्याने वर गेला, त्याने कपडे काढले आणि बिछान्यावर पडला. आपली काहीतरी चूक झालीये, कोणत्या तरी गोष्टीचा विचार करायचे राहून गेले असणार अशी रुखरुख त्याला लागली. त्याचे उत्तर सापडायच्या आधीच, साडेदहाच्या सुमारास त्याला झोप लागली.

मॅकेनसन दीड वाजताच्या सुमारास ओस्नाब्रुकमध्ये पोहोचला. वाटेत तो वेस्टरबर्गमधील घरावरून गेला; पण तिथे त्याला जग्वार दिसली नाही. तिथे पोहोचण्यापूर्वी आणखी काही नवी बातमी आहे का हे बघण्यासाठी वेअरवुल्फला फोन करावा, असे त्याला वाटले.

योगायोगाने ओस्नाब्रुकचे पोस्ट ऑफिस थिओडोर हॉइस प्लाट्झच्याच एका बाजूला आहे. एक पूर्ण कोपरा आणि चौकाची एक पूर्ण बाजू मुख्य स्टेशनने व्यापली होती आणि तिसरी बाजू होहोंझोलर्न हॉटेलने. मॅकनसनने कार पोस्ट ऑफिसपाशी पार्क केली आणि त्याचा चेहरा फुलला. त्याला हवी असलेली जग्वार गावातील मुख्य हॉटेलच्या समोरच उभी होती.

वेअरवुल्फ जरा खुशीत होता.

"ठीक आहे. आत्तापुरते तरी घाबरायचे कारण नाही," तो मारेकऱ्याला म्हणाला. "मी पासपोर्टवाल्याला वेळेवर फोन करू शकलो आणि तो गावाबाहेर गेलाय. मी आताच त्याच्या घरी पुन्हा फोन केला. त्याच्या कामवालीने घेतला असावा. ती म्हणाली की, काळ्या स्पोर्ट कारने एक तरुण आला. त्याच्या वीस मिनिटं आधी तिचा मालक बाहेर पडला होता."

"माझ्याकडेसुद्धा एक बातमी आहे," मॅकेनसन म्हणाला, "ती जग्वार इथे चौकातच, अगदी माझ्या समोर पार्क केलेली आहे. तो बहुतेक हॉटेलात झोपलेला असावा. मला खोलीतच त्याचा निकाल लावता येईल. सायलेन्सर वापरीन."

"थांब. फार घाई करू नकोस," वेअरवुल्फ म्हणाला. "माझ्या मनात एक विचार येतोय. एक म्हणजे त्याचा ओस्नाब्रुक गावात निकाल लावता कामा नये. मोलकरणीने तो आणि त्याची कार बघितली आहे. ती एखादे वेळी पोलिसात जाईल. त्यामुळे उगीचच आपल्या पासपोर्टवाल्याकडे लक्ष जाईल आणि तो घाबरट

माणूस आहे. तो ह्यात गुंतता कामा नये. कामवालीने जबानी दिली तर त्याच्यावर संशय येईल. आधी त्याला फोन येतो, मग तो घाईघाईने बाहेर जातो आणि बेपत्ता होतो, मग एक तरुण त्याला भेटायला म्हणून येतो आणि मग त्या तरुणाला हॉटेलच्या खोलीत गोळ्या घालण्यात येतात. ते फार होईल.''

मॅकेनसनच्या भुवया वक्र झाल्या.

''तुम्ही म्हणता ते बरोबर आहे. तो इथून निघाल्यावरच मला ते करावं लागेल.''

''पासपोर्टवाल्याचा पत्ता काढण्यासाठी तो कदाचित काही तास थांबेल. तो त्याला मिळणार नाही. आणखी एक गोष्ट आहे. मिलरकडे एखादी ऑफिसबॅग आहे का?''

''हो,'' मॅकेनसन म्हणाला. ''काल रात्री कॅबरेतून बाहेर पडताना त्याच्याकडे होती आणि नंतर तो हॉटेलातल्या त्याच्या खोलीत गेला, तेव्हाही ती त्याच्याकडे होती.''

''मग त्याने ती त्याच्या कारच्या डिकीमध्येच कुलपात का ठेवू नये? किंवा हॉटेलच्या खोलीत? त्याच्या दृष्टीने ती महत्त्वाची आहे. समजतंय तुला?''

''हो.'' मॅकेनसन म्हणाला.

''मुद्दा हा आहे आता,'' वेअरवुल्फ म्हणाला, ''की त्याने मला बघितलंय आणि माझं नाव आणि पत्ता त्याला माहीत झाला आहे. तसंच बायर आणि तो पासपोर्ट बनवणारा यांच्याशी असलेले संबंधसुद्धा त्याला माहीत झाले आहेत आणि पत्रकारांना सगळं लिहून ठेवायची सवय असते. त्याची ऑफिसबॅग फार महत्त्वाची आहे. मिलर जरी मेला तरी ती बॅग पोलिसांच्या हातात पडता कामा नये.''

''समजलं मला. तुम्हाला ती बॅगसुद्धा हवी आहे?''

''ती एक तर हस्तगत कर किंवा नष्ट कर,'' न्यूरेंबर्गकडून बोलणारा माणूस म्हणाला. मॅकेनसनने क्षणभर विचार केला.

''दोन्ही गोष्ट एकदम साध्य करायचा उत्तम मार्ग म्हणजे त्याच्या कारमध्ये बॉम्ब ठेवायचा. सस्पेन्शनला बांधायचा, म्हणजे महामार्गावर एखाद्या उंचवट्यावर कार उसळली की त्याचा स्फोट होईल.''

''उत्तम!'' वेअरवुल्फ म्हणाला. ''बॅगसुद्धा नष्ट होईल?''

''माझ्या मनात जो बॉम्ब आहे, त्याने कार, मिलर आणि बॅग तिन्ही पेटतील आणि जळून खाक होतील. शिवाय तो अतिवेगाने गेल्यामुळे झालेला अपघात होता असंही वाटेल. पेट्रोल टाकीचा स्फोट झाला असं बघणारे म्हणतील. अरेरे, फारच वाईट.''

''तुला तसं करता येईल?'' वेअरवुल्फने विचारले.

मॅकेनसन हसला. त्याच्या कारच्या डिकीतली 'मृत्यूची थैली' म्हणजे मारेकऱ्याचे स्वप्नच होते. त्यात जवळ-जवळ एक पौंड प्लॅस्टिक आणि दोन इलेक्ट्रिक डिटोनेटर होते.

"नक्कीच." तो गुरगुरला, "काहीच अडचण नाही. पण कारवर काम करण्यासाठी मला अंधार पडेपर्यंत थांबावं लागेल."

तो बोलायचा थांबला, पोस्टाच्या खिडकीतून त्याने बाहेर नजर टाकली आणि फोनमध्ये ओरडला, "मी नंतर पुन्हा फोन करीन."

त्याने पाच मिनिटांनी फोन केला.

"माफ करा. आताच मला मिलर ऑफिसबॅग घेऊन कारमध्ये बसताना दिसला. तो कारने गेला. मी हॉटेलकडे चौकशी केली. त्याचं आज रात्रीचं बुकिंग आहे. त्याने त्याचं सामान मागे ठेवलं आहे, तेव्हा तो परत येणार हे निश्चित. घाबरायचं कारण नाही. मी बॉम्बची तयारी करतो आणि रात्री बसवून टाकतो."

मिलरला दुपारी एकच्या सुमारास जाग आली, त्याला ताजे आणि उत्साही वाटत होते. आपल्याला रुखरुख का लागली आहे हे झोपताना त्याला आठवले. तो पुन्हा विंझरच्या घरी गेला. त्याला बघून कामवाली खूश झाली.

"हॅलो, तुम्ही पुन्हा?" तिच्या बोलण्यातील आनंद जाणवत होता.

"मी इथूनच घरी जात होतो," मिलर म्हणाला, "आणि तू इथे किती दिवस काम करत्येस?"

"उंऽऽऽ, जवळ-जवळ दहा महिने. का?"

"त्याचं काय आहे, हर विंझर लग्न करणाऱ्यांपैकी नाही आणि तू इतकी तरुण आहेस, तर तू यायच्या आधी त्याची काळजी कोण घेत होतं?"

"हां. समजलं मला. त्याची नोकर होती श्रीमती वेंडेल."

"ती कुठे असते आता?"

"ती हॉस्पिटलमध्ये आहे, सर, मरणाच्या दारात. स्तनाचा कर्करोग, हो. भयंकर. त्यामुळेच मला गंमत वाटत्ये, हर विंझर असे तडकाफडकी निघून गेले याची. ते तिला रोज भेटायला जातात. तिच्याविषयी फार वाटतं त्यांना. म्हणजे त्यांनी कधी 'तसं' काही केलं असं नाही. पण ती त्यांच्याबरोबर इतकी वर्षं होती ना, १९५० पासून, मला वाटतं आणि त्यांना तिच्याविषयी फारच वाटतं. मला सारखं सांगत असतात – 'वेंडेल बाई हे असं करायच्या आणि तसं करायच्या..."

"ती कोणत्या हॉस्पिटलमध्ये आहे?" मिलरने विचारले.

"विसरले मी. पण नाही, एक मिनिट थांबा. त्याचं नाव टेलिफोनजवळच्या पॅडवर आहे. आलेच मी."

ती दोन मिनिटांत परतली आणि तिने मिलरला हॉस्पिटलचे नाव आणि पत्ता दिला. ते एक महागडे खासगी सॅनेटोरियम होते आणि गावाच्या जवळच होते.

मिलरने नकाशावरून ते शोधून काढले आणि दुपारी तीनच्या सुमारास तो तिथे पोहोचला.

मॅकेनसनने दुपार बॉम्बला लागणारे सामान विकत घेण्यात घालवली. 'घातपाताचे रहस्य हे आहे,' त्याच्या गुरूने एकदा त्याला सांगितले होते, 'की त्याला लागणारे सामान कुठेही मिळेल असे असले पाहिजे. कोणत्याही दुकानात मिळेल असे.'

त्याने एका हार्डवेअरच्या दुकानातून एक सोल्डरिंग आयर्न आणि थोडे सोल्डर, काळ्या इन्सुलेटिंग टेपचे एक रीळ, तीन-चार फूट बारीक तार आणि कटर, एक हॅकसॉ ब्लेड आणि इन्स्टंट ग्लूची एक ट्यूब घेतली. विजेच्या सामानाच्या दुकानातून एक नऊ व्होल्टची ट्रान्झिस्टर बॅटरी, एक इंच व्यासाचा एक छोटा बल्ब, दोन बारीक, एका तारेच्या पाच अँपियर क्षमतेच्या प्लॅस्टिकचे वेष्टन असलेल्या तीन फूट लांबीचे दोन तुकडे – एक लाल आणि एक निळ्या रंगाचा – असे विकत घेतले. तो पद्धतशीर माणूस होता आणि धन आणि ऋण टोके दूर ठेवायची काळजी घेत असे. स्टेशनरीच्या एका दुकानातून त्याने शाळेतील मुलांना लागतात ती पाच खोडरबरे – एक इंच रुंद, दोन इंच लांब आणि पाव इंच जाड अशी – घेतली. एका केमिस्टच्या दुकानातून कंडोमची दोन पाकिटे – प्रत्येकात तीन कंडोम असलेली – आणि एका वाण्याच्या दुकानातून पाव किलो चहाचा घट्ट झाकणाचा पत्र्याचा डबा घेतला. एक चांगला कारागीर असल्यामुळे स्फोटके ओली झालेली त्याला आवडत नसत आणि चहाच्या डब्यात बाष्प काय, पण हवासुद्धा जाऊ शकत नाही.

खरेदी करून आल्यावर त्याने होहेंझोलर्न हॉटेलात जाऊन चौकाच्या बाजूची एक खोली घेतली. तिथून पार्किंग एरिया दिसत होता. मिलर तिथे निश्चित परत येणार आणि काम करत असताना तिकडे नजर ठेवता येणार होती.

त्याने एक अगदी साधा बॉम्ब तयार केला. प्रथम त्याने चहाच्या डब्यातील सर्व चहा कंडोममध्ये ओतून डबा रिकामा केला. डब्याच्या झाकणात पकडीचे टोक खुपसून त्याने एक भोक पाडले. नऊ फूट लांबीच्या लाल वायरमधून त्याने दहा इंच लांबीचा एक तुकडा कापला.

त्या तुकड्यातील वायरचे एक टोक त्याने बॅटरीच्या धन टोकाला सोल्डर केले. ऋण टोकाला त्याने लांब निळ्या वायरचे एक टोक सोल्डर केले. त्या दोन वायरींचा एकमेकींना स्पर्श होऊ नये, यासाठी त्याने त्या वायरी बॅटरीच्या विरुद्ध बाजूने खाली नेल्या आणि इन्सुलेटिंग टेपने बॅटरीच्या विरुद्ध बाजूला जखडून टाकल्या.

लाल वायरच्या लहान तुकड्याचे दुसरे टोक डिटोनेटरच्या कॉंटॅक्ट पॉइंटभोवती

गुंडाळून टाकले आणि त्याच काँटॅक्ट पॉइंटला उरलेल्या आठ फूट लाल वायरच्या तुकड्याचे एक टोक जोडले.

बॅटरी आणि तिला जोडलेल्या वायरी त्याने चहाच्या डब्यात तळाशी ठेवल्या, डब्यात प्लॅस्टिक स्फोटक घालून त्यात डिटोनेटर खोल रोवला आणि प्लॅस्टिक स्फोटक दाबून परत डबा भरून टाकला.

आता विद्युत वलय जवळ-जवळ पुरे झाले होते. एक वायर बॅटरीपासून डिटोनेटरकडे गेली होती. डिटोनेटरपासून निघालेली दुसरी उघड्या टोकाची लांब वायर मोकळीच होती. बॅटरीपासून निघणारी दुसरी वायरसुद्धा मोकळीच होती आणि तिचे टोकही उघडे होते. पण ह्या दोन मोकळ्या वायरींच्या – आठ फूट लांबीची लाल वायर आणि दुसरी निळी वायर यांच्या टोकांचा – एकमेकांना स्पर्श होताच वलय पुरे होणार होते. बॅटरीतील ऊर्जेमुळे डिटोनेटरचा लवंगी फाटक्यासारखा आवाज होऊन स्फोट होणार होता. पण त्यामुळे होणाऱ्या प्लॅस्टिक स्फोटकाच्या प्रचंड आवाजामुळे तो ऐकूही येणार नव्हता आणि तो स्फोट इतका शक्तिशाली असणार होता की, त्यामुळे हॉटेलच्या दोन-तीन खोल्या सहज उद्ध्वस्त झाल्या असत्या.

उरलेले उपकरण खटका उडवण्यासाठी होते. त्याची जुळणी करण्यासाठी त्याने हातांना रुमाल गुंडाळले आणि हॅकसॉचे पाते वाकवून तोडले. त्यामुळे त्याला साधारण सहा इंच लांबीचे आणि एका टोकाला भोक असलेले दोन तुकडे मिळाले.

नंतर त्याने आणलेली पाच खोडरबरे एकावर एक ठेवून त्यांचा जाड संच केला आणि त्याच्या खाली आणि वर हॅकसॉचा एक-एक तुकडा ठेवून जखडून टाकला. त्यातून रबराची 'वीट' आणि तिच्या दोन टोकाला पाच-सहा इंच पुढे आलेले आणि एकमेकात दीड इंच अंतर असलेल्या हॅक सॉ ब्लेडचे दोन तुकडे यातून एक चिमटा तयार झाला. बाजूने बघितले असता तो मगरीच्या जबड्याप्रमाणे वाटला असता.

रबराची 'वीट' हॅक सॉ ब्लेडच्या तुकड्यांच्या एका टोकाला होती. त्यामुळे चार इंच पुढे आलेल्या ब्लेडच्या पट्ट्यांच्या मधल्या जागेत फक्त हवा होती. पट्ट्यांचा एकमेकांना स्पर्श होऊ नये म्हणून मॅकेनसनने त्यांच्या मधल्या जागेत विजेचा बल्ब घातला आणि डिंकाने तो चिकटवला. काचेतून वीज जात नाही.

आता तो जवळ-जवळ तयार होता. त्याने स्फोटकाच्या डब्यातून बाहेर आलेल्या दोन वायरी – एक लाल आणि एक निळी – झाकणातील भोकातून बाहेर काढल्या आणि झाकण डब्यावर घट्ट बसवले. त्या दोन वायरींपैकी एकीचे टोक त्याने वरच्या हॅकसॉ ब्लेडला सोल्डर केले आणि दुसऱ्या वायरचे टोक खालच्या ब्लेडला सोल्डर केले. आता तो बॉम्ब 'जिवंत' झाला होता.

ब्लेडच्या चिमट्यावर पाय पडला असता किंवा अचानक दाब आला असता तर

काचेचा बल्ब फुटून ब्लेडच्या पट्ट्यांचा एकमेकांना स्पर्श होऊन बॅटरीचे वलय पूर्ण झाले असते. एक शेवटची सावधगिरी घ्यायची होती. उघडी ब्लेड्स एकाच वेळी एकाच धातूच्या वस्तूला लागली तरी वलय पुरे झाले असते, तसे होऊ नये यासाठी त्याने ब्लेड्सवर सहा कंडोम एकावर एक असे चढवले. आता बाहेरील धातूच्या वस्तूचा स्पर्श होऊन वलय पुरे होणार नव्हते. त्यामुळे अनवधानाने स्फोट होणार नव्हता.

बॉम्ब पुरा झाल्यावर तो आणि बांधायची तार, पकड, चिकटपट्ट्या वगैरे सामान त्याने कपाटात खाली ठेवून दिले. बॉम्ब मिलरच्या कारला बांधण्यासाठी हे सामान लागणार होते. मग त्याने जागे राहण्यासाठी आणखी कॉफी मागवली आणि तो चौकाकडील खिडकीपाशी मिलर परतण्याची वाट बघत बसला.

मिलर कुठे गेला होता, हे त्याला माहीत नव्हते आणि ते माहीत असण्याची त्याला गरजही वाटत नव्हती. त्याला पासपोर्टवाल्याचा ठावठिकाणा माहीत होण्याची शक्यता नाही, असे वेअरवुल्फने खातरीपूर्वक सांगितले होते तेवढे पुरे होते. एका चांगल्या तंत्रज्ञाप्रमाणे त्याचा फक्त त्याला दिलेल्या कामाशी संबंध होता, इतर गोष्टींशी नाही. तो शांतपणे वाट बघणार होता. मिलर केव्हातरी परत येणार याची त्याला खातरी होती.

१५

डॉक्टरने आलेल्या पाहुण्याकडे जरा नाखुशीनेच नजर टाकली. मिलरला कॉलर आणि टाय वापरण्याचा अतिशय कंटाळा होता आणि ते तो शक्यतो टाळायचा. आज त्याने पोलो गळ्याचा नायलॉनचा पांढरा स्वेटर घातला होता आणि त्याच्यावर एक काळा स्वेटर आणि त्यांच्यावर एक काळा कोट. हॉस्पिटलमध्ये येताना कॉलर आणि टाय वापरणेच उचित असते हे डॉक्टरांच्या नजरेवरून समजत होते.

"तिचा पुतण्या?" डॉक्टरांनी आश्चर्याने पुन्हा विचारले. "आश्चर्य आहे. श्रीमती वेंडेलला कोणी पुतण्या असल्याचे मला माहीत नव्हते."

"मला वाटतं मी तिचा हयात असलेला एकमेव नातेवाईक आहे," मिलर म्हणाला. "मला माझ्या काकूच्या तब्येतीबद्दल कळलं असतं, तर मी आधीच आलो असतो; पण हर विंझरने मला आज सकाळी फोन करून तिला भेटायला सांगितलं."

"हर विंझर सहसा ह्या वेळी स्वत: येतात," डॉक्टर म्हणाले.

"त्यांना बाहेरगावी जावं लागलं, असं मला समजलं," मिलर साळसूदपणे बोलला. "निदान मला तरी फोनवर आज सकाळी ते तसं म्हणाले. ते म्हणाले की ते काही दिवस बाहेरगावीच असतील आणि म्हणून त्यांच्याऐवजी त्यांनी मला श्रीमती वेंडेलना भेटायला सांगितलं."

"बाहेरगावी गेले? आश्चर्य आहे. जरा विचित्रच आहे." डॉक्टर काय करावे असा विचार करत थांबले आणि मग म्हणाले, "मी आलोच."

मिलरने डॉक्टरना स्वागतकक्षातून मागे एका बाजूच्या छोट्या ऑफिसात जाताना बघितले. त्या खोलीच्या उघड्या दरवाजातून त्याला डॉक्टरांचे विंझरच्या कामवालीशी होत असलेले बोलणे ऐकू येत होते.

"खरंच ते बाहेरगावी गेलेत?... आज सकाळी का?... बरेच दिवस?... नाही नाही, धन्यवाद. ते आज इथे येणार की नाहीत याचीच मला खातरी करून घ्यायची होती."

डॉक्टरांनी फोन ठेवला आणि ते स्वागतकक्षात परतले. "आश्चर्य आहे." ते

पुटपुटले. "श्रीमती वेंडेलला इथे आणलं त्या दिवसापासून हर विंझर रोज घड्याळ लावल्याप्रमाणे नेमाने येतात. फारच निष्ठावान माणूस. तिची पुन्हा भेट हवी असेल तर त्यांनी लवकर आलेले बरे. तिची स्थिती काही ठीक नाहीये."

मिलरच्या चेहऱ्यावर दु:ख दिसले.

"मला ते फोनवर म्हणाले तसं. बिचारी काकू." तो म्हणाला.

"तिचे नातेवाईक म्हणून तुम्ही अर्थातच तिच्याबरोबर थोडा वेळ घालवू शकता. पण ती नीट भानावर नाहीये तेव्हा तुम्ही फार वेळ घेऊ नका. या असे इकडे."

एके काळच्या खासगी घराचे आता हॉस्पिटल केले होते. घरातील अनेक व्हरांड्यांमधून जात डॉक्टर मिलरला एका दरवाजापाशी घेऊन गेले. "ती इथे आहे," असे म्हणून त्यांनी मिलरला आत सोडले आणि दार लावून घेतले. त्यांचा दूर जाणारा पावलांचा आवाज मिलरला ऐकू आला.

खोलीत जरा अंधारच होता आणि पडद्याच्या फटीतून झिरपणाऱ्या हिवाळी दुपारच्या अंधूक उजेडाला त्याचे डोळे सरावेपर्यंत बेडवर पडलेली ती कृश आकृती त्याला दिसलीसुद्धा नाही. तिचे डोके आणि खांद्यांच्या खाली बऱ्याच उशा ठेवून तिला थोडे बसते केले होते; पण तिच्या अंगातील गाऊन आणि त्यावरील चेहरा इतका फिका होता की, ते बेडच्या रंगात मिसळून गेल्याप्रमाणे वाटत होते. तिचे डोळे मिटलेले होते. परागंदा झालेल्या पासपोर्टवाल्याचा ठावठिकाणा तिच्याकडून कळण्याची मिलरला फार आशा नव्हती.

"वेंडेल बाई," त्याने हळू आवाजात हाक मारली. तिच्या पापण्यांची फडफड झाली आणि डोळे उघडले.

तिने त्याच्याकडे शून्य दृष्टीने बघितले आणि आपण तिला दिसत तरी आहोत का याची मिलरला शंका आली. तिने डोळे पुन्हा बंद केले आणि काहीतरी असंबद्ध असे पुटपुटू लागली. तिच्या मुखातून येणाऱ्या एकसुरी आवाजातून काही बोध होतो का हे बघण्यासाठी त्याने कान तिच्या आणखी जवळ नेला.

तिच्या बोलण्यात फार अर्थ नव्हता. रोझेन हाइमबद्दल ती काहीतरी बोलली. ते बव्हेरियातील एक छोटे खेडे असल्याचे त्याला माहीत होते – कदाचित तिचे जन्मगाव असेल. नंतर "सगळे पांढऱ्या शुभ्र पोशाखात, इतके छान, इतके छान..." असे काहीतरी. त्यानंतर काही अर्थहीन पुटपुटणे.

मिलर आणखी खाली वाकला.

"वेंडेलबाई, माझं बोलणं ऐकू येतंय?"

मृत्यूच्या वाटेवरील त्या स्त्रीचे पुटपुटणे चालूच होते. "प्रत्येकाकडे प्रार्थनेचे पुस्तक आणि एक गुच्छ, सगळे पांढऱ्या ड्रेसात, इतके निष्पाप होते तेव्हा..."

मिलरने थोडा विचार केला आणि त्याला समजल्यासारखे वाटले. भ्रमात ती तिच्या उष्टावणाचे दृश्य आठवत होती. म्हणजे तीसुद्धा त्याच्याप्रमाणेच केव्हातरी रोमन कॅथॉलिक असणार.

"वेंडेलबाई, माझं बोलणं ऐकू येतंय का?" समजेल अशी आशा न ठेवता त्याने पुन्हा विचारले. तिने पुन्हा डोळे उघडले आणि त्याच्याकडे नजर लावली. त्याच्या गळ्याभोवतीचा पांढरा पट्टा, छातीवरचा काळा कपडा आणि काळा कोट तिच्या लक्षात आले असावे. तिचे डोळे मिटले आणि तिचा देह आचका आल्याप्रमाणे उसळला. मिलर जरा दचकलाच. डॉक्टरना बोलवावे की कसे असे त्याच्या मनात आले. तिच्या डोळ्यातून दोन अश्रू तिच्या खोल गालांवर ओघळले. ती रडत होती.

ज्या हातावर भार टाकून तो वाकला होता त्याच्याकडे ती तिचा हात हळूहळू सरकवू लागली. तिने त्याचे मनगट पकडले. तिच्या पकडीमध्ये आश्चर्यकारक बळ होते. तिच्याकडून कार्ल विंझरबद्दल काहीही माहिती मिळणार नाही असा विचार करून मिलर तिथून निघणारच होता. एवढ्यात ती बऱ्याच स्पष्टपणे बोलली, "फादर, मला आशीर्वाद द्या, मी पाप केलंय."

काही सेकंदं मिलरच्या काहीच लक्षात आले नाही. मग स्वत:च्या छातीकडे लक्ष गेल्यावर त्या बाईचा अंधूक उजेडात चुकीचा समज का झाला याचा त्याला उलगडा झाली. तिला सोडून सरळ हॅम्बुर्गला जावे की जीव धोक्यात घालून पासपोर्टवाल्याच्या माध्यमातून एडवर्ड रोशमनचा ठावठिकाणा शोधून काढायचा प्रयत्न करावा याबद्दल त्याने मनात दोन मिनिटे विचार केला. तो पुन्हा पुढे झुकला.

"माझ्या मुली, मी तुझा कबुलीजबाब ऐकायला तयार आहे."

मग ती बोलू लागली. थकलेल्या एकसुरी आवाजात तिने तिची जीवनकथा सांगितली. ती बव्हेरियातील शेतांमध्ये आणि जंगलात वाढली होती. तिचा जन्म १९१० मधला. तिचे वडील पहिल्या महायुद्धात लढायला गेले होते आणि तीन वर्षांनी, १९१८ च्या तहानंतर शरणागती पत्करणाऱ्या बर्लिनमधील माणसांबद्दल कटुता आणि संताप घेऊन परतले होते.

एकोणीसशे वीसच्या दशकातील राजकीय उलथापालथ आणि रस्त्यातील नाक्यावर भडक भाषणे देणाऱ्या ॲडॉल्फ हिटलर नावाच्या बंडखोर माणसाच्या नेतृत्वाखाली प्रस्थापित सरकार उलथून टाकण्याचा केलेला प्रयत्न तिला आठवत होता. नंतर तिचे वडील त्या माणसाला आणि त्याच्या पक्षाला सामील झाले. ती तेवीस वर्षांची झाली तोपर्यंत तो बंडखोर आणि त्याचा पक्ष हेच जर्मनीचे सरकार बनले होते. जर्मन स्त्रियांच्या संघटनेने काढलेल्या सहली, बव्हेरियाच्या गॉलायटरकडे केलेली सचिवाची नोकरी आणि काळ्या वर्दीतील देखण्या तरुणांबरोबर केलेली नृत्ये. पण ती मोठी झाली तेव्हा कुरूप, उंच, हडकुळी, घोड्यासारख्या चेहऱ्याची

आणि ओठावर लव असलेली अशी झाली होती. उंदरासारख्या केसांचा बांधलेला बुचडा, भडक कपडे आणि छान शूज वापरणाऱ्या तिने आपले लग्न होण्याची शक्यता नसल्याचे ओळखले होते. १९३९ मध्ये रॅव्हेनब्रुक नावाच्या छावणीत त्या द्वेषपूर्ण स्त्रीची वॉर्डर म्हणून नेमणूक झाली.

आपण लोकांना कशी मारहाण करायचो ते तिने सांगितले. ब्रँडेनबर्गच्या छावणीतील सत्ता आणि क्रूरपणाच्या दिवसांबद्दल ती बोलली. तिच्या गालांवरून अश्रू ओघळत होते, आपली कथा पुरी होण्याच्या आधीच तिटकारा वाटून मिलरने निघून जाऊ नये म्हणून तिने मिलरचे मनगट घट्ट धरून ठेवले होते.

"आणि युद्धानंतर?" मिलरने हळुवारपणे विचारले. युद्ध संपल्यावर एस.एस.ने तिला वाऱ्यावर सोडले. दोस्त राष्ट्रांचे लोक तिचा शोध घेत होते. ती गावोगाव भटकत, किचनमध्ये काम करत, साल्व्हेशन आर्मीच्या होस्टेलांमध्ये झोपत हिंडत होती. मग १९५० मध्ये तिची आणि विंझरची ओस्नाब्रुकला हॉटेलात भेट झाली. तो घर विकत घेण्यासाठी आला होता आणि त्या हॉटेलात उतरला होता. ती तिथे वेटर होती. तो लहानगा आणि नपुंसक होता. त्याने घर विकत घेतले आणि घराची व्यवस्था बघण्यासाठी तिला आमंत्रण दिले.

"बस एवढेच?" ती बोलायचे थांबल्यावर मिलरने प्रश्न केला.

"होय, फादर."

"मुली, तू तुझ्या सर्व पापांची कबुली दिल्याशिवाय मी तुला मुक्ती देऊ शकणार नाही, हे तू जाणतेस ना?"

"एवढेच होते, फादर."

मिलरने एक दीर्घ श्वास घेतला.

"आणि त्या बनावट पासपोर्टांचे काय? एस.एस.च्या लोकांसाठी तो बनवायचा त्याचे काय?"

थोडा वेळ ती काहीच बोलली नाही. ती बेशुद्ध झाली की काय अशी शंका त्याला आली.

"फादर, तुम्हाला याबद्दल माहीत आहे?"

"मला माहीत आहे."

"ते मी नव्हते बनवत." ती म्हणाली.

"पण तुला त्याची माहिती होती. क्लाउस विंझरच्या कामाची तुला माहिती होती."

"हो." अतिशय क्षीण स्वरात ती म्हणाली.

"तो आता गेलाय. तो निघून गेलाय." मिलर म्हणाला.

"नाही. तो नाही जाणार. तो मला सोडून जाणार नाही. तो परत येईल."

"तो कुठे गेला आहे तुला माहीत आहे?"

"नाही, फादर."

"नक्की? विचार कर, मुली. त्याला पळून जायला भाग पाडण्यात आलं आहे. कुठे जाईल तो अशा वेळी?"

तिने नकारार्थी मान हलवली.

"मला माहीत नाही, फादर. त्यांनी त्याला धमकावले तर तो त्या फाईलचा उपयोग करेल. तसं तो मला म्हणायचा."

मिलर दचकला. त्याने तिच्याकडे बघितले. तिचे डोळे झोप लागल्याप्रमाणे बंद होते.

"कुठली फाईल, मुली?"

त्यांचे बोलणे आणखी पाच मिनिटे चालले होते. नंतर दारावर टकटक वाजले. मिलरने तिच्या हातातून आपला हात सोडवून घेतला आणि तो जाण्यासाठी उठला.

"फादर..."

तिच्या हाकेत आर्तता होती. तो वळला. ती त्याच्याकडे बघत होती. तिचे डोळे पूर्णपणे उघडे होते.

"फादर, मला आशीर्वाद द्या."

तिच्या आवाजात आर्जव होते. मिलरने निःश्वास सोडला. ते मोठे पाप होते. कोणीतरी कुठेतरी समजून घेईल अशी आशा त्याला वाटली. त्याने उजवा हात वर केला आणि क्रॉसचे चिन्ह केले.

"प्रभू येशू तुला क्षमा करो आणि त्याने मला दिलेला अधिकार वापरून मीही तुला माफ करतो. तू पापापासून मुक्त झाली आहेस."

तिने दीर्घ श्वास सोडला, डोळे मिटले आणि तिची शुद्ध हरपली.

खोलीच्या बाहेर डॉक्टर थांबलेले होते.

"मला वाटतं खूप वेळ झाला."

मिलरने मान डोलवली.

"हो. ती झोपली आहे," तो म्हणाला. एकवार आत डोकावून डॉक्टर त्याला सोडण्यासाठी दारापर्यंत गेले.

"ती किती दिवस काढेल असं वाटतं?" मिलरने विचारले.

"सांगणं कठीण आहे. दोन दिवस, कदाचित तीन. जास्त नाही. मला फार वाईट वाटतं."

"होय. तिला भेटू दिल्याबद्दल धन्यवाद!" मिलर म्हणाला.

डॉक्टरांनी त्याच्यासाठी दरवाजा उघडून धरला. "आणि हो, डॉक्टर, एक शेवटची गोष्ट आहे. आमच्या कुटुंबात आम्ही सर्व जण कॅथॉलिक आहोत. तिने मला

फादरना पाठवायला सांगितलं. अंतिम इच्छा! समजलं ना?''

''हो, अर्थात.''

''तेवढं बघाल, प्लीज?''

''निश्चित,'' डॉक्टर म्हणाले. ''मला माहीत नव्हतं. मी दुपारी व्यवस्था करीन. मला सांगितल्याबद्दल धन्यवाद. गुडबाय.''

मिलर जेव्हा थिओडोर हॉइस प्लाट्झला परतला आणि त्याने हॉटेलपासून वीस यार्डांवर त्याची जग्वार पार्क केली, तेव्हा संध्याकाळ संपत आली होती. त्याने रस्ता ओलांडला व तो हॉटेलातील त्याच्या खोलीत गेला. त्याच्या दोन मजले वर असणाऱ्या मॅकेनसनने त्याला येताना बघितले होते. बॉम्बचे सामान एका पिशवीत घालून तो खाली हॉटेलच्या लॉबीत गेला, 'मी उद्या सकाळी लवकर जाणार आहे' असे कारण देऊन त्याने रात्रीचे पैसे भरले आणि तो त्याच्या कारकडे गेला. ती त्याने तिथून हलवून हॉटेलचे प्रवेशद्वार आणि जग्वार दोन्ही दिसतील अशा जागेवर पार्क केली आणि वाट बघण्यासाठी कारमध्येच थांबला.

जग्वारवर आताच काम करायचे म्हटले तर आजूबाजूला बरेच लोक होते आणि मिलर केव्हाही हॉटेलातून बाहेर येण्याची शक्यतासुद्धा होतीच. जर तो बॉम्ब बसवण्याच्या आधीच कार घेऊन निघून गेला तर मॅकेनसन त्याला ओस्नाब्रुकपासून दूर अंतरावर महामार्गावर गाठून त्याचा निकाल लावून त्याची ऑफिसबॅग हस्तगत करू शकणार होता. मिलर हॉटेलमध्येच झोपला तर मॅकेनसन पहाटे, आसपास कोणी नसताना बॉम्ब ठेवणार होता.

मिलर त्याच्या खोलीत त्या माणसाचे नाव आठवण्याचा प्रयत्न करत होता. त्या माणसाचा चेहरा त्याच्या डोळ्यांपुढे होता; पण नाव आठवत नव्हते.

१९६१ मधील ख्रिसमसच्या थोडी आधीची गोष्ट. तो एका खटल्याची सुनावणी ऐकण्यासाठी हॅम्बुर्गच्या राज्य न्यायालयात बसला होता. त्याला ज्यात रस होता तो खटला संपत आला होता. एक लहानसा माणूस आरोपीच्या पिंजऱ्यात उभा होता. त्याचा वकील कोर्टाला विनंती करत होता की, ख्रिसमस जवळ आला आहे आणि आरोपीला बायको आणि पाच मुले आहेत, त्यामुळे कोर्टाने दया दाखवावी.

मिलरला कोर्टात बसलेली आरोपीची थकलेली, ओढलेल्या चेहऱ्याची बायको आठवली. न्यायाधीश म्हणाले होते की, सामान्य परिस्थितीत आरोपीला बरीच मोठी शिक्षा भोगावी लागली असती; पण आरोपीच्या वकिलाने केलेली विनंती लक्षात घेऊन ते त्याला फक्त अठरा महिन्यांच्या कैदेची शिक्षा देत आहेत. सरकारी वकिलांनी आरोपीचे वर्णन 'हॅम्बुर्गमधील सर्वांत कुशल तिजोरी फोडणारा' असे केले होते.

त्यानंतर पंधरा दिवसांनी मिलर रेपरबानपासून जेमतेम २०० यार्डांवर असलेल्या

एका बारमध्ये गुन्हेगारी जगतातील त्याच्या काही ओळखीच्या माणसांबरोबर ख्रिसमस ड्रिंक घेत बसला होता. त्याने केलेल्या एका सचित्र लेखाबद्दल त्याला त्याच दिवशी पैसे मिळाले होते. त्यामुळे त्याचा खिसा भरपूर गरम होता. हॉटेलच्या पलिकडल्या बाजूला एक बाई फरशी पुसत होती. दोन आठवड्यांपूर्वी शिक्षा झालेल्या तिजोरी फोडणाऱ्याची ती बायको असे त्याने ओळखले. एकदम आलेल्या दानशूरपणाच्या उर्मीतून – जिचा नंतर त्याला पश्चात्ताप झाला होता – त्याने त्या बाईच्या एप्रनच्या खिशात १०० मार्कची नोट सरकवली आणि तो निघून गेला.

जानेवारीत त्याला हॅम्बुर्गच्या तुरुंगातून एक पत्र आले. ते जेमतेम वाचता येत होते. त्या बाईने बारमनला त्याचे नाव विचारले असणार आणि ते नवऱ्याला सांगितले असणार. ते पत्र तो ज्या एका मासिकासाठी काम करायचा त्याला पाठवले होते. त्यांनी ते त्याला पुढे पाठवले.

'प्रिय हर मिलर, तुम्ही ख्रिसमसच्या काही दिवस आधी काय केले ते मला माझ्या बायकोने लिहून कळवले. मी तुम्हाला कधीच भेटलेलो नाही आणि तुम्ही तसे का केले ते मला माहीत नाही; पण मला तुमचे मनापासून आभार मानायचे आहेत. तुम्ही फार भले गृहस्थ आहात. त्या पैशांमुळे डोरीस आणि मुलांचा ख्रिसमस आणि नववर्षदिन चांगले गेले. मला जर तुमच्यासाठी कधी काही करता आलं तर मला कळवा मी जरूर करीन. आपला—'

पण पत्राच्या खाली नाव काय होते? कोप्पेल. बरोबर तेच. व्हिक्टर कोप्पेल. तो पुन्हा जेलमध्ये गेला नसेल अशी आशा करत मिलरने, ज्या डायरीत तो ओळखीच्या लोकांचे पत्ते आणि फोन नंबर लिहून ठेवायचा ती डायरी बॅगेतून काढली, हॉटेलचा फोन ओढून गुडघ्यांवर घेतला आणि हॅम्बुर्गच्या गुन्हेगारी वर्तुळातील ओळखीच्या लोकांना फोन करू लागला.

साडेसात वाजता कोप्पेलचा फोन लागला. शुक्रवारची संध्याकाळ असल्यामुळे तो मित्रांबरोबर एका बारमध्ये होता. मागे ज्यूक बॉक्सवरील संगीत ऐकू येत होते. त्यावर बीटल्सचे 'आय वाँट टू होल्ड युवर हँड...' हे गाणे लागले होते. त्या काळात ते इतके सतत लागायचे की, मिलरला वेड लागायची पाळी आली होती.

थोडीशी आठवण दिल्यावर कोप्पेलने त्याला ओळखले आणि दोन वर्षांपूर्वी त्याने डोरीसला दिलेली भेट आठवली. कोप्पेलचे आधीच थोडे मदिरापान झाल्याचे त्याला जाणवले.

"तुम्ही ते फार चांगलं केलं, हर मिलर. फार चांगलं केलं."

"कोप्पेल, तू मला तुरुंगातून लिहिलं होतं की, तुला जर माझ्यासाठी काहीही करता येणं शक्य असेल तर तू ते अवश्य करशील. आठवतंय?"

कोप्पेलच्या आवाजात जरा सावधपणा आला.

"हो, आठवतं मला."

"मला आत्ता थोड्या मदतीची गरज आहे. जास्त काही नाही. मदत करशील?" मिलरने प्रश्न केला.

कोप्पेल अजून जरा सावधच होता.

"माझ्याकडे फार काही नाहीये, हर मिलर."

"मला पैसे नकोयत," मिलर म्हणाला. "एक छोटी कामगिरी आहे आणि त्यासाठी मीच तुला पैसे देईन."

कोप्पेलच्या आवाजात एकदम मोकळेपणा आला.

"असं का? ठीक आहे. नक्की. तुम्ही कुठे आहात?"

मिलरने त्याला सूचना दिली,

"हॅम्बुर्ग स्टेशनवर जा आणि ओस्नाब्रुकची पहिली गाडी घे. मी इथे तुला स्टेशनवर भेटीन आणि हो, तुझी हत्यारांची बॅग घेऊन ये."

"हर मिलर, मी माझ्या भागाच्या बाहेर काम करत नाही. मला ओस्नाब्रुकची माहिती नाहीये."

मिलर हॅम्बुर्गच्या भाषेत बालू लागला :

"कोप्पेल, अगदी सोपी कामगिरी आहे. घर रिकामं आहे. मालक बाहेरगावी गेलाय आणि आत माल खूप आहे. मी सगळं नीट बघितलंय आणि काहीच अडचण नाहीये. तू पिशवी भरून मालासकट हॅम्बुर्गला सकाळी ब्रेकफास्टला असशील आणि कोणाला कळणारही नाही. तो माणूस आठवडाभर बाहेर असणार आहे. तो परत यायच्या आत तू सगळ्या मालाची विल्हेवाट लावू शकशील आणि पोलिसांना हे इथल्याच कोणाचं तरी काम आहे असं वाटेल."

"माझं गाडीचं तिकीट?" कोप्पेलने विचारले.

"तुला इथे आलास की मी पैसे देईन. हॅम्बुर्गहून नऊ वाजता एक गाडी आहे. अजून तासभर वेळ आहे, तेव्हा नीघ."

कोप्पेलने दीर्घ श्वास सोडला.

"ठीक आहे. मी गाडी पकडतो."

मिलरने फोन ठेवला. हॉटेलच्या फोन ऑपरेटरला अकरा वाजता त्याला फोन करायला सांगितलं आणि झोपला.

तिकडे बाहेर मॅकेनसन पाळतीवर होताच. मध्यरात्रीपर्यंत मिलर आला नाही तर काम सुरू करायचे असे त्याने ठरवले.

पण मिलर सव्वा अकरा वाजता हॉटेलातून बाहेर पडला आणि चौक ओलांडून स्टेशनात गेला. मॅकेनसन चकित झाला. तो त्याच्या कारमधून उतरला आणि स्टेशनच्या प्रवेशदारापाशी जाऊन आत बघू लागला. मिलर प्लॅटफॉर्मवर ट्रेनची

वाट बघत उभा होता.

"ह्या प्लॅटफॉर्मवर कोणती ट्रेन येणार आहे?" त्याने एका कर्मचाऱ्याला विचारले.

"अकरा तेहेतीसला मुन्स्टरला जाणारी." कर्मचारी उत्तरला. स्वत:ची कार असताना मिलर ट्रेनने का जात असावा असे मॅकेनसनला कोडे पडले. पण तो त्याच्या मर्सिडिसकडे जाऊन गाडीत बसून वाट बघत बसला.

अकरा पस्तीसला त्याचे कोडे सुटले. मिलर एका बुटक्या आणि गबाळ्या माणसाबरोबर स्टेशनमधून बाहेर पडला. त्या माणसाच्या हातात एक जुनाट चामडी बॅग होती आणि त्यांच्यात बरेच बोलणे चालले होते. मॅकेनसनने एक शिवी हासडली. मिलर दुसऱ्या माणसाबरोबर कारने गेला असता तर त्याची सगळीच योजना फिसकटली असती. मिलरला मारणे गुंतागुंतीचे झाले असते. पण ते दोघे एका टॅक्सीत बसून निघून गेले हे बघून त्याला फार बरे वाटले. आणखी वीस मिनिटे थांबून मग त्याच्यापासून वीस यार्डांवर पार्क केलेल्या जग्वारवर काम सुरू करावे असे त्याने ठरवले.

मध्यरात्री चौक जवळ-जवळ निर्मनुष्य झाला. मॅकेनसन त्याच्या कारमधून हळूच बाहेर पडला. त्याच्या एका हातात टॉर्च आणि दुसऱ्या हातात तीन हत्यारे होती. तो जग्वारपाशी गेला, त्याने चौफेर नजर टाकली आणि तो गाडीच्या खाली गेला.

जमिनीवरील बर्फ आणि मातीच्या चिखलामुळे आपले कपडे काही मिनिटांतच लडबडणार हे त्याला माहीत होते. पण त्याची त्याला चिंता नव्हती. पेन्सिल टॉर्चचा उपयोग करून त्याने पुढच्या भागातील बॉनेटच्या कुलपाची कळ शोधून काढली. ती मोकळी करायला त्याला वीस मिनिटे लागली. ती कळ दाबल्याबरोबर बॉनेट उघडून एक इंच वर आले. काम झाल्यावर वरून नुसते दाबले की ते बंद होणार होते. बॉनेट उघडण्यासाठी त्याला कारचे दार उघडावे लागले नाही हे फार चांगले झाले.

तो मर्सिडिसकडे गेला आणि बॉम्बची पिशवी घेऊन आला. बॉनेटच्या खाली काम करणाऱ्या माणसाकडे सहसा कोणाचे लक्ष जात नाही. तो आपल्याच कारची दुरुस्ती करत आहे, असे लोक धरून चालतात.

लोखंडाची वायर आणि पकडीच्या साहाय्याने त्याने स्फोटकाचा डबा इंजीनच्या जवळ ड्रायव्हरच्या समोरच्या बाजूला बांधून टाकला. त्याचा स्फोट होईल तेव्हा तो मिलरच्या छातीपासून जेमतेम तीन फुटांवर असणार होता. हॅकसॉ पात्यांपासून बनवलेली ट्रिगर यंत्रणा त्याला जोडलेल्या आठ फूट लांब वायरबरोबर त्याने इंजीनजवळच्या पोकळीतून खाली जमिनीवर सोडली.

कारच्या खाली जाऊन त्याने टॉर्चच्या प्रकाशझोतात पुढील सस्पेन्शनची तपासणी केली. त्याला हवी होती तशी जागा त्याला पाच मिनिटांत सापडली. त्याने

ट्रिगरचे मागचे टोक एका गजाला घट्ट बांधून टाकले. रबरात गुंडाळलेले आणि काचेचा दिवा असलेले पुढचे टोक त्याने पुढच्या सस्पेन्शनच्या जाड स्प्रिंगच्या दोन वेटोळ्यांच्या मध्ये खोचून बांधून टाकले.

नेहमीच्या बारीक धक्क्यांनी ते बाहेर पडणार नाही याची खातरी केल्यावर तो कारच्या खालून बाहेर आला. कार वेगाने जात असताना एखाद्या उंचवट्यावरून किंवा खड्ड्यातून गेली की त्या धक्क्याने सस्पेन्शनची स्प्रिंग दाबली जाऊन ट्रिगरमधील काचेचा दिवा फुटणार होता आणि हॅकसॉ ब्लेडच्या दोन्ही तुकड्यांचा एकमेकांना स्पर्श होऊन मिलरचे आणि त्याच्या कागदपत्रांचे तुकडे होणार होते. शेवटी मॅकेनसनने वायर्समधली जादा लांबी ओढून तिचे वेटोळे केले आणि ते इंजीनच्या जवळ चिकटपट्टीने चिकटवून टाकले, नाहीतर ती वायर खाली लोंबून जमिनीवर घासली असती. काम पुरे झाल्यावर तो मर्सिडिसमध्ये मागच्या सीटवर झोपी गेला. त्याच्या मते त्याने रात्रीचे चांगले काम केले होते.

मिलरने टॅक्सी ड्रायव्हरला टॅक्सी सार प्लाट्झला घ्यायला सांगितली आणि तिथे पोहोचल्यावर त्याला पैसे देऊन मोकळे केले. टॅक्सीत असताना तोंड बंद ठेवण्याइतका कोप्पेल शहाणा होता. टॅक्सी परत गावाकडे जाऊन दिसेनाशी झाल्यावर त्याने तोंड उघडले.

''हर मिलर, तुम्ही काय करत आहात याची तुम्हाला जाणीव आहे ना? म्हणजे काय की तुम्ही पत्रकार वगैरे असूनसुद्धा अशा भानगडीत पडला आहात म्हणून विचारलं.''

''कोप्पेल, काळजी करू नको. मला फक्त काही कागदपत्रं हवीत. ती एका घरात तिजोरीत आहेत. ती मी घेईन. आणखी जे काही असेल ते तुझं. ठीक आहे?''

''काय आहे, तुम्हीच आहात म्हणून ठीक आहे. चला, आपण काम उरकून टाकू या.''

''एक शेवटची गोष्ट. घरात एक मोलकरीण असते.'' मिलर म्हणाला.

''घर रिकामं आहे असं तुम्ही म्हणाला होतात,'' कोप्पेलने तक्रार केली. ''ती खाली आली तर मी पळणार. मला उगीच मारामारीत पडायचं नाही.''

''आपण पहाटेच्या दोन वाजेपर्यंत थांबू. ती गाढ झोपलेली असेल.''

ते मैलभर अंतरावर असलेल्या विंझरच्या घराकडे चालत गेले. त्यांनी रस्त्याच्या दोन्ही टोकांना नजर टाकली आणि फाटकातून पटकन आत शिरले. वाळूवर चालणे टाळण्यासाठी दोघेही गवताच्या कडेवरून चालत, लॉन ओलांडून स्टडी वाटणाऱ्या खोलीच्या खिडकीच्या खाली ऱ्होडोडेंड्रॉनच्या झुडपांमध्ये लपून बसले.

कोप्पेलने एखाद्या छोट्या शिकारी प्राण्याप्रमाणे गवतातून घराभोवती हिंडून सर्व

बाजूंची पाहणी केली. मिलर हत्यारांची बॅग सांभाळत बसला. परतल्यावर कोप्पेल म्हणाला, "मोलकरणीच्या खोलीतला दिवा अजून चालू आहे. तिची खिडकी मागच्या बाजूला आहे."

सिगारेट ओढायचे धाडस न करता ते झुडपात कुडकुडत बसले. एक वाजता कोप्पेलने पुन्हा एकदा घराभोवती प्रदक्षिणा घातली आणि बाईच्या खोलीतला दिवा बंद असल्याचे सांगितले.

ते आणखी दीड तास थांबले. कोप्पेलने मिलरचा हात दाबला आणि चंद्रप्रकाशात लॉन ओलांडून तो खिडकीपाशी पोहोचला. दूर कुठेतरी एक कुत्रे भुंकले आणि कार जातानाच आवाज आला.

त्यांच्या सुदैवाने स्टडीच्या खिडकीच्या खालच्या भागात अंधार होता कारण चंद्र अजून इकडच्या बाजूला आला नव्हता. कोप्पेलने पेन्सिल टॉर्च लावला आणि तो खिडकीच्या भोवती आणि खिडकीच्या मध्यावर असलेल्या आडव्या पट्टीवरून फिरवून तपासणी केली. खिडकीला, चोराला काढायला कठीण जाईल अशी कडी होती पण अलार्म नव्हता. बॅग उघडून तो क्षणभर वाकला आणि त्याने एक चिकटपट्टीचा रोल, छोटे हँडल असलेले एक रबरी पॅड, फाउंटन पेनसारखा दिसणारा हिऱ्याचे टोक असलेला काच कापण्याचा कटर आणि एक रबरी हातोडी बाहेर काढली.

त्याने अतिशय सफाईदारपणे खिडकीच्या कडीच्या खालील काचेवर एक वर्तुळ काढले, चिकटपट्टीचे दोन तुकडे कापलेल्या वर्तुळावरून काचेवर चिकटवले. त्या दोन चिकटपट्ट्यांच्या मध्ये रबरी पॅड दाबले.

पॅडचे हँडल डाव्या हाताने धरून त्याने रबरी हातोडीने काचेच्या वर्तुळावर हलकेच एक ठोका मारला.

दुसरा ठोका मारताच किंचित आवाज होऊन वर्तुळाकार तुकडा आत गेला. दोघेही थोडा वेळ स्तब्ध राहिले; पण आतून कोणाचाच आवाज ऐकू आला नाही. त्याअर्थी झालेला आवाज आत कोणाला ऐकू गेला नसावा. काचेचा वर्तुळाकार तुकडा चिकटलेल्या पॅडचे हँडल धरून ठेवून कोप्पेलने चिकटपट्ट्या ओढून काढल्या. खिडकीतून बघितल्यावर चार-पाच फुटांवर एक जाड गालिचा दिसला. मनगटाला एक झटका देऊन त्याने रबरी पॅड आणि वर्तुळाकार तुकडा गालिच्याकडे फेकला आणि तो आवाज न होता गालिच्यावर पडला.

काचेतील भोकातून हात आत घालून त्याने खिडकीची कडी काढली. एखाद्या जनावराच्या चपळपणाने तो खिडकीतून खोलीत उतरला. मिलर त्याच्या मागोमाग आत गेला. लॉनवरील चंद्रप्रकाशापुढे खोलीत मिट्ट अंधार होता; पण कोप्पेलला सगळे स्पष्ट दिसत होते असे दिसले.

"हलू नका," तो मिलरला उद्देशून कुजबुजला. मिलर पुतळ्याप्रमाणे स्तब्ध झाला. कोप्पेलने आवाज न करता खिडकी बंद केली आणि पडदे ओढले. तो अंत:प्रेरणेने फर्निचर टाळत खोलीत पलीकडे गेला, पॅसेजकडील दरवाजा बंद केला आणि मगच त्याने पेन्सिल टॉर्च सुरू केला.

टॉर्चचा किरण एक टेबल, टेलिफोन, एक भिंतभर पुस्तकांचे कपाट, एक खोल आरामखुर्ची यांच्यावरून फिरत अखेरीस लाल विटांची चौकट असलेल्या शेकोटीच्या जागेवर फिरला.

तो मिलरच्या बाजूला आला.

"ही स्टडी असली पाहिजे. एका घरात शेकोटीची जागा असलेल्या दोन खोल्या नसणार. आता ही विटांची भिंत उघडणारी कळ कुठे आहे?"

"मला माहीत नाही," मिलर कोप्पेलप्रमाणेच पुटपुटला. कुजबुजण्यापेक्षा पुटपुटणे ऐकू जाणे कठीण असते, हे कोप्पेल अनुभवाने शिकला होता. "तुलाच शोधून काढावी लागेल."

"अरे देवा! त्याला खूप वेळ लागू शकेल." कोप्पेल म्हणाला. त्याने मिलरला खुर्चीवर बसवले आणि ड्रायव्हिंग करतानाचे नाडीचे हातमोजे कायम हातात ठेवायला सांगितले. कोप्पेल त्याची बॅग घेऊन शेकोटीच्या जागेपाशी गेला. त्याने डोक्यावर हेडबँड लावला आणि त्यात पेन्सिल टॉर्च समोर उजेड पडेल अशा प्रकारे अडकवला. तो विटांच्या चौकटीचा इंचन्‌इंच, कुठे पोकळ लागतंय का, कुठे उंचवटा लागतोय का हे चाचपत तपासू लागला. जेव्हा असे करून काहीच मिळाले नाही तेव्हा त्याने एक सुरी घेऊन कुठे फट आहे का ते बघायला सुरुवात केली. साडेतीनच्या सुमारास त्याला यश आले.

सुरीचे पाते दोन विटांच्या मधल्या फटीत गेले आणि एक बारीक 'क्लिक' असा आवाज आला. साधारण दोन फूट बाय दोन फूट मापाचा विटांचा एक भाग इंचभर बाहेर आला. बांधकाम इतक्या सफाईदारपणे केलेले होते की, नुसत्या डोळ्याला ते ओळखू येणे जवळ-जवळ अशक्य होते.

कोप्पेलने विटांचा दरवाजा हळूच उघडला, डाव्या बाजूला असलेल्या पोलादी बिजागऱ्यांवर तो अलगद उघडला. त्या चार चौरस फूट जागेतील विटा एका लोखंडी ट्रेमध्ये बसवून त्याचे दार बनवले होते. दरवाज्याच्या मागे टॉर्चच्या उजेडात एक छोटी लोखंडी तिजोरी कोप्पेलला दिसली.

त्याने टॉर्च चालू ठेवला आणि स्टेथॅस्कोपच्या नळ्या कानात घातल्या. कॉंबिनेशन लॉकचे पाच मिनिटे निरीक्षण केल्यावर त्याने स्टॅथॅस्कोपचे पॅड कुलपाची चक्रे जिथे असतील असे वाटले तिथे लावून चकती फिरवू लागला.

दहा फुटांवर बसलेला मिलर हे सर्व बघत होता. त्याला जरा चिंता वाटू

लागली. त्याउलट कोप्पेल अगदी शांतपणे त्याच्या कामात गुंतला होता. दोघेही अगदी स्तब्ध राहिलो तर कोणालाही स्टडीत कोणी असेल अशी शंकाही येणार नाही, याची त्याला खातरी वाटत होती. आत शिरणे, आत फिरणे आणि बाहेर पडणे हे धोक्याचे क्षण होते.

कुलपाचे शेवटचे चक्र फिरेपर्यंत चाळीस मिनिटे होऊन गेली होती. त्याने तिजोरीचे दार हळुवारपणे उघडले आणि तो मिलरकडे वळला. डोक्याला लावलेल्या टॉर्चचा किरण मधल्या टेबलावरील चांदीच्या मेणबत्त्या आणि एक जुनी जड तपकिरीची डबी यांच्यावरून गेला.

काहीही न बोलता मिलर उठून कोप्पेलजवळ गेला. त्याने कोप्पेलच्या डोक्याला लावलेला टॉर्च काढला आणि त्याच्या उजेडात तिजोरीच्या आत काय वस्तू आहेत याचे निरीक्षण केले. नोटांची अनेक बंडले होती, ती त्याने आनंदित झालेल्या कोप्पेलच्या सुपूर्द केली. कोप्पेलच्या तोंडातून एक हलकी शीळ निघाली.

तिजोरीच्या वरच्या कप्प्यात फक्त एकच वस्तू होती – एक फाईल. मिलरने ती घेतली आणि उघडून तिची पाने चाळली. तिच्यात जवळ-जवळ चाळीस कागद होते. प्रत्येक कागदावर एक फोटो होता आणि त्याच्याखाली काही मजकूर टाईप केलेला होता. अठरावा कागद बघताना तो थबकला आणि त्याच्या तोंडून 'अरे देवा!' असे शब्द बाहेर पडले.

"शूऽऽऽ" म्हणत कोप्पेलने त्याला शांत केले.

मिलरने फाईल बंद केली, टॉर्च कोप्पेलला परत केला आणि 'बंद कर' असे सांगितले.

कोप्पेलने तिजोरीचा दरवाजा हळूच जागेवर बसवला. तो लॉक होईपर्यंत कुलपाची चक्रे फिरवली. कुलूप उघडताना जे आकडे त्याच्यावर होते तेच पुन्हा आणायला तो विसरला नाही.

विंझरने बनवलेल्या शेवटच्या चार पासपोर्टांचा मोबदला असलेली नोटांची बंडले कोप्पेलने खिशात कोंबली आणि टेबलावरच्या चांदीच्या मेणबत्त्या आणि तपकीर डबी त्याने बॅगेत टाकली.

टॉर्च बंद करून तो मिलरला दंडाला धरून खिडकीपाशी घेऊन गेला, पडदे डावी-उजवीकडे सरकवले आणि काचेतून बाहेरचे काळजीपूर्वक निरीक्षण केले. लॉनवर कोणीही नव्हते आणि चंद्र ढगामागे गेला होता. कोप्पेलने खिडकीचे दार हळूच वर सरकवले आणि बॅगेसकट बाहेर उडी मारली. मिलर बाहेर पडल्यावर त्याने खिडकी बंद केली आणि ते झुडपांच्या दिशेने गेले. मिलरने फाईल त्याच्या पोलोनेकच्या स्वेटरमध्ये ठेवली होती.

झुडपांच्या कडेने जात ते फाटकापाशी आले आणि तिथून रस्त्यावर. मिलरच्या

मनातून पळावे असे होते. "सावकाश चाला." कोप्पेल नेहमीच्या आवाजात बोलला. "आपण पार्टीहून घरी जात असल्याप्रमाणे चला आणि बोला."

रेल्वे स्टेशन तीन मैल दूर होते आणि पहाटेचे पाच वाजत आले होते. रविवार असला तरी रस्ते अगदीच निर्मनुष्य नव्हते. जर्मन लोकांना लवकर उठून कामावर जायची सवय असते. कोणीही हटकल्याशिवाय ते स्टेशनवर पोहोचले.

हॅम्बुर्गला सात वाजेपर्यंत गाडी नव्हती. पण कोप्पेल म्हणाला की त्याला स्टेशनवरील रेस्टॉरंटमध्ये कॉफी आणि डबल कॉर्न लिक्योर घेत थांबायला आवडेल.

"छान काम झालं, हर मिलर.' तो म्हणाला. "तुम्हाला हवं होतं ते मिळालं ना?"

"होय, मला हवं होतं ते मिळालं." मिलर म्हणाला.

कोप्पेलने मान डोलवली आणि तो रेस्टॉरंटच्या दिशेने गेला. मिलर वळला आणि चौकातून हॉटेलकडे गेला. जवळच पार्क केलेल्या मर्सिडीसमधील दोन लाल डोळे आपल्यावर पाळत ठेवून आहेत, याची त्याला कल्पना नव्हती.

मिलरला ज्या चौकश्या करायच्या होत्या त्याला इतक्या लवकरची वेळ योग्य नव्हती. त्याने तीन तास झोप काढायची ठरवून त्याला साडेनऊ वाजता उठवायला सांगितले. बरोबर साडेनऊ वाजता फोन वाजला. मिलरने कॉफी आणि रोल मागवले. ते त्याची गरम पाण्याच्या शॉवरखालची अंघोळ संपताच आले. कॉफी घेता घेता त्याने त्या फाईलमधले कागद चाळले. त्यातील सहा जणांचे फोटो त्याने ओळखले; पण नावे कोणाचीच ऐकली नव्हती. त्या नावांना काही अर्थ नाही अशी त्याने स्वत:ची समजूत घातली.

तो पुन्हा पान नंबर अठरावर आला. फोटोतील माणूस जास्त वयस्कर होता, त्याचे केस जास्त लांब होते आणि मिशांनी वरचा ओठ झाकला गेला होता. पण कान – चेहऱ्याचा जो भाग प्रत्येकात वेगळा असतो; पण ज्याच्याकडे सहसा कोणाचे लक्ष जात नाही असा – तेच होते. अरुंद नाकपुड्यासुद्धा त्याच होत्या. थोडे कललेले डोके आणि फिकट डोळे तेच होते.

नाव सर्वसाधारणच होते; पण पत्त्याने त्याचे लक्ष वेधून घेतले. पिन कोडवरून ते ठिकाण शहराच्या मध्यभागात असणार आणि म्हणजे ते घर म्हणजे बहुतेक फ्लॅट किंवा अपार्टमेंट असणार.

बरोबर दहा वाजता त्याने त्या कागदावरील गावाच्या टेलिफोन चौकशीचा नंबर फिरवला. त्या पत्त्यावरील अपार्टमेंट असलेल्या वसाहतीच्या व्यवस्थापकाचा फोन नंबर त्याने विचारला. ती एक जुगारी खेळी होती; पण ती यशस्वी झाली. ती फ्लॅट्सची इमारत होती आणि महागडी होती.

त्याने ब्लॉक मॅनेजरचा नंबर फिरवला. ब्लॉक मॅनेजर म्हणजे खरा लॉबीतला

साधा कर्मचारीच होता. पण जर्मन लोकांना असलेल्या पदांच्या हव्यासापायी त्याला मॅनेजर म्हणत असत. त्याने मॅनेजरला सांगितले की, तो एका भाडेकरूला सतत फोन करायचा प्रयत्न करत होता; पण फोन लागत नव्हता आणि ते जरा आश्चर्याचे होते. कारण त्या माणसानेच त्याला त्याच वेळेला फोन करायला सांगितले होते; तर मॅनेजर मदत करू शकेल का? तो फोन बिघडला आहे की काय?

पलिकडचा माणूस फार मदत करणारा निघाला. तो ज्याचा फोन नंबर आहे ते डिरेक्टरसाहेब एकतर त्यांच्या कारखान्यात असतील नाही तर डोंगरातील त्यांच्या वीकएंडसाठीच्या घरी असतील.

कोणता कारखाना हा? अर्थात त्यांचा स्वत:चा. रेडिओ बनवण्याचा. हो, हो, अर्थात. माझ्या लक्षातच आले नाही असे म्हणून मिलरने फोन बंद केला. टेलिफोन चौकशीने त्याला कारखान्याचा नंबर दिला. ज्या मुलीने फोन घेतला तिने तो डायरेक्टर साहेबांच्या सेक्रेटरीला दिला आणि ती म्हणाली की डायरेक्टरसाहेब वीक एंडसाठी त्यांच्या डोंगरातील घरी गेले आहेत आणि ते सोमवारी सकाळी परत येतील. त्या घराचा नंबर देता येणार नव्हता. त्यांना सुटीत व्यत्यय आलेला आवडत नाही. मिलरने तिचे आभार मानले व फोन बंद केला.

अखेरीस त्याला रेडिओ फॅक्टरीच्या मालकाचा खासगी फोन नंबर आणि पत्ता मिळाला तो हॅम्बुर्गच्या एका मोठ्या वृत्तपत्राच्या औद्योगिक आणि आर्थिक घडामोडींच्या जुन्या ओळखीच्या पत्रकाराकडून. त्या माणसाचा पत्ता त्याच्या पत्त्यांच्या डायरीत होता.

मिलर बसला आणि रोशमनचा फोटो, नवे नाव आणि त्याने डायरीत लिहून घेतलेल्या त्याच्या खासगी पत्त्याकडे थोडा वेळ बघत बसला. आता त्याला ह्या माणसाविषयी – रुर भागातील उद्योगपती म्हणून ऐकलेले आठवले. त्याच्या कंपनीचे रेडिओसुद्धा त्याने दुकानात बघितले होते. त्याने जर्मनीचा नकाशा बाहेर काढला आणि रोशमनचा डोंगरातील बंगला साधारण कुठे आहे, ते शोधून काढले.

सामान आवरून खाली जाऊन त्याने बिल भरले तेव्हा बारा वाजून गेले होते. त्याला खूप भूक लागली होती. त्यामुळे तो त्याची ऑफिसबॅग बरोबर घेऊन हॉटेलच्या रेस्टॉरंटमध्ये गेला आणि एक मोठा स्टेक मागवून त्याच्यावर ताव मारला.

जेवताना त्याने विचार केला आणि त्याच्या शोधाच्या प्रवासाचा शेवटचा टप्पा दुपारी पुरा करून दुसरे दिवशी सकाळी आपल्या सावजाला सामोरे जावे, असे ठरवले. लुडविग्जबर्गमधील झी कमिशनच्या वकिलाचा फोन नंबर लिहिलेला कागद अजून त्याच्याकडे होता. त्याला तेव्हाच फोन करता आला असता; पण त्याला आधी रोशमनला सामोरे जायचे होते. आताच वकिलाला फोन केला तरी अर्ध्या तासात पोलिसांची तुकडी मिळणे कठीण आहे, असे त्याला वाटले. रविवार सकाळ चालणार होती.

तो हॉटेलातून बाहेर पडला, तेव्हा दुपारचे दोन वाजत आले होते. त्याने सूटकेस जग्वारच्या डिकीत ठेवली, ऑफिस बॅग पुढे पॅसेंजरच्या सीटवर टाकली आणि तो गाडी चालवायला बसला.

ओस्नाब्रुकच्या टोकापर्यंत त्याच्या मागून येणारी मर्सिडीस त्याच्या नजरेत भरली नाही. मागची कार त्याच्यामागोमाग महामार्गावर आली, जग्वारने दक्षिणेकडे जाणाऱ्या लेनमध्ये वेग घेतल्यावर मागची गाडी काही सेकंदं थांबली आणि मग थोडे अंतर तोडून महामार्गावरून बाहेर पडली आणि मागे वळून गावात परतली.

रस्त्यावरील एका फोनबूथवरून मॅकेनसनने न्युरेंबर्गला वेअरवुल्फला फोन लावला.

"तो निघाला आहे," तो म्हणाला, "मी आताच त्याला महामार्गावर दक्षिणेकडे वेगाने जाताना बघितलं."

"तुझं उपकरण त्याच्याबरोबर आहे?" मॅकेनसन हसला.

"अगदी बरोबर, पुढच्या जवळच्या सस्पेन्शनला बांधलं आहे. पन्नास मैल जायच्या आधीच त्याचे ओळखू येणार नाहीत असे तुकडे झालेले असतील."

"उत्तम," न्युरेंबर्गचा माणूस बोलला. "मित्रा, तू आता अगदी थकला असशील. गावात जा आणि झोप काढ."

मॅकेनसनला हे सांगण्याची गरजच नव्हती. बुधवारच्या नंतर तो रात्रभर असा झोपलाच नव्हता.

मिलरने ते पन्नास मैलच नव्हे तर आणखी शंभर मैलांचे अंतर कापले. सामान्य प्रकारच्या कॉन्टिनेंटल सलून कारमध्ये जर बॉम्बची यंत्रणा बसवली असती तर त्याचा नक्कीच स्फोट झाला असता; पण जग्वार ही ब्रिटिश स्पोर्ट्स कार होती, तिचे सस्पेन्शन बरेच टणक होते. ती महामार्गावरून फ्रँकफुर्टकडे धावत असताना पुढच्या चाकावरील जाड स्प्रिंग थोड्याशाच दाबल्या गेल्या आणि तो काचेचा दिवा फुटला. पण विजेने भारलेली हॅकसॉच्या दोन पात्यांची टोके एकमेकांना स्पर्श करत नव्हती. रस्त्यात मोठा धक्का बसला तरी ती टोके अगदी एक मिलिमीटर अंतरावर येत होती; पण स्पर्श करत नव्हती.

आपण मृत्यूच्या किती जवळ आहोत याची कल्पना नसलेला मिलर मुन्स्टर, डोर्टमंड, वेट्झ्लार आणि बाड होंबुर्गवरून जात तीन तासांच्या आत फ्रँकफुर्टला पोहोचला आणि महामार्गावरून कोनिगस्टाइनच्या दिशेने बाहेर पडून टॉनस डोंगरातील बर्फाने लदलेल्या रस्त्याकडे वळला.

१६

पर्वतराजीमधील पूर्वेकडील पायथ्याशी असलेल्या त्या लहानशा स्पा गावात जग्वारने प्रवेश केला, तेव्हा आधीच अंधार पडला होता. नकाशाकडे नजर टाकल्यावर आपल्याला हव्या असणाऱ्या खासगी बंगल्यापासून आपण साधारण वीस मैलांवर आहोत हे मिलरला समजले. आता पुढे न जाता इथेच एखाद्या हॉटेलात रात्र काढावी आणि सकाळची वाट बघावी, असा त्याने विचार केला.

उत्तरेला उंच डोंगर आणि त्यावर लिंबर्गला जाणारा शांत आणि बर्फाच्छादित रस्ता आणि बर्फाच्या जाड थरामुळे गोलाई आलेले खडक आणि पांढरी दुलई पांघरलेले देवदारचे जंगल दिसत होते.

गावातील मुख्य रस्त्यावर दिवे चमचमत होते आणि त्यांच्या अंधूक उजेडात, एकेकाळी फाल्केनस्टाईनच्या लॉर्डचा निवास असलेला; पण आता पडक्या स्थितीत असलेला किल्ला दिसत होता. आकाश स्वच्छ होते; पण बर्फाळ, बोचऱ्या वाऱ्यावरून त्या रात्री आणखी बर्फ पडणार असे दिसत होते.

स्पा गावात हाउप्ट स्ट्रास आणि फ्रँकफुर्ट स्ट्रास यांच्या कोपऱ्यावर 'द पार्क' नावाचे हॉटेल त्याला दिसले आणि तिथे त्याने खोली मागितली. फेब्रुवारी महिन्यात. थंड पाण्याच्या उपचारांचे, उन्हाळ्यात असते तितके आकर्षण साहजिकच नसते. त्यामुळे खोली मिळायला कोणतीच अडचण आली नाही.

पोर्टरने त्याला कार हॉटेलच्या मागे झाडीत असलेल्या छोट्या पार्किंगच्या जागेत लावायला सांगितली. त्याने अंघोळ केली आणि गावातील डझनभर जुन्या हॉटेलांपैकी ग्रून बाऊम हॉटेलमध्ये तो जेवणासाठी गेला.

जेवण करताना त्याला जरा बेचैन वाटू लागले. वाइनचा ग्लास उचलताना आपला हात किंचित कापत असल्याचे त्याला जाणवले. याचे एक कारण थकवा, गेल्या चार दिवसातील झोपेचा अभाव हे होते – त्याला फक्त अधून-मधून एक दोन तास डुलकी काढता आली होती.

दुसरे कारण म्हणजे कोप्पेलबरोबर केलेली घरफोडी आणि पहिल्या भेटीनंतर

विंझरच्या घरी पुन्हा जाऊन त्याच्या घराची व्यवस्था इतकी वर्षे बघणाऱ्या बाईचा पत्ता काढून, तिच्याशी बोलून झालेल्या अनपेक्षित आणि आश्चर्यकारक लाभाचा आनंद, यांची थोड्या काळाने झालेली प्रतिक्रिया.

पण सगळ्यात मोठे कारण म्हणजे, त्याच्या मनात ज्याच्याविषयी एवढा द्वेष निर्माण झाला होता आणि ज्याला शोधून काढण्यासाठी त्याला इतके प्रयत्न करावे लागले होते त्या माणसाशी होऊ घातलेला सामना आणि आता शेवटच्या टप्प्यावर काही तरी चूक होऊन सगळेच फिस्कटेल की काय ही चिंता, हे होते.

बाड गोडेसबर्गला भेटलेला डॉक्टर आणि 'कॉम्रेडशिप'च्या लोकांपासून दूर राहा असा त्याने दिलेला इशारा, तसेच व्हिएन्नाला भेटलेल्या नाझींची 'शिकार' करणाऱ्या ज्यू माणसाने दिलेली 'काळजी घे, हे लोक फार धोक्याचे असू शकतात' हा इशारा त्याला आठवला. विचार केला असता, अजून त्या लोकांनी आपल्याला काही कसे केले नाही याचे त्याला आश्चर्य वाटले. ड्रीसेन हॉटेलात तो डॉक्टर आपल्याला भेटायला आला त्यावरून त्याचे नाव मिलर आहे हे त्यांना माहीत झाले होते हे उघड आहे आणि स्टुटगार्टला बायरला जी मारहाण केली त्यावरून 'कोल्ब'चे गुपितसुद्धा उघडे झाले होते. आणि तरीही त्याला कोणीही दिसला नव्हता. आपली किती प्रगती झाली आहे ह्याची मात्र त्यांना कल्पना नसणार याबद्दल त्याला खातरी वाटत होती. कदाचित त्यांना आता आपला माग लागत नसेल किंवा विंझर बेपत्ता झाल्यामुळे आपण आता नुसते वर्तुळात फिरत राहू अशी त्यांना खातरी वाटत असेल.

आणि तरीही विंझरचे गुपित आणि स्फोटक पुरावा असलेली ती फाईल आणि पश्चिम जर्मनीच्या इतिहासातील मोठी बातमी त्याच्या ताब्यात होती. त्याच्या चेहऱ्यावर स्मित झळकले आणि जवळून जाणाऱ्या वेटर मुलीला ते आपल्यासाठीच आहे असे वाटले. पुढच्या वेळेस त्याच्या टेबलाजवळून जाताना ती नितंब हेलकावत गेली आणि त्याला सिगीची आठवण आली. व्हिएन्ना सोडल्यापासून त्याने तिला फोन केला नव्हता आणि तिला शेवटचे पत्र त्याने जानेवारीत पाठवले होते, त्याला आता दीड महिना होऊन गेला होता. पूर्वी कधीही वाटली नव्हती एवढी आता तिची गरज त्याला जाणवली.

त्याला वाटले, काय गंमत आहे पाहा, पुरुष जेव्हा घाबरलेला असतो तेव्हा त्याला नेहमी स्त्रीची गरज भासते. आपल्याला भीती वाटत आहे, हे त्याला कबूल करावे लागले – आतापर्यंत जे त्याच्या हातून घडले होते त्याची आणि डोंगरात बेसावध असलेल्या त्या सामूहिक खुन्याची.

त्याने तो 'मूड' घालवण्यासाठी डोके हलवले आणि आणखी अर्धी बाटली वाइन मागवली. एक साधा सामना, लुडविग्जबर्गच्या वकिलाला एक फोन, तीस मिनिटांनी त्या माणसाला अटक करण्यासाठी येणारी पोलीस व्हॅन, खटला आणि

जन्मठेपेची शिक्षा. तो स्वत: जरा निर्ढावलेला असता तर त्या एस.एस. कॅप्टनला स्वत:च गोळी घालायला त्याला आवडले असते.

त्याने त्यावर विचार केला. आपण नि:शस्त्र असणार हे त्याच्या लक्षात आले. रोशमनचा कोणी अंगरक्षक असेल तर? आपल्या नवीन नावामुळे आपल्याला कोणी ओळखू शकणार नाही अशा विश्वासामुळे तो एकटाच असेल? की गरज लागल्यास असावा म्हणून कोणी मजबूत साहाय्यक असेल?

मिलरच्या लष्करी सेवेच्या काळात, त्याच्या एका मित्राला कॅम्पमध्ये परतायला उशीर झाला म्हणून गार्डरूममध्ये रात्रभर डांबून ठेवले होते. त्या वेळी त्याने मिलिटरी पोलिसांच्या बेड्या चोरल्या होत्या. त्या आपल्या किटबॅगेत सापडल्या तर आपल्याला शिक्षा होईल या भीतीने त्याने त्या मिलरला देऊन टाकल्या. मिलरने त्या लष्करी जीवनातील एका रात्रीची आठवण म्हणून जपून ठेवल्या होत्या. त्या आता त्याच्या हॅम्बुर्गच्या फ्लॅटमध्ये एका पेटीत तळाला होत्या. त्याच्याकडे एक लहानशी 'सॉवर' स्वयंचलित गनसुद्धा होती. १९६० मध्ये जेव्हा तो हॅम्बुर्गमधील वेश्या जगतातील गुन्हेगारीवर लिहीत होता, तेव्हा त्याला 'लिट्ल पॉली'च्या गुंडांनी धमकावले होते. तेव्हा त्याने ती विकत घेतली होती. तीसुद्धा त्याच्या हॅम्बुर्गच्या घरात एका तिजोरीत कुलपात ठेवलेली असे.

वाइन, एक डबल ब्रँडी आणि थकवा यांच्या एकत्रित परिणामामुळे त्याचे डोके जरा गरगरायला लागले, त्यामुळे तो उठला, बिल भरले आणि हॉटेलला गेला. फोन करण्यासाठी तो खोलीत जाणार इतक्यात त्याला हॉटेलच्या दारातच दोन सार्वजनिक फोन दिसले. ते वापरणे जास्त सुरक्षित.

रात्रीचे दहा वाजत आले होते. सिगी ज्या क्लबमध्ये काम करायची तिथे होती. मागे वाजत असलेल्या बँडच्या गदारोळात तिला ऐकू यावे यासाठी त्याला ओरडून बोलावे लागत होते.

मिलरने 'तू इतके दिवस कुठे होतास, एकदाही फोन का केला नाही, आता कुठे आहेस' वगैरे तिच्या प्रश्नांची सरबत्ती थांबवत त्याला काय हवे होते ते तिला सांगितले. 'मला काम सोडून घरी जाता येणार नाही,' असे तिने त्याला सांगितले पण त्याच्या आवाजातील कशाने तरी ती थांबली.

"तू ठीक आहेस ना?" ती फोनवर ओरडली.

"हो, मी ठीक आहे. पण मला तुझ्या मदतीची गरज आहे. प्लीज, लाडके, नाही म्हणू नकोस. निदान आज, आत्ता तरी नको."

फोनवर थोडा वेळ शांतता. मग ती एवढेच म्हणाली, "मी येईन. तातडीची अडचण आहे असं सांगीन. जवळचा नातेवाईक किंवा असं काहीतरी."

"तुझ्याकडे कार भाड्याने घेण्याइतके पैसे आहेत?"

"आहेत असं वाटतं. नाही तर एखाद्या मुलीकडून उसने घेईन."

त्याने स्वत: पूर्वी वापरलेल्या चोवीस तास चालू असणाऱ्या कार भाड्याने देणाऱ्या एका दुकानाचा पत्ता तिला सांगितला आणि 'त्याचा मालक मला ओळखतो, तेव्हा माझं नाव सांग' असे तिला बजावून सांगितले.

"किती दूर आहे इथून?"

"हॅम्बुर्गहून ५०० किलोमीटर. तू पाच तासांत पोहोचशील. आतापासून सहा तास धरू या. पहाटे पाचला पोहोचशील आणि मी सांगितलेल्या वस्तू आणायला विसरू नकोस."

"ठीक आहे. मी येते मग." थोडा वेळ शांतता आणि मग, "पीटर, डार्लिंग..."

"काय?"

"तू घाबरलायस का?"

फोनचे पैसे संपत आल्याचा इशारा आला. त्याच्याकडे एक मार्कची आणखी नाणी नव्हती.

"हो." असे म्हणून त्याने फोन ठेवला.

हॉटेलात स्वागत कक्षातील पोर्टरला त्याने एखादे मोठे पाकीट आहे का म्हणून विचारले. त्या माणसाने टेबलाच्या खाली-वर शोधून एक बदामी रंगाचे जाड कागदाचे मोठे पाकीट त्याला दिले. मिलरने ते पाकीट फर्स्ट क्लास मेलने पाठवायला पुरतील इतकी पोस्टाची तिकिटेसुद्धा त्याच्याकडून खरेदी केली आणि त्याच्याकडील साठा संपवला – त्यांच्याकडे एखाद्या गेस्टला पोस्टकार्ड पाठवण्यासाठी पुरतील एवढीच तिकिटे होती.

खोलीत गेल्यावर त्याने त्याची ऑफिस बॅग – जी त्याने संध्याकाळी सर्वत्र जवळ बाळगली होती – उघडली आणि तिच्यातून त्याने सालोमन टाउबरची डायरी, विंझरच्या तिजोरीतले कागद आणि दोन फोटो काढले. टाउबरच्या डायरीतील ज्या दोन पानांमुळे तो कधीही न ऐकलेल्या माणसाच्या शोधावर निघाला होता, ती त्याने पुन्हा वाचली आणि ते दोन फोटो एकमेकांच्या शेजारी ठेवून त्यांचे निरीक्षण केले.

शेवटी त्याने बॅगेतून एक कोरा कागद काढला आणि त्याच्यावर, कोणाही वाचणाराला समजेल अशा तऱ्हेने, सोबतचे कागद काय आहेत, ते थोडक्यात पण स्पष्टपणे लिहिले. तो कागद, विंझरच्या तिजोरीतून मिळालेली फाईल आणि एक फोटो त्याने त्या कागदाच्या पाकिटात घालून सील केले, त्यावर पत्ता लिहिला आणि आणलेली पोस्टाची सर्व तिकिटे त्याच्यावर चिकटवली.

दुसरा फोटो त्याने त्याच्या कोटाच्या आतल्या खिशात ठेवला. ते सील केलेले पाकीट आणि डायरी त्याने त्याच्या ऑफिसबॅगेत ठेवली आणि ती बेडच्या खाली सरकवली.

त्याच्या सूटकेसमध्ये ब्रँडीची एक छोटी बाटली होती. ती काढून त्याने वॉश बेसिनवरच्या छोट्या ग्लासमध्ये थोडीशी ओतली. आपले हात कापत आहेत असे त्याच्या लक्षात आले; पण त्या जळजळीत मद्याने त्याला शांत केले. डोके थोडे गरगरत असतानाच तो बिछान्यावर पडला आणि त्याला डुलकी लागली.

म्युनिकला तळघरातील खोलीत संतप्त आणि अस्वस्थ जोसेफ येरझारा घालत होता. लिओ आणि मोत्ती टेबलापाशी आपापल्या हातांकडे बघत बसले होते. तेल अवीवची केबल येऊन अठ्ठेचाळीस तास होऊन गेले होते.

मिलरला शोधून काढण्याच्या त्यांच्या स्वत:च्या प्रयत्नांना यश आले नव्हते. त्यांनी फोनवर केलेल्या विनंतीवरून आल्फ्रेड ओस्टर बैरुतमधील कार पार्क बघून आला आणि तिथून कार गेली असल्याचे त्याने फोनवर कळवले होते.

"त्यांनी जर ती कार बघितली तर तो ब्रेमेनच्या बेकरीत काम करणारा नसल्याचं त्यांना समजणार." ती बातमी ऐकल्यावर जोसेफ गुरगुरला, "जरी त्या कारचा मालक पीटर मिलर आहे हे समजले नाही तरी."

नंतर स्टुटगार्टमधील एका मित्राने लिओला कळवले की, तेथील एका हॉटेलच्या खोलीत बायर नावाच्या एका नागरिकाचा खून झाला असून त्यासंबंधात तिथले पोलीस एका तरुणाच्या शोधात आहेत. त्यांनी दिलेले वर्णन कोल्बच्या भूमिकेतील मिलरशी बरोबर जुळणारे होते; पण सुदैवाने हॉटेलच्या रजिस्टरमधले नाव कोल्ब किंवा मिलरही नव्हते आणि काळ्या स्पोर्ट्स कारचाही उल्लेख नव्हता.

"निदान खोट्या नावाने नोंद करायची अक्कल त्याला होती." लिओ.

"कोल्बसाठी तसेच करणे आवश्यक होते," मोत्ती म्हणाला, "कारण कोल्ब ब्रेमेन पोलिसांना युद्ध गुन्ह्यांसाठी हवा होता."

पण त्यामुळे त्यांना काही फरक पडत नव्हता. जर स्टुटगार्ट पोलिसांना मिलर सापडला नव्हता, तर तो लिओच्या लोकांनाही सापडणे शक्य नव्हते आणि ओडेसा मात्र त्याच्याजवळ जाऊन पोहोचत असणार.

"बायरला मारल्यावर आपली ओळख खोटी आहे हे उघड होणार, असं जाणून त्याने पुन्हा मिलर नाव घेतलं असेल," लिओने तर्क केला. "त्यामुळे एक तर त्याला बायरकडून अशी काही माहिती मिळाली असेल की, ज्यामुळे तो रोशमनपर्यंत पोहोचला असेल आणि तसं नसेल तर त्याला रोशमनचा शोध सोडून द्यावा लागला असणार."

"मग तो फोन का करत नाहीये?" जोसेफ ओरडला. "आपण एकटे रोशमनला पकडू शकू असं त्या मूर्खाला वाटलं की काय?"

मोत्ती हळूच खोकला.

"ओडेसासाठी रोशमन महत्त्वाचा आहे हे त्याला माहीत नाही." त्याने त्यांच्या लक्षात आणून दिले.

"तो त्याच्या जवळ पोहोचला की त्याला ते आपोआप कळेल." लिओ म्हणाला.

"आणि तोपर्यंत तो मेलेला असेल आणि आपण परत होतो तिथेच असू." जोसेफ बोलला. "तो मूर्ख फोन का करत नाहीये?"

पण त्या रात्री इतरत्र फोन चालू होते, कारण क्लाउस विंझरने रेगेन्सबर्ग भागातील डोंगरातील एका छोट्या बंगल्यातून वेअरवुल्फला फोन केला होता. त्याला मिळालेल्या माहितीमुळे त्याला मोकळे वाटत होते.

"हो, मला वाटतं आता तू परत गेलास तरी हरकत नाही," विंझरच्या प्रश्नाला उत्तर देताना वेअरवुल्फ म्हणाला. "जो माणूस तुझी मुलाखत घ्यायचा प्रयत्न करत होता, त्याला आतापर्यंत नक्कीच सरळ करण्यात आलेलं आहे."

विंझरने त्याचे आभार मानले, त्याच्या बिलाचे पैसे भरले आणि अंधारातच तो उत्तरेकडे वेस्टरबर्ग, ओस्नाब्रुक येथील मोठा गुबगुबीत बेड असलेल्या त्याच्या घरी जायला निघाला. सकाळी घरी पोहोचायचे, छान न्याहारी करायची, स्नान करायचे आणि झोपायचे असा त्याने मनात बेत केला. सोमवारी सकाळी नेहमीप्रमाणे छापखान्यात जाऊन काम सुरू करायचे.

दरवाजा वाजल्यामुळे मिलरला जाग आली. दिवा चालूच राहिला होता त्यामुळे सुरुवातीला त्याच्या डोळ्यांची उघडझाप झाली आणि ते उघडले. दारात रात्रीचा पोर्टर उभा होता आणि त्याच्या मागे सिगी.

मागे उभी असलेली मुलगी आपली पत्नी असून उद्या सकाळी एक महत्त्वाची मीटिंग आहे. तिच्यासाठी काही महत्त्वाचे कागदपत्र ती घेऊन आली आहे असे सांगून मिलरने पोर्टरची भीती घालवण्याचा प्रयत्न केला. पोर्टर एक साधा, खेड्यातला मुलगा होता, तो टिप घेऊन निघून गेला.

सिगीने त्याला मिठी मारली आणि त्याने लाथेने दार बंद केले.

"तू होतास कुठे? आणि इथे काय करतोयस?"

त्याने सोप्या पद्धतीने तिचे प्रश्न बंद केले आणि ते एकमेकांपासून अलग होईपर्यंत सिगीचे गार गाल लाल आणि गरम झाले होते आणि मिलरला तरारलेल्या कोंबड्यासारखे वाटत होते.

त्याने तिचा कोट घेतला आणि तो दारामागच्या हुकला टांगला. तिने प्रश्नांची सरबत्ती पुन्हा सुरू केली.

"हे बघ, जी गोष्ट आधी करायला हवी ती आधी." तो म्हणाला आणि त्याने तिला अजून उबदार असलेल्या त्याच्या बेडवर ओढले. ती खिदळली.

"तुझ्यात काही बदल झालेला नाही."

ती अजून पुढे लो कट असणारा ड्रेस आणि त्याच्या आत इवलीशी ब्रा अशा कॅबॅरेच्या कपड्यातच होती. त्याने तिच्या ड्रेसची पाठीवरील झिप खाली खेचली आणि खांद्यावरील बारीक बंद खाली ओढले.

"आणि तू?" त्याने शांतपणे प्रश्न केला.

तिने एक दीर्घ श्वास घेतला आणि तो तिच्यावर ओणवा होता असताना तिने चेहरा वर करून त्याच्या चेहऱ्यापाशी नेला.

"नाही," ती कुजबुजली, "अजिबात नाही. तुला माहीत आहे मला काय आवडतं ते."

"आणि तुला माहितेय मला काय आवडतं!" मिलर कुजबुजला.

ती चीत्कारली,

"आधी मी. तू मला मिस केलं त्याच्यापेक्षा मी तुला जास्त मिस केलंय."

बोलणे बंद झाले. नीरव शांतता, सिगीचे वाढणारे उसासे आणि विव्हळणे यांनी भंग होणारी.

तृप्त होऊन, धापा टाकत जेव्हा ते थांबले तेव्हा तासभर होऊन गेला होता. मिलरने ग्लासमध्ये थोडी ब्रँडी ओतून तिच्यात पाणी मिसळले. सिगीने एक 'सिप' घेतला – ती त्या प्रकारची नोकरी करत असूनसुद्धा फार पीत नसे – उरलेली मिलरने संपवली.

"मग," सिगी त्याला डिवचत म्हणाली, "आधी करायच्या गोष्टी आता करून झाल्या आहेत..."

"आत्तापुरत्या," मिलर म्हणाला. ती खिदळली.

"आत्तापुरतं मला सांग की ते गूढ पत्र कशासाठी होतं, दीड महिना तू बेपत्ता का होतास, हा गोटा केल्यासारखा हेअर कट का केलाय आणि हेसेमधल्या एका छोट्या हॉटेलात ही छोटी खोली का घेतली आहे, हे जरा सांगशील?"

मिलरचा चेहरा गंभीर झाला. काही क्षणांनतर तो उठला. विवस्त्र अवस्थेतच तो पलीकडे जाऊन त्याची ऑफिस बॅग घेऊन आला आणि बेडच्या कडेवर बसला.

"मी कशात गुंतलो आहे हे तुला केव्हातरी कळणार आहेच, तर ते आताच सांगतो." तो म्हणाला.

तो तासभर बोलत होता. टाउबरच्या डायरीपासून – ती त्याने तिला दाखवली – विंझरच्या घरात ते घुसले होते इथपर्यंत सर्व तिला सांगितले. तिच्या चेहऱ्यावरील भीतीचा भाव वाढत गेला.

"तुला वेड लागलंय," त्याचे बोलणे संपल्यावर ती म्हणाली.

"तू अगदी ठार वेडा झालाय. तुझी जीव गेला असता किंवा तुला अटक झाली असती. आणखी काय काय होऊ शकलं असतं."

"मला ते करणं भाग होतं," तो म्हणाला. आपण केलेल्या बऱ्याच गोष्टी म्हणजे वेडेपणाच होता हे त्याला आता जाणवले होते.

"आणि हे सगळं तू फक्त एका फालतू नाझीसाठी केलं? तू चक्रम आहेस. ते आता होऊन गेलंय, पीटर, संपलंय. त्याच्यावर तू तुझा वेळ का वाया घालवतो आहेस?"

ती कोड्यात पडल्याप्रमाणे त्याच्याकडे बघत होती.

"ठीक आहे, घालवलाय मी." तो बंडखोरपणे म्हणाला.

तिने दीर्घ निःश्वास सोडला आणि आपण हे समजू शकत नाही हे दर्शवण्यासाठी ती मान हलवत राहिली.

"ठीक आहे," ती म्हणाली. "आता ते होऊन गेलं. तो कोण आहे आणि कुठे आहे हे तुला माहीत झालंय. मग आता तू हॅम्बुर्गला चल, फोन उचल आणि पोलिसांना कळव. पुढे काय करायचं ते ते करतील. त्यासाठीच ते असतात."

तिला कसे उत्तर द्यावे हे मिलरला समजेना.

"इतकं सोपं नाहीये ते," अखेरीस तो म्हणाला. "मी सकाळी त्याच्याकडे जाणार आहे."

"कुठे जाणार आहेस?"

त्याने खिडकीकडे अंगठ्याने निर्देश केला. पलीकडे अजून अंधारात असलेला डोंगर दिसत होता.

"त्याच्या बंगल्यावर? कशासाठी?" भीतीने तिचे डोळे विस्फारले. "तू त्याला भेटायला जाणार आहेस?"

"हो. 'का' ते मला विचारू नकोस, कारण मला सांगता येणार नाही; पण मला ते केलंच पाहिजे."

तिच्या प्रतिक्रियेने तो बिचकला. ती एकदम उठून बसली. गुडघ्यावर टेकली आणि उशीवर डोके टेकून सिगारेट ओढत पडलेल्या त्याच्याकडे रोखून बघू लागली.

"म्हणून तुला ती गन हवी होती," संतापामुळे तिची छाती भात्याप्रमाणे धपापू लागली. "तू त्याला ठार मारणार आहेस..."

"मी त्याला मारणार नाहीये..."

"मग तो तुला ठार करेल. तिथे तो आणि त्याचे साथीदार असतील. त्यांच्याकडे तू बंदूक घेऊन एकटा जाणार. दुष्ट, राक्षस..."

मिलर आश्चर्याने तिच्याकडे बघत राहिला.

''तुला इतकं चिडायला काय झालं? रोशमनवरून?''

''मला त्या जुन्या दुष्ट राक्षसाशी काहीही देणंघेणं नाही. मी माझ्याबद्दल बोलले. माझ्या आणि तुझ्याबद्दल, मठ्ठ, मूर्ख माणसा! तू तिथे जाऊन मरायचा धोका पत्करतोयस आणि ते कशासाठी तर एक फालतू मुद्दा सिद्ध करण्यासाठी आणि त्या डबडा मासिकासाठी गोष्ट लिहायला? मिनिटभर तरी माझा विचार आला तुझ्या मनात?...''

ती बोलता-बोलता रडू लागली होती. डोळ्यांतून वाहणाऱ्या अश्रूंमुळे तिच्या गालावर रेल्वे लाइनप्रमाणे भासणारे मस्काराचे ओघळ तयार झाले होते.

''जरा माझ्याकडे बघ, नीट बघ. मला तू काय समजतोस? मजा करायला मिळालेली आणखी एक मुलगी? मी रोज रात्री एका बाहेरख्याली पत्रकाराच्या स्वाधीन होते, ती काय कुठल्या तरी भुक्कड गोष्टीच्या मागे लावून त्याने स्वत:चा जीव घालवावा म्हणून? ऐक, मठ्ठ माणसा, मला लग्न करायचंय. मला श्रीमती मिलर व्हायचंय. मला मुलं हवीयेत आणि तू तिथे मरायला चाललायस... अरे देवा...''

ती उडी मारून बेडवरून उतरली आणि बाथरूममध्ये पळाली. तिने बाथरूमचे दार धाडकन लावून लॉक केले.

मिलर बेडवरच 'आ' वासून पडला होता. सिगारेट जळत जळत बोटापर्यंत आली होती. त्याने तिला इतकी संतापलेली कधीच बघितली नव्हती आणि तो हादरला होता. बाथरूममध्ये वाहत्या नळाचा आवाज येत होता. ती जे म्हणाली त्यावर तो विचार करू लागला.

सिगारेट विझवून तो बाथरूमच्या दारापाशी गेला.

''सिगी.''

उत्तर नाही.

''सिगी.''

नळ बंद झाला.

''जा तू.''

''सिगी, प्लीज दार उघड. मला तुझ्याशी बोलायचंय.''

थोडा वेळ शांतता. नंतर दार अनलॉक केल्याचा आवाज. ती दारात विवस्त्र अवस्थेत पण नाराज होऊन उभी होती.

''काय हवंय तुला?'' तिने विचारले.

''बेडवर ये. मला तुझ्याशी बोलायचंय. इथेच उभी राहिलीस तर गारठशील.''

''नाही. तुला पुन्हा 'प्रेम' करायचंय, दुसरं काही नाही.''

“नाही, सिगी. खरंच, शपथ. मला फक्त बोलायचंय.”

त्याने तिचा हात धरला आणि तो तिला उबदार बेडकडे घेऊन गेला. पडल्या पडल्या सावध नजरेने ती त्याच्याकडे बघू लागली.

“कशाबद्दल बोलायचंय तुला?” तिने संशयाने विचारले. तो तिच्याजवळ आडवा झाला आणि त्याने तोंड तिच्या कानापाशी नेले.

“सीग्रीड रान, तू माझ्याशी लग्न करशील?”

तिने कुशीवर वळून चेहरा त्याच्याकडे केला.

“तू मनापासून विचारतोयस?”

“होय. माझ्या मनात आधी आलंच नाही. पण आधी तू कधी चिडलीच नव्हती.”

“अरे देवा!” तिचा आपल्या कानांवर विश्वास बसेना.

“मला सारखंच चिडलं पाहिजे.”

“मला उत्तर मिळेल?” त्याने विचारले.

“हो, पीटर, मी करीन. आपण दोघं एकत्र इतके छान राहू!”

तो तिला पुन्हा कुरवाळू लागला आणि उद्दीपित झाला.

“तू म्हणाला तू पुन्हा करणार नाहीस.” तिने जाब विचारला.

“एवढं एकदाच आता. त्यानंतर मी तुला हात लावणार नाही, असं शपथपूर्वक सांगतो.”

ती वळून त्याच्या ओटीपोटावर बसली आणि त्याच्याकडे बघत म्हणाली, “पीटर मिलर, याद राख.”

मिलरने हात लांब करून दिवा बंद केला आणि तिने सुरुवात केली.

बाहेर बर्फाच्छादित देखाव्यावर पूर्वेकडील क्षितिजावर मंद प्रकाश दिसू लागला होता. मिलरने घड्याळ बघितले असते तर त्याला रविवार, २३ फेब्रुवारीच्या सकाळचे सहा पन्नास वाजल्याचे दिसले असते. पण त्याला आधीच झोप लागली होती.

अर्ध्या तासानंतर क्लाउस विंझरची कार त्याच्या घराच्या प्रांगणात आली आणि गॅरेजच्या बंद दारापुढे थांबली. तो गाडीतून उतरला. प्रवासामुळे त्याचे अंग धरले होते. पण घरी परतल्यामुळे तो खूश होता.

मालक घरात नसल्याचा फायदा घेऊन बार्बारा अजून उठली नव्हती. विंझर आत गेला आणि पुढच्या पॅसेजमधून त्याने तिला हाक मारली. ती समोर ज्या रात्रीच्या वस्त्रांत आली ती बघून दुसऱ्या कोणाही पुरुषाचे हृदय धडधडू लागले असते. पण विंझरला फ्राइड एग, टोस्ट, जॅम आणि कॉफी हवी होती आणि नंतर

स्नान. त्याला त्यातले काहीच मिळाले नाही.

शनिवारी सकाळी साफसफाई करण्यासाठी स्टडीमध्ये गेली असता खिडकीची काच फुटलेली आढळली आणि चांदीच्या वस्तू गायब झाल्याचे दिसल्याचे तिने सांगितले. तिने पोलिसांना बोलावले होते आणि काचेतील व्यवस्थित कापलेले भोक बघता हे निर्ढावलेल्या घरफोड्याचे काम असल्याचे त्यांचे मत होते. घराचे मालक बाहेरगावी गेलेले असल्याचे तिला त्यांना सांगावे लागले होते आणि त्यांनी मालक परतल्यावर कळव म्हणजे कोणत्या वस्तू गायब झाल्या आहेत याबद्दल त्यांची नेहमीप्रमाणे जबानी घेता येईल, असे सांगितले होते.

बार्बारा हे सांगत असताना विंझर नि:शब्दपणे ऐकत होता, त्याचा चेहरा फिका पडला होता आणि त्याच्या एका कानशिलावरील नस उडत होती. त्याने तिला कॉफी करायला स्वयंपाकघरात पाठवले. तो स्टडीत गेला आणि त्याने दार लावून घेतले. तीस सेकंदांत, रिकाम्या तिजोरीतील ओडेसाच्या ४० गुन्हेगारांची फाईल गेल्याचे त्याच्या लक्षात आले.

तो तिजोरीपासून वळत असतानाच फोन वाजला. हॉस्पिटलमधील डॉक्टरांनी त्याला सांगितले की, श्रीमती वेंडेल यांचे रात्री निधन झाले.

दोन तास विंझर न पेटवलेल्या शेकोटीच्या जागेपुढे बसून आता काय करावे याचा विचार करत होता. खिडकीतील वर्तमानपत्र खोचलेल्या भोकातून थंड हवा आत येत होती, याचे त्याला भान नव्हते. त्याच्या पोटात ढवळू लागले होते. बार्बाराने अनेकदा बंद दरवाजाच्या पलिकडून ब्रेकफास्ट तयार असल्याचे सांगितले; पण त्याने काहीच प्रतिसाद दिला नाही. कुलपाच्या भोकाला कान लावला असता, "माझी चूक नव्हती, माझी चूक अजिबात नव्हती," असे तो पुटपुटताना तिला ऐकू आले.

हॅम्बुर्गमध्ये सिगीला फोन करण्यापूर्वी, सकाळी उठवण्यासाठी फोन करण्याची सूचना रद्द करायला मिलर विसरला होता. नऊ वाजता बेडजवळचा फोन वाजू लागला. डोळ्यांवर झोप असतानाच त्याने फोन उचलला, आभार मानले आणि बेडवरून उतरला. उठलो नाही तर आपल्याला पुन्हा झोप लागेल हे त्याला माहीत होते. हॅम्बुर्गपासून ड्राईव्ह करत आल्याचा थकवा, नंतरचा शृंगार आणि लग्न पक्के झाल्याचे समाधान यांच्या एकत्रित परिणामामुळे सिगी गाढ झोपेत होती.

मिलरने शॉवरखाली अंघोळ केली. शेवटची काही मिनिटे तो ते बर्फासारखे गार पाणी अंगावर घेत राहिला. रात्रभर रेडिएटरवर ठेवलेल्या टॉवेलने खसखसा अंग पुसले आणि तो ताजातवाना झाला. आदल्या रात्रीचे नैराश्य आणि काळजी आता पळाले होते. त्याचा आत्मविश्वास आणि उत्साह परतला होता.

त्याने घोट्यापर्यंत येणारे बूट आणि स्लॅक्स चढवली, उंच गळ्याचा जाड स्वेटर आणि त्यावर डबल ब्रेस्टचे निळे 'फोप्पे' – जॅकेट आणि कोट यांच्यामधला जर्मन कोटाचा प्रकार – चढवले. त्याला दोन्ही बाजूला वर फर असलेले गन आणि बेड्या मावतील एवढे खोल खिसे आणि फोटो ठेवण्यासाठी आतल्या बाजूला एक खिसा होता. त्याने सिगीच्या बॅगेतून बेड्या काढल्या आणि त्यांची तपासणी केली. बेड्यांना चावी नव्हती; त्या आपोआप लॉक होणाऱ्या होत्या आणि एकदा लॉक झाल्या की पोलीस किंवा हॅकसॉ ब्लेड यांच्याशिवाय त्या उघडता आल्या नसत्या.

त्याने गन उघडून तपासली. ती त्याने कधीच वापरली नव्हती. तिच्या नळीत मूळचे ग्रीस अजून तसेच होते. मॅगेझिन भरलेले होते, ते त्याने तसेच ठेवले. सराव करण्यासाठी त्याने ती अनेकदा उघडून बंद केली. सेफ्टी कॅच कोणत्या स्थितीत 'ऑन' वर असते आणि कोणत्या स्थितीत 'फायर'वर असते ते त्याने नीट बघून घेतले, मॅगेझिन दस्त्यात घातले, एक गोळी चेंबरमध्ये घातली आणि सेफ्टी कॅच 'ऑन'वर ठेवली. लुडविग्जबर्गच्या वकिलाचा फोन नंबर लिहिलेला कागद त्याने पँटच्या खिशात कोंबला.

बेडखालून त्याने ऑफिसबॅग काढली आणि त्यातून एक कोरा कागद काढून त्यावर सिगीसाठी चिठ्ठी लिहून ठेवली, 'लाडके, मी ज्याच्या मागावर होतो त्या माणसाला भेटायला जातोय. त्याच्या डोळ्यात बघायला आणि पोलीस त्याला बेड्या घालून घेऊन जाताना मी तिथे असण्याला कारण आहे, ते तसेच सबळ आहे आणि आज दुपारी मी ते तुला सांगू शकेन; पण जर समजा तसे झाले नाही तर तू असे कर...'

त्याच्या सूचना अचूक आणि मुद्देसूद होत्या. म्युनिकमधला कोणता फोन नंबर तिने फिरवायचा आणि तो घेणाऱ्या माणसाला काय सांगायचे हे त्याने लिहून ठेवले. शेवटी त्याने लिहिले, 'कोणत्याही परिस्थितीत माझ्या मागे डोंगरावर येऊ नकोस. परिस्थिती कशीही असली तरी तुझ्या येण्याने त्यात गुंतागुंत निर्माण होईल. मी दुपारी १२ वाजेपर्यंत परत आलो नाही किंवा माझा फोन आला नाही तर त्या नंबरवर फोन कर आणि माझा निरोप दे, हॉटेल सोड. पाकीट फ्रँकफुर्टला कोणत्याही पोस्टाच्या पेटीत टाक आणि हॅम्बुर्गला परत जा. दरम्यानच्या काळात दुसऱ्या कोणाबरोबर लग्न ठरवू नकोस. माझे तुझ्यावर मनापासून प्रेम आहे. पीटर.'

त्याने ती चिठ्ठी बेडजवळच्या टेबलावरील फोनजवळ उभी करून ठेवली आणि तिच्या खाली ओडेसा फाईल असलेले पाकीट आणि पन्नास मार्कच्या तीन नोटा. सालोमन टाउबरची डायरी काखोटीला मारून तो हळूच खोलीच्या बाहेर पडला आणि खाली जाऊ लागला. स्वागत कक्षातून पुढे गेल्यावर त्याने पोर्टरला खोलीत साडेअकरा वाजता फोन करायला सांगितला.

साडे-नऊ वाजता तो हॉटेलच्या दारातून बाहेर पडला आणि रात्रीत केवढा बर्फ पडला ते बघून त्याला आश्चर्य वाटले. मिलर हॉटेलच्या मागच्या बाजूला गेला, जग्वारमध्ये बसला आणि पूर्ण चोक देऊन त्याने स्टार्टरचे बटण दाबले. इंजीन सुरू व्हायला काही मिनिटे लागली. ते गरम होण्यासाठी सुरूच ठेवून त्याने डिकीतून एक ब्रश काढला आणि त्याच्या साहय्याने बॉनेट, पुढील काच आणि छतावरील बर्फ काढून टाकला.

पुन्हा चाकामागे बसल्यावर त्याने गिअर टाकला आणि तो मुख्य रस्त्यावर आला. सर्वत्र पडलेल्या बर्फाचा जाड थर उशीप्रमाणे काम करत होता आणि तो कुस्करला जाण्याचा आवाज त्याला ऐकू येत होता. आदल्या दिवशी रात्री दुकाने बंद होण्याच्या आत विकत घेतलेल्या नकाशावर त्याने पुन्हा एक नजर टाकली आणि तो लिंबर्गच्या दिशेने जाऊ लागला.

१७

अल्पकाळ टिकलेल्या प्रकाशमय पहाटेनंतरची सकाळ मात्र ढगाळलेली आणि मलूल निघाली. झाडांच्या खाली पडलेला बर्फ चमकत होता आणि डोंगरावरून थंडगार वारा येत होता.

रस्ता गावातून वळणा-वळणाने निघून वर जात रोंबर्ग जंगलात विलीन होत होता. गाव मागे पडल्यावर रस्त्यावरील बर्फ मूळ स्थितीतच होता, फक्त एक कार गेल्यावर उमटतील तशा दोन समांतर रेषा दिसत होत्या – कोणीतरी एक तासापूर्वी लवकर सकाळी चर्चमधील प्रार्थनेसाठी कोनिगस्टाइनला गेला होता त्या वेळच्या होत्या.

मिलरने ग्लासहुटेनकडे जाणारी वाट धरली आणि उत्तुंग फोल्डबर्ग डोंगराच्या बाजूने जात शिमटन गावाची पाटी असलेल्या रस्त्यावरून तो खाली उतरू लागला. पाइनच्या झाडीतून वारा घोंघावत होता आणि बर्फाने लदलेल्या फांद्यांमधून जाताना तर शीळ घातल्याप्रमाणे आवाज येत होता.

मिलरला जरी त्याची जाणीव नव्हती तरी अशाच पाईन आणि बीचच्या जंगलांमध्ये जुन्या जर्मन जमातींची वस्ती होती आणि सीझरने त्यांना ऱ्हाईनपाशी थोपवले होते. नंतर ख्रिश्चन धर्मात गेल्यावर ते दिवसा वरवर 'प्रिन्स ऑफ पीस'ला मानत असल्याप्रमाणे वागायचे आणि रात्री शक्ती, लालसा आणि सत्ता यांच्या अधिष्ठाता असलेल्या त्यांच्या जुन्या देवतांची स्वप्ने बघायचे. त्यांच्या त्याच वृत्तीला हिटलरने त्याच्या जादूई स्पर्शाने फुलवले होते.

आणखी वीस मिनिटे काळजीपूर्वक गाडी चालवल्यावर त्याने नकाशा बघितला आणि एखाद्या खासगी इस्टेटचे फाटक दिसते का ते तो शोधू लागला. ते त्याला दिसले. ते लोखंडाच्या कडीने बंद केलेले मोठे फाटक होते आणि त्यावर 'खासगी मालमत्ता, प्रवेश नाही,' अशी पाटी होती.

कारचे इंजीन चालूच ठेवून तो खाली उतरला आणि फाटकाची कडी काढून ते त्याने उघडले.

मिलरने गाडी आत घेतली आणि तो आतील रस्त्यावरून जाऊ लागला. बर्फ मूळ स्थितीतच होता आणि तो खालच्या गिअरमध्ये जात होता, कारण बर्फाच्या खाली गोठलेली वाळूच होती.

दोनएकशे यार्ड गेल्यावर एका ओक वृक्षाची मोठी फांदी बर्फाच्या वजनाने तुटून खाली पडलेली दिसली. फांदी रस्त्याच्या उजव्या कडेला तळाशी असलेल्या झुडपांवर पडली होती आणि तिच्या काही शाखा रस्त्यावर आल्या होत्या.

कारमधून उतरून ती वाटेतून दूर करण्याऐवजी तो काळजीपूर्वक तिच्यावरून गेला. आधी पुढची चाके आणि नंतर मागची चाके फांदीवरून जाताना बसलेले हलके धक्के त्याला जाणवले. तो अडथळा पार केल्यावर तो घराच्या दिशेने गेला आणि छोट्या मैदानासारख्या मोकळ्या जागेत आला. तिथे बंगला, बागा आणि बंगल्याच्या समोर वाळू पसरलेला वर्तुळाकार भाग होता. त्याने मुख्य दरवाजाच्या समोर गाडी थांबवली, तो गाडीतून उतरला आणि त्याने बेलचे बटण दाबले.

मिलर त्याच्या गाडीतून उतरत होता त्याच वेळी तिकडे क्लाउस विंझरचा निर्णय झाला आणि त्याने वेअरवुल्फला फोन केला. तो ओडेसा प्रमुख जरा तुटक आणि चिडक्या मूडमध्ये वाटला. कारण ओस्नाब्रुकच्या दक्षिणेला महामार्गावर एका स्पोर्टकारच्या पेट्रोल टाकीचा स्फोट होऊन गाडीचे तुकडे-तुकडे झाले ही बातमी अपेक्षित वेळेनंतर, बराच वेळ होऊन गेला असूनसुद्धा अजून आली नव्हती. पण फोनवर पलिकडच्या माणसाचे बोलणे ऐकताना त्याचे तोंड बारीक रेषेत बंद झाले.

"तू काय केलं म्हणालास? मूर्ख मठ्ठ माणसा, ती फाईल परत मिळाली नाही तर तुझं काय होणार आहे याची तुला कल्पना आहे?..."

ओस्नाब्रुकला स्टडीत एकटाच बसलेल्या क्लाउस विंझरने वेअरवुल्फचे शेवटचे वाक्य ऐकून फोन ठेवला आणि तो टेबलापाशी गेला. तो अगदी शांत होता. दैवाने त्याच्याशी आधीच दोनदा जीवघेणे खेळ केले होते – आधी त्याच्या युद्धातील कामाचे फलित तळ्यात बुडवले गेले तेव्हा, नंतर १९४८ मध्ये त्याची सर्व कागदी संपत्ती मातीमोल झाली तेव्हा आणि आता हे. त्याने अगदी खालच्या ड्रॉवरमधून त्याचे अगदी जुने; पण अजून चालू स्थितीत असलेले 'ल्युगर' पिस्तूल काढले, त्याचे टोक तोंडात टेकवले आणि घोडा ओढला. त्याच्या मस्तकाची शकले उडवणारी शिशाची गोळी खोटी नव्हती.

वेअरवुल्फ स्तब्धपणे बंद झालेल्या फोनकडे भयंकर भीतीने बघत बसला. ज्यांच्यासाठी क्लाउस विंझरकडून पासपोर्ट घ्यावे लागले होते त्यांची नावे त्याने

डोळ्यांसमोर आणण्याचा प्रयत्न केला. त्यातील प्रत्येक जण 'वाँटेड' यादीत होता आणि पकडला गेला तर त्याच्यावर खटला होणार होता. त्या फाईलचे गुपित उघड झाले, तर अनेक खटले सुरू होतील आणि त्यामुळे एस.एस. लोकांना पकडणे, त्यांच्यावर खटले करणे वगैरे गोष्टींमध्ये सामान्य जनतेच्या मनात जी वाढती उदासीनता निर्माण होत आहे ती जाऊन हे सर्व पुन्हा प्रसिद्धीच्या प्रकाशझोतात येईल आणि हे काम करणारी सरकारी यंत्रणा पुन्हा जोमाने कामाला लागेल... हे सर्व भयंकर होते.

पण विंझरच्या फाईलमध्ये नाव असलेल्या रोशमनला सुरक्षित ठेवणे ही सर्वांत प्राधान्याची बाब होती. तीन वेळा त्याने फ्रँकफुर्टचे कोड आणि त्यानंतर डोंगरातील त्या बंगल्याचा नंबर फिरवला; पण तो लागला नाही. अखेरीस त्याने ऑपरेटरमार्फत प्रयत्न केला; पण लाईन चालू नसेल असेच उत्तर त्याला मिळाले.

मग त्याने ओस्नाब्रुकच्या होहेंझोलर्न हॉटेलात फोन लावला. मॅकेनसन निघतच होता. आता झालेल्या नव्या घोटाळ्याबद्दल त्याने मॅकेनसनला थोडक्यात सांगितले आणि रोशमनचा ठावठिकाणा दिला.

"तुझ्या बॉम्बचा स्फोट झाला नाही, असं दिसतंय," तो मॅकेनसनला म्हणाला. "आतापर्यंत कधीही गेला नसशील अशा वेगाने तिथे जा," तो म्हणाला. "तुझी कार लपव आणि रोशमनच्या जवळ राहा. त्याचा ऑस्कर नावाचा एक अंगरक्षकसुद्धा आहे. मिलर जर सरळ पोलिसात गेला तर सगळाच खेळ आटोपेल. पण तो रोशमनकडे आला तर त्याला जिवंत पकड आणि बोलता कर. तो मरायच्या आधी त्याने त्या फाईलचे काय केले ते आपल्याला समजलेच पाहिजे."

मॅकेनसनने फोनबूथमध्ये त्याचा नकाशा उघडला आणि अंतराचा अंदाज घेतला.

"मी तिथे एक वाजेपर्यंत पोहोचेन." तो म्हणाला.

दुसऱ्यांदा बेल वाजवल्यावर दार उघडले आणि त्यातून उबदार हवेचा झोत बाहेर पडला. समोर उभा असलेला माणूस त्याच्या स्टडीमधून आला असावा, कारण त्याच्या मागे हॉलमधून मागच्या खोलीचे दार उघडे असल्याचे मिलरला दिसत होते.

अनेक वर्षे सुखासीन जीवन जगत असल्यामुळे एके काळी सडपातळ असलेला तो एस.एस. अधिकारी आता बऱ्यापैकी 'वजनदार' झाला होता. त्याच्या चेहऱ्यावर गुलाबी छटा आली होती – मद्यपानामुळे असेल किंवा डोंगरातील हवेमुळे असेल. केस कानशिलांवर पांढरे होऊ लागले होते. मध्यमवयीन, उच्च मध्यमवर्गीय आणि चांगली तब्येत असलेला नमुनेदार माणूस वाटत होता. पण चेहऱ्यात काही बारीकसारीक बदल झालेले असले तरी तो बराचसा टाउबरने त्याच्या डायरीत वर्णन

केले तसाच होता. त्याने मिलरचे थंडपणे निरीक्षण केले.

"काय हवंय?" तो बोलला.

मिलरला उत्तर द्यायला आणखी दहा सेकंदे लागली. आधी जे बोलायचे त्याने ठरवले होते ते त्याच्या डोक्यातून गेले होते.

"माझं नाव मिलर," तो म्हणाला, "आणि तुझं एडवर्ड रोशमन."

ती नावे ऐकल्यावर समोर उभ्या असलेल्या माणसाच्या डोळ्यातील भाव क्षणभर बदलले; पण कठोर निग्रहामुळे त्याच्या चेहऱ्याच्या स्नायूंमध्ये जराही फरक पडला नाही.

"काहीतरीच," तो बोलला. "तू उच्चारलेल्या नावाच्या माणसाबद्दल मी कधी ऐकलेलंही नाही."

बाह्यतः शांत दिसणाऱ्या त्या माजी एस.एस. अधिकाऱ्याचे मन वाऱ्याच्या वेगाने धावत होते. १९४५ नंतर आयुष्यात आलेल्या अनेक प्रसंगांवर त्याच्या बुद्धीने मात केली होती. त्याने मिलरचे नाव ओळखले आणि त्याला काही आठवड्यांपूर्वी वेअरवुल्फबरोबर फोनवर झालेले संभाषण आठवले. त्याची पहिली प्रतिक्रिया मिलरच्या तोंडावर दरवाजा बंद करण्याची होती; पण त्याने तसे केले नाही.

"तू घरात एकटाच आहेस?" मिलरने विचारले.

"होय." रोशमनने सत्य सांगितले.

"आपण तुझ्या स्टडीमध्ये जाऊ." मिलर सरळ म्हणाला. रोशमनने हरकत घेतली नाही. मिलरला घरात घ्यायला पर्याय नाही, त्याला घरात ठेवून वेळ काढावा, आणि...

तो वळला आणि हॉलमधून पलीकडे गेला. मिलरने आत आल्यावर मुख्य दरवाजा धाडकन बंद केला आणि रोशमनच्या मागोमाग तो स्टडीत गेला. खोली अतिशय आरामशीर होती, शेकोटीत एक ओंडका जळत होता. मिलरने खोलीचा जाड दरवाजा बंद केला.

रोशमन खोलीच्या मध्यावर थांबून वळला. मिलर समोर होता.

"तुझी पत्नी इथे आहे?" मिलरने विचारले. रोशमनने नकारार्थी मान हलवली.

"ती वीकएंडला नातेवाइकांना भेटायला गेली आहे," तो म्हणाला. तेही सत्य होते. तिला आदल्या दिवशी संध्याकाळी फोन आला होता आणि दुसरी कार घेऊन ती गेली होती. त्यांची पहिली कार दुर्दैवाने दुरुस्तीसाठी गॅरेजमध्ये होती. ती त्या दिवशी संध्याकाळी परत येणार होती. रोशमनने हे सांगितले नाही – जरी ते त्याच्या वेगाने पळणाऱ्या मनात येत होते – की त्याचा गोटा केलेला जाडजूड अंगरक्षक/ड्रायव्हर ऑस्कर अर्ध्या तासापूर्वी टेलिफोन बिघडला आहे म्हणून वर्दी द्यायला सायकलवर गावात गेला होता. तो परतेपर्यंत मिलरला बोलत ठेवले पाहिजे, हे तो

जाणून होता.

तो जेव्हा मिलरकडे तोंड करण्यासाठी वळला तेव्हा मिलरच्या उजव्या हातात स्वयंचलित पिस्तूल होते आणि ते सरळ रोशमनच्या पोटावर रोखलेले होते. रोशमन घाबरला; पण त्याने राग आल्याचे सोंग आणले.

"माझ्याच घरात तू मला पिस्तुलाने धमकावतोस?"

"मग बोलव पोलिसांना," टेबलावरील टेलिफोनकडे मानेने खूण करत मिलर म्हणाला.

"तू अजून थोडा लंगडतोस असं दिसतं," मिलर म्हणाला. "ऑर्थोपेडिक बुटामुळे ते जवळ-जवळ जाणवत नाही; पण पूर्णपणे नाही. रिमिनी छावणीत कापलेली पायाची बोटं. ऑस्ट्रियातील शेतातून वणवण भटकताना फ्रॉस्ट बाइट झाल्यामुळे ते करावं लागलं, खरं ना?"

रोशमनचे डोळे जरा बारीक झाले; पण तो काही बोलला नाही.

"हे बघ, हर डिरेक्टर, पोलीस आले तर ते तुझी ओळख पटवतील. चेहरा अजून तोच आहे. छातीतली गोळीची जखम, काखेतला वण जो तू वाफेन एस.एस.चे रक्तगटाचे गोंदलेले काढून टाकण्याच्या प्रयत्नामुळे झाला तो. तुला खरंच पोलिसांना बोलवायचंय?"

रोशमनने एक दीर्घ निःश्वास सोडत फुप्फुसातली हवा बाहेर सोडली.

"तुला काय हवंय, मिलर?"

"खाली बस," मिलर म्हणाला. "टेबलापाशी नाही, त्या हाताच्या खुर्चीत, माझ्या डोळ्यांसमोर आणि हात खुर्चीच्या हातावर ठेव. मला गोळी घालायला कारण देऊ नकोस. ते करायला मला फार आवडेल."

रोशमन खुर्चीत बसला. त्याचे डोळे पिस्तुलावर होते. मिलर त्याच्यासमोर टेबलाच्या कडेवर बसला.

"तर आता आपण बोलू या." तो म्हणाला.

"कशाबद्दल?"

"रिगाबद्दल. जिथे ऐंशी हजार लोकांची – पुरुष-स्त्रिया-मुले – तू कत्तल केलीस."

मिलरचा पिस्तूल वापरण्याचा इरादा दिसत नाही हे जाणवून रोशमनला धीर येऊ लागला. त्याच्या चेहऱ्यावरचा उडालेला रंग पुन्हा येऊ लागला. त्याने आपली दृष्टी समोर बसलेल्या तरुण माणसाच्या चेहऱ्याकडे वळवली.

"ते खोटं आहे. रिगाला ऐंशी हजार माणसं कधीच मारली गेली नव्हती."

"सत्तर हजार? साठ?" मिलरने प्रश्न केला. "तू नक्की किती जणांना मारलंस ह्यानी काही फरक पडेल, असं तुला वाटतं?"

"अगदी बरोबर," रोशमन आतुरतेने उत्तरला. "काही फरक पडत नाही,

आत्ताही नाही आणि तेव्हाही नव्हता. हे बघ, तरुण माणसा, तू माझ्या मागावर का आला आहेस हे मला माहीत नाही; पण मी कल्पना करू शकतो. कोणीतरी तुझ्या डोक्यात तथाकथित युद्धगुन्हे वगैरेबद्दल काहीतरी भरवलं आहे. ते सगळं थोतांड आहे. अगदी खोटं. तुझं वय काय?''

''एकोणतीस.''

''मग तू लष्करी सेवेसाठी सैन्यात होतास?''

''होय. युद्धानंतरच्या सेनेतल्या अगदी पहिल्या राष्ट्रीय सैनिकांपैकी एक. दोन वर्षं गणवेशात होतो.''

''बऽरं. मग तुला सेना कशी असते ते माहीत आहे. तुम्हाला हुकूम दिला जातो, तुम्ही हुकूम पाळता. तो बरोबर आहे की चुकीचा हे तो विचारत नाही. हे माझ्याप्रमाणे तुलाही माहीत आहे. मी फक्त मला मिळालेल्या आज्ञेचे पालन केलं.''

''पहिली गोष्ट म्हणजे तू सैनिक नव्हतास,'' मिलर शांतपणे म्हणाला. ''तू एक मारेकरी होतास. अगदी खरं बोलायचं तर तू खुनी होतास, सामूहिक खुनी. त्यामुळे तू तुझी तुलना सैनिकाशी करू नकोस.''

''काहीतरीच,'' रोशमन उत्कटपणे म्हणाला. ''हे सगळं थोतांड आहे. आम्ही इतरांसारखेच सैनिक होतो. इतरांप्रमाणेच आम्ही आम्हाला मिळालेले हुकूम पाळायचो. तुम्ही तरुण जर्मन सगळे सारखेच आहात. त्या वेळी कसं होतं हे तुम्हाला समजूनच घ्यायचं नाही.''

''बऽरं. सांग मला कसं होतं ते.''

आपला मुद्दा ठसवण्यासाठी रोशमन पुढे झुकला होता तो पुन्हा मागे टेकून बसला, निर्धास्तपणे. निदान आत्तापुरता तरी धोका टळला होता.

''कसं होतं? जगावर राज्य करण्यासारखं होतं. कारण आपण जगावर राज्य केलं, आपण जर्मन लोकांनी. त्यांनी आमच्यावर पाठवलेल्या प्रत्येक सैन्याचा आम्ही पराभव केला होता. अनेक वर्षं त्यांनी आपल्याला खालची वागणूक दिली होती, आपण बिचाऱ्या जर्मनांना आणि आम्ही त्यांना दाखवून दिलं, हो, त्या सगळ्यांना, की आम्ही महान लोक आहोत. जर्मन असण्याचा अभिमान वाटणं म्हणजे काय हे तुम्हा आजच्या जर्मन मुलांना समजत नाही.

''तुमच्यातला स्फुल्लिंग पेटतो. नगारे दणदणू लागायचे आणि बँड वाजू लागायचे, झेंडा फडकू लागायचा आणि संपूर्ण देश एका माणसाच्या मागे उभा होता. तेव्हा आम्ही सगळं जग पादाक्रांत केलं असतं. ती खरी महानता, मिलर, तरुण माणसा, ती महानता, जी तुझ्या पिढीने कधीच अनुभवलेली नाही आणि कधीही अनुभवणारही नाही. आणि एस.एस.मधले आम्ही वरच्या दर्जाचे होतो आणि आताही आहोत. अर्थात, आता ते आमच्या मागे लागले आहेत, आधी दोस्त राष्ट्रं

आणि नंतर बॉनचे नेभळट म्हातारे. अर्थात, त्यांना आम्हाला चिरडून टाकायचं आहे. कारण आम्ही ज्याचं प्रतीक होतो आणि अजूनही आहोत, ती जर्मनीची महानता त्यांना नष्ट करायची आहे.

"काही लोक छावण्यांमध्ये काय घडलं त्याबद्दल ते वाटेल तसं मूर्खासारखं बडबडतात, सूज्ञ लोक ते कधीच विसरून गेले असते. जर्मनीच्या जीवनातल्या प्रत्येक पैलूमध्ये घुसलेल्या ज्यूंची घाण आम्हाला पूर्ण युरोपातून काढून टाकायची होती; पण त्याबद्दल त्यांनी एवढी आरडाओरड केली आणि आम्हाला त्यांच्याबरोबर त्याच चिखलात रुतवून ठेवलं. मी सांगतो, आम्ही ते करायलाच हवं होतं. त्या दुष्ट ब्रिटिशांनी आणि महामूर्ख अमेरिकनांनी नाक खुपसून घाण केली नसती तर, मिलर, शुद्ध रक्ताच्या आणि महान ध्येय असलेल्या जर्मनांनी हक्क म्हणून, आपला हक्क म्हणून सगळ्या जगावर राज्य केलं असतं आणि जे करावं लागलं, जे घडलं ते त्याच्यापुढे क:पदार्थ होतं. आणि तरुण माणसा, हे पक्कं समजून चाल की तू ते पिस्तूल माझ्यावर रोखलेलं असलं आणि आपल्यात एका पिढीचं अंतर असलं तरी आपण एकाच बाजूला आहेत. कारण आपण जर्मन आहोत, जगातले सर्वांत महान लोक आणि जर्मनीने एके काळी मिळवलेली महानता, जी पुन्हा मिळणार आहेच, आपली एकी – सर्व जर्मन लोकांचं ऐक्य ह्या सगळ्यांवर, काही थोड्या फालतू ज्यू लोकांचं काय झालं यावरून आपलं मत बनवून त्याचा परिणाम होऊ देणार? वाट चुकलेल्या मुला, तुला एवढं समजत नाही की, आपण एकाच बाजूचे आहोत? तू आणि मी, आपण एकच आहोत, आपलं भवितव्य एकच आहे."

पिस्तूल रोखलेले असूनही रोशमन खुर्चीवरून उठला आणि खुर्ची खिडकी यांच्यामधल्या गालिच्यावर येरझारा घालू लागला.

"तुला आपल्या महानपणाचा पुरावा हवाय? आजच्या जर्मनीकडे बघ. १९४५ मध्ये आपण उद्ध्वस्त झालो होतो आणि पूर्वेकडील रानटी लोक आणि पश्चिमेकडील मूर्ख लोक यांच्या भक्ष्यस्थानी पडलो होतो आणि आता? जर्मनी पुन्हा वर येत आहे, हळूहळू; पण निश्चितपणे, पूर्वीची शिस्त राहिलेली नाही; पण औद्योगिक आणि आर्थिक सामर्थ्य दरवर्षी वाढत आहे आणि लष्करी सामर्थ्याच्या बाबतीत १९४५ मधला दोस्त राष्ट्रांचा उरलासुरला प्रभाव नाहीसा झाला की, आपण पूर्वीप्रमाणे बलाढ्य होऊ. त्याला वेळ लागेल, नवा नेता लागेल; पण उद्दिष्ट तेच राहील आणि वैभवसुद्धा.

"आणि हे कशामुळे घडतंय, तुला माहीत आहे? मी सांगतो. होय, तरुण माणसा, मी तुला सांगतो. शिस्त आणि व्यवस्थापन. कडक शिस्त, जितकी कडक तितकी चांगली. आणि व्यवस्थापन, आपलं व्यवस्थापन, धाडसानंतर आपल्यात असलेला सर्वांत मोठा गुण. कारण आपण चांगलं व्यवस्थापन करू शकतो, हे

आपण सिद्ध केलंय. ह्या सगळ्याकडे बघ, त्याचा विचार कर. हे घर, ही मालमत्ता, सूरमधला तो कारखाना, माझा आणि तसेच हजारो-लाखो इतर उद्योग, रोज सामर्थ्य, सत्ता निर्माण करीत आहेत; चक्राच्या प्रत्येक फेऱ्याबरोबर एका-एका अंशाची भर टाकत आहे – जर्मनीला पुन्हा सामर्थ्यवान करण्यासाठी.

"आणि हे सगळं कोणी केलं असं तुला वाटतं? थोड्याशा फालतू ज्यूंबद्दल गळा काढण्यात वेळ घालवणाऱ्या लोकांनी? सज्जन, प्रामाणिक, देशभक्त जर्मन सैनिकांची ससेहोलपट करणाऱ्या भ्याड आणि देशद्रोही लोकांनी? हे आम्ही केलं. जर्मनीत सुबत्ता पुन्हा आम्ही आणली, वीस-तीस वर्षांपूर्वी जे होते त्यांनीच."

तो खिडकीपासून वळून मिलरच्या समोर आला. त्याच्या डोळ्यातून अंगार बाहेर पडत होता; पण येरझारा घालताना त्याच्या मार्गाच्या टोकापासून शेकोटीपाशी पडलेल्या जड लोखंडी सळईपर्यंतच्या अंतराचा त्याने अंदाज घेतला. मिलरने ते ओळखले होते.

"तू आता इथे आला आहेस, तरुण पिढीचा प्रतिनिधी, आदर्शवाद आणि संवेदना यांनी भारलेला आणि माझ्यावर पिस्तूल रोखत आहेस. जर्मनीसाठी, तुझ्या स्वत:च्या देशासाठी, स्वत:च्या लोकांसाठी आदर्शवादी का होत नाहीस? तू मला मारण्यात लोकांचं प्रतिनिधित्व करतोयस, असं तुला वाटतं?"

मिलरने मान हलवली.

"नाही वाटत." त्याने तुटकपणे उत्तर दिले.

"मग बघ! तू पोलिसांना बोलवलंस आणि मला त्यांच्या हवाली केलंस तर कदाचित ते खटला उभा करतील. मी 'कदाचित' म्हणालो, कारण त्याचीही शाश्वती नाही. बहुतेक साक्षीदार मेलेले आहेत किंवा इथे नाहीत. म्हणून तुझं पिस्तूल बाजूला कर आणि घरी जा. घरी जा आणि त्या दिवसांचा खरा इतिहास वाच, जर्मनीचा त्या वेळच्या मोठेपणा आणि तिची आजची सुबत्ता माझ्यासारख्या देशभक्त जर्मनांमुळे निर्माण झाली आहे, हे लक्षात ठेव."

मिलरने शांतपणे बसून त्याचे 'भाषण' ऐकून घेतले आणि समोरील गालिच्यावर येरझारा घालत त्याचा जुना ध्येयवाद मिलरला पटवून देण्याचा त्याचा प्रयत्न बघून त्याला त्याच्याविषयी वाटणारी घृणा आणखीनच वाढली. लाखो लोकांची कत्तल करून मिळणारे वैभव नको असलेल्या लाखो लोकांबद्दल शेकडो, हजारो गोष्टी त्याला सांगाव्या असे त्याला वाटत होते. पण त्याला शब्द सुचले नाहीत. त्यामुळे रोशमनचे बोलणे संपेपर्यंत तो नुसता बसून ऐकत राहिला.

काही क्षण शांततेत गेल्यावर मिलरने विचारले, "टाउबर नावाच्या माणसाचं नाव कधी ऐकलंय?"

"कोण?"

“सालोमन टाउबर. तोसुद्धा जर्मनच होता. ज्यू. सुरुवातीपासून शेवटपर्यंत तो रिगालाच होता.”

रोशमनने खांदे उडवले.

“आठवत नाही. खूप काळ गेलाय. कोण होता तो?”

“खाली बस. आणि ह्या वेळेस उठू नको.” मिलर म्हणाला. रोशमनने नाखुशीने खांदे उडवले आणि तो खुर्चीत बसला. मिलर पिस्तूल चालवणार नाही अशी त्याची आता बऱ्यापैकी खातरी झाली होती. त्यामुळे त्याच्या मनात कधीतरी मेलेल्या कोणा ज्यूऐवजी मिलरला, तो निसटायच्या आधी, कसे पकडावे याचे विचार येत होते.

“टाउबर गेल्या वर्षी २२ नोव्हेंबरला हॅम्बुर्गमध्ये मेला. त्याने गॅस घेऊन आत्महत्या केली, ऐकतोयस ना?”

“होय, ऐकायलाच हवं असेल तर.”

“त्याने एक डायरी मागे ठेवली होती. ती त्याची कहाणी होती – त्याला काय झालं, तू आणि इतरांनी त्याला काय केलं – रिगाला आणि इतर ठिकाणी. पण मुख्यत: रिगामध्ये. पण तो जिवंत राहिला, हॅम्बुर्गला परतला आणि मरेपर्यंत अठरा वर्षं राहिला, कारण तू जिवंत आहेस; पण तुझ्यावर खटला होणार नाही, अशी त्याची खातरी होती. मला त्याची डायरी मिळाली. आज इथे नवीन नाव घेऊन वावरणाऱ्या तुला शोधून काढायला तिथून सुरुवात झाली.”

“मेलेल्या माणसाची डायरी पुरावा होऊ शकत नाही.” रोशमन गुरगुरला.

“कोर्टात नसेल. पण मला ते पुरेसं आहे.”

“आणि एका मेलेल्या ज्यूच्या डायरीबद्दल जाब विचारण्यासाठी तू खरोखर इथे आला आहेस?”

“नाही, अजिबात नाही. त्या डायरीतलं हे एक पान तू वाच.”

मिलरने डायरी एका पानावर उघडली आणि ती रोशमनच्या मांडीवर ठेवली. “उचल ती,” त्याने आज्ञा केली, “आणि वाच, मोठ्याने.” रोशमनने ते पान उघडले व तो वाचू लागला. त्या पानावर टाउबरने, ओकच्या पानांची डहाळी असलेला नाइट्स क्रॉस लावलेल्या एका अज्ञात लष्करी अधिकाऱ्याच्या रोशमनने केलेल्या खुनाबद्दल लिहिले होते.

रोशमनने वाचन संपवले आणि वर बघितले.

“बऽरं, मग?” त्याने गोंधळून विचारले, “त्या माणसानी मला मारलं. हुकूम पाळला नाही. कैद्यांना परत आणण्यासाठी त्या जहाजाचा कब्जा घेण्याचा मला अधिकार होता.”

मिलरने एक फोटो रोशमनच्या मांडीवर टाकला.

"तू मारलंस तो हा माणूस?"

रोशमनने फोटोकडे बघितले आणि खांदे उडवले.

"आता ते कसं सांगता येईल? वीस वर्षांपूर्वीची गोष्ट आहे ती."

"तो हाच माणूस होता का?"

रोशमनने फोटोकडे पुन्हा नजर टाकली.

"ठीक आहे. हा तोच माणूस होता. त्याचं काय?"

"ते माझे वडील होते." मिलर म्हणाला.

बाटलीचे बूच काढावे तसा रोशमनच्या चेहऱ्यावरील रंग उतरला. त्याने आ वासला आणि त्याची दृष्टी दोन फुटांवरून त्याच्यावर रोखलेल्या पिस्तुलाच्या नळीकडे आणि त्याच्या मागच्या स्थिर हाताकडे गेली.

"अरे देवा! म्हणजे तू ज्यूंसाठी नाही आलायस."

"नाही. मला त्यांच्याबद्दल वाईट वाटतं; पण इतकं नाही."

"पण तुला कसं समजलं, त्या डायरीवरून तो तुझा बाप होता हे कसं समजलं? मला त्याचं नाव माहीत नव्हतं. डायरी लिहिणाऱ्या त्या ज्यूलासुद्धा माहीत नव्हतं, मग तुला कसं कळलं?"

"माझे वडील ११ ऑक्टोबर, १९४४ ला ओस्टलँडमध्ये मारले गेले," मिलर म्हणाला. "वीस वर्षं एवढंच मला माहीत होतं. मग मी ती डायरी वाचली. तोच दिवस, तेच ठिकाण, दोन्ही माणसांचा हुद्दा एकच आणि त्याहून विशेष म्हणजे दोघांनाही शौर्याचं सर्वोच्च पदक – ओकच्या पानांची डहाळी असलेला किंग्ज क्रॉस. तो मान मिळालेले फार लोक नव्हते, कॅप्टनच्या हुद्याचे तर फारच थोडे होते. एकाच पार्श्वभूमीचे दोन अधिकारी एकाच दिवशी एकाच ठिकाणी मरणं ही कोटीत एक शक्यता होती."

युक्तिवाद करून ज्याचे मन बदलता येणार नाही अशा माणसाशी आपली गाठ आहे हे रोशमन समजून चुकला. तो भारल्याप्रमाणे पिस्तुलाकडे बघत राहिला.

"तू मला मारणार आहेस. तू तसं करता कामा नये, इतक्या थंडपणे तर नाहीच. तू तसं करणार नाहीयेस. प्लीज, मिलर, मला मरायचं नाहीये."

मिलर पुढे झुकून बोलू लागला.

"नीट ऐक, कुत्र्या. मी तुला बोलू दिलं आणि तुझी बकवास ऐकून घेतलीय, अगदी शिसारी येईपर्यंत. आता तू इथे मरणार की उरलेलं आयुष्यभर कुठल्या तरी तुरुंगात सडत पडणार हे मी ठरवेपर्यंत तुला माझं बोलणं ऐकावं लागणार आहे.

"तुम्ही लोक आणि विशेषत: तू, देशभक्त जर्मन होता असं मोठ्या दिमाखात मला सांगितलंस. तुम्ही कोण आहात ते मी तुला सांगतो. तू आणि तुझ्यासारखे इतर लोक म्हणजे देशाच्या गटारीतून उचलून अधिकाराच्या जागांवर ठेवलेली घाणेरडी

डुकरं आहात. आणि इतिहासात कधी घडलं नाही असं घडवून बारा वर्षांत माझ्या देशावर तुम्ही चिखल फासलात.

"तुम्ही जे केलं त्यामुळे संपूर्ण मानवतेला घृणा वाटली आहे आणि माझ्या पिढीला तो लाजिरवाणा वारसा घेऊन उरलेलं आयुष्य काढावं लागणार आहे. तुम्ही आयुष्यभर जर्मनीवर थुंकलात. तुम्ही षंढांनी जर्मनीचा आणि जर्मन जनतेचा वापर करून घेतलात आणि आता त्यांचा उपयोग संपला हे बघितल्यावर सर्व सुरळीत होईपर्यंत तुम्ही पळून गेलात. तुम्ही देशाची इतकी दुर्दशा केली – बॉम्ब हल्ल्यांमुळे झालेला विनाश नाहीये मी म्हणत – की कोणालाही कल्पना करता आली नसती.

"तुम्ही शूरसुद्धा नव्हता. जर्मनी किंवा ऑस्ट्रियात जन्माला आलेले सर्वांत भ्याड लोक होता. तुम्ही स्वत:च्या फायद्यासाठी, सत्तेच्या लालसेपोटी लाखो लोकांचे खून केले आणि मग आम्हाला त्या घाणीत सोडून तुम्ही बाहेर पडलात. तुम्ही रशियातून पळालात, सेनेतील लोकांनी लढणं चालू ठेवावं म्हणून त्यांना फासावर लटकवलं, गोळ्या घातल्या आणि स्वत: पळून जाऊन माझ्या पिढीला ते निस्तरायला ठेवलं.

"तुम्ही ज्यूंचं काय केलं हे जरी क्षणभर डोळ्याआड केलं तरी तुम्ही लोक पळून गेलात आणि कुत्र्यांसारखे लपून बसलात, हे आम्ही विसरणं शक्य नाही. तुम्ही देशभक्तीच्या गोष्टी करता; पण त्या शब्दाचा अर्थसुद्धा तुम्हाला माहीत नाही. आणि सैन्यातील जवान आणि इतर लोक जे खरे लढले त्यांना 'कामेराड' म्हणायचं धैर्य *तुम्ही* दाखवणं म्हणजे विकृतीचा कळस आहे.

"तुम्ही ज्यांचा तिटकारा करता त्या तरुण जर्मन पिढीतला एक म्हणून मी तुला आणखी एक गोष्ट सांगतो. आज जी सुबत्ता दिसतेय तिच्याशी तुमचा काहीही संबंध नाही. ती सगळी दिवसभर घाम गाळणाऱ्या लोकांनी – ज्यांनी आयुष्यात कोणाचाही खून केलेला नाही – आणली आहे. आणि अजून आमच्यात जे तुझ्यासारखे खुनी उरले आहेत ते आमच्यात नसण्यासाठी आम्हाला कमी सुबत्तासुद्धा चालेल आणि तू काही फार काळ असणार नाहीयेस."

"तू मला मारणार आहेस?" रोशमन अडखळत म्हणाला.

"खरं सांगायचं तर मी तुला मारणार नाहीये."

रोशमनवर रोखलेली नजर आणि रोखलेले पिस्तूल न हलवता मिलरने हात मागे करून टेबलावरील टेलिफोन पुढे ओढला. त्याने रिसिव्हर काढून टेबलावर ठेवला आणि नंबर फिरवला. मग रिसिव्हर उचलून तो म्हणाला, "लुडविग्जबर्गला एक माणूस आहे त्याला तुझ्याशी बोलायचंय," असे म्हणून त्याने फोन कानाला लावला. तो 'डेड' होता.

त्याने तो फोनवर ठेवला, पुन्हा उचलला आणि डायल टोन येतो का ते

बघायला कानाला लावला. कसलाच आवाज नव्हता.

"तू फोन कट केलायस?" त्याने विचारले.

रोशमनने मान हलवली.

"हे बघ, तू वायर काढली असशील तर मी तुला आत्ताच्या आत्ता इथे मारून टाकीन."

"मी काढलेली नाही. मी सकाळपासून फोनला हातही लावलेला नाही. शपथ."

मिलरला ओकच्या झाडाची तुटलेली फांदी आणि पडलेला टेलिफोनचा खांब आठवला. त्याने तोंडातल्या तोंडात एक शिवी हासडली. रोशमनच्या चेहऱ्यावर स्मित झळकले.

"फोन लाइन नादुरुस्त असणार." तो म्हणाला. "फोन करायला तुला गावात जायला लागेल, आता तू काय करणार?"

"मी सांगतो तसं केलं नाहीस, तर मी तुला गोळी घालीन." मिलर म्हणाला. मुळात अंगरक्षकाला जेरबंद करण्यासाठी म्हणून आणलेल्या बेड्या त्याने खिशातून काढल्या.

त्या त्याने रोशमनकडे फेकल्या.

"शेकोटीकडे जा," त्याने हुकूम सोडला आणि त्याच्यामागे गेला.

"काय करणार आहेस तू?"

"मी तुला शेकोटीला अडकवून ठेवणार आणि मग गावात जाऊन फोन करणार." मिलर म्हणाला.

तो शेकोटीभोवतीच्या लोखंडी फ्रेमचे निरीक्षण करत होता तेवढ्यात रोशमनने बेड्या त्याच्या पायापाशी टाकल्या. त्या उचलण्याच्या मिशाने मिलर खाली वाकला आणि बेड्यांऐवजी त्याने शेकोटीतला जाड लोखंडी गज उचलून मिलरच्या गुडघ्यांवर फटका मारण्यासाठी फिरवला. मिलर जवळ-जवळ बेसावध होता; पण तो वेळेत मागे सरकला. रोशमनचा फटका हुकला आणि गज दुसऱ्या बाजूला गेल्यामुळे त्याचा तोल गेला.

मिलर पुढे झाला, त्याच्यापुढे वाकलेल्या डोक्यावर त्याने पिस्तुलाने जोरात फटका मारला आणि पुन्हा मागे झाला.

"पुन्हा असं कर आणि तू मेलास म्हणून समज." तो म्हणाला. रोशमन उभा राहिला. डोक्यावरील फटका त्याला चांगलाच लागला होता.

"एक बेडी तुझ्या उजव्या मनगटाला लाव." मिलरने आज्ञा केली आणि रोशमनने त्याप्रमाणे केले. "तुला डोक्याच्या उंचीला त्या लोखंडी जाळीतलं ते भोक दिसतंय? त्यात ती दुसरी बेडी अडकव."

रोशमनने दुसऱ्या बेडीचा चाप लावल्यावर मिलरने लोखंडी गज आणि चिमटा

लाथेने त्याच्यापासून दूर सरकवला. रोशमनच्या जाकिटाला पिस्तूल लावलेले ठेवून त्याने त्याची झडती घेतली आणि तो फेकून खिडकीची काच फोडू शकेल अशा सर्व वस्तू त्याने त्याच्यापासून दूर सारल्या.

बाहेर ड्राइव्हमध्ये, फोन बघिडल्याची तक्रार नोंदवण्याची कामगिरी करून परतलेला ऑस्कर सायकलवर दाराकडे येत होता. जग्वार बघितल्यावर आश्चर्य वाटून तो जरा थांबला, कारण तो गेला तेव्हा आपल्याला भेटायला कोणी येणार नाहीये, असे मालकाने त्याला सांगितले होते. त्याने आवाज न करता सायकल भिंतीपाशी ठेवली आणि घरात प्रवेश केला. हॉलमध्ये त्याला आतल्या खोलीतले काहीही ऐकू येत नव्हते आणि त्याने आवाज केला असता तर तो आत ऐकू गेला नसता. त्यामुळे काय करावे याबद्दल त्याचा निश्चय होईना.

मिलरने एकदा सभोवार शेवटची नजर टाकली आणि त्याचे समाधान झाले.

"आणि तू मला तो फटका मारण्यात यशस्वी झाला असतास तरी तुला त्याचा काहीही फायदा झाला नसता," तो संतापाने बघणाऱ्या रोशमनला म्हणाला. "आता साडेदहा वाजलेत. तुझ्या विरुद्धच्या पुराव्याची पूर्ण फाईल योग्य त्या अधिकाऱ्यांचा पत्ता लिहून माझ्या सहकाऱ्याला देऊन ठेवली आहे आणि दुपारी बारा वाजेपर्यंत मी परतलो नाही किंवा माझा फोन आला नाही तर ती पोस्टात टाकायला सांगितलं आहे. मी गावातून फोन करणारच आहे आणि वीस मिनिटांत परत येईन. तुला हॅकसॉ मिळाली तरी वीस मिनिटांत तुला तुझी बेडी कापता येणार नाही. माझ्यानंतर तीन मिनिटांत पोलीस इथे पोहोचतील."

त्याचे बोलणे ऐकत असताना रोशमनची आशा मावळू लागली. त्याने ओळखले की, आता फक्त एकच शक्यता आहे – परतणाऱ्या ऑस्करने मिलरला जिवंत पकडायचे आणि आपल्याला हवा तसा फोन त्याला त्याच्या सहकाऱ्याला करायला भाग पाडायचे आणि ती फाईल पोस्टात पडणार नाही, असे बघायचे. त्याने शेकोटीवरील घड्याळाकडे बघितले. दहा चाळीस झाले होते.

मिलर स्टडीचा दरवाजा उघडून हॉलमध्ये गेला. समोर धट्टाकट्टा आणि त्याच्याहून वीतभर उंच माणूस उभा होता. रोशमनने उघड्या दारातून ऑस्करला ओळखले आणि तो ओरडला, "धर त्याला."

एक पाऊल मागे सरकून मिलरने खिशात ठेवत असलेले पिस्तूल त्याने पटकन पुन्हा बाहेर काढले; पण त्याला जरा जास्तच वेळ लागला होता. ऑस्करच्या डाव्या हाताच्या एक फटक्याने पिस्तूल उडून दूर जाऊन पडले. मालक आपल्याला 'मार त्याला' म्हणाले असा ऑस्करचा समज झाला आणि त्याच्या उजव्या मुठीचा फटका मिलरच्या जबड्याच्या खाली बसला. मिलरचे वजन १७० पौंड होते; पण त्या प्रहाराने तो उडून मागे फेकला गेला. त्याचे पाय एका बुटक्या रॅकवर आपटले

हवेत कोलांटी उडी मारल्याप्रमाणे जाऊन त्याचे डोके एका कपाटाच्या कोपऱ्यावर आपटले. चिंधीच्या बाहुलीप्रमाणे त्याचे शरीर खाली घसरले आणि तो गालिच्यावर एका कुशीवर निपचित पडला, त्याच्या डोक्यातून निघालेला रक्ताचा ओघळ गालिच्यावर पुढे जात होता.

काही सेकंद नीरव शांतता होती. शेकोटीच्या चौकटीला जखडून ठेवलेल्या आपल्या मालकाकडे ऑस्कर बघत होता, तर रोशमन गालिच्यावर मृतवत पडलेल्या मिलरकडे आणि त्याच्या डोक्यातून वाहणाऱ्या रक्ताकडे.

"मूर्खा!" काय घडले आहे याची कल्पना आल्यावर रोशमन ओरडला. ऑस्कर गोंधळल्याप्रमाणे दिसला. "इकडे ये."

तो दैत्य रोशमनच्या समोर जाऊन उभा राहिला. रोशमनने झटकन विचार केला.

"मला ह्या बेड्यांतून बाहेर काढ. तो गज वापर." रोशमन ओरडला.

पण ती शेकोटी ज्या काळात बांधली होती, तेव्हा आपण बनवलेली वस्तू शतकानुशतके टिकावी असा कारागिरांचा इरादा असे. ऑस्करच्या प्रयत्नांचे फळ म्हणजे वेडावाकडा झालेला गज आणि पिळला गेलेला चिमटा.

"त्याला इथे आण," अखेरीस तो ऑस्करला म्हणाला.

ऑस्करने मिलरला उचलून धरले. रोशमनने मिलरच्या भुवया वर करून बघितले आणि त्याची नाडी बघितली.

"अजून जिवंत आहे; पण बेशुद्ध आहे," तो म्हणाला. "याला तासाभराच्या आत शुद्धीवर आणण्यासाठी डॉक्टरची गरज आहे. मला एक कागद आणि पेन्सिल दे."

त्याने कागदावर डाव्या हाताने दोन फोन नंबर लिहीपर्यंत जिन्याखाली ठेवलेल्या टूल बॉक्समधून ऑस्कर दोन हॅकसॉ ब्लेड घेऊन आला. रोशमनने त्याला कागद दिला.

"लवकरात लवकर गावात जा," तो ऑस्करला म्हणाला. "ह्या न्यूरेंबर्गच्या नंबरवर फोन कर आणि फोन घेईल त्या माणसाला काय घडलं ते सांग. मग हा इथला नंबर फिरव आणि डॉक्टरला ताबडतोब इथे घेऊन ये. जा लवकर."

ऑस्कर धावत बाहेर पडला. रोशमनने घड्याळ बघितले. दहा पन्नास. ऑस्कर अकरा वाजेपर्यंत गावात पोहोचला आणि डॉक्टरला घेऊन सव्वा अकरापर्यंत इथे परत आला तर मिलरला शुद्धीवर आणून, गावात नेऊन त्याच्या साथीदाराला बारा वाजायच्या आत फोन करून ती फाईल पोस्टात टाकणे लांबणीवर टाकणे अजून शक्य आहे. मग डॉक्टरच्या कानशिलाला पिस्तूल लावून काम करायला लावायला लागले तरी हरकत नाही. रोशमन घाईघाईने बेडीवर हॅकसॉ ब्लेड चालवू लागला.

दरवाजातून बाहेर पडल्यावर ऑस्कर सायकलकडे धावला, मग थबकला आणि त्याने जवळच उभ्या असलेल्या जग्वारकडे नजर टाकली. त्याने ड्रायव्हरच्या बाजूच्या काचेतून आत बघितले. चावी इग्निशनमध्येच होती. मालकांनी 'लवकरात

लवकर जा आणि परत ये' असे सांगितले होते. त्याने सायकल तिथेच टाकली व तो कारमध्ये बसला. ती जोरात सुरू केली आणि मोठ्या वर्तुळात वाळू उडवत त्याने गाडी ड्राइव्हवेवर नेली.

त्याने तिसरा गिअर टाकला होता आणि निसरड्या रस्त्यावरून शक्य तितक्या वेगाने तो पुढे जात होता. रस्त्यावर पडलेल्या टेलिफोनच्या बर्फाच्छादित खांबावरून कार उसळली.

रोशमन बेड्यांमधील साखळीवर करवत चालवत होता आणि पाईनच्या झाडीतून आलेला कानठळ्या बसवणारा आवाज त्याला ऐकू आला. मान वाकडी करून तो खिडकीतून बाहेरचे थोडेसे बघू शकत होता. आणि जरी त्याला कार आणि ड्राइव्हवे दिसले नाहीत तरी वर जाणाऱ्या धुराच्या ढगावरून कारचा स्फोट झाला असावा, हे तो समजून चुकला. मिलरचा आम्ही 'बंदोबस्त' करत आहोत, असे आश्वासन आपल्याला दिले होते ते त्याला आठवले. पण मिलर तर गालिच्यावर त्याच्यापुढेच पडलेला होता. त्याचा अंगरक्षक निश्चितच मेला असणार. वेळ संपत येत होती. सुटकेचा कोणताही मार्ग दिसत नव्हता. त्याने शेकोटीच्या फ्रेमवर डोके टेकले आणि डोळे मिटले.

"मग आता सगळं संपलंच." तो पुटपुटला. काही वेळानंतर त्याने साखळी कापणे पुढे सुरू केले. तासभर घासघास केल्यावर लष्करासाठी खास बनवलेले ते कडक पोलाद अखेरीस तुटले आणि घड्याळात बाराचे ठोके पडले. उजव्या मनगटात बेडीचे कडे अजून होतेच.

वेळ असता तर गालिच्यावरील देहाला एक लाथ मारायला तो थांबला असता. पण आता घाई होती. भिंतीतील तिजोरीतून त्याने एक पासपोर्ट आणि मोठ्या किमतीची नव्या कोऱ्या नोटांची बंडले घेतली. ते आणि हाताला येतील ते थोडे कपडे एका हँडबॅगेत घातले. वीस मिनिटांत तो सायकलवर, तुकडे झालेली जग्वार आणि बर्फात उताणा पडलेला, कोळसा झालेला आणि अजून धगधगत असलेला देह यांना वळसा घालून, तुटलेल्या जळक्या पाइनच्या फांद्यांमधून वाट काढत खेड्याकडे जाऊ लागला.

तिथे पोहोचल्यावर त्याने टॅक्सी बोलवली आणि फ्रँकफुर्ट आंतरराष्ट्रीय विमानतळाला नेण्याची आज्ञा केली. उड्डाण माहिती टेबलापाशी पोहोचल्यावर त्याने चौकशी केली, "इथून अर्जेंटिनाला जाणारी पुढची फ्लाइट केव्हा आहे – शक्यतो तासाच्या आत निघणारी? तशी नसेल तर..."

१८

मॅकेनसनची मर्सिडीस कच्च्या रस्त्यावरून इस्टेटमध्ये शिरली तेव्हा दीड वाजला होता. बंगल्याकडे जाणाऱ्या अर्ध्या रस्त्यावर अडथळ्यामुळे रस्ता बंद झाल्याचे त्याला आढळले.

जग्वारच्या आत स्फोट होऊन तिची शकले झाल्याचे दिसत होते; पण चाकांनी मात्र जमीन सोडली नव्हती. ती रस्त्यावर तिरपी स्थिरावली होती. चासीच्या मजबूत गर्डर्सनी जोडलेला पुढचा आणि मागचा भाग ओळखता येत होता. पण ड्रायव्हर आणि पॅसेंजर बसतात तो मधला भाग मात्र खालपासून वरपर्यंत नाहीसा झाला होता. त्या भागाचे तुकडे सभोवार विखुरले होते.

मॅकेनसनने कारच्या सांगाड्याकडे समाधानाने पाहिले आणि सस्मित मुद्रेने तो वीस फुटांवर पडलेल्या जळालेल्या देहाकडे गेला. प्रेताच्या आकारावरून त्याच्या मनात संभ्रम निर्माण झाला. तो वाकला आणि त्याने बराच वेळ निरीक्षण केले. मग सरळ होऊन उरलेल्या रस्त्यावरून धावत तो बंगल्याकडे गेला.

दरवाजावरची बेल न वाजवता त्याने दरवाजाचे हँडल फिरवले आणि तो उघडून तो हॉलमध्ये आला. काही वेळ त्याने, हिंस्त्र श्वापदे पाणवठ्यावर आली की जशी चाहूल घेतात, तसा अंदाज घेतला. कुठेही आवाज येत नव्हता. त्याने डाव्या काखेतील थैलीतून लांब नळीचे लुगर ऑटोमॅटिक काढले, त्याचा सेफ्टी कॅच ऑन केला आणि हॉलमधून इतर खोल्यांत जाणारे दरवाजे एक-एक करून उघडू लागला.

प्रथम डायनिंग रूमचे, मग स्टडीचे उघडले. त्याला जरी गालिच्यावर पडलेला देह ताबडतोब दिसला होता तरी खोलीत चौफेर नजर टाकून धोका नसल्याची खातरी होईपर्यंत त्याने त्या अर्धवट उघड्या दारातून पुढे पाऊल टाकले नाही. त्याच्या माहितीतील दोन जण अशा सापळ्याला बळी पडले होते. शिकारीसाठी दाखवलेले नेहमीचे अमिष. त्याने दाराच्या बिजागऱ्यांमधील फटीमधून दाराच्या मागे कोणी नाही ना याची खातरजमा केली आणि मग खोलीत शिरला.

मिलर मान एका बाजूला वळलेल्या स्थितीत पाठीवर पडला होता. बरीच सेकंद

मॅकेनसन त्याच्या पांढऱ्या फटफटीत पडलेल्या चेहऱ्याकडे बघत राहिला आणि मग वाकून त्याने त्याच्या श्वासोच्छ्वासाची चाहूल घ्यायचा प्रयत्न केला. डोक्याच्या मागे धरलेली रक्ताची खपली बघून त्याला काय घडले असावे याची कल्पना आली.

त्याने दहा मिनिटे घराच्या प्रत्येक भागात फिरून तपास केला. मास्टर बेडरूम-मध्ये उघडे असलेले ड्रॉवर, बाथरूममधून गायब झालेले दाढी करायचे सामान यांची त्याच्या मनाने नोंद घेतली. स्टडीमध्ये परतल्यावर तिथली उघडी आणि रिकामी तिजोरी त्याला दिसली. टेबलावर बसून त्याने फोन उचलला.

काही वेळ फोन कानाला लावल्यावर त्याने एक शिवी हासडली आणि फोन ठेवला. जिन्याखालची हत्यारांची पेटी सापडायला त्याला अजिबात वेळ लागला नाही. कारण कपाट उघडेच होते. तिच्यातील हवी ती हत्यारे निवडून तो मिलरला बघण्यासाठी स्टडीत गेला आणि तिथल्या फ्रेंच खिडकीतून बाहेर प्रांगणात उतरला.

टेलिफोनची वायर कुठे तुटली आहे ते शोधून ती खालच्या झुडपांमधून सोडवून पुन्हा जोडायला त्याला एक तास लागला. आपण केलेल्या कामाबद्दल समाधान झाल्यावर तो घरात स्टडीमध्ये परतला आणि टेबलावर बसून त्याने फोन कानाला लावला. डायल टोन आला होता. त्याने न्युरेंबर्गला त्याच्या बॉसला फोन लावला.

आपल्याकडून हकिकत ऐकायला वेअरवुल्फ आतुर असेल, अशी त्याची अपेक्षा होती; पण त्याचा फोनवरून आलेला आवाज थकलेला आणि कंटाळलेला वाटला. एका हुशार सार्जंटप्रमाणे त्याने त्याला काय काय दिसले ते सांगितले – तुकडे झालेली कार, अंगरक्षकाचा जळालेला देह, शेकोटीच्या चौकटीला लटकणारी अर्धी बेडी, गालिचावर पडलेले बोथट झालेले हॅकसॉ ब्लेड, जमिनीवर बेशुद्ध स्थितीत पडलेला मिलर आणि शेवटी गायब झालेला घराचा मालक.

"सर, त्याने बरोबर फारसं काही नेलेलं नाही. दाढीचं सामान आणि बहुतेक तिजोरीतले पैसे. मी इथे सगळं आवरून, साफ करून पुन्हा व्यवस्थित लावून ठेवीन, म्हणजे त्याला परत यायचं असेल तर येता येईल."

"नाही. तो आता परत येणार नाही," वेअरवुल्फ बोलला. "तुझा फोन यायच्या थोडासाच आधी मला फोन आला. तो फ्रँकफुर्ट एअरपोर्टवरून बोलत होता. दहा मिनिटांत माद्रिदला जाणारी फ्लाइट त्याने घेतली आहे. संध्याकाळी पुढे ब्युनोज आयर्सला..."

"पण त्याची काही गरज नाही," मॅकेनसन म्हणाला. "मी मिलरला बोलता करीन आणि त्याने कागदपत्रं कुठे ठेवली आहेत ते शोधून काढीन. कारच्या तुकड्यांमध्ये ऑफिस बॅग नव्हती, त्याच्याजवळसुद्धा काही नाहीये, फक्त स्टडीमध्ये एक डायरी पडली आहे. पण त्याचं इतर सामान जवळपासच कुठेतरी असणार."

"जवळ नाही, बरंच दूर आहे," वेअरवुल्फ उतरला. "एका पोस्टाच्या पेटीत."

मिलरने विंझरकडून काय चोरले आणि रोशमनने आताच फ्रँकफुर्टहून फोनवर काय कळवले ते त्याने मॅकेनसनला सांगितले. "ते कागद उद्या सकाळी किंवा उशिरात उशिरा मंगळवारी सरकारी अधिकाऱ्यांच्या हातात पडतील. त्यानंतर त्या यादीतील प्रत्येकाला केव्हाही अटक होऊ शकेल. त्यात तू आता जिथे आहेस त्या घराचा मालक रोशमन आणि मीसुद्धा आहोत. इतर प्रत्येकाला चोवीस तासांत देशाच्या बाहेर जा म्हणून इशारा देण्यात माझी पूर्ण सकाळ गेली."

"मग आता इथून कुठे जायचं?" मॅकेनसनने विचारले.

"तू तिथून नीघ," वेअरवुल्फ म्हणाला. "तू त्या यादीत नाहीयेस. मी आहे, त्यामुळे मला बाहेर पडायलाच हवं. तू तुझ्या फ्लॅटवर जा आणि माझ्या जागी येणारा माणूस तुझ्याशी संपर्क साधण्याची वाट बघ. बाकीच्या सगळ्यांसाठी खेळ संपलेला आहे. व्हल्कन पळाला आहे आणि तो आता परत येणार नाही. त्याच्या जागी दुसऱ्या कोणी येऊन प्रोजेक्टचा ताबा घेतला तर ठीक आहे, नाही तर तो जे काम करत होता ते बंद होणार."

"व्हल्कन कोण? आणि प्रोजेक्ट कसलं?"

"आता सगळं संपलंय, तेव्हा तुला सांगायला हरकत नाही. व्हल्कन म्हणजेच रोशमन. ज्याचं तू मिलरपासून रक्षण करायचं होतं तो..." रोशमन इतका महत्त्वाचा का होता, त्या प्रोजेक्टमधील त्याची भूमिका आणि ते मूळ प्रोजेक्ट यांचे महत्त्व त्याने थोडक्यात सांगितले. ते ऐकल्यावर मॅकेनसनने हलकेच शीळ वाजवली आणि खाली पडलेल्या पीटर मिलरकडे नजर टाकली.

"म्हणजे ह्या तरुण माणसाने सगळ्यांची बरोबर × × मारून ठेवली म्हणायची." तो म्हणाला.

वेअरवुल्फ जरा गंभीर झाला आणि पूर्वीप्रमाणे त्याच्या आवाजात अधिकार जाणवू लागला.

"कामेराड, तिथलं सगळं तू निस्तरायला हवं. मागे एकदा एका 'सफाई तुकडी'चा तू वापर केला होता ते आठवतंय?"

"होय. मला माहीत आहे त्यांचं ठिकाण. इथून फार लांब नाही."

"त्यांना फोन कर, त्यांना तिथे आण आणि सगळं अगदी पूर्वीप्रमाणे ठाकठीक झाल्याशिवाय त्यांना सोडू नकोस. घरमालकाची बायको रात्री परत यायची असणार. काय झालं ते तिला कधीच कळता कामा नये. समजलं?"

"त्याप्रमाणेच होईल." मॅकेनसन म्हणाला.

"मग नीघ आता. आणि एक शेवटची गोष्ट. तिथून जायच्या आधी त्या भोसडीच्या पीटर मिलरचा निकाल लाव. कायमचा."

"ते करायला मला फार आनंद होईल." तो म्हणाला.

"मग गुडबाय आणि शुभेच्छा!"

फोन बंद झाला. मॅकेनसने तो ठेवला. खिशातून पत्त्यांची डायरी काढली, तिची पाने चाळली आणि एक नंबर फिरवला. फोनवर आलेल्या माणसाला त्याने आपली ओळख दिली आणि 'कॉम्रेडशिप'साठी त्याने केलेल्या एका कामाची आठवण दिली. त्याला कुठे याचे आणि आल्यावर काय दिसेल याची कल्पना दिली.

"कार आणि तिच्यातली बॉडी हे घाटातील एखाद्या खोल दरीत गेले पाहिजेत. खूप पेट्रोल ओता. मोठा भडका उडाला पाहिजे. माणसाची ओळख पटणार नाही, असे करा. त्याचे खिसे तपासा, सगळं काढून घ्या, घड्याळसुद्धा."

"समजलं," फोनवरील माणूस म्हणाला. "मी ट्रेलर आणि क्रेन घेऊनच येतो."

"एक शेवटची गोष्ट. घरातल्या स्टडीमध्ये जमिनीवर आणखी एक बॉडी आणि रक्ताचे डाग असलेला कार्पेट आहे. त्याचा निकाल लावा. कारमध्ये नाही. दूरच्या एखाद्या सरोवरात खोल तळाशी. भरपूर वजन लावा. मागमूस नाही राहिला पाहिजे. ठीक आहे?"

"नो प्रॉब्लेम. आम्ही पाचपर्यंत पोहोचतो आणि सातपर्यंत गेलेले असू. अशा प्रकारचा 'माल' दिवसाउजेडी घेऊन जाणं मला आवडत नाही."

"ठीक आहे." मॅकेनसन म्हणाला. "तुम्ही यायच्या आधी मी इथून गेलेलो असेन. पण इथे मी सांगितलं तसंच दिसेल."

त्याने फोन ठेवला. तो टेबलावरून उतरला आणि मिलरपाशी गेला. त्याने त्याचे लुगर पिस्तूल बाहेर काढले. त्यात गोळ्या आहेत की नाहीत हे तपासले.

"यू लिटल शिट!" असे म्हणत त्याने हात ताठ केले आणि मिलरच्या कपाळावर नेम धरला.

अनेक वर्षे एखाद्या हिंस्र पशूप्रमाणे काढलेल्या आयुष्यामुळे आणि जिथे इतरांची – त्याचे बळी आणि सहकारी यांची – जीवनयात्रा पॅथॉलॉजिस्टच्या लादीवर संपायची तिथे मॅकेनसनला चित्त्याची संवेदना असणारी ज्ञानेंद्रिये लाभली होती. उघड्या फ्रेंच खिडकीतून कार्पेटवर पडलेली सावली त्याला दिसली नाही; पण जाणवली आणि तो गोळी झाडण्याच्या तयारीत गर्रकन मागे वळला.

"कोण आहेस तू?" पिस्तूल रोखलेले ठेवून मॅकेनसन गुरगुरला.

खिडकीपलीकडे उभा असलेला माणूस चामड्याची पँट आणि मोटरसायकलिस्ट जॅकेट अशा वेशात होता. डाव्या हातात पोटावर टेकवलेले हेल्मेट. त्याने मॅकेनसनच्या पायाशी पडलेली बॉडी आणि त्याच्या हातातील पिस्तूल यांच्याकडे दृष्टिक्षेप टाकला.

"मला बोलावलं होतं," तो निष्पापपणे म्हणाला.

"कोणी?" मॅकेनसनने विचारले.

"व्हल्कन," तो तरुण उतरला. "माझा कामेराड रोशमन."

मॅकेनसनने हुंकार दिला आणि पिस्तूल खाली केले.

"तो गेला."

"गेला?"

"पळाला. दक्षिण अमेरिकेकडे. प्रोजेक्ट बंद झालं आणि तेही ह्या ××× पत्रकारामुळे." त्याने पिस्तुलाने मिलरच्या दिशेने निर्देश केला.

"तू त्याला खतम करणार?" तरुणाने विचारले.

"अर्थात. त्यानेच प्रोजेक्टचे बारा वाजवले. रोशमनला शोधून काढलं आणि कागदपत्रं पोस्टाने पोलिसांना पाठवली. तुझं नाव त्या फायलीत असेल, तर तूसुद्धा देशाबाहेर जा."

"कुठली फाईल?"

"ओडेसा फाईल."

"माझं नाव नाहीये तिच्यात." तरुण म्हणाला.

"माझंही नाहीये," मॅकेनसन गुरगुरला. "पण वेअरवुल्फचं आहे आणि निघण्यापूर्वी ह्याला मारून टाक असा त्याचा हुकूम आहे."

"वेअरवुल्फ?"

कशामुळे तरी मॅकेनसनच्या डोक्यात धोक्याची घंटा वाजू लागली. आताच थोड्या वेळापूर्वी, वेअरवुल्फ आणि तो यांच्याशिवाय जर्मनीत व्हल्कन प्रोजेक्टची कोणालाही माहिती नाही, असं त्याला सांगण्यात आलं होतं. माहीत असणारे इतर लोक दक्षिण अमेरिकेत होते. हा तरुण दक्षिण अमेरिकेतूनच आला असेल असे तो समजून चालला होता. पण मग त्याला वेअरवुल्फबद्दल माहीत असायला हवे होते.

"तू ब्यूनोज आयर्सहून आलायस?" त्याने विचारले.

"नाही."

"मग कुठून आलास?"

"जेरुसलेम."

त्याचा अर्थ लक्षात यायला मॅकेनसनला फक्त अर्धा सेकंद लागला. त्याने ताबडतोब गोळी झाडण्यासाठी ल्युगर वर केले. अर्धा सेकंद हा खूप दीर्घकाळ आहे, मरण्यासाठी पुरेसा.

वाल्थरमधून गोळी सुटली तेव्हा हेल्मेटमधील फोम रबर करपले. पण ती ९ एमएम गोळी फायबर ग्लासच्या मधून बाहेर पडून मॅकेनसनच्या छातीच्या हाडावर वरच्या बाजूला एखाद्या खेचराच्या लाथेप्रमाणे आपटली. हेल्मेट जमिनीवर पडल्यामुळे

तरुणाचा उजवा हात दिसला. निळ्या धुराच्या ढगातून पिस्तुलाने पुन्हा आग ओकली.

मॅकेनसन धिप्पाड आणि मजबूत होता. छातीत गोळी लागलेली असतानाही त्याने पुन्हा गोळी झाडली असती; पण डोळ्यांच्या दोन बोटे वर घुसलेल्या त्या दुसऱ्या गोळीने त्याचा नेम चुकवला आणि त्याला यमसदनी पाठवले.

मिलरला सोमवारी दुपारी जेव्हा जाग आली, तेव्हा तो फ्रँकफुर्ट जनरल हॉस्पिटलच्या खासगी वॉर्डमध्ये होता. अर्धा तास तो नुसताच पडून राहिला. हळूहळू त्याला आपले डोके भरपूर बँडेजेसनी गुंडाळलेले आहे, याची जाणीव झाली. त्याच्या चाचपणाऱ्या हाताला बेलचे बटण लागले, ते त्याने दाबले. पण जी नर्स आली तिने 'तुमच्या डोक्याला मार लागलेला आहे, तेव्हा शांत पडून राहा.' असे सांगितले.

म्हणून तो पडून राहिला. पडल्या पडल्या तो आदल्या दिवशीच्या घटना आठवू लागला आणि साधारण ११ वाजेपर्यंत येऊन थांबला. त्यानंतरचे त्याला काही आठवेना. त्याला डुलकी लागली. नंतर जाग आली तेव्हा बाहेर काळोख होता आणि त्याच्या बेडजवळ एक माणूस बसलेला होता. त्या माणसाने स्मित केले. मिलर त्याच्याकडे बघत राहिला.

"मी तुला ओळखत नाही," तो म्हणाला.

"मी तुला ओळखतो." पाहुणा म्हणाला.

मिलर आठवू लागला. "तुला बघितलं आहे, असं वाटतं." अखेरीला तो म्हणाला, "तू ओस्टरच्या घरी होतास. लिओ आणि मोत्तीबरोबर."

"बरोबर. आणखी काय आठवतंय तुला?"

"जवळ-जवळ सगळं. आता आठवू लागलंय."

"रोशमन?"

"हो, मी त्याच्याशी बोललो. मी पोलिसांकडे जाणार होतो."

"रोशमन गेला. दक्षिण अमेरिकेला पळाला. ते सगळं प्रकरण संपलं. पूर्णपणे खतम. समजलं?"

मिलरने सावकाश मान हलवली.

"सगळं नाही. मला एक झकास 'स्टोरी' मिळाली आहे आणि ती मला लिहायची आहे."

पाहुण्याच्या चेहऱ्यावरचे स्मित पुसले गेले. तो पुढे झुकला. "ऐक मिलर, तू अजून शिकाऊ आहेस आणि केवळ नशीब चांगलं म्हणून जिवंत आहेस. तू काहीही लिहिणार नाहीयेस. एक म्हणजे तुझ्याकडे लिहिण्यासारखं काही नाहीये. टाउबरची डायरी माझ्याकडे आहे आणि ती माझ्याबरोबर जाईल. जिथे असायला हवी तिथे.

मी ती काल रात्री वाचली. तुझ्या जॅकेटच्या खिशात सेनेतील एका कॅप्टनचा फोटो होता. तुझे वडील?'' मिलरने मान डोलवली.

''म्हणजे या सगळ्यामागचं कारण ते होतं?'' पाहुण्याने विचारले.

''होय.''

''एक प्रकारे मला खेद वाटतो. म्हणजे तुझ्या वडिलांबद्दल. हे मी कोणा जर्मन माणसाला म्हणेन, असं मला कधी वाटलं नव्हतं. आता त्या फायलीबद्दल. कसली फाईल होती ती?''

मिलरने त्याला सांगितले.

''मग तू ती आम्हाला का नाही दिलीस? तू कृतघ्न आहेस. तुला त्यांच्यात सोडण्यासाठी आम्ही इतके श्रम घेतले आणि मग तुला जेव्हा काही मिळालं तेव्हा तू ते आपल्या लोकांना दिलंस. त्या माहितीचा सर्वांत जास्त परिणामकारक उपयोग आम्हाला करता आला असता.''

''मला ती कोणाला तरी पाठवायला लागणारच होती, सिगीच्या मार्फत. म्हणजे मेलनेच पाठवणं शक्य होतं. तुम्ही इतके हुशार आहात, तुम्ही मला लिओचा पत्ता कधीच दिला नाही.''

जोसेफने मान डोलवली.

''ठीक आहे. पण ते कसंही असलं तरी तुझ्याकडे सांगण्यासारखी कोणतीही गोष्ट नाहीये. तुझ्याकडे पुरावा नाहीये. डायरी गेली आहे, ती फाईल गेलीये. उरलाय तो फक्त तुझा शब्द. तू सांगायचा हट्टच धरलास तरी तुझ्यावर कोणी विश्वास ठेवणार नाही, एक ओडेसा सोडून आणि ते तुला मारायला येतील किंवा कदाचित ते सिगीला अथवा तुझ्या आईला मारतील. ते किती क्रूर आहेत, तुला माहीत आहे.''

मिलरने थोडा वेळ विचार केला.

''माझी कार?''

''तुला ते माहीत नाही हे मी विसरलो.''

जोसेफने कारमध्ये ठेवलेल्या बॉम्बबद्दल आणि त्याचा स्फोट कसा झाला ते त्याला सांगितले.

''मी तुला सांगितलं होतं, ते कोणत्याही टोकाला जाऊ शकतात. ती कार एका दरीच्या तळाशी जळालेल्या स्थितीत सापडली. तिच्यातील बॉडीची ओळख पटली नाही; पण ती तुझी नाही. तू असं सांगायचंस की लिफ्ट मागणाऱ्या एकाने तुला थांबवलं, त्याने तुला गजाचा फटका मारला आणि तुला बाहेर टाकून गाडी घेऊन पळून गेला.

''नंतर रस्त्याने मोटरसायकलवर जाणाऱ्या एकाने तुला पाहिलं. ॲम्ब्युलन्स मागवली आणि तू हॉस्पिटलमध्ये पोहोचलास, ते हॉस्पिटलसुद्धा कबूल करेल. ते

मला पुन्हा ओळखणार नाहीत. मी तेव्हा हेल्मेट आणि गॉगल लावले होते. ती अधिकृत बातमी आहे आणि ती तशीच राहील. ती पक्की करण्यासाठी मी दोन तासांपूर्वी जर्मन प्रेस एजन्सीला फोन केला, हॉस्पिटलच्या वतीने बोलतोय, असं सांगून तीच बातमी दिली. तुला एका लिफ्ट मागणाऱ्याने मारलं आणि नंतर तो स्वत: आपटला आणि मेला.''

जोसेफ उभा राहिला आणि जाऊ लागला. त्याने मिलरकडे बघितले.

''तू नशीबवान गधडा आहेस. जरी तुला त्याची जाणीव नसली तरी. तुझ्या गर्लफ्रेंडने पाठवलेला निरोप – तुझ्या सांगण्यावरून असावा असं मी धरून चालतो – मला काल दुपारी १२ च्या सुमारास मिळाला आणि बाईकवर वेड्यासारखा तुफान वेगाने मी म्युनिकहून तू होतास त्या डोंगरातल्या घरी अडीच तासात पोहोचलो. तू जवळ-जवळ मेल्यातच जमा होतास. त्यांचा माणूस तुला मारणारच होता. मी अगदी शेवटच्या क्षणी त्याला थांबवलं.''

तो वळला. त्याचा हात दाराच्या हँडलवर होता.

''माझा सल्ला मान. कारचे पैसे विमा कंपनीकडून घे, एक फोक्सवॅगन घे, हॅम्बुर्गला परत जा, सिगीशी लग्न कर, मुलांना वाढव आणि पत्रकारितेला चिकटून राहा. धंदेवाईक लोकांच्या भानगडीत पुन्हा पडू नकोस.''

तो गेल्यावर अर्ध्या तासाने नर्स आली.

''तुमच्यासाठी फोन आहे,'' ती म्हणाली.

तो सिगीचा होता. ती फोनवर एकाच वेळी रडत आणि हसत होती. पीटर फ्रँकफुर्ट जनरलमध्ये आहे, असे कोणीतरी निनावी फोन करून तिला कळवले होते.

''मी आत्ता येतेय तिकडे, अगदी ह्या मिनिटाला,'' असे म्हणून तिने फोन ठेवला. फोन पुन्हा वाजला.

''मिलर? मी हॉफमन बोलतोय. एजन्सीच्या मशीनवर मी आताच टेप बघितली. तुला डोक्यावर मार लागला म्हणून. तू ठीक आहेस ना?''

''मी ठीक आहे, हर हॉफमन.'' मिलर उत्तरला.

''उत्तम. कधी बरा होशील?''

''लवकरच. का?''

''माझ्याकडे एक स्टोरी आहे, तुझ्याच जवळपास. जर्मनीतल्या बऱ्याच श्रीमंत बापांच्या मुली स्कीईंग करायला म्हणून जातात आणि तरुण उमद्या स्की शिक्षकांबरोबर 'मजा' करतात. बव्हेरियात एक क्लिनिक आहे, ते त्यांची 'तशा संकटा'तून सुटका करतात – मोठी फी घेऊन आणि घरी न कळवता. काही शिक्षक क्लिनिक्सकडून कमिशन मिळवतात. छान गोष्ट होईल. 'स्नोमध्ये सेक्स, ओबरलँडमध्ये धिंगाणा.' तुला केव्हा काम सुरू करता येईल?''

मिलरने विचार केला.

"पुढच्या आठवड्यात?"

"उत्तम! बरं, तू ज्याच्यामागे लागला होतास – नाझींची शिकार – सापडला का तो माणूस? त्याच्यात काही तथ्य होतं?"

"नाही, हर हॉफमन," मिलर सावकाश बोलला. "काही दम नाही."

"तसंच वाटत होतं मला. बऽरं. लवकर बरा हो. भेट हॅम्बुर्गमध्ये."

जोसेफचे फ्रँकफुर्टहून लंडनमार्गे आलेले विमान मंगळवारी संध्याकाळ होत असताना तेल अवीवच्या लोद विमानतळावर उतरले. त्याला नेण्यासाठी कारमधून दोन माणसे आली होती. ते त्याला, ज्या कर्नलने कॉरमोरॅंटहून केबल पाठवली होती, त्याच्या मुख्य कार्यालयातील ऑफिसात सविस्तर वृत्तान्त देण्यासाठी घेऊन गेले. ते पहाटेच्या जवळ-जवळ दोन वाजेपर्यंत बोलत होते आणि एक लघुलेखक ते सर्व लिहून घेत होता. बोलणे संपल्यावर अखेरीस कर्नल खुर्चीत रेलून बसला आणि त्याने त्याच्या एजंटला सिगारेट ऑफर केली.

"वेल डन! छान!" एवढेच तो म्हणाला. "आम्ही त्या कारखान्याबद्दल माहिती काढली आणि संबंधित अधिकाऱ्यांना खबर दिली – निनावी, अर्थातच. संशोधन विभाग बंद केला जाईल. जर्मन अधिकाऱ्यांनी केला नाही तर आम्ही करू. पण ते करतील. शास्त्रज्ञांना आपण कोणासाठी काम करत आहोत, याची कल्पना नव्हती. आपण त्यांना खासगी रितीने भेटून त्यांचे कागदपत्रं नष्ट करायला सांगू. ही बातमी फुटली तर जर्मन जनतेची सहानुभूती इस्राईलला आहे, हे त्यांना कळून चुकेल. त्यांना दुसरे जॉब मिळतील आणि ते त्यांची तोंडे बंद ठेवतील. बॉन तेच करेल आणि आपणही तेच करू. मिलरचं काय?"

"तोही तेच करेल. त्या क्षेपणास्त्रांचं काय?"

कर्नलने धुराचा एक मोठा लोट हवेत सोडला आणि बाहेर दिसणाऱ्या रात्रीच्या आकाशाकडे नजर लावली.

"मला असं आतून वाटतं की ती आता कधीच उडणार नाहीत. नासरला उशिरात उशिरा १९६७ च्या उन्हाळ्यापर्यंत तयार व्हायला हवीत आणि व्हल्कनच्या कारखान्यातलं संशोधन, काम नष्ट केलं तर नव्याने काम सुरू करून क्षेपणास्त्रांना दिशादर्शक यंत्रणा बसवण्याचं काम ६७च्या उन्हाळ्यापर्यंत ते करू शकणार नाहीत."

"म्हणजे आता धोका संपला," जोसेफ म्हणाला.

कर्नलने स्मित केले.

"धोका कधीच संपत नसतो. फक्त त्याचं रूप बदलतं. हा विशिष्ट धोका

संपला असेल. मोठा धोका चालूच राहील. तो धोका टळण्यापूर्वी पुन्हा लढाई होईलच आणि कदाचित आणखीही होतील. तर, असो. तू थकला असशील. घरी जा आता.''

त्याने एका ड्रॉवरमधून एक प्लॅस्टिकची पिशवी काढली. तिच्यात एजंटचे कपडे आणि इतर खासगी गोष्टी होत्या. जोसेफने त्याचा जर्मन पासपोर्ट, पैसे, पाकीट, चाव्या काढून टेबलावर ठेवल्या, बाजूच्या खोलीत जाऊन कपडे बदलले आणि काढलेले जर्मन कपडे त्याच्या वरिष्ठाकडे दिले.

दरवाजात कर्नलने त्याला वरपासून खालपर्यंत न्याहाळले आणि त्याच्याशी हस्तांदोलन केले.

''तुझे पुन्हा घरी स्वागत आहे, मेजर उरी बेन शॉल.'' त्याला स्वत:च्या खऱ्या नावाने बरे वाटले. हे नाव त्याने १९४७ मध्ये जेव्हा तो प्रथम इस्त्राईलला आला आणि पामाक (Palmach) मध्ये रुजू झाला तेव्हा घेतले होते.

टॅक्सीने तो उपनगरातील फ्लॅटवर गेला आणि इतर वस्तूंबरोबर परत मिळालेल्या चावीने दार उघडून आत शिरला.

अंधाऱ्या बेडरूममध्ये झोपलेल्या त्याच्या पत्नीची – रिवकाची – आकृती त्याला दिसली. श्वासोच्छ्वासामुळे तिच्या अंगावरील पांघरूण वर-खाली होत होते. तो मुलांच्या खोलीत गेला आणि दोन्ही मुलांना त्याने डोळे भरून बघितले – सहा वर्षांचा श्लोमो आणि दोन वर्षांचा डोव.

पत्नीजवळ जाऊन खूप काळ गाढ झोपावे असे त्याला खूप वाटत होते; पण अजून एक काम करायचे होते. त्याने बॅग खाली ठेवून अंगावरील एकूण एक कपडे काढले आणि कपाटातून नवे कपडे काढून अंगावर चढवले. रिवका गाढ झोपलेली होती.

घरी त्याचा इस्त्री केलेला गणवेश नेहमी तयार असायचा. तो त्याने अंगावर चढवला आणि काळे चकचकीत बूट घातले. कडक इस्त्री केलेला शर्ट घालून त्यावर टाय बांधला. त्यावर पॅरॅट्रूप ऑफिसरची खूण असलेले पितळी पंख आणि सिनाईमधील मोहिमेत त्याने मिळवलेल्या पाच सर्व्हिस रिबिनी लावलेले जॅकेट चढवले.

शेवटची वस्तू होती त्याची लाल टोपी – बेरेट. पोशाख करून झाल्यावर त्याने अनेक वस्तू घेऊन त्या एका प्लॅस्टिकच्या छोट्या पिशवीत भरल्या. तो बाहेर पडला तेव्हा पूर्वेला अंधार निवळायला सुरुवात होत होती. त्याची कार महिन्यापूर्वी घर सोडताना ठेवली होती तिथेच, घरासमोर होती.

तो फेब्रुवारी २६ होता. म्हणजे हिवाळा संपायला अजून तीन दिवस होते; पण हवा जरा उबदार होऊ लागली होती, येणाऱ्या वसंत ऋतूची चाहूल देत होती.

तो पूर्वेकडे जात तेल अवीवच्या बाहेर पडला आणि जेरुसलेमच्या रस्त्याला लागला. पहाटेची स्तब्धता, शांत आणि शुद्ध वातावरण त्याला फार आवडायचे.

अंग भाजणारा आणि कधी-कधी संघर्ष आणि मृत्यू घेऊन येणारा दिवस सुरू होण्यापूर्वी शीतल आणि सुंदर सकाळ आणणारा सूर्योदय त्याने वाळवंटात गस्तीवर असताना हजारो वेळा बघितला होता. दिवसातील ती सर्वांत उत्तम वेळ असायची.

सपाट सुपीक शेतांच्या प्रदेशातून रस्ता रामलेच्या जागे होऊ पाहणाऱ्या खेड्यांतून ज्यूडीच्या टेकड्यांकडे जात होता. रामलेच्या नंतर, त्या काळात, जॉर्डनच्या सैन्याच्या आघाडीच्या तुकड्यांना टाळण्यासाठी लॅट्रून सुळक्याला वळसा घालून पाच मैल जावे लागत असे. डाव्या बाजूला अरब लीजनच्या सकाळच्या न्याहारीसाठी पेटवलेल्या शेकोट्या आणि आकाशात जाणारा निळा धूर त्याला दिसत होता.

अबु गोश खेड्यात काही अरब जागे झाले होते. जेव्हा तो जेरुसलेमला जातानाची शेवटची टेकडी चढला, तेव्हा सूर्य पूर्व क्षितिजावर आलेला होता आणि विभाजन झालेल्या त्या शहरातील अरब भागातील डोम ऑफ द रॉक चमकत होता.

त्याने, त्याला जिथे जायचे होते त्या याद वाशेम मॉसोलियमपासून पाव मैलावर गाडी पार्क केली आणि मदत करणारांच्या स्मरणार्थ दुतर्फा लावलेल्या झाडांच्या रस्त्यावरून चालत 'होलोकॉस्ट'मध्ये मृत झालेल्या साठ लाख ज्यूंच्या स्मारकाचे रक्षण करणाऱ्या ब्राँझच्या प्रचंड दरवाजांकडे चालत गेला.

वृद्ध रखवालदाराने, स्मारकस्थल इतक्या लवकर उघडत नाही असे त्याला सांगितले; पण त्याच्या येण्याचा उद्देश सांगितल्यावर रखवालदाराने त्याला आत सोडले. तो स्मरण दालनात गेला आणि त्याने सभोवार दृष्टी टाकली. तो तिथे पूर्वी स्वत:च्या कुटुंबासाठी प्रार्थना करायला म्हणून आला होता; पण ग्रॅनाइटच्या त्या प्रचंड शिळा बघितल्या की त्याला भारावल्याप्रमाणे व्हायचे.

तो पुढे असलेल्या कठड्यापाशी गेला आणि जमिनीतील काळ्या दगडांवर हिब्रू आणि रोमनमध्ये कोरलेली नावे बघू लागला. आतमध्ये उजेड नव्हता; पण मागे उथळ काळ्या वाडग्यात फडफडणाऱ्या चिरंतन ज्योतीचा प्रकाश होता.

त्या उजेडात तो जमिनीवर कोरलेली असंख्य नावे वाचू शकत होता : आउशविट्झ, ट्रेब्लिंका, बेलसेन, रावेन्सब्रुक, बुकेनवाल्ड... असंख्य नावे होती. त्यात त्याला हवे होते ते सापडले. रिगा.

मस्तक झाकण्यासाठी त्याला यारमुल्काची आवश्यकता नव्हती, कारण त्याच्या डोक्यावर लाल बेरेट होतीच. त्याने बरोबरच्या पिशवीतून एक रेशमी शाल काढली. (जशी मिलरला आल्टोनाच्या त्या वृद्धाच्या सामानात दिसली होती तशी – ती कशासाठी असते ते त्याला त्या वेळी समजले नव्हते.) ती त्याने खांद्याभोवती लपेटली.

त्याने पिशवीतून प्रार्थनेचे पुस्तक काढले आणि योग्य पानावर उघडले. हॉलचे दोन भाग करणाऱ्या पितळी कठड्यापाशी तो गेला. त्याच्यावर एक हात ठेवला

आणि समोरच्या ज्योतीकडे नजर लावली. तो धार्मिक वृत्तीचा नसल्यामुळे ती पाच हजार वर्षे जुनी प्रार्थना म्हणताना त्याला सारखे पुस्तकात बघावे लागत होते.

'यिसगदाल,
वेइसकदाश,
शेमे रबा...'

आणि अशा प्रकारे रिगाला मृत्यू आल्यानंतर २१ वर्षांनी इस्रायली सेनादलाच्या पॅरॅट्रूपर विभागाच्या मेजरने 'प्रॉमिस्ड लँड'च्या टेकडीवर उभे राहून सालोमन टाउबरच्या आत्म्याला शांती मिळावी, म्हणून प्रार्थना केली.

ह्या जगात सर्व गोष्टींची सांगता व्यवस्थितपणे झाली तर बरे वाटते. पण असे क्वचितच घडते. विधिलिखित असेल त्याप्रमाणे लोक नेमलेल्या ठिकाणी आणि नेमलेल्या वेळेपर्यंत आयुष्य जगतात. जितकी खातरजमा करता आली त्यावरून आपल्या कथेतील प्रमुख पात्रांच्या बाबतीतसुद्धा असेच घडले.

पीटर मिलर घरी परतला. त्याने लग्न केले आणि ब्रेकफास्टच्या वेळी किंवा कटिंग सलूनमध्ये आपली पाळी यायची वाट बघत असताना लोकांना जे वाचायला आवडते, तशा प्रकारच्या लिखाणात काळ घालवू लागला. १९७० च्या उन्हाळ्यात सिगी त्यांच्या तिसऱ्या अपत्याला जन्म देणार होती.

ओडेसाचे लोक विखुरले. एडवर्ड रोशमनची पत्नी त्यांच्या डोंगरातल्या घरी परतली आणि नंतर तिला तिच्या नवऱ्याची 'मी अर्जेंटिनात आहे' हे कळवणारी केबल मिळाली. तिने तिकडे जायला नकार दिला. १९६५ च्या उन्हाळ्यात 'व्हिला येरबाल' ह्या त्यांच्या जुन्या पत्त्यावर नोटीस पाठवून तिने अर्जेंटाइन कोर्टापुढे घटस्फोट मागितला.

ते पत्र त्याच्या नव्या पत्त्यावर पुढे पाठवले गेले आणि तिला घटस्फोटाला संमती देणारे – पण जर्मन कोर्टापुढे – पत्र आले. त्याबरोबर योग्य ते कागदपत्र पाठवले होते. त्यानुसार तिला १९६६ मध्ये घटस्फोट मिळाला. ती अजून जर्मनीला राहत आहे; पण तिने तिचे पूर्वीचे 'म्यूलर' हे नाव धारण केले आहे, जे हजारो जर्मन माणसांचे असते. रोशमनची पहिली पत्नी हेला अजून ऑस्ट्रियात राहते.

वेअरवुल्फला अखेरीस अर्जेंटिनामधील त्याच्या वरिष्ठांना शांत करण्यात यश मिळाले. आपली मालमत्ता विकून आलेल्या पैशात फोर्मेंटेरा ह्या स्पॅनिश बेटावर एक टुमदार बंगला विकत घेऊन तो तिथे राहू लागला.

रेडिओ कारखान्याचे दिवाळे वाजले. हेलवानच्या क्षेपणास्त्रांसाठीच्या दिशादर्शक प्रणालीवर काम करणाऱ्या सर्व शास्त्रज्ञांना इतरत्र कारखान्यांकडे किंवा शैक्षणिक

क्षेत्रात नोकऱ्या मिळाल्या; पण रोशमनच्या ज्या प्रकल्पावर ते अजाणतेपणी काम करत होते ते बंद झाले.

हेलवानची क्षेपणास्त्रे कधीच हवेत गेली नाहीत. त्यांची बॉडी आणि रॉकेट इंधन तयार होते. वॉरहेडचे उत्पादन सुरू होते. त्या वॉरहेड्सच्या अस्सलपणाबद्दल ज्यांना शंका असेल त्यांनी स्वित्झर्लंडमधील बेसल येथील प्रादेशिक न्यायालयात १० ते २६ जून, १९६३ दरम्यान झालेल्या योसेफ बेन गाल याच्यावरील खटल्यात प्रोफेसर ओटो योकलेक यांनी दिलेली साक्ष वाचावी. इस्त्राईलमधील लक्ष्यांकडे नेणारी इलेक्ट्रॉनिक दिशादर्शक प्रणाली उपलब्ध न झाल्यामुळे उत्पादनाच्या प्रक्रियेतील चाळीस क्षेपणास्त्रे जागेवर होती आणि त्यांचा सहा दिवसांच्या युद्धातील बॉम्बहल्ल्यात नाश झाला. त्यापूर्वी जर्मन शास्त्रज्ञ खिन्न होऊन जर्मनीला परतले होते.

क्लाउस विंझरची फाईल अधिकाऱ्यांपर्यंत पोहोचल्यामुळे ओडेसाचे अनेक बेत उधळले गेले. इतक्या उत्तम प्रकारे सुरुवात झालेल्या वर्षाची अखेर अगदीच वाईट झाली. इतकी की, अनेक वर्षांनी लुडविग्जबर्गच्या झी-कमिशनचे वकील आणि तपास करणारे यांनी नमूद केले की '१९६४ चे वर्ष आमच्यासाठी फार चांगले होते. होय, फारच चांगले.'

ह्या प्रकरणावर प्रकाश पडल्यामुळे, १९६४ च्या अखेरीस चॅन्सेलर एरहार्ट यांनी देशांतर्गत आणि आंतर्देशीय आवाहन प्रसृत केले, त्यात अशी विनंती करण्यात आली होती की, ज्यांना 'वाँटेड' एस.एस. गुन्हेगारांबद्दल माहिती असेल त्यांनी पुढे येऊन ती अधिकाऱ्यांना द्यावी. त्याला चांगला प्रतिसाद मिळाला आणि लुडविग्जबर्गच्या लोकांचा उत्साह वाढून त्यांनी पुढील अनेक वर्षे जोमाने काम केले.

जर्मनी आणि इस्त्राईलमधील शस्त्र करारामागील राजकारण्यांपैकी जर्मनीचा चॅन्सेलर ॲडेनावर हा, बॉनच्या जवळ, त्याच्या आवडत्या ऱ्हाईन नदीच्या काठावर ऱ्होनडोर्फ येथील बंगल्यात, १९ एप्रिल, १९६७ ला मृत्यू होईपर्यंत राहत होता. इस्त्राईली पंतप्रधान डेव्हिड बेनगुरियन १९७० पर्यंत इस्त्राईलचा पार्लमेंटचा – नेसेटचा – सभासद होता आणि त्यानंतर तो नेगेवच्या तांबून टेकड्यांमध्ये बीर शेबा ते ऐलात रस्त्यावर सेडेबोकरच्या किब्बुट्झमध्ये राहायला गेला. त्याला माणसे भेटायला आलेली आवडतात आणि त्यांच्याशी तो खूप गप्पा मारतो; पण हेलवानची क्षेपणास्त्रे आणि त्यांच्यावर काम करणाऱ्या जर्मन शास्त्रज्ञांविरुद्ध बदला घेण्याची मोहीम हे विषय सोडून.

कथेतील गुप्तहेर खात्यातील लोकांपैकी जनरल अमित सप्टेंबर १९६८ पर्यंत कंट्रोलर होता. सहा दिवसांच्या युद्धासाठी लागणारी माहिती अचूकपणे गोळा करण्याची जबाबदारी त्याच्या खांद्यांवर आली आणि इतिहासाने सिद्ध केल्याप्रमाणे, ती त्याने अतिशय उत्तमरीत्या पार पाडली.

निवृत्त झाल्यावर तो कामगारच मालक असलेल्या कूर इंडस्ट्रीज ऑफ इस्राईलचा चेअरमन व मॅनेजिंग डायरेक्टर झाला. तो अजून अतिशय साधेपणाने राहतो आणि त्याची मोहक पत्नी योना, नेहमीप्रमाणेच, मोलकरीण न ठेवता घरातली सर्व कामे स्वत:च करते.

त्याचा वारसदार जनरल इवी झमीर अजून त्या जागी आहे. मेजर उरी बेन शॉल बुधवार, ७ जून, १९६७ ला पॅरॅट्रूपर्सच्या कंपनीचे नेतृत्व करीत जुन्या जेरुसलेममध्ये प्रवेश करत असताना मारला गेला. अरब लीजनच्या सैनिकाची गोळी त्याच्या डोक्यात बसली आणि तो मँडेलबाउम गेटच्या पूर्वेला ४०० यार्डांवर धारातीर्थ पडला.

सायमन वीझेंथाल अजून व्हिएन्नात राहतो आणि काम करतो. मिळेल तिथे, मिळेल ती बारीकसारीक माहिती मिळवून एस.एस. खुन्यांचा ठावठिकाणा शोधून काढतो आणि प्रत्येक महिन्यात, प्रत्येक वर्षी त्याला भरपूर यश मिळत आहे.

लिओ, १९६८ मध्ये म्युनिकला मरण पावला. त्याच्या मृत्यूनंतर, व्यक्तिगत सुडाच्या मोहिमेत त्याने ज्या गटाचे नेतृत्व केले होते त्यांना त्यात रस उरला नाही आणि ते विखुरले.

आणि शेवटी टॉप सार्जंट उलरिक फ्रांक, मिलर व्हिएन्नाला जात असताना भेटलेला टँक कमांडर. त्याचे त्याच्या 'ड्रॅगन रॉक' टँकबद्दलचे भाकीत चुकीचे ठरले. तो रणगाडा मोडीत गेला नाही. तो एका ट्रकवर नेण्यात आला आणि पुन्हा दिसला नाही. नाहीतरी चाळीस महिन्यांनंतर तो त्याला ओळखू आला नसताच.

त्याची करड्या रंगाची बॉडी वाळवंटातील पार्श्वभूमीत बेमालूमपणे विलीन होण्यासाठी मातीच्या रंगात रंगवली गेली होती. टरेटरचा जर्मन सेनेचा काळा क्रॉस जाऊन त्याच्या जागी फिकट निळ्या रंगातील डेव्हिडचा तारा आला होता. त्याने त्याला दिलेले नावसुद्धा गेले होते. आता त्याचे नवे नाव 'द स्पिरिट ऑफ मसाडा' होते.

त्याचे अधिपत्य अजून एक टॉप सार्जंटकडेच होते – बाकदार नाक आणि काळी दाढीवाला नाथन लेवी, मिशिगन राज्यातील डेट्रॉइट येथील कारखान्यातून दहा वर्षांपूर्वी बाहेर पडल्यानंतर प्रथमच तो एम-४८ रणगाडा एका आठवड्याच्या लढाईवर गेला होता.

त्यानंतर दोन दिवसांनी मिटला खिंडीच्या लढाईत जनरल इस्राईल दलाने जे रणगाडे पाठवले, त्यापैकी तो एक आणि रविवारी १० जूनला तेलमिश्रित धुळीचे थर बसलेला, अंगावर गोळ्यांचे चरे आणि सिनाईच्या डोंगरामुळे वेफरइतके पातळ झालेले ट्रॅक्स असा तो जुना पॅटन सुएझ कालव्याच्या पूर्वेला काठावर थांबला.

❖